पुरुषांचं जगणं समृद्ध – सुंदर करण्यासाठी प्रश्न पुरुषभानाचे !

प्रश्न पुरुषभानाचे

संपादक

डॉ. गीताली वि. मं. मुकुंद किर्दत

हरीश सदानी डॉ. रवींद्र रु.पं.

प्रस्तावना

डॉ. छाया दातार

डायमंड पब्लिकेशन्स, पुणे

प्रश्न पुरुषभानाचे

संपादक – डॉ. गीताली वि. मं., मुकुंद किर्दत, हरीश सदानी, डॉ. रवींद्र रु. पं.

प्रथम आवृत्ती : फेब्रुवारी २०१०

ISBN : 978-81-8483-251-8

अक्षरजुळणी :
डायमंड पब्लिकेशन्स, पुणे

मुखपृष्ठ :
शाम भालेकर

प्रकाशक :
दत्तात्रेय गं. पाष्टे
डायमंड पब्लिकेशन्स,
१६९१, सदाशिव पेठ, शंकरप्रसाद को. हौ. सो.
तिसरा मजला, टिळक रोड, पुणे–४११०३०.
☎ ०२०–२४४५२३८७

प्रमुख वितरक
डायमंड बुक डेपो
६६१, नारायण पेठ, अप्पा बळवंत चौक,
पुणे ३०. ☎ ०२०–२४४८०६७७

डायमंड सहकारी – सु. ह. जोशी, लीना बोर्जेस, शिल्पा कुलकर्णी, शिल्पा कुलथे, राजश्री जाधव, पूनम बैचे, श्रद्धा ठकार, सचिन, विकास.

पुरुषांना माणूसपणाच्या वाटेवर हात देणाऱ्या आणि

स्त्रियांची अस्मिता जोजवण्यासाठी महत्त्वपूर्ण योगदान केलेल्या

महात्मा फुले,   महात्मा गांधी

आणि महामानव डॉ. बाबासाहेब आंबेडकर

यांना अर्पण...

'मावा' संस्थेविषयी

मेन अगेन्स्ट व्हायलन्स अ‍ॅण्ड अब्युज (मावा) ही १९९३ पासून स्त्रियांवरील हिंसा व गैरवर्तन थांबविण्यासाठी व प्रतिबंधित करण्यासाठी प्रामुख्याने पुरुषांसोबत काम करणारी देशातील पहिली पुरुषांची संस्था आहे.

स्त्री-पुरुष नातेसंबंध, लैंगिकता, पुरुषत्व, आरोग्य व हिंसेच्या मुद्यांवर विविध क्षेत्रातील - वयोगटातील पुरुषांना सक्रियपणे सहभागी करण्यासाठी सांस्कृतिक अवकाशांचा वापर करून, प्रत्यक्ष कृती- कार्यक्रम व युवा-शिक्षणाद्वारे पुरुषांची एक चळवळ उभी करण्याच्या दिशेने 'मावा' प्रयत्नशील आहे. गेली १५ वर्षे वैवाहिक कलह, स्त्री-पुरुष संबंध व तत्सम प्रश्नांवर अनुभवी समुपदेशकांद्वारे गरजूंना मार्गदर्शन, कौटुंबिक हिंसाचार, एकतर्फी आकर्षणातून निर्माणारे क्रौर्य, स्त्री-लिंगी गर्भपात, शाळेत लैगिक शिक्षणावर बंदी यांसारख्या विषयांवर व्यापक जन-जागृतीपर मोहिमा, संवादसत्रांचे आयोजन 'मावा' संस्था सातत्याने करीत आहे.

पुरुषत्वाच्या साचेबद्ध पारंपरिक पुरुषी संकल्पनांना प्रश्न करून पुरुषत्वाचे सकारात्मक स्वरूप व प्रतिमा तरुण पुरुषांमध्ये रुजवण्यासाठी तसेच पुरुषांना आपल्या भावना, विचार, असुरक्षितता मोकळेपपणे व्यक्त करण्यासाठी 'पुरुष स्पंदनं- माणूसपणाच्या वाटेवरची' हा दिवाळी अंक १९९६ पासून 'मावा' काढत आहे. अंकाद्वारे पुरुषांना लिहिते-बोलते करण्याचे काम करत असतानाच लिंगभाव, लैंगिकता व संबंधित मुद्यांवर युवकांशी 'सशक्त' संवाद साधण्यासाठी पुणे जिल्हा व मुंबईतील महाविद्यालयीन मुलग्यांसोबत 'युवामैत्री', 'युवासंवाद' हे अभिनव उपक्रम गेली ३ वर्षे 'मावा' राबवित आहे.

हिंसक वर्तणुकीच्या मुळाशी असलेल्या प्रश्नांविषयी चर्चा करून 'मावा'चे प्रशिक्षित विद्यार्थी, संवादक आज असंख्य तरुणांबरोबर लिंगसमतावादी पुरुषत्वाच्या सकारात्मक पर्यायांना चालना देत आहेत. भित्तीपत्रके, पथनाट्य, खेळ, गटचर्चा, लघुपट, गीते इत्यादींचा प्रभावी वापर करून राज्यातील अनेक ठिकाणी ते स्त्री-पुरुष समतेचा संदेश पोहचवून लैंगिक आरोग्य व लैंगिकतेच्या अनेक मुद्यांवर पुरुषांशी संवादी गुंतवणूक करीत आहेत.

संपर्क : **श्री हरीश सदानी, मानद सचिव**
दूरध्वनी - ०२२-२४३६०६३१ / ९८७०३०७७४८
इमेल - harsh 267@ rediffmail.com.
वेबसाइट - www.mavaindia.Org.

प्रस्तावना

स्त्रीवादी पुरुष : लढाई आणि वेदना यांचे भागीदार?

पुरुष स्त्रीवादी असू शकतात का? स्त्रीमुक्ती चळवळीमध्ये त्यांची भूमिका काय राहील? हे प्रश्न पाश्चात्त्य लोकांमध्ये गेली काही वर्षे बरेच चर्चिले जात आहेत. आपल्याकडेही गेल्या दहा-बारा वर्षांपासून या प्रश्नांचा शिरकाव स्त्रीवादी सांस्कृतिक प्रवाहामध्ये झालेला आहे. स्त्रीवादी चळवळीच्या सुरुवातीच्या काळात आम्हाला स्त्रीवादाच्या विरोधात असणाऱ्या माध्यमांना आणि मानसिकतेला तोंड द्यावे लागले. त्यावेळी काही वेळा आमचे नवरे व पुरुष मित्रमंडळी यांनी बरीच मदत केली. 'स्त्री-वादाच्या बाजूने असणारे पुरुष' अशी त्यांची ओळख तयार होत होती. परंतु त्यानंतर काही वर्षातच केवळ कृती कार्यक्रमांना मदत किंवा प्रोत्साहन अशा अप्रत्यक्ष कार्यापेक्षाही पुढे जाऊन सैद्धान्तिक मदतीची त्यांना आवश्यकता वाटू लागली. स्त्री-वादाच्या विचारविश्वाचा फायदा घेऊन 'पुरुषत्वाची' ओळख करून घेता येईला का आणि हे पुरुषत्व स्त्रियांच्या शोषणाला कारणीभूत होत असेल, सर्व संस्थात्मक जीवनामध्ये भिनलेल्या वर्चस्ववादाच्या प्रभावाखाली हे घडत असेल तर ते बदलता येईल का? या प्रश्नांची उत्तरे वैयक्तिक पातळीवर, कौटुंबिक व सामाजिक संस्कारांची परीक्षा करत शोधण्याचा प्रयत्न सुरू झाला. 'पुरुष-स्पंदन' व 'पुरुष-उवाच' या दिवाळी अंकांचे उपक्रम ही याचीच फलश्रुती आहे. परंतु अनुभव तपासण्याच्या जोडीला 'स्त्री-वाद' म्हणजे नक्की काय, या विचारविश्वातील कोणता प्रवाह मला जवळचा वाटतो आणि त्याचा स्वीकार केला तर मी केवळ 'स्त्रीवादाची बाजू घेणारा' अशी ओळख सोडून देऊन मी स्वत: 'स्त्रीवादी' पुरुष अशी ओळख घेऊ शकेन या अंगाने अनेकजण सैद्धान्तिक छाननी करण्यासाठी आज सरसावत आहेत. बहुतेकांना अशी खात्री वाटते आहे की, स्त्रीवाद केवळ स्त्रियांच्या मुक्तीसाठी स्वतंत्र व्यक्ती म्हणून जगण्यासाठी उपयोगी पडणारा नाही तर त्यामुळे पुरुषही त्याच्या आक्रमक प्रतिमेमधून, भावनाशून्य व्यक्तिमत्वापासून, स्पर्धात्मक जीवनापासून स्वत:ची मुक्ती मिळवू शकेल. एकदा भावना व्यक्त करणारे व्यक्तीमत्व लाभले की त्याचे बायकोशी, मुलांशी असणारे नातेसंबंध तर सुधारतीलच पण पुरुष मित्र, स्त्री मित्र यांच्याही तो अधिक जवळ जाऊ शकेल. त्याचे तणावमय जीवन हलके होऊन जाईल. तो जगाचा, निसर्गाचा आणि त्यातील मानवी स्थानाचा समग्रपणे विचार करू लागेल. तो खरा माणूस बनेल.

पुरुषत्वाच्या संकल्पनेभोवतीचे चर्चाविश्व

लिंगावर आधारित ओळख व लिंगभावावर आधारित ओळख या भिन्न आहेत. याबद्दल कोणच्याही मनात शंका नाहीत. परंतु या 'लिंग व लिंगभाव' संरचनेमध्ये कोणाचा किती प्रभाव असतो, हे तपासणे आवश्यक असते. वेगवेगळ्या संस्थात्मक जीवनामधील वेगवेगळ्या कृती, हालचाली या काही एका सांस्कृतिक वातावरणाच्या कोंदणात होत असतात; आणि हे सांस्कृतिक वातावरण शरीराकडे सुद्धा केवळ 'जीवशास्त्रीय वस्तुस्थिती' अशा तऱ्हेने न बघता त्या शरीरालाही सांस्कृतिक ओळख देते. हेही सर्वांनी मान्य केले आहे. त्याचबरोबर आजमितीस या लिंगभावामध्ये उच्च-नीच अशी उतरंडीची रचना चालत आली आहे. स्त्रीची लैंगिक ओळख व लिंगभावाअंतर्गत ओळख ही पुरुषाच्या संदर्भात दुय्यम राहिली आहे. त्यासाठी सर्वच क्षेत्रातील अधिकारपदाचा व सत्तेचा (Power) वापर पुरुष करीत आलेला आहे. मग तो कोणत्याही वर्गाचा सभासद असो, वंशाचा असो, जातीचा असो, आदिवासी समाजाचा असो;थोडक्यात, स्त्री–पुरुष संबंध हे सत्तासंबंध आहेत. वर्चस्वावर आधारित आहेत. आर्थिक, राजकीय, सामाजिक सत्तेबरोबर लैंगिक हिंसाचाराचेही साधन पुरुष वापरत असतो. किंबहुना बलात्कार व लैंगिक छळ घराबाहेर आणि घराअंतर्गत ही या पुरुषी संस्कृतीचा अविभाज्य भाग आहे. याबद्दल एकमत असूनही स्त्रीवादी पुरुषांमध्ये एका गोष्टीबद्दल मतभेद आहेत आणि ते टोकाचे आहेत. जे पुरुष लिंगभाव या कल्पनेमध्येच स्त्री–वादाचे सार आहे किंवा मुख्य संकल्पना आहे असे मानतात त्यांच्या मते 'स्त्रीवादी पुरुष' असे स्वतःचे संबोधन असणे यात काही चूक नाही; आणि स्त्रीवादी चळवळीच्या बरोबरीने तेही स्त्री–वाद पुरुषांमध्ये पोहोचविण्याचा म्हणजेच पुरुषांमध्ये परिवर्तन करण्याचा प्रयत्न करू शकतात. किंबहुना जे पुरुष स्त्रीवादी स्त्रियांच्या आक्रमक भाषेमुळे आणि विश्लेषणामुळे दुखावले जातात आणि पुरुषत्वाच्या संकल्पनेला घट्ट धरून ठेवतात, ती संकल्पना व तिची प्रत्यक्षातील अनुभूती त्यांना नैसर्गिकच वाटते असे पुरुषही पुष्कळदा पुरुषांकडून येणारे त्याचप्रकारचे विश्लेषण ऐकून घ्यायला तयार असतात. थोडक्यात, लिंगभावामध्ये बदल करणे म्हणजे सांस्कृतिक बदल करणे असे त्यांचे ठाम मत आहे. अर्थात इतरही भौतिक बदल झालेच पाहिजेत. परंतु, शासकीय धोरण प्रक्रियेतून ते हळूहळू आणता येतात. परंतु ही धोरणे स्वीकाण्यासाठी मानसिकता तयार करणे जरुरीचे आहे. थोडक्यात, ज्या पुरुषांनी स्त्रीवादी सैद्धांतिक मांडणी व भूमिका बुद्धिवादी पद्धतीने समजावून घेतली ते जवळजवळ स्त्रीवादी स्त्रियांइतकेच स्त्रीवादी आहेत असा या पुरुषांचा आग्रह आहे. स्त्रियांवरील लैंगिक अत्याचारांना त्यांचा अर्थातच विरोध आहे. आजपर्यंत सगळी ज्ञानसाधना पुरुषांनी केली आणि म्हणून कोणतीही विज्ञान शाखा, समाजविज्ञान असो वा नैसर्गिक व भौतिक विज्ञान

असो, त्यामध्ये मांडली गेलेली प्रमेये ही पुरुषांनी तयार केली. त्यांच्या स्वतःच्या अनुभवाच्या व दृष्टीच्या कक्षेत असणारी वस्तुस्थिती हेच खरे सत्य असे समजून त्यांनी ज्ञान सिद्ध केले. आता स्त्रियाही तेवढ्याच मानसिक व बौद्धिक दृष्ट्या सक्षम आहेत; आणि त्याही तर्कशुद्ध पद्धतीने (Rationally) विचार करू शकतात. म्हणूनच समानतेचा आग्रह धरून त्यांनाही निर्णय प्रक्रियेत सहभागी करून घेतले पाहिजे. निर्णयाचे स्वातंत्र्य दिले पाहिजे. व्यक्ती म्हणून अधिकार दिले पाहिजे, अशी या पुरुषांची मांडणी आहे.

या मांडणीमध्ये एक महत्त्वाची फट आहे. लिंगभावाच्या ओळखीतून दुय्यमता लादली गेली आहे, ती काढली, की स्त्री व पुरुष हे एकाच लिंगभावामध्ये सामावून जातील, म्हणजेच समानता मिळवतील हा समजच चुकीचा आहे असे काही स्त्रीवाद्यांचे म्हणणे आहे. स्त्री व पुरुष यांची लैंगिक ओळख वेगळी आहे आणि त्यामुळे त्यांचे लैंगिक अनुभव वेगळे आहेत. त्यांच्या लिंगभेदावर आधारित भूमिका वेगळ्या आहेत. लैंगिक ओळख हा भौतिक पाया आहे आणि या भौतिक पायाचे दृश्य स्वरूप वेगवेगळ्या समाजरचनांमध्ये ऐतिहासिक परिस्थितीनुसार बदलत गेले तरी त्याचे शोषणाचे सूत्र आजमितीस कायम राहिले आहे. स्त्रीची लैंगिक सुखाची कल्पना वेगळी आहे. लैंगिक वासना शरीरामध्ये जेथे उद्दिपीत होतात व सुखाचा आनंद मिळतो यासंबंधी निर्माण केलेले ज्ञान हे पुरुषी आहे. अर्थात अनेक सामान्य स्त्रियांना याची जाणीव नाही. स्त्रीवादी स्त्रियांनी हे ज्ञान जाणीवपूर्वक निर्माण केले व स्वतःच्या अनुभवांचे वेगळेपण सिद्ध केले आहे. मातृत्वाचा अनुभव केवळ शारीरिक नाही. त्या अनुभवातून निसर्गाशी संवाद साधण्याची व निसर्गाचे चक्र समजून घेण्याची संधी मिळू शकते. मातृत्वातून जीवसंवर्धनाची प्रेरणा मिळते; आणि स्त्रीच्या अनेक कुवतींमध्ये अनेक वेळा या कुवतीला प्राधान्य मिळते. जीव जगविणे, त्यासाठी आवश्यक वातावरण, सामूहिक परिश्रमांची गरज अशा अनेक प्रवृत्ती स्त्रियांच्या अनुभवविश्वाशी निगडित होऊ शकतात. म्हणूनच केवळ 'समानता' हा स्त्रीचा नारा राहू शकत नाही. केवळ 'बुद्धिवाद' हा निकष तिला मान्य नाही. कारण तर्काच्या मागे असणारी 'गृहिते'हीच तिला चुकीची वाटतात. ही गृहिते 'आधुनिकतेच्या' निकषांवर आधारित आहेत; आणि आधुनिकतेच्या तत्त्वज्ञानामध्ये अनुभवांच्या विविधतेला विशेषत: दोन भिन्न लिंगांच्या, दोन भिन्न वर्गांच्या, जातींच्या, वंशांच्या भिन्न अनुभवांना ज्ञान प्रक्रियेमध्ये पुरेसे महत्त्व दिले गेलेले नाही. पुरेसे मूल्य मिळालेले नाही. वसाहतवादी, भांडवलशाहीवादी व पुरुषसत्तावादी पुरुषांनी स्वतःच्या जगाच्या व्यवहारांच्या मध्यभागी कल्पना इतरांना परके, दूरचे बिनमहत्त्वाचे असेच मानले.

थोडक्यात, अनेक स्त्रीवादी पुरुषांना स्त्रीवादामध्ये दिले गेलेले 'अनुभव' या संकल्पनेचे महत्त्व पटलेले नाही. अनुभव न घेता सुद्धा तर्काने व न्यायबुद्धीने भूमिका

घेता येते व ती राजकीय दृष्ट्या तेवढीच बरोबर असते. कारण स्त्रीवादी पुरुष त्याच्या सत्तास्थानामुळे मिळणाऱ्या सोयी-सवलतींचा त्याग करायला तयार असतो आणि नव्या जगाच्या दर्शनामध्ये सहभागी होऊ इच्छितो असे त्यांचे म्हणणे आहे. अर्थात सगळेच पुरुष अशा मताचे आग्रही नाहीत. काहीजण 'अनुभव' आणि तो केवळ भौतिक व शारीरिक नाही तर वंचितांचे जिणे जगायला लागण्याच्या सामाजिक व सांस्कृतिक अनुभवांचे महत्त्व नाकारत नाहीत. किंबहुना या अनुभवाला मध्यभागी कल्पिणे (Centre Stage) आवश्यक आहे; याची त्यांना जाण आहे. पुरोगामी किंवा परिवर्तनवादी सिद्धांत व भूमिका मान्य करणे वेगळे व त्या शोषणाचे व लिंगभेदाचे चटके स्वत: सोसणे वेगळे. त्या अनुभवातून जे ज्ञान तयार होते, जी भूमिका उभरून येते ती अधिक समग्र व सर्वंकष असते, असे हे पुरुष मानतात. अर्थात नुसतं स्त्री असणं हे येथे गृहीत नाही तर अनुभवांचे परिशीलन करण्याची इच्छा असणे व क्षमता असणे म्हणजे स्त्रीवादी असणे महत्त्वाचे आहे. आणि ही क्रांती, ही लढाई स्त्रीवाद्यांनी लढायची आहे. आम्ही केवळ साथीदार व मदतनीस आहोत. ही दिंडी स्त्रीवाद्यांची आहे, आम्ही भारवाहक आहोत; अशी भूमिका ही मंडळी घेतात. अर्थात त्या लढाईत त्यांनाही जखमा होणार आहेत आणि त्यांच्या वेदना सहन करायची त्यांची तयारी आहे.

पुरुषाच्या लिंगभावाचे मानसशास्त्रीय विश्लेषण

पुरुषत्वाचे आजचे स्वरूप हे सत्ताभिलाषी असेच आहे आणि ही सत्ता विविध सांस्कृतिक चिन्हे, धार्मिक विधी, व्रते, वैकल्ये, चालीरीती या सर्वांतून दृग्गोचर होते. पुरुषांनाही त्यांचा सत्ताभिनिवेश या सर्व संस्कारातून अभिव्यक्त होत असतो याचा आनंद असतो. त्यांच्या चालण्या, बोलण्यातून, भाषेतून, शिव्यांच्या वापरातून, लैंगिक विनोदातून तो (अभिनिवेश) त्यांच्या व्यक्तिमत्त्वामध्ये भिनला असल्याचे लक्षात येते. घराण्यात असणाऱ्या सर्व स्त्रिया, आया-बहिणी, भावजया या सर्वांचे संरक्षण करण्याची जबाबदारी हे एक प्रकारच्या स्वामीत्वाच्या भावनेचे लक्षण आहे. त्यांना संस्कृतीच्या चौकटीत कोंडून ठेवण्याची जबाबदारी पुरुषांवर असल्याची जबरदस्त भावना असल्यामुळेच जाती-जातीतील भांडणांमध्ये बलात्काराचे अस्त्र बिनदिक्कत वापरले जाते.

पुरुष असणे म्हणजे शारीरिकदृष्ट्या सुदृढ, शक्तीमान, आक्रमक असणे. भावनाविवशतेला थारा नसणे, भीतीचा लवलेश नसणे, शारीरिक इजेला न घाबरणे, धोका पत्करायला तयार असणे अशी लक्षणांची यादी सर्वांच्या मनात तयार असते. जो यापैकी कोणत्याही गुणांमध्ये कमी पडतो किंवा ज्याची इच्छाशक्ती डळमळीत आहे असे लक्षात येते तो पुरुष बायकी ठरतो. नेभळट, समलिंगी, संभोगासाठी आवश्यक वीर्याचा अभाव असलेला, वासनाशक्ती क्षीण झालेला असा नामर्द असतो अशीही

खूणगाठ प्रत्येक वयात आलेल्या पुरुषाच्या मनात घट्ट असते.

भावना व्यक्त करणे हे नेभळटपणाचे लक्षण मानले जाते. त्यामुळे पुरुषाला वैयक्तिक पातळीवर, खासगी संवादासाठी मित्र मिळणे कठीण जाते. परंतु, पुरुष गट म्हणून खेळण्यासाठी, दारू पिण्यासाठी, लैंगिक अनुभवाच्या फुशारक्या एकमेकांना सांगण्यासाठी एकत्र येऊ शकतात; पण ते केवळ विषयांचे साधर्म्य आणि पुरुषीपणाचा आविष्कार दुणावण्यासाठी संधी या वस्तुस्थितीमुळे एकत्र येतात. व्यक्ती-व्यक्ती म्हणून संवाद साधण्यासाठी नाही. सूक्ष्म भावानुभव शेअर करण्यासाठी एकत्र येणे त्यांच्या बाबतीत क्वचित शक्य होते. बाँडिंग हे ग्रूप बाँडिंग असते. व्यक्ती म्हणून सहसा नसते.

एका अमेरिकन लेखकाने पुरुषांच्या शारीर, वासनाविषयक अनुभवांची तुलना पुरुषांमध्ये लोकप्रिय असलेल्या फूटबॉल सॉकर व हॉकी या खेळांच्या स्वरूपांशी, त्यांच्या नियमांशी केली आहे. या खेळांमध्ये प्रत्येक टीम आपल्या खेळासाठी लागणारी जागा, व अवकाश वाढवत नेते, आक्रमक होऊन मारामारी करत हा खेळ पुढे सरकतो आणि दुसऱ्या बाजूने आपली मागची फळी फोडली जाणार नाही, संरक्षक म्हणून एकमेकांना घट्ट धरून राहील याची चिंता असते. पुरुषाच्या संभोग प्रक्रियेचे चित्र त्याला या नियमांमध्ये प्रतीत होती. स्त्रीचे शरीर जास्तीतजास्त ताब्यात घेणे, शरीरावर वर्चस्व मिळविल्याचा आसूरी आनंद व्यक्त करणे, परंतु, त्याच वेळेला गुदद्वार मात्र घट्ट दाबून धरणे तेथून कोणताही प्रवेश न करू देणे, ते स्वतःच्या ताब्यात ठेवणे हे त्याला महत्त्वाचे वाटते. समलिंगी संभोग करणाऱ्या पुरुषांबाबत त्याच्या मनात म्हणूनच तुच्छता असते. पुरुषीवासना संभोगाचा जो संकेत आहे त्याचे पालन न करणाऱ्याला 'पुरुषी' पुरुष क्षमा करू इच्छित नाही. पोर्नोग्राफीमधील हिंसकपणा हा त्याच्या वासना शमविण्याच्या प्रक्रियेचे प्रतीक आहे. पुरुषाच्या लैंगिक सुखाचा अनुभव हा जगज्जेतेपणाच्या अनुभवाशी नाळ सांगतो. पुरुषत्वाच्या विजयाचा समान अनुभव पुरुषांच्या एकमेकांशी जोडून रहायला, बाँडिंगला मदत करतो पण 'पराजयाचे शल्य' तो कोणा पुरुषाला सांगू शकत नाही. तो रडू शकत नाही.

स्त्रीवादी पुरुषांचे स्त्री-मुक्ती लढ्याच्या योगदान प्रक्रियेतील बोलके अनुभव

या पुस्तकातील अनेक लेखांमधून स्त्रीवादी पुरुषांची अनुभव कथने आलेली आहेतच. स्वतःला बदलण्याची प्रक्रिया एकवेळ सोपी असते. अर्थात हा स्वतःतील बदलसुद्धा आजूबाजूच्या समाजाच्या साक्षीने व विशेषतः पुरुषी पुरुषांच्या साक्षीने होत असतो; आणि म्हणून टक्के-टोणपे खाणे, अपशब्द बोलणे नशिबी असते. परंतु, जे दुसऱ्या पुरुषांना बदलण्याचे काम अंगावर घेतात त्यांना तर स्वतःची कातडी गेंड्याचीच करून घ्यावी लागते. गंमत म्हणजे त्यांना 'पुरुषी' पुरुषांची टीका तर सहन करावी लागते पण स्त्रीवादी बायकांच्याही टीकेला तोंड द्यावे लागते. सतत अविश्वासाचे

वलय या टीकेला असते. पुरुषी वर्चस्वाचा वास हुंगतच त्या आजूबाजूला वावरत असतात असा अनेक स्त्रीवादी पुरुषांचा अनुभव आहे.

पुरुषाने बदलणे म्हणजे प्रत्यक्षात कसे वागणे? तथाकथित नैसर्गिक पुरुषी प्रतिक्रिया मनात उमटल्या तरी मनाला समजावून जाणीवपूर्वक अधिक समंजस प्रतिक्रिया निर्माण होतील, अशी सवय लावणे वगैरे बऱ्याच गोष्टी ठोस उदाहरणातून व प्रसंगातून या पुस्तकातील लेखकांनी वर्णन केल्या आहेत. मी थोडीशी काही पाश्चात्त्य समाजातील लेखकांनी दिलेली उदाहरणे देण्याचा प्रयत्न करणार आहे.

खूप वर्षांपूर्वी एक कादंबरी वाचल्याचे आठवतंय. 'बिटविन फ्रेंड्स्' (Between Friends) चार मैत्रिणींमधील पत्रव्यवहार असे त्याचे स्वरूप होते. एकजण पारंपारीक पद्धतीने विवाह करून नवऱ्याजवळ रहात होती. परंतु अजिबात सुखी नव्हती. नवऱ्याच्या दुटप्पी चालींमुळे त्रस्त होती. तसा तो स्त्री–लंपट होता आणि तरी दरवेळी चूक कबूल करून, 'तुझ्यावरच प्रेम कसे आहे' अशी भूलथाप देत असे. ती वैतागली होती; पण नवऱ्याला सोडून देण्याचे धैर्य होत नव्हते. एकजण समलिंगी (लेसबियन) होती; आणि तिच्या मते जन्मापासूनच किंवा जीवशास्त्रीय दृष्ट्या तिची तिला ओळख पटल्यामुळे ती कधी पुरुषाच्या प्रेमात पडूच शकली नाही. ती तिच्या साथीदारणी बरोबर रहात होती. तिसरी अशीच एका स्त्री–जोडीदाराबरोबर रहात होती. तिला एक मूल होते; आणि विवाहसंबंध असह्य झाल्यामुळे तिने विवाहविच्छेद करून समलिंगी जीवन स्वीकारले होते. ती स्वत:ची ओळख एक राजकीय रणनीती म्हणून समलिंगी जीवन जगणारी स्त्रीवादी स्त्री अशी करत असे; आणि चौथी स्त्री – पुरुष जोडीदाराबरोबर रहात असे; आणि तिचा जोडीदार स्त्रीवादी पुरुष होता असे वर्णन करते. त्याचे एक उदाहरण म्हणून त्याने शरीरसंबंध करतांना स्वत:चे लिंग न वापरण्याचा किंवा योनिमार्गात न घुसविण्याचा निर्णय घेतला होता. लिंग हे पुरुषत्वाच्या आक्रमकतेचे प्रतीक आहे, हे त्याला मान्य होते आणि म्हणून प्रतीकात्मक दृष्ट्या त्याने स्वत: हा निर्णय घेतला होता. या स्त्रीच्या मते तिचा जोडीदार जाणीवपूर्वक 'नवा पुरुष' म्हणून जगण्याचा प्रयत्न करत होता; आणि म्हणूनच ती या भिन्नलिंगी संबंधात सुखी होती

मला लक्षात आहे की, ती कादंबरी वाचताना आश्चर्याचा धक्का बसला होता. स्त्री मुक्ती चळवळीच्या सुरवातीच्या काळात खूप नवे नवे प्रयोग करण्याची उर्मी अनेकांच्या मनात जागी होत होती. कुटुंब व्यवस्थेला पर्याय म्हणून 'कम्यून'पद्धतीचे प्रयोग बऱ्याच ठिकाणी आणि बरीच वर्षे चालले होते. कोणत्याही दोन व्यक्तींमध्ये जेव्हा अतिशय जवळचे नातेसंबंध (Intimate relations) तयार होतात तेव्हा स्वामीत्वाची भावना निर्माण होऊ लागते. ती जोडीदारासोबत होते व मुलांबाबतही होते. 'मी 'च्या अहंकाराचा वेढा जित्याजागत्या माणसांना पडू लागतो आणि त्यातून संघर्ष होऊ लागतात. या

भूमिकेतून अनेक तरुण तरुणी छोटी कम्युन्स करून राहू लागले होते. त्यामध्ये सोयीचा दृष्टिकोनही होता. करिअरच्या सुरवातीच्या काळात पैसे फार मिळत नसताना स्वतंत्र घरे परवडत नसत. मुलांचा सांभाळ करायला दोनापेक्षा जास्त पालक मिळत किंवा स्वत:ची मुले नकोत पण कधी कधी पालकत्व करायला आवडेल अशा मंडळींची सोय होत असे. आज अशी कम्युन्स फारशी अस्तित्वात नाहीत. कारणे पुष्कळ आहेत. परंतु नवीन लाईफ स्टाईल्स – जीवनशैली जगण्याच्या प्रयोगांमध्ये लिंग न वापरण्याच्या प्रयोगांबद्दल आम्हा सर्वच मैत्रिणींना बरेच कुतूहल वाटले होते.

आणखी एका प्रयोगाची खूप चर्चा सतत होत असे आणि ते म्हणजे 'पालकत्व' दोघांनी स्वीकारायचे आणि त्यामध्ये असलेले पारंपरिक स्टिरिओ टाईप्स तोडण्याचा जाणीवपूर्वक प्रयत्न करायचा. 'सुजाण पालकत्वाची' कल्पना आता प्रयोग राहिला नाही. एका अर्थाने ती मुख्य प्रवाहात आली आहे. एका बाजूने आर्थिक रेट्यामुळे स्त्रीला नोकरी करणे, घराच्या बाहेर पडणे भाग आहे. दुसऱ्या बाजूने काही प्रमाणात स्त्री स्वातंत्र्याचे बीज रुजले आहे आणि म्हणून शिकलेली स्त्री विवाहाच्या आधी करिअरचा विचार करते आणि त्यामुळे दोन्ही पालक कमावते असताना आपद्धर्म म्हणूनही काही वेळा पुरुष तथाकथित स्त्री–भूमिका निभावताना दिसतो. पाश्चात्त्य देशात तर स्त्रीवादी स्त्रिया नान्सी चॉडरॉ या स्त्रीवादी मानसशास्त्रज्ञ स्त्रीच्या विचाराने इतक्या भारावल्या होत्या की, जणु एका पिढीमध्ये या 'सुजाण पालकत्वाची' कल्पना राबविल्याने बदल होतील आणि आदर्श पुरुष म्हणून वडिलांना बघितल्यामुळे मुलगे पुरुषत्वाच्या पारंपरिक ओळखीपासून दूर जातील असा त्यांनी गोड गैरसमज करून घेतला होता. संस्कार, सांस्कृतिकीकरण हे विविध पातळ्यांवर होते आणि विविध संस्थांमधून होते याचा त्यांना विसर पडला असावा. गेल्या तीस वर्षांत 'बाजारपेठ' या संस्थेचा प्रभाव आणि त्यातून चेतावला जाणारा व्यक्तीवाद आणि लैंगिक ओळखीला दिले जाणारे महत्त्व यामुळे कुटुंब संस्थेचे महत्त्वच कमी होत चालले आहे हे आज पाश्चात्त्य स्त्रीवाद्यांच्या लक्षात येत आहे. त्यातून ढासळणाऱ्या कुटुंबांचे प्रमाणही वाढते आहे. एका स्त्रीवादी स्त्री च्या लेखामध्ये मुलांचे 'पालकत्व' कसे होणार आणि कोणी करायचे याचीच चिंता व्यक्त केली आहे. ५०% सुद्धा कुटुंबांमध्ये दोन्ही पालक जैविक पालक – आई–वडील – बराच काळ एकत्र राहतांना दिसत नाहीत. घटस्फोट घेऊन एकट्या रहाणाऱ्या स्त्रीपालक किंवा समलिंगी जोडपं, किंवा सावत्र बाप, किंवा सावत्र आई. याचबरोबर सातत्याने होणारे जोडीदाराचे बदल अशा प्रकारच्या वातावरणामध्ये 'सुजाण पालकत्व'आणि आदर्श स्त्रीवादी बापाची भूमिका निभावणारा पुरुष असे मुलांपुढे उभे रहाणेच कठीण होऊन बसले आहे.

आफ्रो-अमेरिकन काळ्या पुरुषांना गोऱ्या स्त्रीवादी पुरुषांपेक्षा स्त्रीवाद स्वीकारणे अधिक कठीण जाते; आणि जे स्वीकारतात त्यांना काळ्या पुरुषांबरोबर 'पुरुष ते पुरुष' संवाद साधणेही कठीण जाते. याचे कारण अमेरिकेतील गुलामगिरीचा इतिहास. गुलामांवर योग्य ते नियंत्रण ठेवता यावे आणि त्यांच्याकडून भरपूर कष्ट करून घेता यावेत यासाठी वेळोवेळी आवश्यकतेप्रमाणे गुलामविषयक नियम बदलण्यात आले. जेव्हा गुलाम स्वस्त मिळत होते तेव्हा फक्त पुरुषांनाच आणण्यात आले. स्त्रियांना जरी आयात केले गेले तरी त्यांना विवाहाची परवानगी नव्हती. वेगवेगळ्या बरॅक्समध्ये ठेवण्यात येत असे. पुढे पुढे विवाहाची आणि मुले होण्याची परवानगी देण्यात आली; कारण आयात करणे महाग पडू लागले. मग गुलामांच्या मुलांमधूनच भविष्यातील गुलाम निर्माण होणे गरजेचे झाले. या सर्व उलथापालथीमधून काळ्या गुलामाच्या कुटुंबसंस्थेवर बराच परिणाम झाला. शिवाय सातत्याने हे काळे गुलाम-पुरुष व स्त्रिया हिंसाचाराच्या छायेखाली वावरत असत. स्त्रियांना तर बलात्काराला तोंड द्यावे लागे. गोरे मालक त्यांच्या कष्टावरच नव्हे तर शरीरावरही स्वामीत्व गाजवत असत. कित्येकदा गर्भपात करून आणि पुढील पिढीला जन्म द्यायला नकार देऊनच या स्त्रिया आपला प्रतिकार व्यक्त करत असत. अशा सगळ्या पार्श्वभूमीवर स्त्रिया व त्यांची मुले असे स्थिर कुटुंब आणि पुरुष हे काहीसे अस्थिर, एकांडे, नातेसंबंधांची फारशी चाड नसलेले आणि अन्यायाच्या प्रतिकारासाठी 'ठोशाला ठोसा' या पद्धतीने वागणारे असे झाले आहेत. अनेक वर्षांच्या ख्रिश्चन धर्माच्या प्रभावाखाली हळूहळू ते 'पुरुषसत्ते'च्या संकल्पनेला घट्ट धरून स्वत:चे 'सुसंकृत'पणाचे प्रारूप सिद्ध करण्याच्या मागे आहेत. त्यामुळेच काळ्या स्त्रीवादी स्त्रियांचा ते उघड धिक्कार करतात. विशेषत: प्रसिद्धीला पोचलेल्या काळ्या लेखिका व त्यांचे लेखन त्यांना काळ्या समाजाच्या ऐतिहासिक 'असंस्कृत स्थितीचे' व 'मानसिकतेचे' आठवण करून देणारे वाटते.

म्हणून आफ्रो-अमेरिकन काळ्या स्त्रीवादी पुरुषांना स्वत:च्या मुक्तीसाठी आणि 'आदर्श' जोपासण्यासाठी काळ्या स्त्री लेखिकांकडूनच स्फूर्ती मिळते, दिशा मिळते. या स्त्री-लेखिका स्वत:ला 'वुमनिस्ट' – स्त्री केंद्री समाजाच्या अध्वर्यू मानतात. उध्वस्त समाजातही मानवतेचे, जीवेच्छेचे रोप टिकवून ठेवणाऱ्या. स्त्रीवादी काळे पुरुष, या 'स्त्रीकेंद्री' किंवा 'मातृकेंद्री' स्त्रियांचे ऋण मानतात. विशेषत: त्यांच्या लेखनातून त्यांना काळ्या पुरुषांच्या 'उडाणटप्पू' वृत्तीचे मूळ कळत जाते. बेजबाबदारपणा सोडून देऊन जबाबदारीने व प्रगल्भतेने जीवन जगण्यासाठी दिशा मिळत जाते. काळा स्त्रीवादी पुरुष साहित्य समीक्षक काळ्या स्त्रियांच्या लेखनाची समीक्षा करताना स्वत:च्या पुरुषी अस्तित्वाबद्दल दिलगिरी व्यक्त करतच पुढे जात असतो. त्याला कल्पना असते की काळ्या पुरुषांचा स्त्रीवादी होण्यापर्यंतचा प्रवास हा कठीणच आहे; व्यामिश्रतेने भरलेला

आहे पण अशक्य नाही. गुलामीच्या छायेखाली पुरुषत्व हरवून बसलेल्या काळ्या पुरुषाला नव्याने पुरुषत्वाचे भान आले आहे ते सोडून देण्यास त्याला वेळ लागणार आहे.

गोऱ्या स्त्रीवादी पुरुषांचे, विशेषत: उच्चशिक्षण क्षेत्रात काम करणाऱ्या प्राध्यापकांचेही अनुभव सहज सोपे नाहीत. अनेक स्त्रीवादी प्राध्यापिका विद्यार्थ्यांच्या बरोबर संवाद साधण्यासाठी या पुरुष प्राध्यापकांना बोलावतात तेव्हा काही समोर बसलेले पुरुष विद्यार्थी प्राध्यापकांच्या बोलण्याला मान डोलवतात. बहुतेकवेळा विषय त्यांच्या रोजच्या जीवनातीलच असतात. 'डेटिंग' करताना पुरुषाची भूमिका, त्यावेळी मुलीची संमती असणे–नसणे हे ठरविण्यातील अडचणी, बऱ्याचवेळा बरोबरच्या मित्रांनी मुलींवर केलेली जबरदस्ती, बलात्कार आणि बघ्याची भूमिका घेण्याची वेळ, एड्सची भीती अशा प्रकारच्या चर्चा अशावेळी होत असतात. आणि काही मुले पुढे येऊन 'मी स्वत: यामध्ये काय भूमिका बजावूं शकतो?'असेही उत्साहाने विचारतात. परंतु मागे बसलेला – बॅक बेंचर्स – समूहही असतोच आणि त्यातील कोणीतीतरी उठून शिवीगाळी सुरू करतो. या शिव्या बहुतेक वेळा लैंगिक संकल्पनेचा वापर करूनच असतात. पुरुषांचे पौरुषत्व त्यांच्या लैंगिक ओळखीतच आहे असे ठाम मत असल्यामुळे जो कोणी लैंगिकतेचा आविष्कार सबुरीने करावा, जाणीवपूर्वक, पूर्वसंमतीने करावा वगैरे मांडणी करतो त्याला बायकी, षंढ, हिजडे (युनक्स), भडवे वगैरे शिव्यांचा भडीमार ऐकावा लागतो. त्याचवेळी दुसऱ्या बाजूने 'आम्हाला काय तू वासनेने वखवखलेले काळे किंवा सावजासाठी टपून बसलेले लॅटिमो समजलास काय?' अशा तऱ्हेने गोऱ्या पुरुषांच्या नैसर्गिक समतोल लैंगिकतेस छेद देणारे वांशिक पूर्वग्रहही समोर येतात. लैंगिकता हा पुरुषाचा हक्कच आहे – किंबहूना हा हक्क हेच पुरुषत्वाचे चिन्ह आहे अशी ही पारंपरिक वंशश्रेष्ठत्वाची मांडणी आहे. जखमी करण्यासाठी, वेदना देण्यासाठी एरवीच्या संभाषणातून किंवा गँगवॉर्समधून या अस्त्रांचा वापर परिणामकारकरित्या केल्या जातो. 'अहं'चा फुगा फोडण्यास हे बोचरे शब्द उपयोगी पडतात. स्त्रीवादी पुरुषांना मात्र स्वत:चा अहं विसरावा लागतो. पुरुषत्वाची ओळख विसरून मानव म्हणून आणि काहीवेळा स्त्रीत्वाचा अनुभव घेत काम करावे लागते. जखमा झाकाव्या लागतात. ही लढाई आक्रमक होऊन लढता येत नाही. डिप्लोमसी वापरत पुढे जावे लागते.

एका स्त्रीवादी पुरुषाने एका कॉन्फरन्सचा अनुभव सांगितला आहे. एका संशोधकाने आपल्या निबंधाच्या मांडणीचा शेवट करताना एक लैंगिक (सेक्सीस्ट) विनोद केला. त्याचा निषेध म्हणून एका स्त्रीवादी महिलेने प्रेक्षकातून आवाज उठविला आणि माफीची मागणी केली. त्यावर अर्थातच, हा विनोद आहे. मुद्दाम अपमान केलेला नाही. सोडून द्या वगैरे सबुरीचे सल्ले दिले गेले. परंतु मग हा स्त्रीवादी पुरुष उठला आणि त्याने त्या

विनोदातील स्त्रियांच्या अपमानाबद्दलचे गांभीर्य लक्षात आणून दिले तेव्हा सर्वांनी त्याचे म्हणणे ऐकून घेतले आणि त्या वक्त्यानेही माफी मागितली. पुरुषाच्या शब्दांना जे वजन समाजात आहे त्याचा फायदा स्त्रियांना करूनदेणे हे स्त्रीवादी पुरुषांना सहज करता येते आणि ते करणे आवश्यक आहे.

एका अर्थाने स्त्रीवादी पुरुषांना समतोल साधण्यासाठी सतत तारेवरची कसरत करावी लागणार आहे. स्वतःच्या व्यक्तीमत्त्वातील पुरुषी सत्तेवर आधारित प्रवृत्तींचा तपास करत त्या नष्ट करण्याचा जाणीवपूर्वक प्रयत्न, समाजातील सर्व प्रकारच्या संस्थांमधून पुरुषांना मिळणाऱ्या सोयी-सवलती - अधिकार यांचा वापर सोडून देणे आणि काहीवेळा स्त्रियांच्या उपयोगासाठी तो करणे आणि तरीही त्याचा अहंकार (Patronising) न बाळगणे, आणि त्याचवेळी अशा पुरुषांनी स्त्री-मुक्ती साठीच्या चळवळीत केवळ बुद्धिवादाला आणि तर्कशक्तीला महत्त्व नसून, 'अनुभव'- स्त्रियांचे स्वतःच्या शोषणाचे, वंचित जिण्याचे आणि पुरुषांचे 'सत्ता / अधिकार' यातून मिळणाऱ्या सोयी सवलती व बळावणाऱ्या प्रवृत्ती - हे केंद्रीभूत रहातील याचे भान असणे आवश्यक आहे. किंबहुना ज्ञान निर्मितीसाठी- नव्या मानवाच्या कक्षाचा विस्तार कसा होत राहील- याचे ज्ञान याप्रकारच्या वैचारिक भूमिकेतूनच येऊ शकेल.

केवळ बुद्धिवादी भूमिकेतून स्त्रीवादी पुरुषाचा पुनर्जन्म होणे शक्य नाही. नव्या पुरुषाला जन्माला घालण्यासाठी प्रसूती वेदनांचा अनुभवही घ्यावा लागेल.

(यातील पुरुषत्वाचे विश्लेषण व अनुभवकथने 'मेन डुईंग फेमिनिझम' या पुस्तकातील अनेकविध लेखातून घेतली आहेत. त्याचे संपादन टॉम डिग्बी यांनी केले असून, हे पुस्तक राउटलेज, न्यूयॉर्क व लंडन यांनी प्रसिद्ध केले आहे.)

- डॉ. छाया दातार
प्राध्यापक, टाटा समाजविज्ञान संस्था,
मुंबई.

पुरुष उवाच म्हणजे ...

आज २०१० साली,

‘पुरुष मुक्ती’/ स्त्रीवाद/ जेन्डर हे शब्द आता आपल्याला अपरिचित नाही. कुठे कुठे या विषयावर काम करणारे पुरुषांचे गट – संघटना आता दिसू लागल्या आहेत. गेल्या २०–२५ वर्षात जागतिकीकरणाने सांस्कृतिक धक्का दिला. तो आता काही अंशी पचवलाही गेला. भांडवलशाही – जागतिकीकरणाचे स्त्री–पुरुषांच्या मानसिकतेवर बरे–वाईट परिणाम झाले. जाती प्रश्नाची विविध टोकं पहायला, सोसायला लागली. या काळाची योग्य, समतोल समीक्षा, भाष्य आपले विचारवंत निश्चित करू शकतील, केली आहे. परंतु १९८७ मध्ये ‘पुरुष उवाच’ची स्थापना, झाली, तेव्हा स्त्री–मुक्तीसाठी आम्ही भेटतो – काम करतो, हे मित्रांना, घरच्यांना सांगणंही त्यावेळी कठीण होतं. या प्रवासात खूप साथीदार आले, टिकले, गेले. संघटनेचे, गटाचे, कार्यक्रमाचे स्वरूप बदलले. अर्थातच यापुढेही परिस्थिती, त्याला प्रतिक्रिया देणारे कार्यकर्ते यावर या गटाचे अस्तित्व, काम अवलंबून राहील. त्यामुळे केलेल्या कामाची, अनुभवांची नोंद थोडी बाजूला ठेवत ‘पुरुष उवाच’ गटाची नव्वदीच्या काळात नोंदवलेली थोडक्यात कल्पना, उद्दीष्टे, कार्यक्रम खालीलप्रमाणे –

मानवमुक्तीच्या प्रवासातील एक अविभाज्य भाग म्हणून ‘स्त्री मुक्ती चळवळ’ पुढे आली. या मानवमुक्तीचा ध्यास फक्त ‘स्त्री मुक्तीवाद्यांनाच’, पुरुषांना त्याबद्दल काहीच देणे–घेणे नाही अशी शंका आज येत आहे. इतर चळवळींतील संघटना, पुरुष कार्यकर्ते या विषयावर अजूनही काहीच भूमिका घेत नाहीत. वृत्तपत्रे व इतर दृकश्राव्य माध्यमेही हा विषय फक्त स्त्रियांचा आहे असाच भास निर्माण करतात. सर्वसामान्य पुरुषासाठी तर ‘स्त्रीमुक्ती’ हा तिरस्काराचा, चेष्टेचा विषय. यातली ‘पुरुष’ म्हणून आपली जबाबदारी आपल्याला समजून घ्यायला हवी. माध्यमांनी निर्माण केलेले आणि आपल्या निष्क्रियतेतून आलेले हे आभास मोडण्यासाठी, मानवमुक्तीसाठी स्त्रियांच्या बरोबरीने पुरुषांचा आवाज यायला हवा.

समतावादी पुरुषांचा हेतू ‘पुरुषापरुषांमधील संवाद वाढविणे’ हाही आहे. पुरुषत्वाच्या कल्पनेच्या भिंती तोडून मानवी भावभावनांवर आधारित पुरुषांमधील मैत्री म्हणजे कमकुवतपणा समजला जातो. स्वतःच्या जडणघडणीचा विचार करताना, संकल्पनांचा पुर्नविचार करताना हा पुरुषांमधील संवाद सर्व अंगाने फुलावा, विविध अंगांनी फुलू शकणाऱ्या मैत्रीचे क्षितीज लक्षात घेता, आज प्रौढ पुरुषांना, ‘मित्र’

असणे अगदीच दुरापास्त दिसते. या तुटलेपणाचा (alienation) एकटेपणाचा विचार करण्याची वेळ आली आहे. खरेतर 'men, its time to come together, pull together' असे म्हणावेसे वाटते.

स्वतःच्या शोषणाची जाण आणि आत्मभान आज स्त्रीचळवळीने स्त्रियांना दिलेले दिसते. परंतु पुरुषही आज पुरुषप्रधान वंचित आणि शोषित (अर्थात तुलनेने कमी) आहेत हे समजून उमजून घ्यायला हवे.

आजवरच्या शोषित-शोषकांच्या संघर्षात, भारतातील जाती-वर्ग लढ्यात उच्च वर्गाने आपल्या तथाकथित सांस्कृतिक, वैचारिक श्रेष्ठत्वाच्या जोरावर शोषित वर्गाचे पुढारीपण काबीज करण्याचा प्रयत्न केला आहे. कधी कधी अजाणतेपणी तसे घडले आहे. याच पद्धतीने 'पुरुष' स्त्रीमुक्तीच्या लढ्यात पुढारीपणाचा आव आणण्याची शक्यता आहे. आजवरच्या पुरुषी वाढीमुळे तसा आवेशही आपल्या वागणुकीत येऊ शकतो. 'स्त्री-पुरुष समानता ही मानवमुक्तीची वाटचाल असली तरी स्त्री व पुरुषांच्या होत असलेल्या शोषणामध्येही फरक आहे. खूप मोठ्या प्रमाणात स्त्रियांचे दमन, शारीरिक व मानसिक पातळीवर होताना दिसते. या विरुद्धच्या लढ्यात जाणीवपूर्वक नेतृत्वाची भूमिका, चळवळीच्या या टप्प्यावर आश्वासक परिस्थिती तयार होईपर्यंत टाळावी असे वाटते.

या पुरुषप्रधानतेचे बळी आपणच आहोत. आपल्या पुरुषत्वाच्या भ्रामक कल्पनांच्या मदतीने एक पुरुष दुसऱ्या पुरुषाचे शोषण करतो आहे. 'survival of the fittest' सारख्या कल्पनांचा दुर्बल घटकांना नाकारण्यासाठी शस्त्र म्हणून वापर केला जातो आहे. रडणे, हसणे, घाबरणे यासारख्या मानवी संबंधातला ओलावा आपण गमावून बसतो आहोत का? जीवनाचा रसरशीत अनुभव घ्यावयास आपण अपयशी ठरू का? ही भीती आता भेडसावत आहे. आपल्या वागणुकीत यांत्रिकपणा, वस्तुवादी, उपभोगवादी, चंगळवादीपणा वाढतो आहे. स्पर्धात्मक जगात उपयुक्ततेचे निकष आता आपल्या म्हाताऱ्या आईवडिलांच्या, आदिवासी-मागास वर्गीयांच्या अस्तित्वालाच प्रश्न विचारू पाहताहेत. त्यातून माणूस सुटा आणि एकाकी बनत चालला आहे असे वाटते.

पुरुष म्हणून होणाऱ्या जडणघडणीतील बाह्य संस्काराचे परिणाम जाणून त्याविषयी जास्त सजग होणे, डोळस होणे हे या विचारमंथनातून, कामातून अपेक्षित आहे. संस्कार जसेच्या तसे न स्वीकारता त्यांना 'का?' विचारण्याची ताकद यातून मिळवता येईल. स्त्रीपुरुष समतेची चळवळ अपरिहार्यपणे आपल्या घरापाशी येते. आयुष्याविषयी प्रश्न निर्माण करते. त्या सर्वांकडे आपण प्रश्न म्हणून पाहणार आहोत की नाही हा प्रश्न आहे. 'संस्कार', 'परिस्थिती' या समर्थनाच्या पलीकडं जाऊन वैचारिकतेतून प्रश्न

विचारणे, संवाद वाढविणे, जबाबदारीने वागणे, जबाबदार असणे, चुकीची जाणीव ठेवणे यासाठी चिकित्सक वृत्ती, प्रयत्न जरुरीचे आहेत.

तथाकथित क्रांतीतून हा स्त्री–पुरुष समतेचा प्रश्न सुटत नाही हे आता सर्वमान्य आहे. जातीप्रश्न सुटल्याने हा प्रश्न सुटतो अशीही आता कोणाची समजूत नाही. मानवी संबंधाचे प्रश्न, परंपरांनी लादलेल्या गोष्टी अशा सुटत नाहीत. सर्वच प्रश्नांची गुंतागुंत वाढते आहे. स्त्रीवादी चळवळीच्या इतर चळवळींकडून आज अपेक्षा आहेत. पुरुष कार्यकर्त्यांचा दुटप्पीपणा आज स्त्री कार्यकर्त्यांना खटकतो आहे. घरापासून कामाच्या ठिकाणापर्यंत, संघटनांमध्ये निर्णय प्रक्रियेतील स्त्रीचे दुय्यम स्थान हा विषय सर्वांनाच जुना आहे. पण अजूनही परिस्थितीत फारसा फरक नाही. या पार्श्वभूमीवर पुरोगामी पुरुषांनी एकत्र येणे गरजेचे आहे.

स्त्रीपुरुष समतेच्या लढ्यासाठी स्त्रियांचा आणि पुरुषांचा वेगळा गट आणि वेगळ्या संघटना खरे तर असू नयेत. परंतु जोपर्यंत आपण एका अशा टप्प्यापर्यंत पोचत नाही, जिथे पुरुषांच्या आणि स्त्रियांच्या प्रश्नांबद्दल एकाच व्यासपीठावरून बोलले जात नाही तोपर्यंत पुरुषांच्या प्रश्नावर काम करणाऱ्या वेगळ्या संघटनेची गरज भासणार आहे. सद्य: परिस्थितीत पुरुषांचे काही वेगळे प्रश्न आहेत. पुरुषत्वाच्या संकल्पना हे पुरुषांनी पुरुषांचेच करावयाच्या शोषणाचे हत्यार झाले आहे. हा प्रश्न पुरुषांनी पुढाकाराने सोडवायला हवा. जास्तीत जास्त पुरुषांपर्यंत तो पोहोचण्याची गरज आहे. सर्वसामान्य पुरुष स्त्रीवादी चळवळीत सामील होण्यास आज तयार दिसत नाही. परंतु एक त्या दिशेची पायरी म्हणून पुरुषांचा गट काम करू शकतो. समतेचे महत्त्व पुरुषांनी पुरुषांना सांगण्याचे वेगळे महत्त्व आहे. पुरुषांचे एकत्र येणे हे उद्दिष्ट नाही; परंतु समतेकडे जाण्याचे साधन आहे. मानवमुक्तीच्या या प्रवासामध्ये आज आपण अशा टप्प्यावर आहोत जिथे स्त्रीमुक्तीसंदर्भात बरीच चर्चा झाली आहे. आजवर स्त्रीप्रश्नांना समजून घेतांना स्त्रियांवरील अत्याचाराचे स्वरूप, त्यातील विविध पैलू, पुरुषांचा स्त्रीकडे बघण्याचा दृष्टीकोन, पुरुषांना पुरुषसत्ताक पद्धतीमध्ये मिळणारे फायदे या अनुषंगाने बहुतांशी विचार झाला. परंतु आज जास्त जाणवू लागले आहे की, या नवीन मूल्यांवर आधारित पुरुषत्वाची स्पष्ट संकल्पना, भावनात्मक आणि वैचारिक पातळीवर आपल्याकडे नाही. आपण सर्वचजण आज चाचपडत आहोत आणि कधी या टोकाला, तर कधी त्या टोकाला जाऊन विचार करतो. स्त्री–पुरुष समतेच्या मूल्यांच्या संदर्भामध्ये पुरुषत्वाची संकल्पना नव्याने मांडण्याचा प्रयत्न करणे ही एक महत्त्वाची गरज आहे. सामाजिक आणि जैविक पातळीवर या 'पुरुषत्वा'च्या संकल्पनांचा अर्थ लावण्याचा आणि उपयोग करण्याचा प्रयत्न झाला आहे, होतो आहे.

'पुरुष उवाच' ही संघटना स्वत:ला जरी पुरुषांमध्ये काम करण्यासाठी पुरुषांची

संघटना असं म्हणवत असली तरीही तिच्या सक्रीय कार्यकर्त्यांमध्येही अनेक स्त्रिया आहेत. 'पुरुष उवाच'च्या वैचारिक जडणघडणीमध्ये कुठेही एकांगीपणा येऊ नये यासाठीच फक्त पुरुषांची संघटना असे स्वरूप 'पुरुष उवाच'ला कधी जाणीवपूर्वक येऊ दिले नाही. तसेच ज्या उद्देशासाठी 'पुरुष उवाच'ची स्थापना झाली, त्यात स्त्रियांच्या सहभागाने कोणताच अडसर येत नाही, असा आजवरचा अनुभव आहे. संघटनेच्या उद्देशास अनुसरून कार्यक्रमानुसार पुरुषांच्या सहभागाला प्राधान्य दिले जाते.

पुरुष म्हणून झालेल्या आपल्या जडणघडणीला प्रश्न करणे हा या चळवळीचा एक अविभाज्य भाग आहे. या संदर्भात पुरुषांच्या कल्पनाविश्वाचा अभ्यास आणि त्याची मीमांसा करणे ही 'पुरुष उवाच'च्या उद्दिष्टांपैकी एक आहे. स्त्रीपुरुष लैंगिक संबंधांबाबतच्या, मैत्रीबाबतच्या, सौंदर्याबाबतच्या व इतर कल्पना यांचा खोलात शिरून विचार व्हायला हवा. स्त्री शरीरावर प्रयोग करणाऱ्या गर्भनिरोधकासारख्या साधनांबाबत पुरुषांनी मौन बाळगणे सर्वांचाच घात करणारे ठरेल. वर्गीय पिळवणुकीशी असलेल्या सारखेपणाकडे दुर्लक्ष करून चालणार नाही. धार्मिक पुनरुज्जीवनवादातून दुर्बल गटाचे पर्यायाने स्त्रीचे होणारे शोषण आणि या सर्वांचा आपल्या समाजव्यवस्थेवर होणारा अपरिहार्य परिणाम या सर्वांविरूद्ध संघटित प्रयत्न करण्याची गरज आहे.

अशा 'स्त्री-मुक्तीवादी पुरुषांच्या' गटामुळे (१) समतेविषयक जाहीर निवेदनांना जनमान्यता मिळू शकेल, (२) कार्यकर्ते स्त्रीमुक्तीशी नाते सांगतील, (३) 'male issue' वर काम करता येईल, (४) स्त्रीमुक्ती चळवळीशिवाय विंचारवंतांचा दबाव गट तयार होईल, (५) वैयक्तिक आयुष्यातील समता याचे महत्त्व सामाजिक कार्यकर्त्यांना वाटेल, (६) स्त्री-मुक्ती चळवळीला हे गट पोषक-पूरक काम करतील.

या सर्वच कारणांसाठी 'पुरुषांचे व्यासपीठ' असणे जरुरीचे आहे. 'पुरुष उवाच'मध्ये यासाठी आपल्या सर्वांचे स्वागत आहे.

पुरुष उवाच गट
द्वारा, गीताली-मुकुंद
ब-२/५०१, कुमार प्राईड पार्क,
सेनापती बापट मार्ग, पुणे ४०० ०१६
फोन. ०२०-२५६५२३२४

मनोगत

'प्रश्न पुरुषभानाचे' हे पुस्तक वाचकांच्या हाती सोपवतांना आम्हाला आनंद होत आहे. आनंद अशासाठी की, आजच्या टप्प्यावर इतिहासाला समजून घेत, भविष्यावर नजर ठेवत, सद्य:स्थितीतील माणूसपणाची वाटचाल करण्यासाठी हे पुस्तक साथ देईल.

भावनाशून्य, स्पर्धात्मक आणि आक्रमक मानसिकता तसेच लैंगिक स्वैराचार यांना जोपासणाऱ्या पारंपारिक पुरुषत्वाच्या धारणांमध्ये आमूलाग्र बदल घडवून आणणं हे स्त्रियांच्या आणि पुरुषांच्या हिताचं आहे हे आता स्त्री-पुरुष दोघांनाही मनापासून स्वीकारता यायला हवं असं आम्हाला वाटतं. समता प्रस्थापित करण्यासाठी स्त्री विरुद्ध पुरुष नाही तर स्त्री आणि पुरुष यांनी मिळून प्रयत्न करायला हवेत अशी आमची भूमिका आहे.

पुरुषांनी आजवर जोपासलेल्या पारंपरिक पुरुषत्वाला नाकारलं तर नवीन मूल्य-आदर्श कोणते? असा प्रश्न पडलेले पुरुष स्वत:च्या ओळखीच्या बदलाच्या अगदी कड्यावर उभे आहेत, असं जाणवतं आहे. स्वत: विषयी पडलेल्या 'मी पुरुष म्हणजे कसा' या मूलगामी प्रश्नामुळे त्याची तडफड होते आहे. आपल्या आयुष्याचं श्रेयस् फक्त पैसा-अडका, मान-मरातब, जमीन-जुमला, नोकरीतील यश यातच आहे का? असा गहन प्रश्न त्याला पडला आहे. अशा प्रश्नामुळे पुरुषाला एकाकी, गोंधळलेलं आणि अवघडल्यासारखं वाटतं आहे म्हणून त्याच्या माणूसपणाच्या गाभ्याला स्पर्श करणाऱ्या, समजून घेणाऱ्या, बोलते करणाऱ्या प्रयत्नांची गरज आमच्या लक्षात आली.

लेखन हे त्या त्या व्यक्तीसाठी स्वत:चे अनुभव, स्वत:चं निरीक्षण, स्वत:चे प्रश्न, गोंधळ, शंका आणि विचार व्यक्त करण्याचं एक प्रभावी साधन आणि माध्यम आहे. मात्र आजही साहित्यात खूप मोठ्या प्रमाणावर लिंगभेदाभेद आहे. इतका की अनेकदा पुरुष स्त्रियांचं लेखन वाचतही नाहीत. साहित्य हा मानवी जीवनातील समाजपरिवर्तनासाठी एक महत्त्वाचा घटक आहे. त्याच्या समृद्धीसाठी आणि माणसांच्या प्रगल्भतेसाठी स्त्री पुरुष दोघांनीही आपले अनुभवविश्व खुलेपणानं लेखनातून उलगडून दाखवलं पाहिजे. व्यक्तीगत पातळीवरून सामाजिक पातळी मोजली जाते. कारण व्यक्तींच्या समूहातून समाज बनतो.

पुरुषा-पुरुषांमधील संवाद अनेकांगानं फुलावा. त्यांच्यावर झालेले संस्कार त्यांनी जसेच्या तसे न स्वीकारता, असं का? हा प्रश्न विचारण्याची ताकद मिळण्यासाठी आपल्या जडणघडणीकडे त्यांनी चिकित्सकपणे बघावं, आपल्या 'अंतरीचं गुज'

मोकळेपणानं आपापसात वाटून घेण्याचं बळ मिळावं यासाठी आणि माणूसपणाच्या वाटेवर पुरुषांनी आपली स्पंदनं, संवेदनशीलपणे ऐकावीत असं आम्हाला वाटतं. यासाठी 'पुरुषस्पंदनं, माणूसपणाच्या वाटेवरची' हा विशेषांक ८ मार्च १९९७ पासून पुण्याच्या 'पुरुष उवाच' आणि मुंबईच्या मावा (Men Against Violence & Abuse) या संघटनांनी संयुक्तपणे प्रकाशित करायला सुरवात केली. १९९८ पासून दिवाळी अंकाच्या स्वरूपात तो प्रकाशित होऊ लागला. या दिवाळी अंकाच्या सहाय्यानं लेखनाच्या माध्यमातून पुरुषांना नवं आत्मभान, पुरुषभान येण्यासाठी हात दिला आहे. दिवाळी २००७ पासून 'पुरुष उवाच', तरुणाईच्या डोक्याला खुराक! हा दिवाळी अंक पुरुष उवाच गट पुण्याहून स्वतंत्रपणे प्रकाशित करत आहे. यामुळे स्त्री-पुरुष समतेसंदर्भात पुरुषांची भूमिका या स्वरूपात पुरुषप्रधानतेला विरोध व चांगल्या मानवी जगण्याच्या इच्छेचं प्रतिबिंब उमटणारं फक्त पुरुषांचंच साहित्य असणाऱ्या दिवाळी अंकात भरच पडली आहे. या दिवाळी अंकाच्या निमित्तानं पुरुषांना आपल्या स्वतःच्या भाव-भावना व्यक्त करतांना, नातेसंबंधांविषयी लिहितांना खूप अवघड जातं हे आमच्या लक्षात आलं.

स्त्री पुरुषांच्या लेखनात काय असतं, काय नसतं? त्याची कारणं काय? स्त्री-पुरुष लेखन कुठे, कसं, केव्हा व कां करतात? याचा तुलनात्मक अभ्यास करायला या दिवाळी अंकामुळे संधी मिळाली आणि त्यामुळे पुरुष मानसावर प्रकाश पडायला मदत झाली. त्यातून स्त्री-पुरुष समतेकडे जाण्यासाठी नव्या वाटा सापडत आहेत. ही खूप जमेची बाजू आहे.

दिवाळी अंकाचं आयुष्यं वर्ष-दोन वर्षांचं पण यांतील लेखांचे विषय मात्र खूप मोलाचे! म्हणून 'प्रश्न पुरुषभानाचे' हे पुस्तक तयार करण्याचा घाट घातला. या कामी नीलिमा शिकारखाने, यांनी प्रकाशकांशी गाठ घालून देण्याचं मोठ्ठं काम केलं. त्यांना धन्यवाद! डायमंड पब्लिकेशन्सच्या श्री. पाष्टे यांनी ते प्रकाशित केलं. त्याबद्दल त्यांचे मनापासून आभार! शामकांत भालेकर यांनी अर्थपूर्ण आकर्षक मुखपृष्ठ केलं त्याबद्दल त्यांचेही आभार. शिल्पा कुलकर्णी आणि पूनम ह्यांची पुस्तक मांडणीसाठी मोलाची मदत झाली त्याबद्दल त्यांना मनःपूर्वक धन्यवाद! आमची मैत्रीण आणि महाराष्ट्रातली स्त्री चळवळीची प्रणेती डॉ. छाया दातार ह्यांनी अभ्यासपूर्ण प्रस्तावना लिहून दिल्याबद्दल त्यांचे आभार मानलेले त्यांना आवडणार नाहीत पण त्याविषयी कृतज्ञता व्यक्त केल्याशिवाय आम्हालाही रहावत नाही.

या पुस्तकासाठी तब्बल तेरा दिवाळी अंकातील लेख निवडतांना आमची खूपच तारांबळ उडाली. कारण या अंकांमध्ये अनेकानेक महत्त्वाच्या विषयांवर अनेक मान्यवर लेखकांचे तसंच अगदी कधीही न लिहिलेल्यांचे सुद्धा मनाला भिडणारे उत्कृष्ट लेख

आहेत. पुस्तकाचा आकार लक्षात घेऊन अनेक महत्त्वाचे लेख आम्हाला वगळावे लागले ह्याची इथे खंत व्यक्त करावीशी वाटते. लेखांचा पुस्तकात समावेश करतांनाचे निकश लवचिक होते. पुरुषत्त्वाचे नानाविध पैलू त्यांचा जात, वर्ग, भाषा, धर्म इत्यादींशी असणारा आंतरिक संबंध यांचा उलगडा व्हावा हा हेतू लेख निवडतांना होता. पुरुषांनी मोकळेपणानी केलेलं स्वानुभव कथन इतर पुरुषांना पारंपरिक विचारांच्या जाळ्यातून मोकळं व्हायला हातभार लावतो असा विचार अनुभवकथनं निवडतांना होता. फक्त अनुभवकथनात अडकून न पडता त्या अनुभवांमागील सामाजिक-राजकीय-सांस्कृतिक आर्थिक व्यूहरचनाही वाचकांच्या लक्षात यावी या दृष्टीनं वैचारिक लेखांची निवड केली आहे. मुलाखतींमधून विचार पोहोचणं अधिक सोपं होतं म्हणून त्या त्या विषयातल्या तज्ज्ञ व्यक्तींच्या मुलाखती या पुस्तकात आहेत. साहित्यात कथेचं, नाटकाचं अनन्यसाधारण महत्त्व असतं. वाचकांच्या मनाला विचार, भावना भिडण्याचं ते प्रभावी माध्यम आहे. म्हणून पुस्तकाच्या शेवटच्या भागात या साहित्य प्रकारांनी हजेरी लावली आहे.

बारा-तेरा वर्षापूर्वीच्या अंकातील लेखही आज महत्त्वाचे आहेत. कारण मानसिकतेच्या वेगवेगळ्या स्तरावर पुरुष आहेत. शिवाय एकत्रितपणे या वेगवेगळ्या काळातील लेख वाचण्यातून सामाजिक वास्तवाचं एक वेगळं आकलन व्हायला आपल्याला मदत होते. या पुस्तकाच्या माध्यमातून पुरुषापुरुषांमधील भावनिक संवाद वाढावा आणि परस्परांमध्ये मैत्रभाव जागवायला मदत व्हावी हाही एक हेतू आहे. यातून स्त्री-पुरुष समतेची वाट खुली होत जाईल, असं आम्हाला वाटतं.

स्त्री-पुरुषांमधील शारीरिक वेगळेपणा लक्षात ठेवत माणूस म्हणून स्त्री-पुरुषांचे गुणधर्म व म्हणून श्रेय कल्पना एकच आहेत. त्यामुळे स्त्री-पुरुषांमध्ये भिन्नता असली तरी भेद म्हणजे उच्चनीचता नाही असा समतेचा अर्थ आपण लावतो. स्त्रीवाद म्हणजे पुरुषांच्या बरोबरीनं स्त्रियांच्या समतेचा आग्रह धरत समाजपरिवर्तन घडवू पहाणारी राजकीय जाणीव हे आपल्याला माहित आहे. प्रत्येक ऐतिहासिक टप्प्यावर मानवी समाजामध्ये स्त्री-पुरुषांमध्ये विशिष्ट प्रकारचा सत्तासंबंध असतो हे भान स्त्रीवादी जाणीवेतून आपल्याला लाभलं आहे. लिंग हे जन्मजात असतं आणि लिंगभाव घडवला जातो. लिंगभेदावर आधारित रचल्या जाणाऱ्या स्त्री-पुरुषांच्या वेगवेगळ्या अस्मिता, भूमिका आणि नातेसंबंध म्हणजे लिंगभाव. याचा अर्थ बाईपणा/पुरुषपणा मानवी संस्कृतीत घडवला जातो. म्हणजेच स्त्रीत्व-पुरुषत्व एकाकारी, चिरेबंद, एकसाची नसतं, तर जात, वर्ग, वंश, भाषा, धर्म, भौगोलिक परिस्थितीनुसार ते बदलतं.

पुरुषपणा आणि स्त्रीपणा म्हणजे काय याचं खोलात शिरून आकलन होण्यासाठी या पुस्तकातला वसंत पळशीकर यांचा 'लिंगभेद - एक चिंतन' हा लेख खूप महत्त्वाचा

आहे. यात ते लिहितात– स्त्री व पुरुष आपापल्या ठिकाणी वैशिष्ट्यपूर्णरित्या, वेगळी; 'पूर्ण' आहेत. त्याचवेळी त्या दोहोंच्या एकत्र येण्यामधून, नांदण्यामधून एक 'पूर्ण' आकाराला येते. या दोहोतला संबंध हा पूरक व विरोधी, दोन्ही स्वरूपाचा, द्वंदात्मक आहे, असे बघणे ही शहाणपणाची व सत्यदृष्टी होय. ...

स्त्री–पुरुष समतेच्या चळवळीतील पुरुषांचा सहभाग ही महाराष्ट्रातील थोर विचारवंत प्रा. राम बापट ह्यांची मुलाखत आजही पथदर्शक अशीच आहे. ती सगळ्यांनी मुळातून वाचायला हवी.

समतेवर आधारलेला समाज आणण्यासाठी नवीन पुरुष प्रतिमा तयार करतांना लिंगावर आधारलेली श्रम विभागणी या मुद्याचं विश्लेषण महत्त्वाचं ठरतं.

पुरुषप्रधान व्यवस्थेनं स्त्रियांचं गृहिणीकरण केलं आणि स्त्रिया उत्पादन व्यवस्थेतून वगळल्या गेल्या. प्रसिद्ध समाजशास्त्रज्ञ मारिया मिस यांनी पुरुषप्रधान व्यवस्था आणि भांडवलीव्यवस्था या एकमेकांवर अवलंबून असणाऱ्या आणि एकमेकांत मिसळलेल्या आहेत अशी मांडणी केली. म्हणजे जागतिक भांडवली अर्थव्यवस्था स्त्रीच्या दुय्यमत्त्वावर उभी असून लैंगिकतेवर आधारित स्त्रीचं शोषण करणारी श्रमविभागणी या व्यवस्थेत गृहित आहे. याचा अर्थ पुरुषशाही ही फक्त मानसिक रचना नाही तर ती एक सामाजिक आणि आर्थिक रचनाही आहे. भांडवलशाही कामाची जागा आणि घर यात फारकत करते आणि घरकामाचे खाजगीकरण करते.

पुरुषशाही व्यवस्थेत श्रेणीबद्धता असते. आणि अशा व्यवस्थेत भिन्न वर्ग, वंश किंवा संस्कृती यांतील पुरुष भिन्न भिन्न पायऱ्यांवर असतात. परंतु हे सर्व पुरुष आपापल्या स्त्रियांवर वर्चस्व गाजवत असतात आणि या भागीदारीतून त्यांची एकजूट उभी राहते कारण स्त्रियांवर वर्चस्व टिकवण्यासाठी ते एकमेकांवर अवलंबून असतात. सर्व पुरुषांचे हितसंबंध 'जैसे थे' परिस्थिती राखण्यात गुंतलेले असतात म्हणून ते बदलाविषयी उत्सुक नसतात. कामाच्या जागी शोषित असणारा पुरुष अनेकदा घरात शोषक बनतो त्यामुळे त्याच्या व्यक्तित्वात दुभंग निर्माण होतो.

औद्योगिक क्रांतीनं सर्वांना श्रमिक दलात खेचलं. त्यात स्त्रिया आणि मुलांचाही समावेश होता. त्यामुळे परंपरागत सत्तासंबंधांचा पाया ढासळला आणि परिणामी सर्वांची मजुरी खाली आली. म्हणून पुरुष कामगारांनी स्त्रिया आणि मुलं यांच्या श्रमिकदलातील प्रवेशास प्रतिकार केला. आपल्या स्वतःच्याच मजुरीतून कुटुंबाचं पोषण व्हावं एवढी मजुरी पुरुष कामगारांना मिळालीच पाहिजे असा युक्तीवाद पुरुषांनी पुढे आणला. कुटुंबवेतनाच्या विकासामुळे बहुसंख्य पुरुषांच्या दृष्टीनं पुरुषी वर्चस्वाला भौतिक पाया मिळाला.

पुरुषी वर्चस्व आणि बायकी शरणता ही दोन्ही मूल्य शिकविण्याची जागाही कुटुंबच असते. जागतिकीकरणाच्या रेट्यामुळे स्त्री-पुरुषांचं जीवन पैशाभोवतीच फिरण्याचं प्रमाण दिवसेंदिवस वाढतच चाललं आहे. यामुळे विनावेतन घरकाम आणि बालसंगोपन करणाऱ्या स्त्रियांचंही दुय्यमपण वाढत जातं आहे. त्यामुळे विषमतेची नवनवी रूपं स्त्रियांना सतावत आहेत. घरकामाला वेतन ही अतिशय जटिल आणि गुंतागुंतीची संकल्पना आहे. घरकाम स्त्रीचं हे स्त्री-पुरुष दोघांच्याही मानसाच्या मुळाशी घट्टपणे रुजवलेलं आहे. नवऱ्याला/मुलाला चहासुद्धा करता येत नाही हे आजही अभिमानानं सांगणारे स्त्री-पुरुष समाजात आहेत. ही प्रतिमा बदलण्याची गरज आहे. यासाठी सुनील सुकथनकर यांचा अनुभव खूप बोलका आहे. प्रथमपुरुष(!) या त्यांच्या लेखात ते लिहितात– एक नक्की, स्वयंपाक अगदी चारी ठाव मनापासून करायला लागले की पुरुषांची स्वप्रतिमा आमूलाग्र बदलते... पारंपरिक पुरुषीपणाच्या पोलादी पडद्यातून आपण एका बाबतीत तरी बाहेर आलो याचा आनंद वाटतो... असा आनंद अनेक पुरुषांनी घ्यावा अशी आमची इच्छा आहे.

आजच्या परिस्थितीत तरुणांची स्वप्नं हरवली आहेत कां अशी भीती आमच्या मनात आहे. कारण एकीकडे पारंपरिक पुरुषत्वाच्या संकल्पनेचं म्हणजे कर्तेपणाचं, मिळवतेपणाचं, कर्तबगारीचं ओझं त्यांच्यावर आहे तर दुसरीकडे झपाट्यानं बदलणारं आर्थिक-सामाजिक-सांस्कृतिक जग आहे. स्पर्धेच्या जमान्यात शिक्षण, नोकरीत पुढे जाण्याच्या प्रयत्नात असणाऱ्या स्त्रीकडे बघून ती आपल्याला मागे टाकेल का? अशा काल्पनिक भयानं ते ग्रासले आहेत. बायकोबरोबर आपलं नातं टिकेल का असं भयही त्यांना आजूबाजूला होणारे घटस्फोट बघून वाटत आहे. स्वतःचं भय सांगण्यासाठीही त्यांना कुठे जागा नाही. पुरुषपणाची कोंडी झाली आहे कारण त्यांच्याकडून भावनांच्या आविष्काराचं स्वातंत्र्य आणि कौशल्यही या व्यवस्थेनं हिरावून घेतलं आहे. त्यांची ही कोंडी फोडण्यासाठी 'स्वप्न माझं, तुझं आणि आपल्या सगळ्यांचं' हा विनय महाजन यांचा लेख त्यांना साथ देईल असं वाटतं.

आजही बालसंगोपनात पुरुषांचा सहभाग नगण्य आहे. त्यामुळे ते एका अनन्यसाधारण अशा सृजनशील अनुभवाला मुकतात असं प्रशांत कोठडिया पुरुषांना अगदी कळकळीनं सांगत आहेत. आपल्या मुलीला वाढविण्याच्या अनुभवांत ते लिहितात की एरवी पुरुषी अहंकाराच्या घनदाट जंगलात वाट चुकलेल्या प्रत्येक पुरुषाच्या दृष्टीनं 'बापलेकी' इतकं निर्मळ असं दुसरं कुठलंच नातं असू शकत नाही. आपल्याला वाढवण्याचा अलौकिक आनंद घेता यावा म्हणून तरी प्रत्येक पुरुषानं वेळोवेळी 'आई' बनलं पाहिजे... या संदर्भात मोहन देस यांचं विश्लेषण खूप मोलाचं आहे. ते म्हणतात की बाप-मुलगी या अलैंगिक नात्याच्या आविष्कारात आपुलकी, ओढ, प्रेम, आस्था, संवाद, कोमलता या भावनांचा

अंतर्भाव पुरुषमानसात असतो पण लैंगिक संबंधांच्या वेळी मात्र या गोष्टींची ॲलर्जी असल्यासारखं त्याला वाढवलं जातं. पुरुषांच्या जडणघडणीत अनेक समस्यांची मुळं आहेत. असं ते बजावत आहेत.

माणसाच्या जीवनाला जन्मापासून मरणापर्यंत व्यापून टाकणारी लैंगिकता, पुरुषांच्या बाबतीत आहे तरी कशी हे माणूसपणाच्या वाटेवर समजणं, त्याचा नीट अन्वय लावणं आत्यंतिक गरजेचं आहे. या संदर्भात' माझ्या तरुण पुरुष मित्रांनो, या लेखात मोहन देस लिहितात– लैंगिकतेची जाण येता–येता लहानपणापासून पुरुषांच्या आत कुठेतरी खोलवर पाप जाणीवेचा जन्म होतो. तिचा उगम गुप्ततेत आणि मागून येणाऱ्या संयमाच्या संकल्पनेत आहे. ज्या शरीराचा लैंगिकता हा अविभाज्य भाग आहे त्या मानवी शरीराला पापाचे आगर समजायला लागणं, त्या पापजाणीवेला जन्म देणारा स्त्री देह हे पापाचं मूळ स्थान मानणं, यामुळे स्त्री देहाचं आकर्षण आणि त्याचा द्वेष या परस्परविरोधी भावनांनी पुरुष–मुलांचं मन झाकोळून जातं. मग केव्हा तरी हा संयम 'तोडावा' लागतो(!) तेव्हा पुरुष स्त्री देहावर जणू सूड उगवल्यासारखा वागतो. क्रौर्य, हिंसा, बळाचा वापर करतो. क्रौर्य, हिंसा, स्नायूबळ ही लैंगिक सामग्री आत्मसात केलेला पुरुष स्त्रियांना आवडतो. ही मिथकं समाजात पसरवलेली आहे. स्त्रियांना अशा पुरुषांची खरं म्हणजे घृणा वाटते. पण एखादी असत्य गोष्टही वारंवार सांगितली की ती खरी, योग्य असावी असं वाटतं त्याचं हे उदाहरण!

लैंगिक संबंधात पुरुषांनी किल्ला सर करणं, विजयोन्मादानं बेभान होणं, वीरश्रीनं फुरफुरणं, विजयाचं निशाण लावल्याच्या थाटात काहीही करुन लिंग योनीत खुपसणं, वीर्य स्खलन करणं या मानसिक–शारीरिक अवस्थेतून बाहेर यायला हवं. ही पहिली पायरी ओलांडली की लैंगिकता आणि प्रेम एकरूप होताना दिसतात. ते खरं माणूसपण. अशा अवस्थेत मनाला आणि शरीराला अर्थपूर्णता येते. लेखकाचा हा सल्ला अखिल पुरुष जातीसाठी मोलाचा आहे. यातून स्त्री–पुरुषाला सहजीवन शीतल व सुखद व्हायला मदत होईल अशी आशा ते व्यक्त करतात. डॉ. हेमंत आपटे यांच्या 'काही पुरुष विवाहबाह्य संबंध का ठेवतात?' या शोधनिबंधात पुरुषांच्या लैंगिक संबंधावर जास्त प्रकाश टाकला आहे. 'ठिपका' या संजीव लाटकरांच्या कथेत पुरुषार्थाच्या भ्रामक कल्पनेचा बळी विदारकपणे चित्रित केला आहे.

वडिलांचा मानसपिंड तामसी होता. आई अस्सल सात्विकतेची चालती बोलती प्रतिक होती. तिच्याशी वडिल कर्दनकाळासारखे वागत. पुरुष हा नवरा बनला तरच तो स्त्रियांना अशी हृदयशून्य वागणूक देण्यास प्रवृत्त होतो हे बहुतांश सामाजिक वास्तव बघितल्यामुळे नवरा कधी न होणे हेच चांगले असा निश्चय करणारे संवेदनशील रा. प. नेने यांचा हा अनुभव मनात अस्वस्थता निर्माण करतो.

गुंतागुंतीच्या आव्हानात्मक मानवी नात्यांचा पट उलगडून दाखवण्याचा प्रयत्न आम्ही या पुस्तकात केला आहे. बाप माणूस कायम उपेक्षित का? व्यवहारात पुरुषप्रतिमा, पुरुषत्व, पुरुषपणा कळत नकळत वडिलांच्या वागण्या, बोलण्या, विचार करण्याच्या पद्धतीतून मुलापर्यंत झिरपत जातो. पितृसत्ताअंताची आस बाळगणाऱ्या डॉ. नारायण भोसले यांचा बाप-लेक नात्याविषयीचा लेख बाप-लेक नात्यातली गुंतागुंत उलगडून दाखवतो. स्वतःच्या मुलीला होणाऱ्या जाचाचा अन्वयार्थ वडिलांनी स्वतःच्या पत्नीच्या बाबतीत लावला नाही याची खंत त्यांनी या लेखात व्यक्त केली आहे. पुरुष स्त्रियांना का मारतात? स्त्रिया पुरुषांना मार देताना का दिसत नाहीत? स्त्रिया नेहमीच चुकतात का? पुरुष नेहमीच बरोबर असतात का? ऐपत नसतानाही फाटके-तुटके का होईना स्त्रिया अंगभर कपडे का घालतात? पुरुष मात्र कमरेखाली गुडघ्यापर्यंत वस्त्र घालूनही गावभर कसा फिरू शकतो? हे मूलभूत प्रश्न त्यांनी उपस्थित केले आहेत. या प्रश्नांची उत्तरं वैचारिक लेखांमधून शोधण्याचा प्रयत्न वाचकांनी करावा अशी आमची अपेक्षा आहे. संदीप पेंडसे ह्यांचा लेख या संदर्भात विचारांची स्पष्टता येण्यासाठी वाचण्याची गरज आहे. वडिल धडधाकट, मुलगा धडधाकट, आणि मी अपंग असं सांगत 'मावा' संस्थेचे संस्थापक सदस्य आणि संवेदनशील कवि आणि लेखक असणाऱ्या राजीव कालेलकरांनी कथन केलेलं तीन पिढ्यांमधील बापलेक नातं मुळातूनच वाचायला हवं. त्यांच्या मनातला प्रश्नकल्लोळ आपल्याला अस्वस्थ करुन सोडतो. रघु डामसे यांच्या 'तिरुपती' या कथेतील बाप-लेक नात्याची शोकांतिका मनाला अस्वस्थ करते.

स्त्रीत्व, पुरुषत्व जैविक-शारीरिक किती आणि त्यात सामाजिक, सांस्कृतिक, राजकीय, आर्थिक घडणीचा भाग किती याचं उत्तर अतिशय जटील आणि गुंतागुंतीचं आहे. मकरंद साठे या प्रथितयश लेखकानी मोकळेपणानं स्वानुभव मांडत या सर्व घटकांचा विचार करत 'लिंगभावाचं राजकारण' हा आपला लेख सादर केला आहे. साचेबद्ध प्रतिमांमुळे व्यक्तीच्या जीवनावर किती खोलंवर परिणाम होतो याचा मन विषण्ण करणारा अनुभव त्यांनी सांगितला आहे.

या व्यवस्थेतील अन्याय्य, असमानता घट्ट रुजवणाऱ्या सामाजिक अंतर्प्रवाहापर्यंत जाण्याची गरज तसेच त्यामागील राजकीय अंतर्प्रवाह अजूनच जास्त महत्त्वाचे असल्यामुळे त्याला भिडण्याची ओढ ही समतेसाठी प्राथमिक आवश्यकता आहे, असं मकरंद साठे आपल्याला बजावून सांगतात. आजच्या सामाजिक प्रश्नांचं स्वरूप फार व्यामिश्र/गोंधळाचं आहे. अनेक विरोधाभास त्यात आहेत. मात्र नाटकं, साहित्यिक अभिव्यक्ती, जुन्याचं एकरेषीय वळणाची आहे ही खंतही ते बोलून दाखवतात.

'पुरुष उवाच' गटाचे एक संस्थापक सदस्य अभय गुलाब कांतांचं अनुभव कथन

धक्कादायक वाटू शकतं असं आहे. पुरुषाकडे एक वाईट जात म्हणूनच मी बघत असे. पुरुष जातीची त्यामुळे माझीही मला घृणा वाटू लागली. खऱ्या चांगल्या माणसाचे आयुष्य (जे मला जगायचे होते.) पुरुष निरपेक्ष असायला हवे असे मी म्हणू लागलो. कॅस्ट्रेशनचा वा आत्महत्त्येचा विचार मनात येऊ लागला. मात्र फ्रॉईडचे प्रत्येक व्यक्ती bisexual असते हे मत नंतर मला पटलं. आता माझ्यातील 'पुरुषा'शी मी जुळवून घेतलं आहे.

आमचे कलंदर कलाकार मित्र संजय पवार यांचा स्वत:मधल्या पुरुषाशी चाललेला जीवघेणा संवाद त्यांनी आपल्या पुढ्यात ठेवला आहे. ते लिहितात... व्यक्तीमधल्या पारंपरिक पुरुषाची मुळं फार खोल आणि गुंतागुंतीची आहेत. ...यानेच स्त्रीशिक्षणाला विरोध केला आणि आता हाच शिकलेली बायको मागतो. हा मुलींना शिकण्याचं स्वातंत्र्य देतो. पण लग्नानंतर मुलांच्या, घराच्या निमित्तानं तो तिला घरात ठेवतो... लेखाच्या शेवटी ते म्हणतात... पुरुषांच्या अनेक शतकांच्या नीतिनियमांमधून मुक्त स्त्रियांनी घातलेला धुमाकूळ पृथ्वीचा गोल किती खाली खेचतो हे एकदा प्रत्यक्ष बघू. अनन्वित अत्याचार, भय, दडपण आणि जबाबदारी काही शतकं आपण सांभाळू या. तोवर आपल्याला त्याची किंमत कळेल. त्यानंतर कदाचित आपण त्यांच्याशी समतेवर बोलायला क्वालिफाय होऊ!

हे विधान अनेक वाचकांना अतिरेकी, अराजक माजवणारं वाटू शकेल पण यातून स्त्रियांच्या आजच्या वास्तवाचं विदारक दर्शन घडतं हे ही खरं आहे ना?

सर्व सामाजिक–राजकीय प्रश्न सांस्कृतिकसुद्धा असतात. या भूमिकेतून सांस्कृतिक चळवळीत सक्रीय असणारे तरुण, जहाल कार्यकर्ते सचिन माळी स्वत:च्या पुरुषत्वाच्या प्रवासाविषयी लिहितात... माझ्या पुरोगामित्वाला पुरुषत्वाची विषारी किनार सुद्धा आहे. कुटुंब संस्था ही पुरुषसत्तेचं कवचकुंडल आहे आणि जातीव्यवस्था हा पुरुषसत्तेचा उर्जास्त्रोत आहे. त्यामुळे मी जन्मल्यापासूनच संपूर्ण कुटुंबाने, समाजाने पुरुषत्वाची विषारी बिजं, पुरुषत्वाचे संस्कार, पुरुषत्वाची मूल्ये माझ्या मनात पेरली.

प्रयत्नांती जरी मी पूर्ण माणूस बनू शकलो नाही तरी मला याचा निश्चितच अभिमान वाटेल की मी एक सुंदर प्रयत्न केला आहे! सचिन माळींचं हे सुंदर स्वप्न या पुस्तकाच्या सहाय्यानं आम्ही वाचकांच्या मनात पेरायचं स्वप्न पहात आहोत.

काही कारणांनी पारंपरिक पुरुष प्रतिमेत फिट्ट बसता आलं नाही की पुरुष व्यसनांचा आधार घेतात. हिंसाचारी होतात. प्रसाद चांदेकरांचं या संदर्भातलं अनुभवकथन व्यसनाकडे जास्त संवेदनशीलपणे पाहून व्यसनातील धोके लक्षात आणून देईल असं वाटतं.

पारंपरिक पुरुषत्वाची संकल्पना पुरुषांनी पुरुषांचं शोषण करण्याचं हत्यार कसं आहे याचं 'भाऊबंदकी' हे जिवंत उदाहरण! परिवर्तनवादी चळवळीतील संवेदनशील

कार्यकर्ता आनंद पवार ह्यांनी भाऊबंदकीची नानारूपं आपल्या समोर मांडली आहेत. ते लिहितात की... समाजवादी चळवळीनं उभ्या फुटीची वैचारिक भाऊबंदकी अनुभवली आहे. त्यामुळेच जनमानसावर व्यापक प्रभाव पडला नाही... सामाजिक संस्था संघटनेत कामाच्या मुद्यावरुन मालकीबाबत छुपी भाऊबंदकी जाणवते.

...जर सत्ता वापराचे आजचे पुरुषी व अन्याय्य स्वरूप बदलले नाही तर सत्तेसोबतच सत्ताव्यवहारातील भाऊबंदकी स्त्रियांमध्येही वेगळ्या स्वरूपात अवतरण्याचा धोका आहे... सत्ताहीन समाजरचनेच्या व नातेसंबंधांच्या स्वप्नांकडे चालताना सत्ता संवेदनशीलतेचे पाठ आपण सर्वांनाच गिरवावे लागणार आहे असं ते आपल्या नजरेला आणून देतात.

आदर्श पुरुषाचं चित्रण कुठे आणि किती येतं? मुलीला मुलाप्रमाणे वागवलं जातं पण मुलाला त्यानं स्त्रीशी कसं वागावं तिला कसं समजून घ्यावं हे सांगितलं जात नाही. पुरुषांसाठी त्यांच्यावर संस्कार करणारी पुरवणी कुठे? असे प्रश्न विचारत जयंत पवार यांनी सुखवस्तुपणाची सूज चढून संवेदना बोथट झालेल्या समाजावर कोरडे ओढले आहेत.

स्त्रीपणा, पुरुषपणा माध्यमातून प्रभावीपणे आपल्या मनावर ठसवला जातो. माध्यम म्हणजे स्वत:ला अभिव्यक्त करण्याचे साधन. माध्यम कुठलेही संदर्भ वापरून त्याचे मिश्रण करून चिन्ह निर्माण करतं. दृक्श्राव्य माध्यम हे आताच्या दिवसात कळीचं माध्यम झालं आहे. त्यामुळे या विषयातले तज्ज्ञ समर नखाते यांची सविस्तर मुलाखत आम्ही या पुस्तकात घेतली आहे. यात ते म्हणतात... व्हिज्युअल साम्राज्य असणारं हे प्रस्थापित माध्यम आपल्याकडच्या पुरुषप्रधान व्यवस्थेचं समर्थन आणि पुरस्कार करणारं आहे. यातील सर्व व्यवहार व्यापाराधिष्ठित आहेत आणि हा व्यापार स्त्री देहानं व्यापलाय. मग आधुनिक तंत्रज्ञान असूनही विचारप्रणाली तिच आहे. म्हणूनच इंटरनेट ते समाजकारण सर्वत्र हे शरीरकारण दिसतं. दृक्श्राव्य माध्यमाचे सामर्थ्यशाली 'हत्यार' म्हणजे कॅमेरा. हा 'तिसरा डोळा' जो आता खूप काही दाखवू लागला आहे तो 'पुरुषी' डोळा आहे. हे आपण ध्यानात घ्यायला हवं..... जागतिकीकरणाच्या शेकडो वर्ष अगोदर ज्ञानेश्वरांनी 'हे विश्वची माझे घर' हा मंत्र उच्चारला होता. पण जागतिकीकरणाचे तत्त्वज्ञान 'हे विश्व फक्त माझेच घर' हा पुरुषी मंत्र देत आहे. ज्ञानेश्वरांची हाक मुक्ततेसाठी होती ही नवीन हाळी बांधून, जखडून ठेवणारी आहे. त्याबाबत आपण दक्ष राहून माध्यम व्यवहाराकडे पहायला हवं, असं समर नखाते बजावत आहेत.

प्रा. जयदेव डोळे यांनी वर्तमानपत्र स्पर्धेच्या जोरजबरदस्तीत सापडल्यानं बेदरकार झाली आहेत, पुरुष पत्रकारांना पत्रकारिता हा बायांचा व्यवसाय नाही असं मनापासून वाटतं ही खंत व्यक्त केली आहे. पत्रकारितेवरची बाह्मणजातीची मिराज मोडून काढली.

बहुजनीकरणाच्या या प्रयत्नात स्त्री-पुरुष समतेची जोड मिळाली असती तर फुले आंबेडकर यांच्या कार्याचा खरा गौरव झाला असता – असंही त्यांनी नमूद केलं आहे.

पुरुषप्रधान व्यवस्थेचे विविध पैलू तपासून बघताना 'शिव्या' या संकल्पनेवरचा श्रीनिवास हेमाडेंचा अभ्यासपूर्ण लेख खूप काही सांगून जातो. माणूस शिव्या का देतो? शिव्या प्रामुख्याने लिंगसंबंध सुचविणाऱ्याच का असतात? याचं उत्तर तो कोणत्याही पुरुषाचा मानबिंदू असतो आणि यातूनच व्यापक अर्थाने स्त्रीचा मानभंगही होतोच हे आहे. स्त्रीचा व स्त्रीत्वाचा अपमान करणे हा पुरुषसत्तेचा अंतिम हेतू असतो."

...पितृत्त्व कायम संशयास्पद असते तर मातृत्व कायम नि:संशयपणे निश्चित असते ही तर पुरुषत्वाची गोची आहे. इथूनच त्याची सत्ता सुरु होते. हे ते ठळकपणे अधोरेखित करतात. मुलगा आईवरचा संशय सहन करू शकत नाही पण बायकोवर संशय घेण्यास कचरत नाही. आई हे सर्वोच्च मूल्य असण्यात प्ररुषप्रधानतेचे हे रहस्य दडलेले आहे. याची जाणीव हेमाडे आपल्याला करून देतात. पुरुषांनी पुरुषप्रधानतेचा पुरुषांना तोटा कसा होतो हे विषद करुन त्यांना सांगायला हवं आणि समतेची गरज पुरुषांना पटवायला हवी, असं ते आग्रहाने सांगतात.

आयुष्याच्या माध्यान्हीवर येणारा पुरुषांचा जननिवृत्तीचा काळ! खरं तर तो मधुर संतुलनाचा काळ कसा असतो हे डॉ. प्रदीप पाटकर सोप्या पद्धतीनं त्यांच्या दीर्घ अनुभवाच्या आधारावर सांगताहेत तो लेख सर्वांनी वाचलाच पाहिजे असा आहे.

पुरुषार्थाच्या भ्रामक व अवाजवी कल्पनांपायी कित्येक तरुण आणि इतर वयोगटातले पुरुषही आज मानसिक आजारानी त्रस्त आहेत. याची दखल घेऊन डॉ. हरीश शेट्टी या मानसोपचार तज्ज्ञांच्या मुलाखतीचा या पुस्तकात समावेश केला आहे. या मुलाखतीत ते प्रांजळपणे म्हणतात की... या देशातील सांस्कृतिक मानसिक जडणघडण (त्यात असणाऱ्या अंधश्रद्धांना फाटा देऊन) समजून घेऊन 'बाबांइतकेच' संस्कृतीत आम्ही तज्ज्ञ रुजत नाही तो पर्यंत लोक बाबांकडे, मांत्रिकाकडे जात राहणार. आमची खरी कॉंपिटिशन आहे या 'बाबा' लोकांशी.

एक मानसोपचार तज्ज्ञ म्हणून मला खरं तर स्त्रियांना सांगायचं आहे की, "त्यागाच्या घोड्यावरून उतरा आता खाली. आयुष्याची मेणबत्ती विझेपर्यंत राबणं आता सोडा." "यू कान्ट बी ग्रेट मदर, सेक्सी वाईफ अँड ओबेडिअन्ट डॉटर इन लॉ ॲट अ टाईम. याचाच अर्थ आजवर स्त्रियांवर झालेल्या या प्रकारच्या संस्काराला स्त्रियांनी नकार द्यायला हवा असं ते सांगत आहेत. पुढे ते म्हणतात– पुरुषांना मला सांगायचं आहे की, 'दे हॅव टू मूव्ह इन किचन अँन्ड वॉशिंग मशिन. मॅन हू मेक्स लव्ह वुइथ दि किचन मेक्स वाईफ हॅपी.' नाहीतर आता हे दोन्ही पक्ष एकमेकांवर अत्याचार करू लागतील. स्त्रिया नवऱ्यांना मारताहेत असं चित्र दिसू लागेल. हे फार दूर नाही. एच.आय.व्ही.

जंतुशी लढण्यापेक्षाही भयानक असणार आहे आपल्या एकाकीपणाशी झुंज देणे.''

महात्मा फुले दिडशे वर्षांपूर्वीपासून सांगताहेत की एकंदर सर्व मानवी पुरुषांनी सत्याला स्मरून एकमेकांशी निर्मळ व पवित्र अंत:करणाने वागल्याशिवाय त्या सर्वांमध्ये निर्मळ भाऊपणा जागृत होणार नाही. जर पुरुष स्त्रियांच्या मानवी हक्काच्या आड आले नाहीत तर या जगामध्ये निर्मिकाचे राज्य होऊन एकंदर सर्व मानव स्त्री-पुरुष संतोषी होऊन सुखी होतील. पण आजही आपण आपलं वागणं सुधारू शकलो नाही...

'सता', 'सवता' हे नुसते शब्द निर्माण करून जोतीराव थांबत नाहीत तर त्यांचा धारदार शस्त्रासारखा वापर करून विचारी स्त्रीपुरुषांच्या कृतीशीलतेला ते आवाहनही करतात. हरी नरके यांनी ते आपल्यापर्यंत पोहोचवण्याचं मोलाचं काम केलं आहे.

स्त्री चळवळीत पुरुष सक्षम असं गृहीत धरलं गेलं आहे ते तितकसं बरोबर नाही. सर्वसामान्य पुरुषांचे स्वत:बद्दलच प्रचंड भ्रम असतात. पुरुषत्व या संकल्पनेबाबत चुकीचे समज, पौरुष्याविषयी गैरमाहिती ते बाळगून असतात. पुरुषांनाही निवडीचं स्वातंत्र्य नाही. पुरुषांमध्येही अज्ञानाचा अंधार आहे. परंपरेविरुद्ध उभं रहायचं धैर्य नाही. ते धैर्य निर्माण होण्यासाठी पुरुषसक्षमीकरणाची गरज आहे. असं अवधूत परळकर आपल्या लेखात सांगतात. मस्तराम, या दिनानाथ मनोहर यांच्या कथेत हे आपल्याला स्पष्टपणे जाणवतं.

अन्वर राजन यांनी सुंता या प्रथेमुळे लहानवयात मुस्लिम मुलांच्या मनात निर्माण होणारं भय त्यांच्या जडणघडणीवर कसा परिणाम करतं याचं वास्तव समोर मांडलं आहे. तसंच भटक्या विमुक्तांच्या ४२ जाती-जमाती त्यांच्या संस्कृतीत स्त्री दाही दिशां उभी-आडवी चिरली जात आहे. स्त्री अत्याचाराने जर्जर होऊन वेशीच्या बाहेर आजही हंबरडा फोडत आहे हे गुलाब वाघमोडेंचं कथन अंगावर काटा उभा करणारं आहे.

स्त्री दुर्बल मानून तिचे शोषण करणारी, लैंगिक गुलामगिरीत जखडणारी जी व्यवस्था धर्माचे कुंपण बांधून भारत देशाने राबविली त्याच व्यवस्थेने बायकीपणा व पुरुषीपणा हे भक्कम तट माणसामाणसात उभे केले. त्यामुळे पुरुषांचे बायकीपण हिणवले जाते हे बरोबर नाही; याची जाण माधव गवाणकर करून देत आहेत. 'मोजपट्टी' या अभिराम भडकमकर यांच्या कथेत ते अगदी मनाला भिडणारं आहे.

वात्सल्यभावना स्त्री-पुरुष दोघांनाही असतात. पण आपल्या समाजात पुरुषाला त्या प्रकट करायला कमी वाव असतो. पूर्वीच्या काळी पुरुष वांझ असला तरी विवाह विच्छेद होत नसत. आता काही तरुणी ते स्वीकारत नाहीत. घटस्फोट घेऊन मोकळ्या होण्याचा मार्ग चोखाळतात. वांझ बाईच्या समस्या, अवहेलना, सर्वश्रुत आहेत पण पुरुषांच्या वांझपणाचं उपेक्षित जग, समस्या समाजासमोर मांडण्याचा प्रयत्न श्रीनिवास गडकरींच्या लेखात केला आहे.

लैंगिक व्यवसायातील स्त्रियांच्या समस्या आपण जाणून असतो. परंतु पुरुष वेश्यांना सुद्धा ग्राहकाची निवड करता येत नाही. आलेल्या ग्राहकाला खूष करणे एवढंच त्याचं काम... त्यांचं आर्थिक, भावनिक व शारीरिक शोषण होतं. पुरुष या व्यवसायात १४ किंवा त्याहून कमी वयात पडतात हे धक्कादायक वास्तव जस्मीर ठाकूर यांच्या लेखातून टळटळीतपणे आपल्या समोर येतं.

संस्कृतीचा ठेका ज्या मध्यमवर्गाकडे आहे असं मानलं जातं ते स्वत: प्रत्यक्ष हिंसा करत नसले तरी त्या मध्यमवर्गात हिंसेच्या तत्त्वज्ञानाचा प्रसार वाढतो आहे. तरुणवर्गातही त्याचं प्रमाण वाढतं आहे. ही हिंसक संस्कृती आपल्या समाजाच्या मुळावर उठली आहे याची प्रखर जाणीव दिवंगत राजेंद्र व्होरा यांच्या लेखात आहे.

पुरुषी सामाजिक संकेताच्या विरोधात प्रयत्नपूर्वक खणलेली वाट कधीतरी माहामार्ग होईल या आशेनी पायपीट करणारे नवनवीन लेखक, वाचक या पुस्तकाच्या निमित्तानं मिळतील अशी आशा आम्ही ठेवत आहोत. बाईपण आणि पुरुषपण ओलांडून माणूसपणाच्या वाटचालीला सर्वांनी सुरुवात केली तर ही जीवघेणी स्पर्धा आणि त्यातून येणारी हिंसा समाजातून बाद करणं सोपं जाईल. शांत-निरामय सहअस्तित्वासाठी आणि वाढ-विकासासाठी पुरुषभानाचे लवलवते सृजनांकुर सर्वांनी मिळून मनापासून जोजवायला हवेत.

गीताली वि. मं., मुकुंद किर्दत
रवींद्र रू.पं., हरीश सदानी

संपादकांविषयी......

डॉ. गीतली वि. मं.

डॉ. गीताली विनायक मंदाकिनी : नारी समता मंच संस्थापक सदस्य. 'मिळून साऱ्याजणी' मासिकाच्या संपादक. स्त्री प्रश्नांवर लिखाण. 'शाश्वत' विमेन्स नेटवर्क इत्यादी पर्यावरणवादी स्त्रीवादी संस्थांच्या पदाधिकारी. फर्ग्युसन महाविद्यालयातील रसायनशास्त्राच्या निवृत्त प्राध्यापक.

मुकुंद किर्दत

मुकुंद किर्दत : 'पुरुष उवाच' या स्त्री-पुरुष समतेसाठी काम करणाऱ्या पुरुषांच्या गटाचे संस्थापक सदस्य. इतर पुरोगामी सामाजिक चळवळीशी संबंध, सहभाग. इंजिनिअर. स्वतःचा 'पॅकेरा' नावाने व्यवसाय.

हरीष सदानी

हरीश सदानी : मेन अगेन्स्ट व्हॉयलन्स अॅन्ड अॅब्युज (मावा) संस्थेचे संस्थापक सदस्य व प्रमुख कार्यवाह. समाजकार्यात पदव्युत्तर शिक्षण. २१ वर्षे समाजकार्यात सक्रिय. स्त्रियांवरील लिंगाधारित हिंसा व गैरवर्तन थांबवण्यासाठी लिंगभाव, लैंगिकता, पुरुषत्व इत्यादी मुद्द्यांवर तरुण मुलांमध्ये काम.

डॉ. रविंद्र रु.पं.

डॉ. रविंद्र रुक्मिणी पंढरीनाथ : NMIMS शिरपूर संस्थेच्या औषधीशास्त्र महाविद्यालयात प्राध्यापक व शैक्षणिक प्रमुख, स्त्री-आरोग्य, स्त्री-पुरुष नाते या विषयांवर गेली २५ वर्षे संशोधन, लिखाण व कृती. आरोग्याशी संबंधीत प्रश्नांवर अभ्यास, कृती व धोरण ठरविण्यात सक्रीय सहभाग.

अनुक्रम

माझ्या तरुण पुरुष मित्रांनो,

– मोहन देस

मी पन्नाशीकडे झुकलेला एक माणूस आहे; पण केवळ वयामुळे मला तुम्हाला उद्देशून काही लिहिण्याचा अधिकार प्राप्त झाला आहे असं मात्र नाही. किंबहुना, मी हे लिहीत असताना माझ्या पिढीचं प्रतिनिधित्व करणार नाहीये, हे आधीच सांगतो. म्हणून हे पत्र एका जुन्या पिढीनं नव्या पिढीला लिहिलेलं पत्र नाही. मी माझ्या पिढीचं उत्तरदायित्व घेणार नाही, याला कारणही आहे; एक तर स्वातंत्र्यानंतर किंवा त्याच्या आसपास जन्म घेऊन जी माझी पिढी अर्धशतकभर इथं वावरली ती तशी एकसंध कधीच नव्हती. तिच्यासमोर, एखाद्या आख्ख्या पिढीसमोर असावं तसं कुठलं भव्य सामाजिक, राजकीय स्वप्नही नव्हतं. आमच्यातली बहुसंख्य माणसं जीवन जसं समोर आलं तसं जगत गेली. रीतसर नोकऱ्या केल्या. व्यवसाय केले. व्यवस्थेला बळकटी आणली. त्यांनी साध्या 'कड–कट्ट' यंत्रापासून मोबाईल, इंटरनेटपर्यंत विज्ञान–तंत्रज्ञानातली प्रगती पाहिली. ती उपभोगली. आमच्यातले काही व्यवस्थेच्या शिड्यांवरून वर गेले. काहींनी भ्रष्टाचार केला. होत असलेला भ्रष्टाचार अनेकांनी निमूटपणे पाहिला. काही मंडळी व्यवस्थेच्या शिड्यांवरून नीट न चढता आल्यामुळे खाली राहिली; पण आमच्यातलीच काही मोजकी माणसं अशीही होती की त्यांनी एकोणीसशे सत्तरच्या आसपास, म्हणजे ती जेव्हा विशी–पंचविशीमध्ये होती तेव्हापासून वेगळी वाट धरली. त्यांनी जाणीवपूर्वक वेगळी मूल्यं जपायचा, जोपासायचा आणि रुजवायचा प्रयत्न केला. सामाजिक समता, लोकशाही, विज्ञाननिष्ठा आणि लोकाभिमुख कामाचं महत्त्व डोक्यात घेऊन प्रवासाला निर्णायक सुरुवात केली. या थोड्या लोकांचं प्रतिनिधित्व मात्र मी करणार आहे. माझ्या

संपूर्ण पिढीनं तुम्हा नव्या पिढीतल्या तरुणांसाठी जे काही केलं (किंवा केलं नाही) त्याची नैतिक जबाबदारी मी घेणार नाही. किंबहुना गेल्या पन्नास वर्षांमध्ये देशाच्या, समाजाच्या प्रगतीच्या नावाखाली जे काही झालं, होत आहे त्याला आम्ही थोड्यांनी विरोधच केला आहे. अजूनही करतो आहोत. आम्ही केवळ विरोध करून थांबलो नाही तर समाज विकासाच्या काही नव्या संकल्पना आणि पर्याय प्रत्यक्ष निर्माणही केले. या विरोधात्मक विचारांचा आणि कृतीचा मला सार्थ अभिमानच आहे.

तुमच्यासमोर असलेल्या वेगवान दिनक्रमातून थोडसं थांबून तुम्ही हे पत्र शांतपणे वाचावं अशी इच्छा आहे. नव्या पिढीच्या 'अज्ञानी' तरुणांना ज्ञानामृत पाजून शहाणं करून सोडावं आणि आपण वानप्रस्थाश्रमाची वाट धरावी अशा पद्धतीनं मी लिहिणार नाहीये. उपदेशही करणार नाहीये याची खात्री बाळगा. वानप्रस्थाश्रम सोडाच, पण तुम्हाला बरोबर घेऊन नवी लढाई लढण्याचा इरादा आहे! आमच्या चाचपडत का होईना पण वेगळ्या वाटचालीमधले अनुभव, आमच्या वेगळ्या प्रयत्नांना आलेलं थोडसं यश आणि बरचसं अपयश, आणि एकविसाव्या शतकामध्ये तुमच्यासह प्रवेश करताना डोक्यात नव्यानं निर्माण झालेलं चिंतांचं काहूर... हे सगळं तुमच्याशी बोलावं, शेअर करावं असं वाटल्यामुळे हे पत्र लिहायचं ठरवलं.

मघाशी ज्या थोड्या लोकांचा मी उल्लेख केला तेही एकत्र एकसंध विचाराचे होते असे नाही. ते सर्व परिवर्तनवादी होते यात शंका नाही. कळीच्या प्रश्नांना हात घालू पाहणारे, वाद-विवाद करणारे, प्रसंगी फुटून वेगळी वाट धरणारे, गांधीवादापासून नक्षलवाद्यांपर्यंत वेगवेगळ्या विचारसरणीचे असे सगळे या थोड्याच लोकांमध्ये होते. पण महत्त्वाची गोष्ट अशी की, ही मंडळी देशासाठीच नव्हे तर संपूर्ण जगातील समाजासाठी भव्य स्वप्न बघणारी होती, आणि त्या दिशेनं कळीच्या मुद्यांना विचाराच्या आणि कृतीच्या पातळीवर न्याय देऊ पाहणारी होती. अर्थात् या थोड्यांपैकी काही माणसं सुरुवातीलाच लढाईतून बाजूला झाली, व्यवस्थेमध्ये विलीन झाली. उरलेली आपापल्या शक्तीनं, बुद्धीनं लढत राहिली. त्यातली काही आज थकून गेली आहेत. शरीरानं आणि मनानंही; पण काही मातब्बर अजूनही अथकपणे मैदानात झुंजत आहेत.

सत्तरीच्या दशकात म्हणजे सुमारे २५-३० वर्षांपूर्वी ही मंडळी काही वेगळा दृष्टांत झाल्यामुळे जागृत झाली. तेव्हा खरं म्हणजे देशभरच नव्हे तर जगभराच्या तरुणांमध्ये वेगळ्या विशेषत: डाव्या विचाराचा संचार होत होता. त्यांनी सामाजिक, राजकीय आणि सांस्कृतिक क्षेत्रांमध्ये कामही करायला सुरुवात केली. त्यांचे निरनिराळे गट होते. ते कालांतराने मोडलेही, नवे तयार झाले. मार्क्स, गांधी, फुले, आंबेडकर यांना त्यांनी नव्यानं समजावून घेतलं. नव्या जगात त्यांची प्रतिष्ठापना केली. भरपूर विचार-मंथनं झाली. कामही केलं. काही चुका केल्या; पण लोकांच्या प्रश्नांना थेट भिडणं थांबलं

नाही. पण हे भरपूर वाटणारं काम एकंदर प्रश्नाच्या अक्राळ-विक्राळ स्वरूपापुढं फार कमी पडलं. शिवाय जुन्या प्रश्नांशी झुंजत असताना वेगानं पुढं येणाऱ्या नव्या प्रश्नांनी भेसूर रूप धारण केलं. खरं म्हणजे मागं वळून पाहताना आज असं वाटतं आहे की प्रश्नाचं संपूर्ण आणि मूळ आकलन आम्हाला नीटपणे झालचं नाही. या काळात आमच्यातल्या कार्यकर्त्यांनी वैयक्तिक आयुष्यात वादळं अनुभवली. काही लोक उद्ध्वस्तही झाले. नात्या-नात्यातले दुष्कर, अवघड प्रसंग अनुभवले, नात्यांची बरीच तोडमोडही झाली.

दरम्यानच्या काळात, विशेषत: अलीकडच्या काळात आपल्याकडे लोंढ्यासारख्या येणाऱ्या नव्या विकासाच्या, भांडवलाच्या, तंत्रज्ञानाच्या आणि ग्राहकवादाच्या अनिर्बंध आवेगामुळे आमचा आवाज दबून गेल्यासारखा झाला. तुमच्यापर्यंत तो नीटपणे पोहोचलाच नाही; म्हणूनही हे पत्र लिहितो आहे.

मित्रांनो, सत्तरच्या दशकाच्या उत्तरार्धात आमच्या वेगळ्या वाटचालींमध्ये स्त्री-मुक्तीची चळवळ सुरू झाली. मार्क्स, गांधी यांच्या विचार-समूहानंतर प्रथम इतक्या ताकदीनं हलवून सोडणारा हा विचार होता हे नमूद केलं पाहिजे. तो फक्त विचार नव्हता तर थेट कृतीची मागणी होती. आमच्या प्रत्येक विचाराला, कृतीला या चळवळीमुळे वेगळंच परिमाण येऊ लागलं. याआधी कामगारांच्या, शेतमजुरांच्या चळवळी होत्याच. लोकविज्ञानाच्या, अंधश्रद्धा निर्मूलनाच्या चळवळी होत्या. दलित साहित्याची चळवळही त्याच काळात जोम धरत होती. आता स्त्रियांचीही चळवळ आली; पण ही फक्त 'आणखी एक' चळवळ नव्हती. तिनं आधीच्या सर्व चळवळींना वेगळचं रूप आणि आशय दिला. मूलभूत प्रश्न नव्यानं उपस्थित झाले. अनेक सामाजिक, सांस्कृतिक, राजकीय, कायदेविषयक, कामगार-शेतमजूर विषयक आंदोलने, साहित्य-कला विषयक, चित्रपट-माध्यमांबद्दलच्या चर्चा यामध्ये स्त्रियांच्या चळवळीने सर्वांगानं प्रवेश केला आणि आमचं विचार-विश्वच तळापासून ढवळून निघालं. स्त्री-पुरुष समतेचा, स्त्रियांच्या हक्कांचा, स्त्रियांच्या कौटुंबिक, सामाजिक स्थानाचा विशेष विचार सर्वत्र होऊ लागला.

सुरुवातीला वाटलं की आम्ही पुरुष आधीच मुक्त आहोत आता स्त्रियांना मुक्त करण्याची आवश्यकता आहे ! ती मुक्तीही आपणच देणार ! पण सुदैवानं तसं नव्हतं. स्त्रियांच्या चळवळीनं ती जबाबदारी स्वत:च हातात घेतली. आम्ही पुरुष पारंपरिक पुरुषप्रधानतेमध्ये गुरफटलो होतो याचं भानही त्यांनीच आणून दिलं. पुरुषी वर्चस्वाचं, कल्पनांचं जोखड कितीही जड, बोजड झालं तरी ते आम्हालाही टाकवत नव्हतं. स्त्रियांच्या चळवळीनं पुरुष वर्चस्वाला पुन:पुन्हा धक्के दिल्यानंतर आज कुठे हे जोखड टाकून द्यावसं वाटू लागलं आहे. तत्त्वत: मान्य असलेली गोष्ट प्रत्यक्षात कृतीत आणायची

म्हटल्यावर ते किती अवघड असतं हे प्रथमच इतक्या प्रकर्षानं अनुभवाला आलं. शिवाय ही केवळ सामाजिक स्तरावर करण्याची कृती नव्हती. ती केवळ तात्त्विकही नव्हती. ती घरीदारी, कुटुंबामध्ये जिवंतपणानं वावरणारी, प्रश्न विचारणारी, आव्हानं देणारी आणि आवाहनही करणारी चळवळ होती. या मंथनातून नवे प्रश्न, नवी उत्तरं, पुनः नवे प्रश्न निर्माण होत होते. आमच्यापैकी बहुतेकांची लग्नं याच काळात झाली. तोपर्यंत आमच्या स्त्रीमुक्तीविषयक विचारांना स्थिरता आलेली नव्हती. त्यामुळे वैयक्तिक, कौटुंबिक आयुष्यामध्ये स्त्रियांच्या चळवळीमुळे खूप काही नवं शिकायला मिळालं. अजूनही मिळत आहे. समतेच्या अनुभवाचा आनंद, त्यामुळे नव्यानं मिळणारी उभारी आणि समतेच्या अनुभवाचा प्रतिष्ठापनेच्या काळातली सगळी वेदनाही आम्ही अनुभवली.

आता माझी मुलगीही साधारण तुमच्याच वयाची आहे. पत्नीबरोबर आता तिचाही आग्रह असतो की बाबानं पुरुषासारखं नाही, तर माणसासारखं वागावं !

सुमारे बारा वर्षांपूर्वी मध्य प्रदेशातल्या बनखेडी या गावी 'किशोर भारती' या संस्थेतर्फे एक अनोखं शिबिर बोलावलं होतं. स्त्रियांच्या चळवळीमध्ये कार्यरत असलेल्या स्त्री-कार्यकर्त्यांबरोबरच काही पुरुषांनाही निमंत्रित केलं होतं. त्यात मीही एक होतो. लैंगिकता, प्रजनन जागरूकता, स्त्री-आरोग्य असे एकंदर विषय होते. आरोग्याच्या क्षेत्रात मी काही वर्षं काम करीत असल्यामुळे स्त्री-आरोग्य हा विषय मला नवीन नव्हता. त्यात मी डॉक्टरही होतो; पण डॉक्टर जरी असलो तरी स्त्री-आरोग्याबद्दल स्त्री-मुक्तीच्या अंगानं विचार करण्याची माझीही कुवत नव्हती. शिवाय लैंगिकता हा पुरुषांच्या दृष्टीनं विशेष अवघड(लेला) विषय! या विषयावर वाचलेलं होतं. पूर्वी अश्लील साहित्य वाचलेलं होतं. नंतर शास्त्रीय माहितीही मिळवली होती. (मेडिकल कॉलेजमध्ये या विषयावर शास्त्रीय माहिती मिळत नाही. हे वाचून अनेकांना आश्चर्य वाटेल, पण हे खरं आहे.) पण स्वतःच्या लैंगिकतेबद्दल बोलणं काही अद्याप शक्य झालं नव्हतं. कितीही डॉक्टर झाला तरी तो स्वतःच्या लैंगिकतेबद्दल, लैंगिक अनुभवाबद्दल कदापिही बोलणार नाही. तो इतरांच्या लैंगिक समस्यांबद्दल वैद्यकीय परिभाषेत खूप काही (कोणतीही शरम न बाळगता) बोलेल. पण, लैंगिक विषयावरच्या कुणा तज्ज्ञ डॉक्टरच्या पुस्तकात त्याचा स्वतःविषयीचा संदर्भ किंवा अनुभव वाचल्याचं मला पुसटसंही आठवत नाही. या पुस्तकातली माहिती कितीही शास्त्रीय असली तरी ती तांत्रिकतेमध्ये अधिक अडकलेली दिसते. लैंगिकतेच्या मानवी भाव-भावनांचा, अपेक्षांचा उल्लेख कुठेतरी बाजूबाजूने होताना दिसतो. शिवाय लेखक जर पुरुष असेल तर त्याची स्वतःची अशी खास अडाणी पुरुषमनाची झाकही तो लपवू शकत नाही! अर्थात् आताचा आपला विषय तो नाही. प्रथमच काही पुरुष एकत्र बसून गंभीरपणे बोलणार होतो. आमच्या

नव्या जाणिवा घेऊन! तसं बरचं काही बोललोही. आमची पौगंडावस्था, सुरुवातीच्या लैंगिक जाणिवा, नंतरच्या काळातल्या इच्छा, त्यांचं स्वरूप, स्त्रीकडे पाहण्याची दृष्टी, लालसा आणि पापजाणिवा, हस्तमैथुन, इच्छापूर्ती, प्रजननातला पुरुषाचा सहभाग, कुटुंबनियोजन, बालसंगोपनाचा अनुभव... इत्यादी. या शिवाय लैंगिकतेचे प्रकार, छटा, लैंगिकतेचा इतर सामाजिक जीवनातला भला-बुरा आविष्कार असेही विषय आमच्या बोलण्यात आले. मात्र, थेट मूळ प्रश्नांना प्रत्यक्ष खास वैयक्तिक अनुभवांच्या आधारे हात घालणं काही आम्हाला शक्य झालं नाही. पण वैयक्तिक अनुभव पूर्णत: टाळले, असंही झालं नाही. नेहमी आमच्या इतर चर्चांना वेळ पुरत नसे. पण या चर्चेच्या वेळी मात्र दिलेल्या वेळेच्या आधीच चर्चा 'पूर्ण' झाली. त्या शिबिरामध्ये दुसरीकडे स्त्रियांच्या गटांमध्ये याच प्रश्नावर खूप मनमोकळी चर्चा होत होती. आम्ही त्या गटांमध्ये सामीलही झालो. आमच्या उपस्थितीमुळे त्यांच्या चर्चेमध्ये कुठलीही बाधा आल्याचं दिसलं नाही. आपल्या अनुभवांबाबत स्त्रिया मोकळेपणानं आपसात बोलत होत्या. आमच्या गटामध्ये मात्र एक प्रकारची शांतता, घुसमटलेपण आणि अवघड प्रसंगी चर्चा आवरती घेणं असे प्रकार झाले. आम्ही पुरुष मंडळी प्रथमच (आणि शेवटचंच) पण एवढं तरी बोललो.

मित्रांनो, त्या संपूर्ण शिबिरांमधून एक जाणीव नव्यानं खोलवर झिरपत गेली. ती म्हणजे ज्या समाजात आपण वाढलो, जगलो त्या समाजातील स्त्री-पुरुषांचं लैंगिक नातं शोषणावर आधारलेलं आहे. प्रेमावर नाही. याला काही सन्माननीय अपवाद असणारच; पण पुरुषांनी स्त्रियांचं लैंगिक शोषण करणं ही गोष्ट समाजमान्य आहे हे निर्विवाद आहे. या नात्याच्या अनेक सूक्ष्म पदरांचं, कोमलतेचं, उत्कटतेचं हृदयंगम वर्णन कथा-कादंबऱ्यांतून कवितांमधून केलं गेलं आहे. ते बहुतांशी स्त्री-पुरुष प्रेमाचं वर्णन आहे. लैंगिक नात्याची बैठक मात्र पुरुष-वर्चस्वानं डागाळलेली सर्वत्र दिसते. वर्चस्वाच्या, स्वामित्वाच्या, मालकीच्या भावनेतून निर्माण झालेलं नातं हे असमतोल असणार, बेढब असणार यात नवल ते काय? अशा लैंगिक नात्यांमध्ये बहुतेक स्त्रियांना अनुभवाला येणारी असुरक्षितता, हिंसा, क्रौर्य, एकटेपणा आणि बळाचा वापर (केवळ शारीरिक नव्हे तर मानसिक-सांस्कृतिक बळाचाही) हे सगळं काय दर्शवतं? हा असमतोल, नात्याचं हे बेढब रूप जणू काही निसर्गदत्तच आहे असंही आपल्याला, पुरुषांना अनेकदा वाटतं. निसर्गानं पुरुषाला आणि स्त्रीला वेगळ्या मुशीतूनच बनवलं आहे. त्यांची शरीरं वेगळी आहे. त्यांचे हार्मोन्स वेगळे आहेत. जीवशास्त्रीय कार्ये वेगळी आहेत अशा प्रतिपादनातून निसर्गदत्त वेगळपण दाखवलं जातं. (जणू काही या वेगळेपणाबद्दल मूलभूत वाद आहेत!) काही प्राणिशास्त्रज्ञ याच्याही पुढे जातात. माणसाचे (म्हणजे पुरुषाचे) हात केव्हातरी आदिकाळात रिकामे झाले, तो दोन पायांवर चालू

लागला, आणि दोन हातांनी निसर्गातल्या वस्तूंना आकार देऊ लागला. त्याच मोकळ्या हातांचं बळ वापरून मादीला पकडून संभोग घेण्याची (म्हणे) 'सहजप्रवृत्ती' याच काळात निर्माण झाली. जागोजागी होणाऱ्या बलात्काराचं मूळ कारण हे प्राणिशास्त्रज्ञ आदिमानवाच्या हात रिकामे होण्यात शोधू लागतात तेव्हा मला आश्चर्य वाटतं. आपल्याला अडाणीपणातून जे वाटतं ते सिद्ध करण्यासाठी हे लोक इतर काही प्राण्यांच्या लैंगिक वर्तणुकीचा आधार घेतात; पण इतर काही प्राणिशास्त्रज्ञांनी याच्या थेट विरुद्ध कारणमीमांसा आणि पुरावे देऊन असं म्हटलं आहे की, बलात्कार हा प्रगत मानवी (पुरुष प्रधान) समाजाचाच आविष्कार आहे. बलात्काराचा मूळ सहजप्रवृत्तींशी काही संबंध नाही. अर्थात, शास्त्रज्ञांनी आपलं काम करत रहावं. निरनिराळी कारणमीमांसा शोधून काढावी असं मलाही वाटतं. त्यांच्याशी मला फारसा वादही घालायचा नाही. मला फक्त एवढंच म्हणायचं आहे की, सो व्हॉट? माणसाचा माणूस होण्याच्या प्रक्रियेमध्ये फार मोठा इतिहास आहे. त्याच्यामध्ये खूप मोठी निर्णायक स्थित्यंतरं झाली आहेत. केवळ प्राणी असण्याचा इतिहास केव्हाच मागं पडला आहे; म्हणून माणसाच्या वर्तणुकीची (चांगल्या किंवा वाईट) मुळं प्राण्यांच्या वर्तणुकीमध्ये पाहणं हे चुकीचं आहे.

आणि स्नायूबळामध्येच सगळं कर्तृत्व आहे असं ज्यांचं म्हणणं आहे त्यांच्याशी मला बोलायचंच नाहीये.

लैंगिकतेची जाण येता येता लहानपणापासून पुरुषांच्या आत कुठं तरी खोलवर पापजाणिवेचा जन्म होतो. या पापजाणिवेचा अनुभव आपण सर्व पुरुषांनी घेतलेला असतो. ही जाणीव सर्व थरांतल्या पुरुष-मुलांमध्ये दिसून येते. तिचा उगम अर्थातूच समाजानं प्रदान केलेल्या गुप्ततेमध्ये आणि मागून येणाऱ्या संयमाच्या संकल्पनेत आहे. लैंगिकतेच्या संदर्भातली स्वयंशिस्त आणि नको असलेला संयम (पण तो लादून घ्यावा लागतो) याचा अर्थच लैंगिकतेच्या सर्व भावनांना आणि उद्रेकांना जिवाच्या करारानं दाबून ठेवणं. लैंगिकता आणि पापजाणीव यांचा इतका घट्ट संबंध लावायला, टिकवायला आपण शिकलो की, ज्या शरीराचा लैंगिकता हा अविभाज्य भाग असतो त्या मानवी शरीराला आपण पापाचं आगर समजायला लागतो. शिवाय पुरुषी लैंगिकतेला म्हणजेच पापजाणिवेला जन्म देणारा स्त्री-देहदेखील पापाचं मूळ स्थान व्हायला लागतं. मग पुरुषी संयमाला एक घाणेरडा 'उग्र वास' यायला लागतो. या सुरुवातीच्या काळात संयम असह्य होतो. स्त्री देहाचं आकर्षण आणि त्याचा द्वेष या दोन्ही परस्परविरोधी भावनांनी पुरुष-मुलांचं मन झाकोळून जातं. मग केव्हातरी हा संयम 'तोडावा' लागतो(!) तेव्हा पुरुष स्त्री देहावर जणू सूड उगवल्यासारखा वागतो. क्रौर्य, हिंसा, बळाचा वापर ही त्याची उपभोगाची साधनं होऊ लागतात. पुरुषी प्रेम हे हिंसक (थोड्या सुसह्य भाषेत

सांगायचं तर धसमुसळं) असलं पाहिजे; तरच आपण पुरुष असल्याची पक्की खूणगाठ बांधता येते असं वाटायला लागतं.

हे सगळं आपण सर्व पुरुषांनी केव्हा ना केव्हा तरी अनुभवलेलं आहे !

सर्वांत बेढब, कुरूप, मूर्ख प्रकार कोणता असेल तर बरेच पुरुष असं समजू लागतात की, क्रौर्य, हिंसा, स्नायूबळ ही लैंगिक साधनसामुग्री आत्मसात केलेला पुरुष स्त्रियांना आवडतो!

स्त्रियांना अशा पुरुषाची खरं म्हणजे घृणा वाटते. अनेकदा पुरुष प्रेमाचं वर्णन/चित्रण इतक्या रसपूर्ण रीतीनं केलेलं असतं की, तेच योग्य आहे असं वाटू लागतं. काही स्त्रियांनाही ते योग्य वाटतं याचं कारणसुद्धा तेच असावं. एखादी असत्य, अयोग्य गोष्ट वारंवार समोर आली की ती खरी आणि योग्य असावी असं वाटतं त्याचं हे एक उदाहरण आहे.

बहुसंख्य स्त्रियांच्या लैंगिक आविष्कारामध्ये आपुलकी, ओढ, प्रेम, आस्था, संवाद, कोमलता याच भावनांचा अटळपणे अंतर्भाव असतो. त्यात सहजता असते. पुरुष-मुलांना मात्र नेमक्या याच गोष्टींची ॲलर्जी असल्यासारखं वाढवलं जातं. पुरुषांच्या प्रेमामध्ये या गोष्टी नसतातच असं नाही. वात्सल्याची भावना असणारे बाप असतातच की! पण नेमकं मला हेच म्हणायचं आहे.

अ-लैंगिक (म्हणजे उदा. बाप-मुलगी) नात्यामध्ये या सगळ्या भावना असतात. लैंगिकतेच्या पुरुषांच्या आविष्कारामध्ये वात्सल्य, प्रेम, आपुलकी, ओलावा या भावनांना फारसं स्थान नसतं. लैंगिक आविष्कारामध्ये या भावना सोडाच, पण साध्या ओळखीचीही गरज त्यांना भासत नाही! हवी असते ती कमरेखालच्या हालचालीची कल्पना आणि नंतर सगळा कमरेखालचा यांत्रिक व्यवहार! या लैंगिकतेच्या कल्पनेमधून मग पुरुषांचे तथाकथित प्रकारही ठरतात. त्यांना स्त्री-देहाचा कोणता भाग आवडतो यावरून! कुणाला फक्त छाती तर कुणाला मांड्या. छाती आणि मांड्या यांचा उपभोग घेण्यासाठी ओळखीची काय आवश्यकता? व्यक्तिमत्त्व आणि शरीर यांचं विभाजन पुरुषांच्या ठायी झालेलं असतं. विभाजन स्त्रीचंही करावं अशी त्याची मनोमन इच्छा असते. पोर्नोग्राफीचा किंवा ब्लू फिल्मसचा आधार या विभाजनात असतो. लैंगिक आविष्कारासाठी लागते ती पुरुषी नजर, साठलेलं वीर्य, बाहुबळ आणि अवयव ओरबाडण्याची वृत्ती!

अशा पुरुषांचा स्त्रिया धिक्कारच करतात.

आजच्या पुरुषाची अशी स्थिती आपल्यासमोर मांडताना ती स्थिती 'प्राणिज' आहे, अनिर्वाय आहे, न टाळता येण्याजोगी आहे असं मला बिलकुल वाटत नाही. स्त्री-पुरुष नात्यामधलं सौंदर्य जपायचं असेल तर लालसेच्या, चैनीच्या आणि बाहुबळानं येणाऱ्या आत्मविश्वासाच्या पलीकडे जायला शिकलं पाहिजे. 'काही' तरी काबीज

करणं, 'किल्ला' सर करणं, विजयोन्मादानं बेभान होणं, वीरश्रीनं फुरफुरणं, विजयाचं निशाण लावण्याच्या भरात काहीही करून लिंग योनी मार्गात खुपसून 'वीर्य' स्खलन करणं या मानसिक-शारीरिक अवस्थेमधून बाहेर यायला हवं. तसं होणं ही पहिली पायरी. यानंतर लैंगिकता आणि प्रेम एकरूप होताना दिसेल. ते खरं माणूसपण. अशा अवस्थेमध्ये मनाला आणि शरीराला अर्थपूर्णता येते. अशा अनुभवामध्ये प्रेम, ओलावा, लैंगिक उत्कटता, लैंगिक आस्था यांच्या साक्षीनं मन आणि शरीर एकत्र येतील. या क्षणी निसर्ग बदलतो. रंग बदलतात, प्रिय व्यक्तींच्या निकटच्या स्पर्शामध्ये अवघा निसर्ग, प्रकाश, समुद्र सामावतो. भोगलालसेला स्थानच उरत नाही. ओरबाडून घेण्याची गरज उरत नाही. नंतर थकवाही येत नाही. अशा वेळी पुरुष आणि स्त्री एकाच चैतन्यपूर्ण विशुद्ध, उत्कट आणि मानवी अनुभवांचे संयुक्त रीतीनं साक्षी होऊन जातात.

अर्थात्, ज्यांना मानवी आयुष्यात सौंदर्याला स्थान द्यायचंच नाही (असे लोक आहेत!) अशा लोकांबद्दल काय बोलावं?

माझ्या सारख्या माणसांची एक पंचाईत होते. मित्रांनो, त्याची कबुली देऊन टाकतो. वर जे काही लिहिलं ते लिहिताना एकटं असल्याची जाणीव फार होते. माझं लहानपण कदाचित वेगळं असेल, म्हणून असेल. पण सर्वसामान्य कनिष्ठ मध्यमवर्गातलं ते एक कुटुंब होतं. सामान्य शाळा. माझं लहानपणं वेगळं असून असून किती वेगळं असणार? माझ्या वाढण्यामध्ये माझी आई, शिक्षक, शिक्षिका, भावंडं आणि मित्रमंडळी यांचा फार मोठा सहभाग होता. प्रेम, आपुलकी, ओलावा वगैरे मानवी गोष्टी माझ्या वाट्याला खूपच आल्या. त्यातच विज्ञान, कला, सौंदर्य याही गोष्टींशी त्या वयात दृष्टांत झाल्यासारख्या प्रचंड परिचय होत गेला. यात असामान्य काहीच नव्हतं. लहानाचं मोठं होताना मित्रही भेटतात तसे मलाही होते. तेही पुरुष होत होते. पण आम्हा सर्वांचीच एक भारलेली गोंधळलेली अवस्था होती. पुरुष होण्यातल्या, सर्वसमाजानं कधी उघडपणे कधी छुपेपणानं दिलेल्या पुरुषी संस्कारांना आणि निर्माण होत असलेल्या पुरुषी भावनांना आवरत सावरत, कधी त्यांना शरण जात जात, सगळे विरोधाभास डोक्यात वागवत मी लहानाचा मोठा झालो. हस्तमैथुन आणि त्यानंतरचा प्रचंड मनस्तापही अनुभवला. मग परमेश्वराचा धावा करणं, मारुतीचा जप करणं, विवेकानंदांच चरित्र वाचणं.... नाही नाही त्या गोष्टी केल्या. कधी कधी रडू यायचं. अनेक कारणांनी रडू यायचं. कधी कारण नसतानाही रडू यायचं! या अवस्थेमध्ये अनेकदा मी बावळट आहे असं वाटायचं. आईबद्दल, मावशीबद्दल, बहिणीबद्दल, वर्गातल्या तमाम मुलींबद्दल गहिवरून यायचं! हा विचार तेवढ्या पुरताच रहायचा. मग झटकून टाकायचा. पुरुषानं कसलं रडायचं? त्यावेळी चीनचं युद्ध चालू होतं. राष्ट्रभक्ती, वीरश्री, राष्ट्रभक्तीपर गीतं... असं वातावरण. तेही लवकरच संपलं. मग मित्रमंडळींबरोबर नाक्यावर क्वचित टारगटपणाही केला.

मुलींना कागदाचे बाण मारणं, मोठ्यानं अश्लील बोलणं, अश्लील जोक्स् सांगणं हेही केलं. पण त्यात लगेच नामानिराळं व्हायची घाई अधिक असायची. आपल्याला इथं कोणी ओळखू नये असं वाटायचं. पण त्या तसल्या मूर्ख परिस्थितीमधून मी लवकर बाहेर आलो.

मित्रांनो, आपण बरेचदा अशा अतिशय चांगल्या, मानवी अनुभवाबद्दल (बहुदा ते लहानपणी घेतलेले असतात) फारसं बोलत नाही. स्वत:शी सुद्धा बोलत नाही! निखळ मानवी उत्कट अशा या लहानपणाच्या अनुभवांवर नंतरच्या आयुष्यात आपण शेंदराचे थरच्या थर लावतो. तो मूळचा अनुभव खूप खोल आतच राहतो. खेड्यांमध्ये मूर्तीवरील शेंदराचे थर काढण्यासाठी तज्ज्ञ माणसाला कधी कधी बोलावतात. हे काम अगदी नाजूकपणे करावं लागतं. काही वेळा त्याची गंमतच होते. अनेक वर्षे शेंदराचे थर बसलेले असतात. लोक गणपती म्हणून त्या मूर्तीची पूजा करत असतात. शेंदूर काढल्यावर आत असतो मारुती! तसं आपल्या निखळ अनुभवांच होत असावं. आपल्याच अनुभवाची आपलीच ओळख रहात नाही!

या संदर्भात मला प्रकाश नारायण संत यांच्या अनेक कथा आठवतात. त्यांच्या कथांचा नायक म्हणजे लंपन एक दहा–बारा वर्षांचा मुलगा. बेळगाव सारख्या शहरात लहानाचा मोठा होताना त्याला त्याच्या आजूबाजूचं जग कसं दिसत जातं, याचं फार सुंदर वर्णन या कथांमध्ये पहायला मिळतं. मोठं होताना त्याचं विचारविश्व जसं विस्तारत जातं तसा मधूनच त्याला मोठेपणाचा स्पर्श होतो. त्याला काय काय शंभरशे साठ गोष्टी जाणवतात. त्याला मित्र आहेत, मैत्रिणीही आहेत. अवघडलेले नाजूक प्रसंग त्याच्याही वाट्याला येतात. संगीत, निसर्ग, फुलांचे वास, रस्ते, पाऊस, मित्रांची घरं, शाळा, मास्तर, रेल्वेचे रूळ, आजी, आजोबा इतर मोठी, भली–बुरी माणसं या सर्वांच्या सानिध्यात तो वाढतो आहे. या सगळ्या प्रवासातून घेऊन जाताना प्रकाश संतांनी खरं म्हणजे माणूसपणाच्या निखळ वाटाच शोधून वाचकाला सुपूर्त केल्या आहेत. हे सारं वाचताना मला माझं लहानपण आठवतं. खोल दडपून टाकलेल्या, शेंदराचे थर बसलेल्या अनुभवांना हलकेच जाग येते. लंपन बेळगावचा तर मी सोलापूरचा. तपशीलाचा फरक सोडला तर तेच संदर्भ, त्याच भावभावनांचा गोंधळ मी ही अनुभवला. पुढे कधी न आठवण्यासाठी म्हणून घेतलेले ते लहानपणातले अनुभव पुन्हा ताजे झाले. आपल्या गावागावांमध्ये आजही अनेक लंपन लहानाचे मोठे होतायत. पण का कोणास ठाऊक त्यांच्यातला लंपन लवकरच 'लुंपेन' (पुरुषी मवाली) व्हायची मला भीती वाटते आहे. 'त्यांच्यातल्या मानवी उत्कट अनुभवांची कोवळी जपणूक करण्याची संधी समाज त्यांना मिळू देणार नाही'. त्यांना तशी उसंत मिळणार नाही. ते लहान मुलग्यांचे सरळ थेट निव्वळ पुरुष होतील की काय याची मला भीती वाटते. तसं होण्यासाठी लागणारं

वातावरण त्यांच्या आजूबाजूला फार वेगानं पसरत आहे. एकविसाव्या शतकातलं लंपन कदाचित आपुलकी, कोवळीक, ओलावा, कला, सौंदर्य यांना पारखा होईल की काय असं थोडं अतिशयोक्तपूर्ण देखील वाटू लागलं आहे. फार लहानपणीच काही उत्कट अनुभव यायच्या आतच मोठेपणाच्या शेंदराचे थरच्या थर त्याच्याभोवती जमा होतील की काय असं वाटायला लागलं आहे.

सत्तर-पंचाहत्तर सालानंतरचा काळ म्हणजे स्त्रीमुक्तीची चळवळ इथं या देशात आल्यानंतरचा काळ म्हणजे तसा अलीकडचा काळ. जसजशी ही चळवळ आपल्या कौटुंबिक आणि सामाजिक जगण्यामध्ये सर्वांगानं झिरपत गेली, रुजत गेली तसतसा दुसरीकडे सर्वत्र पुरुषवर्चस्वाचा वावर वाढल्याचेही ठळकपणे दिसू लागलं आहे. स्त्रियांच्या चळवळीनं त्या काळात पहिला हुंकार भरला आणि जीवनाच्या सर्वच आघाड्यांवर धक्के जाणवू लागले. भलेभले विचारवंत, लेखक अस्वस्थ झाले. पहिल्यांदा खिल्ली उडवून पाहिली. नंतर प्रतिवाद केला! पण नंतर किमान तत्त्वत: किंवा कागदोपत्री तरी पुरुषवर्गानं स्त्रियांचं स्थान महत्त्वाचे आहे हे मान्य केलं. कोर्टाच्या, सरकारी कार्यालयांच्या, पार्लमेंटच्या दरवाजांवर ही चळवळ धडका मारायला लागली तेव्हा नोंदच घ्यायला लागली. हा सगळा ताजा इतिहास आहे पण जवळ जवळ सर्वच ठिकाणी या ना त्या मार्गानं पुरुष वर्चस्वाचा बडगा उगारलेला स्पष्ट दिसतो आहे. रस्त्यांवर, घराघरांमध्ये; कार्यालयांमध्ये, इंडस्ट्रीमध्ये स्त्रियांवरचे, मुलींवरचे अत्याचार वाढले आहेत. हे फारच डोळ्यांवर येतयं म्हणून मागच्या दारानं परंपरांचं, धर्माचं स्तोम माजवण्यात आलं. धार्मिक सार्वजनिक सण, गणपतीउत्सव, शिवजयंती, रामजन्मभूमी, रथयात्रा, हिंदू धर्माचा उदय, बाबरी मशिदीचा पाडाव, दंगली, प्राणहानी आणि शेवटी दिल्ली-मुंबईवर भगवे निशाण. ...तमाम दहशतवादी, तालीबानी आणि आपल्याकडचे तमाम हिंदुत्ववादी एकच आहेत. अशा आपल्या राजकीय, सामाजिक प्रवासामध्ये धर्माधिष्ठित वीरश्रीचा विजय झालेला दिसतो आहे. स्त्रियांचं पारंपरिक स्थान घरातच कसं आहे, हे उघडपणे बोललं जात आहे. या साऱ्या राजकीय सामाजिक परिवर्तनाचे नायक पुरुषच आहेत, हे लक्षात असावं. हे पुरुषी हिंसक परिवर्तनाचं एक भीषण रूप आपण सर्वांनी ११ मे १९९८ रोजी पाहिलं; या परिवर्तनाच्या वरातीच्या पुढं आपल्या राष्ट्राच्या राष्ट्रपुरुषांनी मोठ्ठे फटाके लावावे अशा आविर्भावात पोखरणला अणुस्फोट केले. आपण सर्व बिनदिक्कतपणे आपल्या वैज्ञानिकांसकट आणि पोटार्थी विचारवंतांसह स्वार्थी राजकारण्यांसह या विजयोत्सवामध्ये सामील झालो. राष्ट्रभक्तीनं ओथंबून गेलो. विध्वंस साजरा केला. 'शांततेसाठी अणु' म्हणता म्हणता 'विध्वंसासाठी अणु' असं आपण कधी म्हणू लागलो याचा पत्ताच लागला नाही. विध्वंसाची भविष्यातली सोय पाकिस्तानच्या राष्ट्रप्रेमी राष्ट्रपुरुषांनी लगोलग लावलीच. पौरुषत्व आणि प्रखर राष्ट्रवाद

यांची पुन्हा देशोदेशी उराभेट झाली आणि आपल्यातला राष्ट्रीय पुरुष भारावून गेला !

मागे एकदा जर्मनीच्या शांततामोर्चाचं एक छायाचित्र वर्तमानपत्रात आलं होतं. त्यात अमेरिकन अध्यक्ष आणि सोव्हिएट रशियाच्या अध्यक्षाचा मुखवटा घातलेले दोघे या शांतता मिरवणुकीच्या अग्रभागी चालले होते. दोघांनी आपल्या कमरेला पुढच्या बाजूने एक एक प्रचंड लांबलचक 'अण्वस्त्र' बांधलेलं होतं; आणि ते हातात धरून दोघेही दावा करत होते की, माझा अणुबॉम्ब तुझ्यापेक्षा मोठा आहे !!

आपल्या विस्तारत जाणाऱ्या शक्तीमान ताठर पुरुषलिंगानं त्याची जागा सोडली आहे. याची इतरही अनेक ठिकाणी उदाहरणं पहायला मिळतात. शहरातल्या रस्त्यावरच्या वाहतुकीचा वाढलेला वेग आणि त्यातून वाढत असलेली असुरक्षितता आणि त्यात रस्ता काबीज करण्याची स्पर्धा आहे. मग या कार्यामध्ये रस्त्यावरची जुनी सावली देणारी झाडं आड आली तर ती समूळ उखडून टाकायला आपण मागं-पुढे पहात नाही. रस्ता आणि वेग यात कोणतीही अडचण आपण खपवून घेत नाही. सावकाश जाणाऱ्या-येणाऱ्या, चालणाऱ्या बाया-बापड्यांचा आपल्याला मनस्वी संताप येतो. रस्ता आपल्या मालकीचा आणि तो सताड मोकळा असला पाहिजे. रस्ता म्हणजे एक योनीमार्गच! वाहन म्हणजे आपलं लिंग. या कल्पनेनं जेव्हा रस्ता सर करण्याची घाई मला दिसते, तेव्हा मला निर्लज्जपणाने विस्तारत जाणाऱ्या लिंगाचंच दिनदहाडे दर्शन होत रहातं.

शेतीचा शोध फार फार वर्षांपूर्वी स्त्रियांनी लावला. पण नांगर नावाच्या यंत्राच्या मदतीनं शेतीची मालकी आणि विज्ञान तंत्रज्ञान पुरुषांनी ताब्यात घेतलं. नांगर जमिनीत चालवण्याचा अधिकार परंपरेनं पुरुषांना दिला. तिथं स्त्रियांना बंदी! जमीन म्हणजे स्त्री तिला 'नांगरण्या'चा हक्क नांगरधारी पुरुषाचा. अलीकडे नांगरापेक्षा जबरदस्त शक्तीचा ट्रॅक्टर आला. तंत्रज्ञान मग ते कोणतंही असो ते विकसित झालं की, पुरुषांनी आपल्या हातात ठेवलं. म्हणून ट्रॅक्टरवर नेहमी पुरुष आणि खाली शेतात खुरपणाऱ्या बाया! डोंगर पर्वत-दऱ्या इकडच्या तिकडे करण्यासाठी बुलडोझर्स असतात. सुरुंग लावतात. प्रचंड शक्ती लागते. वेगाने विकास होण्यासाठी प्रचंड विध्वंस गरजेचा आहे असं सांगण्यात येतं. आधुनिक तंत्रज्ञानाची ही विध्वंसक बाजू सर्वांत नागडेपणानं समोर येते ती युद्धसामुग्रीच्या रूपानं. जगात कुठं ना कुठं युद्ध चालू रहायला पाहिजे, शेकडो मिसाइल्स टाकली गेली पाहिजेत, गावं उद्ध्वस्त व्हायला हवीत, तरच अमेरिकेत बेकारी येणार नाही, समृद्धी टिकेल. शांततेची त्यांना खूप भीती वाटते. अंतर्गत कलह होईल. गरिबी वाढेल, मंदी येईल, शेअर्स गडगडतील असं त्यांना वाटतं. म्हणून प्रखर राष्ट्रवाद हवा. अण्वस्त्र हवीत! रात्रंदिन आम्हा युद्धाचाच प्रसंग! दुसरीकडे आपण निसर्गापर्यंत आपलं लिंगयुद्ध सुरू केलं. प्रगतीसाठी, विकासाठी नद्यांचे प्रवाह इकडचे

तिकडं करणं, प्रचंड धरणं बांधणं, डोळे गरगरतील अशा इमारती आणि फ्लायओव्हर्स बांधणं, गरीब आदिवासी लोकांना त्यांच्या जमिनीवरून, रानातून उखडून फेकून देणं, हवा, पाणी आपल्याच बापाची मालमत्ता असल्यासारखं मोठमोठी धुरांडी उभी करणं, प्रचंड पाईप घालणं; आकाश, हवा, नद्या, समुद्र क्रमाक्रमानं घाण करणं, याला ज्या विकासनीतीमध्ये प्रमुख स्थान आहे ती विकासनीती पुरुषी आहे, मवाली आहे असंच म्हणावं लागतं. अर्थात्, या विकासनीतीच्या तज्ज्ञांना कधी कधी नागड्या क्रौर्याची निर्घृणतेची लाजही वाटते, नाही असं नाही. मग त्यांना असं म्हणावं लागतं की विकास हवा असेल, रोजगार हवा असेल, लोकांची क्रयशक्ती(!) वाढायची असेल तर हे सगळं टाळता येणार नाही. आपण कसं, विज्ञान तंत्रज्ञानाच्या बाजूनं असलं पाहिजे, प्रगतीच्या बाजूनं असलं पाहिजे, पर्यावरणाची लक्झरी आपल्या गरीब(?) देशाला परवडणारी नाही... वगैरे! अशा विकासनीतीच्या विध्वंसाला थोडा गोडवा असावा किंवा थोडं सेक्स अपील असावं म्हणून कुठे अभयारण्य, कुठे पर्यटक स्थळांचा विकास तर कुठे धरणाच्या बाजूला छोटीशी बाग व्हावी असं या विकासवाद्यांना वाटतं. आपलं विस्तारत जाणारं लिंग झाकण्याची अशी केविलवाणी धडपड लोकलज्जेस्तव करावी लागते; पण याबाबतीत सर्वदूर पुंड अंदाधुंद चालूच आहे हे आता फार उघड झालं आहे.

खरं म्हणजे या सर्व पुरुषी विकास–युद्ध–नीतीला त्याहीपेक्षा आधुनिक, प्रगत आणि निसर्गाविषयी मानवी आस्था असलेले, ज्यात विस्थापन नाही असे अहिंसक पर्याय उपलब्ध आहेत याकडे आपलं अक्षम्य दुर्लक्ष होत आहे. हे पर्याय हिंसक नसल्यामुळं ते फारसे 'दृश्य' नाहीत. त्यांचा आवाजही नाही. त्यांना फारशी प्रसिद्धी दिली जात नाही. निसर्गाशी, दऱ्याखोऱ्यांशी दोस्ती करून सी.सी.टी. (म्हणजे समपातळी चर)चं तंत्र वापरून केलेलं जलसिंचन हे कितीतरी अल्पखर्चातलं, आवाक्यातलं आहे आणि जास्त टिकाऊ आहे हे सिद्ध झालं आहे. मुख्य म्हणजे हे नवं तंत्रज्ञान विकेंद्रित स्वरूपात अंमलात आणता येतं. ते लोकांच्या सहज आकलनातलं आहे. म्हणून सर्वसामान्य माणसांचा, स्त्रियांचा आणि अगदी लहान मुलांचा सहभागही त्यात असू शकतो! सूर्यशक्ती, लहान व्यासाच्या लाकडापासून इंधन आणि वीजनिर्मिती, गोबरगॅस, साध्या औषधांची निर्मिती, स्थानिक सुयोग्य व्यवस्था, सार्वजनिक स्वच्छतेची स्वस्त साधनसामुग्री, अगदी छोट्या एका गुंठ्याच्या तुकड्यावर केलेली सेंद्रिय शेती इत्यादी अत्याधुनिक तंत्रज्ञान लोकांपर्यंत पोहोचू लागलं आहे. त्याचा हळू हळू मोठ्या प्रमाणावर स्वीकार होतो आहे. यात विशेष म्हणजे स्त्रियांचा सहभाग लक्षणीय पद्धतीनं होऊ शकतो. बचत गट, महिला मंडळ, पंचायतीमध्ये स्त्रियांचा वाढता सहभाग, सहकारी छोटे उद्योग हे सगळं हळू हळू वाढतंय! पण सामान्य दिसणाऱ्या स्त्रियांना सहजपणे,

मानवी पद्धतीनं सामावून घेणारं लोकांचं विज्ञान तंत्रज्ञान साधं वाटतं, बेंगरूळ वाटतं! त्यात चॅलेंज वाटत नाही. बौद्धिक आव्हान दिसत नाही. म्हणून त्याकडे दुर्लक्ष करण्याकडे आपला कल असतो. पण पुरुषी विकास नीतीची इच्छा असो वा नसो, ही सायलेंट रिव्होल्यूशन अनेक ठिकाणी आज सुरू आहे. तिची नोंद लवकरच घ्यावी लागले इतपत ती असंख्य ठिकाणी स्वयंस्फूर्तपणे वाढते आहे. क्रांतीचं हे लोण आणखी वाढलं तर मात्र संघर्ष अटळ आहे; कारण पाश्चात्त्य, गदारोळाचं तंत्रज्ञान आणि त्याच्या पाठीमागे असलेल्या स्वदेशी, परदेशी स्वार्थपरायणांचे हितसंबंध या क्रांतीच्या आड लवकरच येणार आहेत.

आमच्या वैद्यकीय पुस्तकात एका रोगाचं वर्णन आहे. त्याला 'प्रायपिझम' असं म्हणतात. यात पुरुषाचं लिंग कायमचं ताठच राहतं. यात त्या पुरुषाला कोणतंही सुख होत नाही. त्याला वेदनाच होतात. ही एक अतिशय त्रासदायक अवस्था असते. एका अर्थानं आपल्या सर्वच जीवनाला प्रायपिझमचा त्रास होतो आहे! या रोगावर निश्चित काही तरी उपाय शोधला पाहिजे. तो उपाय अर्थात्च 'शारीरिक' पातळीवर करून फक्त भागणार नाही; उपाय आपल्या डोक्यात शिरायला हवा.

नाही म्हणता म्हणता मी अनुभवामृत पाजलचं शेवटी! पण हे काही पूर्वनियोजित नव्हतं. आपल्या वैयक्तिक लिंगानुभवापासून सुरुवात करून आपल्या सामाजिक लिंगविस्तारापर्यंत विस्तारत जाणाऱ्या या पत्राबद्दल आपण मला माफ कराल अशी आशा आहे.

■

(पुरुष स्पंदन, दिवाळी १९९८)

प्रथम पुरुष (?)

– सुनील सुकथनकर

‘पुरुषांची मानसिकता’ यावर माझ्या मनात काही लिहिण्याचं घाटत आहे. ही गोष्ट फार लवकर माझ्या मित्र–मैत्रिणींत चेष्टेची होऊन गेली. मी स्वत:ही काही मागे नव्हतो! ‘‘खरं म्हणजे अजून कित्येक वर्षं स्त्रियांची मानसिकता समजावून घेण्यात घालवायला हरकत नाही.’’– असा टारगट पुरुषी (?) विनोदही मी स्वत:च केला. नुकत्याच बनवलेल्या ‘जिन्दगी जिंदाबाद’ या एड्सवरच्या चित्रपटाच्या निमित्ताने समलिंगी आकर्षणांविषयी झालेल्या चर्चांचा संदर्भ देऊन एखाद्या पुरुषाच्या प्रेमात असणाऱ्या पुरुषाच्या नजरेतून पुरुषांची मानसिकता समजावून घ्यायला हवी अशी गंमतही आमच्यापैकी कुणी बोलून दाखवली.

या साऱ्या गमतीतून मागे उरला तो माझ्या मनातला मोठाच गोंधळ! गेली दहा–बारा वर्षं मी व सुमित्रा भावे चित्रपटनिर्मितीचा उद्योग करतो आहोत आणि तरतऱ्हेच्या वयाच्या स्त्री–पुरुषांना बरोबर घेऊन करतो आहोत. त्यामुळे या उद्योगाला याबरोबरच आमच्या या ‘कंपनीचा’आमचा म्हणून जो संसार उभा आहे त्याला माझ्या मनोव्यापारापासून दूरच करता येणार नाही. या चष्म्यातूनच मला मी आणि माझे विचारही दिसताहेत.

मला कायम वाटत आलं आहे की, एकूणच मनुष्य या प्राण्यानं या विश्वात केवढी गुंतागुंत करून ठेवली आहे. समाज धडधाकट चालावा म्हणून काही ‘शहाण्यासुरत्या(?)’ स्त्री–पुरुषांनी तयार केलेले घट्ट नियम हे त्रिकालबाधित निसर्गचक्राप्रमाणे नसून एखाद्या खेळाच्या नियमावलीप्रमाणे ते तपासून बघता येतात, न आवडल्यास फेकून देता येतात, असं लक्षात आलं की, सगळी गडबडच होते; आणि मग सदैव स्त्रीचा विचार करतो तो पुरुष. सदैव स्त्रीचा विचार करूनही आपण तसं करत नाही असं स्वत:ला आणि दुसऱ्याला

दाखवत राहतो तो पुरुष किंवा कदाचित स्त्री या प्राण्याविषयी अमर्याद कुतूहल वाटल्यानं तिला धरून-दाबून ठेवू इच्छितो तो पुरुष अशा अनेक विनोदी व्याख्या मनात येऊ लागतात. पुरुष हा आहे तरी कसा? हा विचार स्त्री निरपेक्ष करताच येत नाही. तो झक मारत स्त्री सापेक्षच होऊन बसतो.

शरीरानं, शरीराच्या स्वभावधर्मानं आणि अनुवंशिकतेनं आपण बांधलेले असतो आणि त्याचबरोबर संस्कृतीनंही हे तर जगन्मान्यच आहे.

सुमित्रानं मागे सांगितलेली एक वेगळ्या संदर्भातील गोष्ट इथे आठवते. ती मुंबईला नोकरी करत होती. पुण्याची डेक्कन क्वीन पकडायची होती. तिचा अमेरिकन पुरुष बॉस तिला म्हणाला, 'वेळ कमी आहे, मी स्वत: गाडीनं तुला स्टेशनवर सोडतो.' त्यानं गाडी भरधाव सोडली. मुंबईचीच गर्दी ती! कोणीतरी माणूस मध्ये आला! हा अमेरिकन ख्रिश्चन पुरुष संतापून ओरडला, 'यु ब्लडी बास्टर्ड ज्यू!' आता भर मुंबईत कोणता 'ज्यू' याच्या गाडीसमोर येणार होता! पण संतापाच्या परमोच्च क्षणी मनातली वाईटातली वाईट शिवी देण्यासाठी त्याची पिढ्यान् पिढ्यांची धर्मपरंपरा त्याच्या मदतीला आली!

हा प्रसंग इतका बोलका आहे की, आम्हा पुरुषांना हा 'आमच्या मनातल्या पुरुषीपणाशी जोडून पहा' असं सांगणंही बाळबोधपणाचं होईल.

आम्ही 'बाई' हा लघुपट बनवायचं ठरवलं होतं. समानता हे मूल्य आम्हा तरुण सतरा-अठरा वर्षांच्या मुलामुलींचं खेळणं होऊन बसलं होतं. आमच्या आईच्या वयाची सुमित्रा ही आमची नेता होती पण चित्रपट निर्मितीच्या बिगारीत आम्ही सगळे एकदमच पाऊल टाकणार होतो. म्हणून आम्ही पाच-सहा मंडळींनी धिटाईने वय आणि आदरदर्शक दुरावा पुसून टाकून अरे तुरे-अगं तुगंवर यायचं ठरवलं. ते अजूनही निभावलं आणि आपण सिनेमातून मांडत असलेलं 'समानतेचं मूल्य' जीवनात उतरतंय की नाही, हे तपासत रहायचं हेही ठरवलं.

आम्ही सर्वजण त्यावेळी जवळजवळ एकत्र रहातच होतो. त्यामुळे सतत एकत्र रहाण्यातून सहजीवनाच्या 'थंडगार झुळूका' आणि 'चटके' दोन्ही जाणवू लागले. आम्ही मुलांनी स्वयंपाकपाणी, घराचं नीटनेटकेपण या गोष्टी आपल्या मानायच्या आणि आमच्यातील मुलींनी चटकन् बाहेरची कामं, बँकेचे व्यवहार, वणवण या गोष्टींबद्दल काचकूच करायची नाही असं ठरलं. आज मागे वळून बघताना जाणवत आहे की, निदान माझ्या मनात तरी तेव्हाच 'स्त्रीवादी पुरुष' नावाच्या अहंकारानं आपले पाय रोवायला सुरुवात केली असावी आणि अजूनही मनातून वर सांगितलेल्या गोष्टीतल्या 'बास्टर्ड यू' या शिवीप्रमाणे सारं समजूतदारपणाचं कवच फोडून ''मुलगी/बाई असूनही माझ्यासारख्या 'वेगळ्या' पुरुषाची हिला कदर नाही?- यांना पारंपरिक पुरुषचं भेटायला हवेत अद्दल घडवायला''- अशी वसवस बाहेर पडते तेव्हा गंमत वाटते.

मी एका मध्यमवर्गीय आणि परंपरेनं फारश्या बांधल्या न गेलेल्या घरात जन्मलो. माझ्या आई-वडलांना आम्ही दोन मुलगेच! मी आणि माझा थोरला भाऊ! माझ्या वेळीच नव्हे तर पहिल्या वेळीदेखील म्हणे आईला मुलगी हवी होती! थोरल्या भावाच्या जन्मानंतर निदान दुसरीतरी मुलगी जन्माला येवो असा विचार आई मन:पूर्वक करत होती असं मी स्त्रियांच्या पारंपरिक विचारांवर आईशी चर्चा करत असताना तिनं सांगितलं. आपण मुलगी असतो तर- असा विचारही क्षणभर मनात येऊन गेला; पण पुढच्याच क्षणी – 'छे! काहीतरीच काय!' असंही वाटलं.

दोन्ही मुलांच्या जन्माच्या वेळी 'मुलगी व्हायला हवी होती' असं वाटणाऱ्या माझ्या आईचं मला स्त्रीवादी भूमिकेतून कौतुक वाटलं! पण 'मी मुलगी असतो तर' याला माझ्या मनात इतका सक्त विरोध का आला,याचं उत्तर मात्र नाही सापडत. स्त्रीत्वाबद्दली तुच्छता हे याचं कारण असेल असंही नाही. पण, आपण एक पुरुष म्हणून स्वत:विषयी असणारी आपली प्रतिमा आपल्याला खूप आवडते हे मात्र नक्की ध्यानात आलं. आपल्या स्त्रीत्वाबद्दल नशिबाला दोष देणारी स्त्री जितक्या सहज सापडेल तितका आपल्या पुरुषी जिण्याला कंटाळलेला पुरुष सापडणं सोपं जाणार नाही असं वाटतं. याचाच अर्थ, संस्कृतीनं बहाल केलेल्या स्थानाचा आनंद पुरुषाने नाकारायचा ठरवला तरी तो त्याला मिळतच असतो.

आईच्या या वाटण्याचा एक खूपच मोठा फायदा झाला तो म्हणजे आम्ही दोघेही भाऊ स्वयंपाक शिकलो. एक नक्की की स्वयंपाक अगदी चारी ठाव-मनापासून करायला लागलं की पुरुषाची स्वप्रतिमा आमूलाग्र बदलते. प्रथम पुरुष असून स्वयंपाकाची आवड असल्याची तारीफ ऐकायला बरं वाटलं. नंतर त्या स्वयंपाकाला 'चांगली चवही आहे' अशी प्रशंसा ऐकताना एका व्यावसायिक कौशल्यावर विजय मिळवण्याची झिलई मनावर चढली आणि मग एक दिवस स्वयंपाकात काही चुकलं तर त्याची नोंद होते आहे. अन्यथा माणसं शांत चित्तानं तो स्वयंपाक गिळताहेत हे जाणवलं आणि क्षणभर मन खट्टू झालं. इथून पुढे खऱ्या निर्भेळ आनंदाला सुरुवात झाली. दुसऱ्याला खाऊ घालणं हे एक दुसऱ्याला समाधान देणारं महान माध्यम आपल्या हातात आलं आहे. (यात स्वत:ला आवडणारा पदार्थ स्वत: करून खाणं हाही मुद्दा आलाच!) याची खुशी निराळीच आहे. आज प्रत्येक दिवस उजाडल्यावर – 'आज सकाळी/दुपारी/संध्याकाळी खायला काय करू या,' 'रात्री दही लावायचंय्' बराच वेळ सगळी मंडळी गप्पा मारत बसलो आहोत. तर हळूच सटकून चहाचे कप घेऊनच बाहेर येऊ या. असे नाना विचार प्रतिक्षिप्त क्रियांप्रमाणे उमटू लागतात तेव्हा पारंपरिक पुरुषीपणाच्या पोलादी पडद्यातून आपण एका बाबतीत तरी बाहेर आलो, याचा आनंद वाटतो.

'बाई' चित्रपटाच्या वेळी तयार झालेल्या आमच्या गटातील कोणी पांगले. कोणी

अधिक जवळ आले आणि सुमित्राबरोबर एक सहायक म्हणून काम करणारा 'मी' इथपासून ते 'आम्ही' एकत्र दिग्दर्शन करण्यापर्यंत आमच्या भागीदारीचं स्वरूप बदलत आलं आहे. माझ्या पुरुष म्हणून स्वप्रतिमेला एका स्त्रीबरोबर काम करण्याचं (सुरुवातीला किंचित दुय्यमपणा स्वीकारून) एक परिमाण आहे.

एक प्रसंग आठवतो. वृत्तपत्रविद्याविभागामध्ये 'बाई', 'पाणी' या लघुपटांचा प्रयोग होता. या चित्रपटांमधल्या स्त्रीविषयक दृष्टिकोनावर चर्चा चालली होती. प्रेक्षकांमधल्या पुरुष मंडळींनी (जरा तावातावानंच) मला प्रश्न केला. 'एक पुरुष या नात्यानं तुला असं नाही का वाटत की स्त्रीवादी भूमिकेतून बनवल्या जाणाऱ्या चित्रपटात सामील न होता आपण वेगळं काही करावं?' मी त्याला उत्तर दिलं, 'मी एक कलावंत आहे! प्रत्येक कलावंताला नावीन्याची ओढ असते; आणि 'पुरुषी' दृष्टिकोनातून वर्षानुवर्षं कलाकृती बनतच आल्या आहेत. जर नवं काही करायचं असेल तर मला या शतकातला हा वेगळा नवा दृष्टिकोन – स्त्रीवादी दृष्टिकोनच अंगीकारला पाहिजे.' माझ्या या व्यक्तव्यानं तो मुलगा कितपत विचारात पडला माहीत नाही पण मी मात्र अजून पडलो आहे!

स्त्रीमुक्तीचा लढा किंवा स्त्रीशक्तींचा सर्वसमावेशक विचार यांनी माझ्या पुरुष म्हणून असलेल्या मानसिकतेच्या कक्षा रुंदावल्या आहेत.

सुमित्राबरोबर मी 'स्त्रीवाणी' या संस्थेच्या– 'स्त्रीच्या स्वप्रतिमेचा अभ्यास,' 'चार गांधीविचारी स्त्रियांचा अभ्यास' आणि 'स्त्रियांच्या मिथकांचा पुनर्बोध' या अभ्यासांवर काम केलं. 'संवाद' या गांधीविचार व आधुनिक स्त्रीमुक्ती विचार यांच्या देवाण-घेवाणीवर आधारित चित्रपट सुमित्रानं बनवला, त्यालाही मी साहाय्यक होतो.

कान्ताबहन शहा आणि हरविलासबहन शहा या दोघीजणींनी गुजरातमध्ये आदिवासी भागात चालवलेल्या गांधीविचारी कामाच्या ठिकाणी आम्ही 'संवाद'चं चित्रीकरण करत होतो. त्यांचे एक सहकारी कान्तीभाई आमची कार्यपद्धती पहात होते. कान्ताबहन आणि हरविलासबहन ही एक परस्परपूरक प्रवृत्तींची एकत्र बांधलेली मोट आहे. कान्तीभाई त्यांना खूप वर्षं जवळून पहाताहेत.

हा अभ्यास आणि चित्रपटाचं काम या दोन्हींमध्ये मी सुमित्राला करत असलेलं साहाय्य आणि निर्मितीची प्रक्रिया पाहून कांतीभाई चित्रीकरण संपताना आम्हा सर्वांचा सत्कार करताना प्रेमानं मला म्हणाले, 'तुझं विशेष कौतुक! कारण 'सेकंड फिड्ल' वाजवणाऱ्याचं वाद्यवृंदात काय स्थान असतं हे मी जाणतो. या साथ करणाऱ्याची तयारी स्वत: सोलो वादन करण्याइतकी असायला हवी. पण मुख्य वादकाच्या मागे उभं राहून मन:पूर्वक 'सेकंड फीड्ल' वाजवणं हे जर त्यानं केलं तरच कार्यक्रम रंगतो. ते तू करतो आहेस!'

त्यांच्यासारख्या जाणत्याकडून कौतुक घेताना कृतकृत्य तर वाटलचं पण प्रामाणिकपणे सांगायचं तर 'सेकंड फीड्ल' मधला दुय्यमपणा खटकल्यावाचून राहिला नाही. खरं तर सुमित्रा चित्रपटाची लेखकही होती; मी केवळ दिग्दर्शन साहाय्यक पण तरीही ती दुय्यमता मला सहजतेनं घेववली नाही! का? मी एक विशीतली मुलगी असतो आणि श्याम बेनेगल वा गिरीश कर्नाडासारख्यांना साहाय्य केलं असतं तर मला हा दुय्यमपणा बोचलाही नसता! अशावेळी जाणवतो तो पुरुषीपणा!

कान्तीभाईंनी तर माझी पाठ थोपटली होती. पण, नंतर मी माझ्या फिल्म इन्स्टिट्यूटच्या अभ्यासक्रमाचं कौशल्य घेऊन सुमित्राबरोबर काम करत राहिलो आणि 'चाकोरी' या आमच्या लघुपटापासून आम्ही जोडनावानं काम करू लागलो. सुमित्रानं मला हे बरोबरीचं स्थान देऊन दिग्दर्शनाच्या निर्मिती प्रक्रियेतला माझा समान सहभाग अगदी पडद्यावर झळकवला तरी असंख्य सभा, सभारंभात, लेखात आमच्या कलावंतांनी दिलेल्या मुलाखतीत अगर साध्या गप्पांमध्येदेखील सतत माझा होणारा अनुल्लेख ही आमच्यात चेष्टेची बाब होऊन बसली आहे. एका पुरुषाला हे किती जड जातं! अगदी स्त्रीवादी चळवळीनेदेखील आमचा 'चाकोरी' हा लघुपट दाखवायला आम्हा दोघांना बोलावून माझ्या उपस्थितीतच 'आज आपण सुमित्रा भावेंची फिल्म पहाणार आहोत.' असं अनेकदा जाहीर केलं आहे आणि 'मी इथं काय नात्यानं उपस्थित आहे बुवा?' असा प्रश्न मला स्वत:ला विचारायला लावला आहे. एका पत्रकारानं तर आमच्या 'दोघी' या चित्रपटाच्या चित्रीकरणाला चार दिवस हजेरी लावून एक लेख लिहिला होता, त्यातही मी नव्हतोच! सुमित्रानं खूप संतापून त्याला फैलावर घेतलं! या सगळ्यातून एक प्रश्न मनात येत राहिला की, असं का होतं? आणि मग लक्षात आलं की एकूण पुरुषप्रधान समाज हा एककल्ली, मध्यवर्ती सत्तेच्या भजनी किती लागला आहे! चित्रपट हा अनेक पात्रांच्या कथानकाचा असू शकत नाही. तो एका मध्यवर्ती पात्राचा हवा! कुटुंब दोघांचे असेल पण कुटुंबप्रमुखाच्याच नावानं आम्ही त्या कुटुंबाला ओळखणार आणि इतरांची दुय्यम, तिय्यम अशी उतरंड लावणार. हाच नियम इथं लागू पडतो. तुमच्यापैकी एकाला आम्ही या कलात्मक प्रक्रियेच्या केंद्रस्थानी मानून त्याप्रक्रियेचं स्वामित्व त्या नावाला बहाल करणार, दुसऱ्यानं दुय्यम आणि पर्यायानं अदृश्यचं रहायला हवं! मी या अनुभवानं-बरोबरीनं संसाराचा गाडा हाकूनही जन्मभर अदृश्यच रहाणाऱ्या कोणाकोणाच्या बायकांच्या मनाच्या-थोडासा जवळ पोचून आलेलो आहे. अर्थात् इथं माझी सहकारी ही स्त्री असल्यानं ती बिचारी मुळातचं सुनीलचं श्रेय हिरावून घेतलं जातय या भावनेनं कानकोंडी झालेली असते! असो!

पण याचा वचपा इतक्या वेगळ्या प्रकारे निघत असतो. एक बोलका अनुभव! ठिकाण-जुनाट विचारसरणीचा वगैरे मानला गेलेला आपला भारत नव्हे तर पुढारलेला

युरोप! इटलीतील एका फिल्म फेस्टीव्हलमध्ये फ्रान्समधल्या एका बड्या फेस्टिव्हलाचा कमिटी मेंबर भेटायला आला. 'तुमची चाकोरी' मला आवडली, ती आमच्या फेस्टिव्हलला जरूर पाठवा- हे सांगण्यासाठी. आम्ही दिग्दर्शकद्वय म्हणून आमची ओळख करून दिली. तो सुमित्राकडे पाहून म्हणाला, 'अच्छा म्हणजे तू निर्माती आणि हा दिग्दर्शक आहे तर!' आम्ही समजावण्याचा प्रयत्न केला-'आम्ही दोघंही दिग्दर्शक आहोत'. त्यावर त्याचा प्रश्न - 'अच्छा म्हणजे(सुमित्राकडे पहात) तू लेखिका आणि (माझ्याकडे पहात) तू दिग्दर्शक!' अखेरीस बऱ्याच खटपटीनंतर त्यानं वास्तवाचा स्वीकार केला की ही बाई लेखिका असून, हे दोघेही दिग्दर्शक आहेत!

हा अनुभव नेहमी तांत्रिक अंगांची चर्चा निघाली की येतो. स्त्रीला एक 'साधारण' कलात्मक समज असेल, पण चित्रपटाला लागणारे तांत्रिक कौशल्य पुरवायला तिला बाप्याच लागतो असं भल्याभल्यांना वाटतं. आमचे अनके सहकारी '९mm लेन्सचा उपयोग कोणत्या वेळी करतात रे?' असा प्रश्न घेऊन सुमित्रा समोर दिसली तरी माझ्याकडे येतात आणि माझा खोटा अहंकार सुखावतो! आणि हे करणाऱ्यात स्त्री व पुरुष दोघेही आघाडीवर असतात. त्यातच भर म्हणजे मी चित्रपटांचं तांत्रिक प्रशिक्षण घेतलंय्- तिनं नाही! त्यामुळे खरोखरच हे तांत्रिक शब्द माझ्या ओठावर चटकन् येतात आणि त्यांच्या वापरातून एकूण ग्रुपमध्ये मिळणारं हे फुगवलेलं स्थान पटकावण्याचा मोह मला होतो. सुमित्राला माझ्याइतकीच तांत्रिकता समजत असली तरी शब्दांच्या जंजाळातून ती प्रकट होत नसल्यानं काही अनवस्था प्रसंगही ओढवतात; पुरुषी मनाचे भलते आविष्कार दाखवून माझ्या मनाला शरमायला लावतात.

'दोघी' या आमच्या चित्रपटांच्या सेटवर प्रकाशयोजनेच्या संदर्भात सुमित्राशी मतभेद झाल्यावर माझ्याच कॅमेरामन मित्रानं आपलं प्रशिक्षण तिच्या तोंडावर फेकत तिचा अपमान केला होता. एका तंत्रज्ञाचा दिग्दर्शकाशी झालेला मतभेद या अर्थानं ती वेळ सावरलीही गेली असती; पण मला आमच्या या कॅमेरामनमध्ये तंत्रज्ञ कमी आणि पुरुष जास्त दिसू लागला आणि मग एक पुरुष या नात्यानंच मी ते प्रकरण धसाला न्यायचं ठरवलं आणि अखेरीस आम्ही त्याला नम्रपणे त्यांचा कार्यभाग खंडित करून निघून जाण्याची विनंती केली.

हा आमचा कॅमेरामन निदान एक प्रशिक्षित तंत्रज्ञ तरी होता. दुसरा अनुभव फारच गमतीचा आहे. 'जिन्दगी जिन्दाबाद'चं काही डबिंग करत होतो. मी ओम पुरींच्या जवळ काचेच्या केबिनमध्ये आणि सुमित्रा आमचे रेकॉर्डिस्ट मुल्लाजी यांच्याजवळ काचेपलीकडे. तिथून आमच्याशी एक बटण दाबून त्यांना बोलता येतं. पण, नाहीतर त्या मंडळीत काय बोलणी चालली आहेत हे आम्हा काचेआडच्यांना कधीच कळत नाही. अशा या काचेपलीकडे घडलेला हा प्रसंग. एक तरुण मुलगा स्टुडिओ साहाय्यक

होता. मशीन चालू-बंद करणं हे त्याचं काम! एखादा संवाद डब झाल्यावर, सुमित्रा दिग्दर्शक या नात्यानं 'होकार' कळवायची. मी ओम पुरींना पुढचा संवाद सांगायचो. संवाद ठीक झालाय ना हा निर्णय तिचा! एक-दोनदा तिनं ओ.के. दिल्यावरही या स्टुडिओ साहाय्यकानं मशीन उलटं फिरवलं आणि रेकॉर्डिस्ट मुल्लाजींना सुचवलं, 'परत रेकॉर्ड करू!' असं दोन-तीनदा झाल्यावर सुमित्रा म्हणाली, 'मी ओ.के. दिल्यावर पुन्हा हा प्रपंच कशासाठी?' यावर तो मुलगा अरेरावीनं म्हणाला, 'बाई, रेकॉर्डिस्ट मुल्लाजींना नंतर किती त्रास होईल, ते तुम्हाला काय माहीत? म्हणून मी सांगतोय!' हे ऐकून थक्क झालेली सुमित्रा म्हणाली, ''मी इथं काय म्हणून बसले आहे?'' 'मला काय माहीत?' - तो म्हणाला.

सुमित्रा या चित्रपटाची दिग्दर्शिका आहे, हे त्याच्या मनातही आलं नाही. त्याच्या पुरुषी मनाला हे पचेचना. ही कोणी निर्मात्यांतर्फे सहज बसायला आलेली बाई असावी असा त्याचा मनापासून समज होता. पुरुषीपणाचा खरा पीळ हाही होता की, यावर चपापून माफी मागणंही त्याच्यानं झालं नाही. मुल्लाजींनी त्याला सांगितलं, ''या चित्रपटाच्या या बाई सर्वेसर्वा आहेत!'' हे ऐकून तो नुसताच गप्प कामाला लागला!

या पुरुषी जगात स्त्री-पुरुषांच्या व्यावसायिक नातेसंबंधांच्या बाबतीतही अनेक पुरुषांच्या वर्तणुकीनं मला हतबद्ध केलं आहे. आमची जोडी ही चित्रपटनिर्मितीतील संस्थातले उच्चपदस्थ पुरुष म्हणा किंवा नाणावलेले समीक्षक पुरुष म्हणा यांच्यात बऱ्याचदा कमी लोकप्रिय होताना मला दिसली आणि विनोद म्हणून नव्हे पण खरोखरच सांगतो- तरुण, सुंदर आणि विशेषत: स्वत:कडे किंचित कमीपणा घेऊन पुरुषांना मदतीला वाव देणाऱ्या दिग्दर्शिकेकडे या पुरुषांची मेहेरनजर फार लवकर होते! किंवा त्यांची मेहेरनजर चटकन् होते ती त्यांच्या पुरुषी 'खोडकर'पणात उत्साहानं सामील होणाऱ्या पुरुष दिग्दर्शकांवर! मी एका बाईबरोबर काम करणारा (म्हणजे पर्यायानं त्यांच्याशी गद्दारी केलेला अ-पुरुषी प्राणी) आणि सुमित्रा ही शक्यतो आपला उद्योग आपण निगुतीनं निभवू असं मानणारी स्वयंपूर्णतेचा ध्यास घेतलेली बाई- मग यांना आपल्या कृपादृष्टीचा प्रसाद द्यायचा तरी कशासाठी? हे लिहितानाच मनात आलं - हे वाचल्यावर 'ते' सर्व पुरुष मला 'स्त्रीवादी' भूमिकेची कावीळ झालीय असं स्वत:ला बजावू लागतील.

पुरुषी मूल्यव्यवस्थेच्या वातावरणात बाईलाही पुरुषी मूल्यांचा नाईलाजानं अंगीकार करावा लागतो किंवा त्यांच्याशी भांडावं लागतं, हीच गोष्ट नव्या विचाराच्या पुरुषाच्या वाट्याला येते.

'किलिंग इन्स्टिंक्ट', 'कटथ्रोट कॉम्पिटिशन', 'सेलिंग द कमोडिटी', 'रूथलेस ऑब्जेक्टिव्हिटी' - या आणि अशा लोकप्रिय इंग्रजी शब्दांमध्ये नवा पुरुष बाईपेक्षा जास्त गुदमरतो आहे. कारण त्याचं भांडण आहे या व्यवस्थेशी आणि स्वत:शीही!

कारण पुरुष मनाचा एक कल म्हणून तो जास्त व्यवसायाभिमुख असतो आणि या व्यवस्थेत सामील झाल्यावर होणारे फायदेही त्याला खुणावत असतात. समाजाबरोबर रहाण्याचा एक भाग म्हणून पुरुषांसाठी निघणारं कोणतंही नियतकालिक उघडलं की, नवनव्या महत्त्वाकांक्षा, त्यातून मिळणारी सत्ता, व्यसनं आणि त्यांचा उपयोग या आणि अशा हजार गोष्टी त्याच्याभोवती पिंगा घालू लागतात, हे मी स्वानुभवावरून सांगतो. एका हातात उंची दारूचा ग्लास. उंची सिगारेट. मोबाईल फोन. दुसऱ्या कवेत कोणी सुंदरी, अंगावर उंची वस्त्रं, मागे परदेशी गाडी – असं आपलं चित्र सर्व माध्यमांमधून प्रत्येक पुरुष दररोज पाहतो आहे. मध्यंतरी चंगळवादाच्या मोठ्या बळी स्त्रिया आहेत असा युक्तिवाद कोणी मांडला. हे फार फसवं विधान आहे. हो, स्त्रिया असंख्य उपभोगाच्या वस्तू, प्रसाधनं, खाद्यपदार्थ, वस्त्रं यांच्या मागे लागताहेत. पण, या सर्व वस्तूंच्या उपभोगातून त्या अधिकाधिक उपभोग्य वस्तू बनण्याचा प्रयत्न करणार आहेत. म्हणजे पुरुष हा स्वत:च्या उपभोग्य वस्तूंचाही समाचार घेणार, स्त्रीला उपभोग्य वस्तूंच्या जंगलात ढकलणार आणि तश्या गोष्टींची निर्मितीही करणार आणि स्त्री ही चंगळवादाची बळी आहे, असे शोधनिबंधही लिहिणार!

आमचे एक स्नेही नेहमी म्हणतात, 'पुरुषांना आकर्षित करणाऱ्या जाहिराती पाहून मी शरमतो. खरंच का मी इतका वखवखलेला, लंपट आणि सहज घोळात घेता येण्याजोगा आहे?'

अशीच शरम मला नेहमी येते ती भ्रष्टाचाराच्या मागणीच्या वेळी! एका सरकारी एडिटिंग रूममध्ये कामं करणारा एक कारकून मला सारखा सुमित्राशिवाय वेगळा गाठू पहात होता. एकदा तसा मोका साधून त्यानं माझ्याकडं पैशांची मागणी केली. आमचे कामाचे तास कमी दाखवून तो माझे पैसे वाचवणार होता आणि त्यातील हिस्सा त्याला हवा होता. आमचं कडाक्याचं भांडण झालं – तो निराश होऊन परत गेला! हेच नाक्यावर विनाकारण गाडी अडवणाऱ्या पोलिसाचंही! बाईंना थांबू द्या. तुम्ही एकटे माझ्याशी बोलायला चला! – ही मागणी! प्रत्येक पुरुषाला दुसरा पुरुष भ्रष्टाचारी आणि खोटारडा आहे याचा केवढा बरे विश्वास? त्यातल्या त्यात बरी गोष्ट म्हणजे बाई चटकन् लाचखोरीला तयार होणार नाही असं अनेक पुरुषांना अजून तरी वाटतं! पण, ही परिस्थिती फार काळ टिकणार नाही की काय? अशी भीती वाटते! (वाईट अर्थानं!)

आपण 'पुरुषीपणानं' वागायचं नाही असं ठरवून वेगळं वागू पहाणाऱ्या पुरुषावरच्या पुरुषानंच पुऱ्या करण्याच्या अपेक्षांचं ओझं मात्र तितकं कमी होताना दिसत नाही. 'नोकरी करायची, पण संसार – मुलंबाळं सांभाळून' अशा दुहेरी धावपळीत जशी नवी स्त्री जखडली गेली तसं आता नवा पुरुष एकीकडे आपल्या मैत्रिणीला–पत्नीला–आईला–बहिणीला समान समजतो आणि त्याचबरोबर पैसे कमावणारा, आधार देणारा,

धैर्यवान, न रडणारा अशा आपल्या पारंपरिक प्रतिमेतही त्याला बांधलं जातं. आपण जिला समान मानतो अशी आपली सहचरी आपल्याला तिच्यापेक्षा वरचढ नसल्याबद्दल तथाकथित पुरुषार्थ – कर्तृत्वात कमी पडल्याबद्दल, टोचणार तर नाही ना अशा भीतीत आणि दुभंगलेल्या मन:स्थितीत मला काही मित्र दिसतात!

स्त्रीकडून नकार ऐकणं, ही एक पुरुषाच्या 'पुरुषी' अथवा 'न पुरुषी' पणाची लिटमस टेस्ट मानायला हरकत नाही! हा नकार 'आता अमुक एका ठिकाणी जाऊ या का?' या प्रश्नापासून ते 'माझी होशिल का?' पर्यंत कोणत्याही प्रश्नाला मिळालेला असतो. चित्रपटांमध्ये आणि प्रत्यक्ष समाजातही वाढत चाललेली हिंसाचारी प्रेमप्रकरणं पुरुषाला पुन्हा पुन्हा जागं करताहेत. माझ्यावर जेव्हा जेव्हा अशी वेळ आली(!) तेव्हा तेव्हा हे जाणवलं की कोणत्याही खोट्या समर्थनाशिवाय, हेत्वारोपांशिवाय, आणि अपमानाचा कांगावखोरपणा न करता नकार पचवणं पुरुषाला जास्त अवघड आहे. कारण कमीपणा घेण्याची सवयच अंगवळणी पडलेली नसते.

माझ्या एका मैत्रिणीबरोबर चालत निघालो होतो. पुढच्या चौकात वळायचं आहे हे दोघांनाही माहीत होतं. मी का कोण जाणे किंचित अलीकडेच रस्ता ओलांडला आणि गृहीत धरून मागे पाहिलं तर ती मैत्रीण खुशाल त्याच पलीकडच्या फूटपाथवरून जात राहिलेली! पुढे चौकाशी आल्यावर तिनं रस्ता ओलांडला आणि आम्ही पुन्हा बरोबर निघालो. असं दोन–तीनदा झालं! आणि कोणत्या क्षणी रस्ता ओलांडायचा हे पुरुषानं ठरवायचं असतं, या माझ्या समजाला त्यादिवशी बसलेल्या धक्क्याचा अस्वस्थपणा मला आजही वाकुल्या दाखवतो.

परवाच माझी माझ्या मित्रांशी याच विषयावर खडाजंगी झाली. सुमित्रा जपानच्या फेस्टिव्हलमध्ये करायच्या भाषणांचा आराखडा तयार करत होती. ती म्हणाली, 'मला अनेकांनी भीती दाखवली होती, चित्रपट बनवणं सोपं नाही. मला आज वाटतं की, या कलेभोवतालचं गूढतेचं वलय काढण्यासाठी मी नव्या मुला–मुलींना म्हणेन – मी जर चित्रपट बनवू शकते; तर कोणीही बनवू शकेल! तुम्ही का नाही प्रयत्न करत?'

मी म्हणालो, 'मिस्टिफिकेशन'– हे एक पुरुषी मूल्यच आहे! माझ्या मते मी एक सर्वांना मान्यच असलेलं सामान्य विधान केलं. पण, प्रत्यक्ष मात्र समोरचे तिघंही मित्र भांडायलाच उठले. एकजण तर म्हणाला, 'तुला पुरुषांमध्ये काही चांगले गुण दिसतात की नाही?' दुसरा म्हणाला, 'खरचं का स्त्री–पुरुष यांच्याविषयी अशी शेरेबाज विधानं करता येतील?' आणि मग मला या मांडणीतला धोका लक्षात आला.

एकतर निसर्गत: स्त्री–पुरुषांमध्ये जो शरीर–मनात पडलेला फरक आहे तो जास्त घट्ट केला, रुजवला संस्कृतीनंच. इतकं की संस्कृतीनं त्या मूळ वैशिष्ट्यांची विकृत स्वरूपं आपल्या मनांवर ठसवली आहेत. ढोबळमानानं बोलायचं तर ऋजुता, काटकपणा,

चिकाटी, नाजूक कौशल्य, मातृत्वाशी निगडित ममता आणि भावनाप्रधानता ही स्त्रीची वैशिष्ट्यं जाणवतात तर शौर्य, धाडस, कठोरता, अलिप्तता, बुद्धीप्रधानता यांचे संस्कार पुरुषांच्या मनावर जास्त झाले आहेत. (यावरही वाद होऊ शकेल हे तर खरंच!) पण हे सारे गुण संदर्भाशिवाय ना चांगले ना वाईट! म्हणजे 'पुरुषांमध्ये काही चांगले गुण नाहीतच का' हा प्रश्नच बिनबुडाचा झाला; कारण स्त्रीच्या भावनाप्रधानतेचं रूपांतर केव्हा परावलंबी रडेपणात होईल आणि पुरुषाच्या कठोरतेचं रूपांतर कधी निर्दय आक्रमकतेत होईल हे सांगता येणार नाही. खरी समृद्धी तर दोघांना एकमेकांच्या गुणवैशिष्ट्यांची गंमत त्यांचा आदर, त्यांचं कुतूहल वाटण्यात आणि त्यातून त्यांनी ती आत्मसात करण्यात आहे. म्हणून मोटारसायकलवरून धडधडत जाणारी बाई पाहून गंमत वाटते तसं बाळाची शी धुणारा पुरुष पाहूनही बरं वाटतं!

साचेबंद प्रतिमांमुळे ठराविक प्रकारच्या गुणवैशिष्ट्यांचा समुच्चय झाला की त्याला अमुक तमुक म्हणतात. सर्वमान्य आराखडेही तयार व्हायला लागतात. अशाच एका मजेशीर प्रतिमेचा माझ्या पुरुषी मनाला छेद बसला आहे.

आमच्या ग्रूपची प्रमुख या नात्यानं ग्रूपची दिशा, मूल्यं, शिस्त-लवचिकता, योग्यायोग्यतेचे निकष याबाबत सुमित्राचाच शब्द सारे मानतात. पण, त्यामुळेच तिच्या वाट्याला जबाबदारीतून येणारी नेत्याची/शासकाची कडक भूमिका आपोआप येते. त्याप्रमाणात बाकी मंडळी तिला घाबरतातही. मग अशावेळी आपली अर्जी माझ्याकडे आणण्याचा पायंडा पडत चालला आहे! अर्थात्, इथे लाचखोर पोलिसाच्या पद्धतीनं माझी निवड केलेली नसते तर इथे 'आई' नामक भूमिकेला समांतर असा हुद्दा तयार झालेला असतो. एखाद्या साहाय्यकानं हळूच 'आज मला शूटिंगमधून किंचित लवकर सोडता येईल का?' असं मला विचारलं की, मला 'आई मी सिनेमाला जाऊ का? हे बाबांना विचार ना!' असं म्हणणारा कॉलेजातला मी दिसायला लागतो.

दूरदर्शनमुळे माध्यमांचा मोठाच स्फोट झाला आहे. हे माध्यम सामान्य माणसाच्या नकोइतक्या जवळ आलं आहे आणि फसवंही झालं आहे. सामान्य माणसाला त्यात प्रतिनिधित्वही करण्याच्या वेळा अलीकडे अनेकदा येतात. उदा. लोकप्रिय टॉक शो मधून त्या त्या कार्यक्रमाशी, विषयाशी संबंधित सामाजिक गटाच्या मानसिकतेचा अंदाज येतो. 'पुरुषक्षेत्र' सारखा चर्चात्मक कार्यक्रम करणाऱ्या निवेदिका किरण खेर स्वत: स्पष्ट आणि नेमक्या स्त्रीवादी भूमिकेतून टिप्पणी करत. तीच गोष्ट प्रिया तेंडुलकर यांची! कारण सामान्यांची मते म्हणून आजही त्याच जुनाट मतांचे प्रतिध्वनी या कार्यक्रमांत उमटताना पाहून मला एक पुरुष म्हणून स्वत:चा भलताच चेहरा आरशात दिसल्यावर होईल तसा त्रास होतो. यावर पोटतिडकीनं 'टीका या दोघी निवेदिका करतात आणि प्रेक्षकाला अंतर्मुखतेकडे ढकलायचा प्रयत्न करतात. पण शत्रुघ्न सिन्हा, किरण जुनेजा

अशा वैचारिक नि:संदिग्धता नसलेल्यांच्या कार्यक्रमांतून जुन्या मतांचे खूप लोक अजून आहेत ही आनंदवार्ता इतर समाजाला होणं असा दुष्परिणाम तर होणार नाही ना अशी भीती वाटते.

'उदारमतवादी' पुरुषांनी स्त्रियांच्या उद्धाराच्या कामाला सुरुवात केली आणि स्त्रीनं स्वत:च्या लढ्याचं नेतृत्व स्वत: करून त्यातल्या पहिल्या पहिल्या आक्रमकतेचं आता प्रगल्भतेत रूपांतर केल्यालाही अनेक वर्षं झाली. स्त्रीचळवळीचा दृष्टिकोन पर्यावरण चळवळीपासून ते जागतिक शांततेच्या चळवळीपर्यंत अनेकांना समृद्ध करणारा ठरला; पण समानतेच्या चळवळीची पुन्हा पुन्हा कोंडी होताना दिसते. याचं कारण पुरुषांची निष्क्रियता! लढ्याच्या रेट्यानं बदलणाऱ्या पुरुषांना मठ्ठ म्हणावं लागेल. तर त्या रेट्यानं सुद्धा न बदलणाऱ्यांना, दुष्ट म्हणावं लागेल.

पण हा लढा शिल्लकच राहता कामा नये आणि पुरुषांना पुरुषत्व आणि स्त्रियांना स्त्रीत्व सापडून त्यांना स्वयंपूर्णतेची आणि देवाण–घेवाणीची आस लागावी यासाठी ज्या पुरुषांना आपल्या विचारात आणि मुख्यत: कृतीत फरक करावासा वाटेल, त्यांचं आयुष्य निश्चितच जास्त समृद्ध होईल.

(पुरुष स्पंदन, दिवाळी १९९७)

स्वप्नः माझं-तुझं आणि आपल्या सगळ्यांचं...

– विनय महाजन
– अनुवाद : जितेंद्र म. ली.

विनय महाजन आय.आय.एम. अहमदाबादचा विद्यार्थी. चारूल मुंबईची आर्किटेक्ट प्लॅनर. आपल्या विषयाच्या संदर्भात सामाजिक काम करण्यासाठी त्यांनी 'अभिगम कनेक्टिव्ह' चालू केली. १९८९ मध्ये लग्न झाल्यावर दोघे अहमदाबादला राहतात. आपल्या समानतेच्या कल्पना घरी अन् कामावर प्रत्यक्षात आणण्याची त्यांची धडपड चालू असते. आपल्या घरकामासंबंधीच्या अनुभवांविषयीचे विनयचे मनोगत.

आपल्यापैकी बहुतेकजण 'टिपिकल' भारतीय घरांमध्ये वाढलेलो. नवरा-बायकोमधली कामाची विभागणी अतिशय स्पष्ट म्हणजे ठरवून किंवा एखाद्या कामाची आवड आहे म्हणून केलेली नाही तर समाजाने ठरविले आहे. बाईने काय करायचे अन् पुरुषाने म्हणून. अन् या समाजाने तर शिकवले आहे ना आपल्याला अशा मांडणीबद्दल प्रश्न न विचारायला. मीही अशाच कुटुंबामध्ये वाढलो. वडील कमाई करायचे. आई संसारी, गृहकृत्यदक्ष स्त्री. मला चार भाऊ अन् दोन बहिणी. आम्ही शिकायचं काय याविषयी घरातून स्वातंत्र्य होतं. पण भावा-बहिणींमध्ये कामाची विभागणी स्पष्ट होती, दोघांचे खेळ वेगळे होते. भाऊ खेळत असायचे अन् आईला स्वयंपाकात मदत, शिवणकाम वगैरे काम बहिणींचं. अर्थात्, त्याला कधी प्रश्नच विचारला गेला नाही. किंबहुना यात काही विषम, कोणावर अन्याय करणारे आहे असे वाटले पण नाही. माझ्या जातीच्या बहुतेकजणांना पुरुषांना आजही यात काही वावगं वाटत नाही.

जेव्हा वाचू लागलो. मोठा होऊ लागलो. तेव्हा आपलं आयुष्य, नाती, समाज यासंबंधी अनेक प्रश्न डोळ्यासमोर येऊ लागले. फक्त लैंगिक नव्हे तर बाकी ठिकाणी

असलेली विषमता बोचायला लागली. सफाई कामगारांना आपण का नाही स्पर्श करायचा? सारी देवाची लेकरं म्हणणारा आपला धर्म त्याला देवळात यायला का नाही म्हणतो? मुलींनी अंधार पडायच्या आतच का घरात यायचं? नवऱ्याच्या अन् बाकीच्या पुरुषांच्या आधी बाई का जेवत नाही– कितीही उशीर झाला तरी? स्त्रियांबद्दल अनेक समज – जे मला समजले नाही. त्या नेहमी दुबळ्या, कमी बुद्धीच्या, लेच्यापेच्या! पण भोवतालच्या सगळ्या बायका सकाळपासून रात्रीपर्यंत काम करत असायच्या – कित्येकदा त्यांच्या नवऱ्यापेक्षा कितीतरी जास्त. बाईच्या तोंडात डाळ शिजत नाही, हे अजून एक. भोवताली पिचलेल्या पण निमूट सहन करणाऱ्या बायका!

या किशोरवयात डोक्यात पक्कं होत गेलं – असं लग्न करायचं नाही. 'बरोबर', एकत्र रहायचं. इंजिनियरिंगला असताना सगळेजण 'पुढे काय' विषयी बोलत असायचे. त्यात 'लग्न' हा विषय कधीच नसे. बहुतेक मुलांसाठी तो न बोलण्याचा, साधा–सोप्पा विषय होता. मुली मात्र लग्नाविषयी नेहमी बोलत असायच्या. पुढच्या करियरसाठी, कोर्सेस निवडत असताना करियर, आवड, लायकीपेक्षा 'लग्न' हा महत्त्वाचा भाग होता. पुढे एखादा कोर्स केला तर 'चांगला' नवरा मिळणं किती शक्य आहे अन् घर– संसार करताना या करियरमुळे आडकाठी होणार नाही ना हे महत्त्वाचं. या 'वूड बी' नवऱ्यावर त्या कुठे राहणार हे अवलंबून होतं.

बी.ई. च्या शेवटच्या वर्षी बहुतेक मुलं नोकऱ्या, पोस्टग्रॅज्युएशन, पुढचं करियर यात गुंतलेली. बऱ्याच मुलींची लग्नं झालेली किंवा बघण्याचे प्रोग्रॅम चाललेले. त्या आम्हाला या प्रोग्रॅम्समधल्या घटना, विचारले गेलेले प्रश्न वगैरे सांगत. या सगळ्यांत होती नाकारली जायची भीती. आमच्यापैकी काहींना हे फारच त्रासदायक वाटायचं. बाकीच्यांना मात्र ते नॉर्मल वाटत होतं.

हे सगळे वेगवेगळे अनुभव – दोन बहिणींचा भाऊ म्हणून, मैत्रिणींचा मित्र म्हणून, सुंदर अन् माणुसकीचा समाज घडवण्याची स्वप्नं बघणारा माणूस म्हणून – डोक्यात प्रश्न उमटवत राहिले. अन् मी त्या प्रश्नांबरोबरच वाढलो. मग समजलं अशा विषम, हुकूमशाही नवरा–बायको, भाऊ–बहीण, आई–मुलगा, वडील–मुलगी अशा नात्यांना या समाजाचा, धर्माचा पाठिंबा होता.

हळूहळू एक गोष्ट मनात पक्की होऊ लागली – माझ्या वैयक्तिक आयुष्यात, माझ्या लग्नात मी विषमता येऊ देणार नाही. माझं प्रेम म्हणजे 'संरक्षक' अन् 'मार्गदर्शक' नसेल तर ते दोघांची 'काळजी घेणारं' अन् 'लोकशाही' वर विश्वास असलेलं असेल. अशा सुंदर नात्याचं स्वप्न मी बघायला लागलो. त्यात मी अन् माझा जोडीदार सखे होतो. एकमेकांची स्वप्नं, कल्पना, अडचणी सांगणारे अन् आधार देणारे. आम्हा दोघांना वाढीसाठी भरपूर जागा देणारं आश्वासक नातं. ग्रीटिंग कार्ड्सवर लिहिलेला 'you are too special' वाला मजकूर साधारणपणे आयुष्यात उतरत नाही – लग्नाचं रूटीन चालू

झाल्यावर. मी मात्र माझ्या स्वप्नांच्या बाबतीत जागरूक होतो. असा जोडीदार मिळेपर्यंत मी हे स्वप्न हृदयात जपणार होतो.

चारूल मला भेटली ते माझं नशीबच! आमची खूप स्वप्नं अन् कल्पना सारख्या होत्या हे लक्षात येत गेलं. अन् तीसुद्धा स्त्री-पुरुष नात्याचा माझ्याप्रमाणे (सारखा नाही!) विचार करत होती. बऱ्याचदा लोक म्हणतात ती जास्त भाग्यवान आहे. माझ्यासारख्या चांगला अन् समजूतदार नवरा मिळाला म्हणून पण मला नाही असं वाटत.

आज मी आमच्या दोघांची, आमच्या स्वप्नांच्या दिशेची वाटचाल - त्यातले विचार, अनुभव अन् त्यासाठी केलेले प्रयत्न सांगणार आहे. या नात्याला सुरुवात करताना आम्हाला खात्री नव्हती. आमच्या सहजीवनाचे हे वेगवेगळे पैलू मांडायचे म्हटले तर बरीच जागा लागेल. मी यातला 'घर चालवणे' हा सर्वांत अवघड पण पारंपरिक दृष्टीने कमी महत्त्वाच्या मानल्या गेलेल्या मुद्यावर लिहिणार आहे.

आमचा दिवस मी आलं घालून केलेल्या चहाबरोबर सुरू होतो. खरं तर चारूलला तिच्या स्वप्नांपासून जागे करून जमिनीवर आणण्यासाठी हाच एक उपाय! चहा पित असतानाचा वेळ आरामात गप्पा मारण्याचा, दिवसाचे नियोजन करण्याचा अन् वर्तमानपत्र वाचण्याचा. मग रोजची कामं चालू होतात - घर साफ करणे, नाश्ता बनवणे, फोन करणे, संडास-मोरी साफ करणे, दूध तापवणे इत्यादी. बऱ्याचदा लोक विचारतात तुमच्या घरी कोण कुठलं काम करतं. प्रचंड अवघड प्रश्न. या वर्षांमध्ये division of labour अशी राहिलेलीच नाही. अशा ठरलेल्या जबाबदाऱ्या आमच्या दोघांमध्ये नाहीत. भाजी चिरण्यापासून कपडे धुण्यापर्यंत कुठलही काम आमच्यापैकी कुणीही करतो. आता हे खूप नैसर्गिक, नॉर्मल वाटतं; पण याच्यामागे इतक्या वर्षांचा प्रवास आहे - विचार, चर्चा, कधी कधी झालेली भांडणं. अन् सर्वांत महत्त्वाचं म्हणजे 'आमच्या दोघांच्या सहजीवनाच्या स्वप्नांसंदर्भात रोजच्या आपल्या वागणुकीचे विश्लेषण.'

माझ्या बाबतीत म्हणाल तर समानता 'अंमलात आणणे' लग्नानंतरच चालू झाले. स्त्री-पुरुष असमानतेबद्दलची therotical समज, असमानता स्त्रीचे दमन करते अन् ती स्त्री-पुरुष दोघांनाही असते, हे समजणं एवढंच पुरुषाने लोकशाही मार्गाने वागण्यासाठी पुरेसे होत नाही.

आपली समाजरचना वाटते त्यापेक्षा कितीतरी जास्त अन्याय्य आहे. पुरुषी वर्चस्व अन् स्त्रीची अधीनता या रचनेमध्ये नैसर्गिकच वाटतात. बऱ्याचदा पुरुषाचे हुकूमशहा वागणे हे त्याने ठरवून केलेले नसते. या समाजातील मान्य मूल्यांमध्ये पुरुषाचे स्त्रीशी समानतेने वागणे बसत नाही. त्यामुळे वेगळे नाते निर्माण करत असताना पुरुषाला बराच संघर्ष-समाजाशी अन् स्वत:शीही करावा लागतो. त्यामानाने बाईने लहानपणापासून घरामध्ये कामं केलेली असतात. त्यामुळे अशा कामांमध्ये अन् नात्यामध्ये लागणारी

सोशिकता उपजतच असते. अशा दोघाजणांनी समानतेचे नाते प्रस्थापित करत असताना एक दुसऱ्याबद्दल समंजसपणा, सतत बोलणे, आपल्या वागण्याचा विचार करणे अन् सोशिकपणे अडचणींमधून मार्ग काढणे आवश्यक ठरते अन् हा सगळा खटाटोप या गोष्टी सोडून देण्यापेक्षा खूपच worth असतो हे मी माझ्या अनुभवाने सांगतो.

स्त्री–पुरुष समानतेवर इतका पक्का विश्वास असतानाही माझे पुरुषी वागणे मधूनमधून आमच्या नात्यामध्ये – रोजच्या घरकामात – डोकावत राहिले. पाहुणे घरात आल्यावर त्यांना पाणी, चहा विचारणे मला नेहमीच 'नैसर्गिकपणे' सुचायचे नाही. शिवाय रोजची घरची साफसफाई, कपडे धुणे, भांडी घासणे, वस्तू त्यांच्या जागेवर ठेवणे, बाजारहाट यांची आठवण करावी लागायची.

रोजच्या घरकामात स्वयंपाक अन् त्या अनुषंगाने करायच्या गोष्टी वेळखाऊ पण मुख्य. आपल्याकडे हा तर पक्का स्त्रियांचाच प्रांत. आमच्या लग्नानंतर हे काम चारूलच्या गळ्यात आले. मला स्वयंपाक येत नव्हता त्यामुळे मी ही कामं करण्याचे स्वप्नातही नव्हते. अर्थात्, ही स्वप्नही आम्ही बघत होतो. बऱ्याचदा आपल्याला स्वयंपाक येत नाही हे कारण समोर करायला असतं. महत्त्वाचं म्हणजे पुरुषाला स्वयंपाक शिकायची इच्छा आहे की नाही, त्यांचा आळस आहे का की, 'लोक काय म्हणतील'ची भीती आहे हे. समानतेचं नातं तयार करत असताना पुरुष सामोरं जातात ते हे दिव्य. या वाटेवर चालत असताना, मनातले हे गंड, inertia अडथळे निर्माण करत राहतात अन् त्यांना ताकद लावून ओलांडावं लागतं.

आम्ही दोघंही भोवतालची जोडपी बघायचो अन् त्यांच्या नात्यांविषयी एकमेकांशी बोलायचो. यातले बरेच जण पुरोगामी विचारांचे होते; पण त्यांच्या घरात डोकावलं तर ती बरीच परंपरावादी वाटायची! पुरुष, राजकारण, कविता, संगीत, धंदा याविषयी चर्चा करतील अन् बाई आपली स्वयंपाकघरात. आम्हाला दोघांनाही याचा तिटकारा होता अन् त्यातून हे आपल्या घरी होऊ द्यायचं नाही हे नक्की झालं. सुरुवातीला आम्हाला दोघांना आत काम करताना बघून लोक चारूलला बोलायचे. त्याने चिडायचे नाही हे आम्ही ठरवलं होतं. हळूहळू त्यावरून गाडी 'बिच्चारा विनय' वर आली. सुरुवातीला मी कपबशा वगैरे धुताना बायका पळत यायच्या. हातातलं काम घ्यायला. मग त्यांना हे बघायची सवय झाली.

आम्ही जेव्हा बाहेर दुसऱ्यांकडे जायचो तेव्हा बायकांचे प्रश्न, त्यांना वाटणारी भीती मला आता समजू लागली. चारूलच्या माहेरी मी चहा करू लागलो की, तिची आई अवघडून जाई. आता मात्र हे बदललं आहे. कधी ती चहा करते तर कधी मला सगळ्यांसाठी चहा करायला आरामात सांगते. मला हे खूप छान वाटतं. मी आता खरंच त्यांचा मुलगा आहे, जावई नाही.

घरकामाविषयी माझं वागणं नेहमीच माझ्या समानतेच्या मूल्यांशी सुसंगत नव्हते. या विसंगती खूप त्रासदायक व्हायच्या. कारण अगदी आत मला असे असमान नाते नको होते. या सगळ्या प्रवासात हळूहळू माझ्यामध्ये खूप फरक झालेला मला जाणवतो.

अजून एक मुद्दा मला इथे मांडायचाय. 'निर्दोष' लोकशाहीवादी, समानतावादी नाते असे पुस्तकात नसते. लोकशाहीवादी मूल्यांचा अर्थ बदलत असतो. ही मूल्यं नात्यांमध्ये हळूहळू विकसित होतात अन् प्रस्थापित होतात. आजही बारा वर्षांनंतर मी अन् चारूल आरामात चहा पित बसतो अन् आमच्या नात्याविषयी बोलायला लागतो. अजूनही किती ठिकाणी ते सुधारता येईल याचा शोध लागतो. अजूनही कितीतरी गोष्टी शिकायच्या आहेत अन् अंमलात आणायच्या आहेत! पुढची तीनशे (हो, तीनशे!) वर्षेदेखील कमी पडतील! मला माझ्या पुरुष मित्रांना सांगायचय की, या समानतेच्या नात्याच्या दिशेने सुंदर प्रवासाला सुरुवात करण्यासाठी जंगी तयारी नाही करावी लागत. तुम्ही ठरवल्याठरवल्या सुरुवात होते. तुमचा हा या दिवाळीचा संकल्प होवो.

अजून एक, घरातील या लोकशाहीकरणाचे, समानतेचे फायदे स्त्रीलाच नाही तर पुरुषालाही मुक्त करणारे आहेत. पितृसत्ताक, असमान नात्याची स्त्री तर बळी आहेच पण आपण पुरुषही या सनातन, गुदमरत्या रूढीपरंपरांना बांधले गेलेलो आहोत. आपल्या बायकोशी वा कुठल्याही स्त्रीशी समानतेने, लोकशाही मार्गाने वागणे पटकन् नाही होऊ शकत, त्यासाठी या प्रवासाच्या जोडीदारांना विचार करून निर्णय घ्यावा लागतो.

अन् जेव्हा आपण पुरुष हा लढा देतो तेव्हा आपण स्वत:ला या रूढींमधून मुक्त करतो, आपल्या अमानुष अन् अपमानकारक वागणुकीतून आपल्याला स्वतंत्र करतो. आपल्याला हा लढा स्त्रीबरोबरच्या समान, सार्थ-नात्याचे सुंदर स्वप्न देतो. कुठल्याही बदलासाठी, सुधारणेसाठी स्वप्न आवश्यक असते अन् ही स्वप्नं बघायला शिकलं पाहिजे.

पुरुष मित्रांनो, आपल्याला बंधमुक्त करण्यासाठी आपण स्त्रियांबरोबरच्या नात्यात लोकशाहीवादी होऊ!

मैत्रिणींनो, सुंदर-सुसंस्कृत सहजीवनासाठी सजगतेने, ठामपणे पण दमानं घ्या!

■

(पुरुष स्पंदन, दिवाळी २०००)

कुणालचा मेंदू धावत होता, गेल्या तीन-चार महिन्यांच्या घटना त्याच्या

तिला ‘वाढवताना’ मीही ‘वाढतोय.....’

– प्रशांत कोठडिया

‘बाप’ होऊन आता उणीपुरी वीस वर्षं लोटली आहेत. बघता बघता ‘सूनृता’ नामक एका लहानग्या जिवानं आता ‘टीन-एज’ संपवून यौवनात पदार्पण केलं आहे. तिचं मोठं होणं हे मलाही अनुभवानं मोठं करत गेलं आहे. ही एकोणीस वर्षं मी आगळ्यावेगळ्या आनंदाची अनुभूती घेत आलो आहे. स्वत:चं मूल वाढवताना आई इतकाच सहभाग घेत असल्यानं, माझ्यासाठी विविध प्रकारच्या अनुभवांचं नवं दालन जणू कायमचं खुलं झालं आहे. स्वत:च जीवन समृद्ध करणारी, मनाला आल्हादित करणारी शिदोरी माझ्या गाठी कळत-नकळत जमा झाली आहे. ही आनंदाची ‘बचत’ माझ्या खात्यावर कायमची जमा झाल्याने, आणखीन काही वर्षांनंतर आपसूकच येणाऱ्या निवृत्तीनंतर समाधानाच्या हप्त्यांची जणू काळजीच मिटली आहे. राहून राहून एका गोष्टीचं आत्यंतिक बरं वाटतं की, मला नेहमीच्याच पुरुषी अहंकाराच्या स्वयंरचित चक्रव्यूहात अडकून बसण्याची दुर्बुद्धी झाली नाही. नाही तर मी माझ्या आयुष्यातील सर्वात महत्त्वाच्या आनंदाला किती मुकलो असतो, याची कल्पनाच करवत नाही.

लग्नानंतरची चोवीस वर्षे आणि सूनृताच्या जन्मानंतरची वीस वर्षे झपकन् सरून गेली यावर विश्वासही बसणं कठीण वाटत असलं तरी हा काळ सोपा मुळीच नव्हता. आई-वडिलांच्या घरात सर्व सुख-चैन असताना, लग्नाचा स्वतंत्र निर्णय घेतल्यामुळं झालेल्या संघर्षानंतर घराबाहेर पडणे क्रमप्राप्तच होते. बाहेरील समाजाचे वास्तव स्वीकारून स्वतंत्रपणे प्रत्यक्ष संसार करताना, असंख्य बरेवाईट अनुभव येणे हे देखील स्वाभाविकच होते. स्वयंसेवी क्षेत्रांत काम करताना देखील स्वत:वर तसेच अनेक

सहकाऱ्यांवरील अन्यायाविरोधात कराव्या लागलेल्या संघर्षामुळे डोक्यावर सतत अनिश्चिततेची टांगती तलवार होतीच. या सर्व काळात वेगवेगळ्या प्रकारची कामं करून कसाबसा गाडा रेटत होतो. अर्थात्, यादृष्टीने मनाची सदैव तयारी होतीच. सुरुवातीला उज्वलाच्या नोकरीचा आधार असला तरी पुढं पुढं कधी मी नवे काम शोधायचो, तर कधी तिला नोकरीचा कंटाळा आल्याने ती सोडून नवं काहीतरी करण्याच्या प्रयत्नात असायची. त्याअर्थानं आर्थिक तसेच वैयक्तिकरीत्या अनेक चढ-उतार, ताणतणावाचे गंभीर प्रसंग उद्भवले. आज मागे वळून बघताना मनातील अस्वस्थता, चाकोरीबद्ध जीवन जगणे हे मनाला मान्य नसल्यामुळे कशीबशी जुळवाजुळव करण्याच्या अव्यवहार्य धडपडीचा मागे पडलेला काळ कसा जगलो, याचे आम्हाला आश्चर्य वाटते. मात्र, या संपूर्ण कसोटीच्या काळात सूनृता आमच्या दोहोंच्या जीवनाचा केंद्रबिंदू असल्याने, तिच्या सहवासातील आणि तिला चांगल्या प्रकारे वाढवण्याच्या धडपडीचा हा सर्व अवघड काळ प्रचंड आनंददायी व ऊर्जा देणारा बनू शकला ही आमच्या कठीण जीवनाची चांगली बाजू होती.

आजही अधूनमधून हा उत्कट जीवनानुभवपट मन:पटलावर अलगदपणे थिरकत असतो.

उज्वलाला 'मुलगी' हवी होती तर माझा तसा कोणताही आग्रह नव्हता. मुलगा असो वा मुलगी, माझ्या दृष्टीनं दोन्हीही सारखंच होतं. सातव्या महिन्यात उज्वलाच्या तपासणीच्या वेळी डॉक्टरांनी तिच्या पोटात वाढणाऱ्या 'मानवी' जीवनाचे ठोके ऐकवले होते, तेव्हा ते मुलाचे की मुलीचे असा विचारही मनाला क्षणभरही स्पर्शून गेला नव्हता. मात्र, ठोके ऐकताना झालेल्या आनंदामुळं माझ्या ठोक्यात निश्चितच वाढ झाल्याचंही मला त्यावेळी जाणवलं होतं. त्या नवजीवाच्या ठोक्यांचा लयबद्ध जीवनाचा ताल ऐकल्यानंतर तर, तो जीव मुलाचा की मुलीचा हे जाणून घेण्याची मला मुळीच गरज वाटली नाही.

सुरुवातीच्या काळात म्हणजे उज्वलाच्या गरोदरपणाच्या काळात बाळाची वाढ होताना मी काहीसा अलिप्त असल्यासारखाच वागलो होतो. कदाचित 'वनराई'च्या कामाची 'झिंग' चढली असावी. उज्वलाला चमचमीत खाण्याची खास आवड आणि त्यात ती गरोदर! परंतु या अवस्थेत मी तिचे खाण्यापिण्याचे कोणतेच लाड केले नाहीत. १९८९ सालचा प्रसंग असावा. एकदा एका हॉटेलमध्ये तिनं फ्रुटज्युस मागवलं होतं तेव्हा त्याची किंमत ऐकून एवढा महाग ज्युस कशाला मागवायचा, असा 'समाजवादी' प्रश्न मी विचारल्याची आजही मनाला रुखरुख वाटते. मात्र शेवटच्या दोन महिन्यात मी या निसर्गदत्त प्रक्रियेत अधिकाधिक गुंतत गेलो. मी उज्वलाची जास्त काळजी घ्यायला लागलो. उज्वलाच्या सर्व तपासण्या नॉर्मल असल्या तरी काही कारणास्तव 'सिझेरियन'

करण्याचं आधीच ठरल्यानं, डॉ. सुभाष नारगोलकरांनी प्रसूतीचा दिवस नक्की करण्याचं आमच्यावरच सोपवलं होतं. आमच्या दोघांच्या बाबतीत मुहूर्ताचा प्रश्नच नसल्यानं, सर्वांच्या सोयीनं सोमवार, २७ नोव्हेंबर १९८९ रोजीची सकाळी ८.३०ची वेळ ठरवली. प्रसूतीच्या वेळी आत उपस्थित राहण्याची डॉक्टरांनी आनंदानं परवानगी दिल्यानं, माझं औत्सुक्य शिगेला पोहोचलं होतं.

सकाळी ८.३० वाजता मी पण ऑपरेशन थिएटरमध्ये प्रवेश करता झालो. हॉस्पिटलमध्ये नेहमीच दरवळणारा औषधी रसायनांचा सुवास येत होता. उज्वलाला लोकल ॲनेस्थिशिया दिला गेला. पावणेनऊच्या दरम्यान सिझेरियन सुरू झाले. ऑपरेशन करता करता डॉक्टर मला पोटातील संरचना समजावून सांगू लागले. हॉस्पिटलमध्ये सहजपणे वावरण्याची मानसिकता तयार असल्यामुळं कोणत्याही प्रकारचा त्रास होण्याचा प्रश्नच नव्हता. पुढच्या काही क्षणातच डॉक्टरांनी, आईच्या हाडीमाशी भिनलेला आणि रक्ताने माखलेला 'तो' चिमुकला जीव निसर्गाच्या जादुई कुशीतून बाहेर काढला. क्षणभर उशिराच; पण बाळाचा टाहो कानावर पडला आणि या नव्या जिवानं पहिलावाहिला श्वास घेतल्याचं पाहून, सर्वांचाच जीव भांड्यात पडला! माझ्यासाठी तर हा एक विलक्षण अनुभव होता. निसर्गाच्या सृजनाची प्रक्रिया इतक्या जवळून पाहण्याचं भाग्य मला लाभलं होतं. नवनिर्मितीचा हा आनंद सोहळा अनुभवताना, प्रसववेदनांचा हुंकारही जाणवत होता. लोकल ॲनेस्थेशिया दिल्यानं, माझ्या डॉक्टरांबरोबरच्या गप्पांकडे उज्वलाचे नेहमीच्याच 'चौकसपणा'ने लक्ष होते. अर्थात्, त्यामुळेच पोटातील मूल बाहेर काढल्या क्षणीच तिनं 'काय झालं' असं विचारलं आणि मुलगी झाल्याचं कळताच तात्काळ डॉक्टरांना 'थँक्यू' म्हटले. नऊ महिने एका जिवाचं ओझं घेऊन थकलेल्या परंतु मानवी जीवनातील सर्वोच्च आनंदानं हरखून गेलेल्या बायकोबद्दल माझ्या मनात कृतज्ञतेची भावना उचंबळून येत होती. सूनृताच्या रूपानं आमच्या जीवनात एक नवी सुंदर पहाट उगवली होती. उज्वलाच्या मैत्रिणीनं सुचवलेलं नाव आवडल्यामुळं ते आधीच ठरलं असल्यानं, सूनृताचं वेगळं बारसं करण्याचा प्रश्नच नव्हता. त्यामुळं इस्पितळातचं मोजक्या नातलगांसमवेत बाळाचं नामकरण गप्पांच्या ओघात पार पडलं होतं.

पहिले तीन महिने सूनृतानं उज्वलाला आणि लिलूमावशीला भरपूर जागवलं होतं. त्यामुळे त्यांची आणि कधीतरी जाग आल्यामुळं माझी देखील चिडचिड व्हायची. मात्र सूनृताचा दिवस रात्रीच सुरू व्हायचा त्याला कोण काय करणार? एखाद्या आघाडीच्या फलंदाजाप्रमाणं सुरुवातीला जलदगती माऱ्यास या दोघींनी तोंड दिलं. अशा काळात घरातल्या माणसाचं असणं किती महत्त्वाचं आणि उपयुक्त असतं हे पदोपदी लक्षात येत होतं. अलीकडच्या काळात, अमेरिकेतील आपल्या लेकीच्या बाळंतपणासाठी आईनं

सहा-आठ महिन्यांसाठी जाऊन राहण्याचं किती महत्त्व आहे, हे सहज लक्षात येऊ शकतं. त्यामुळे या तीन महिन्यांच्या काळात लिलूमावशी म्हणजे सूनृताच्या 'मदर मेरी' बनल्या होत्या. सुमारे तीन महिन्यानंतर लिलूमावशी म्हणजेच उज्ज्वलाची सख्खी मोठी बहिण स्वगृही परतल्यानंतर, सूनृताच्या 'फिरकी' माऱ्याला तोंड द्यायची जबाबदारी माझ्यावर आली होती. या प्रकारची पहिलीच आणि आगळीवेगळी जबाबदारी पेलण्यास मी मनानं पूर्णपणे सज्ज झालो होतो.

आम्हाला स्पष्टपणं आठवतं की तीन महिन्यानंतर एखादी कळ फिरावी अशा प्रकारे सूनृतानं एकदाही जागवलं नाही. ती रात्रभर सलगपणं झोपू लागली. कधीतरी ओलं दुपटं बदलण्यापुरतं उठावं लागायचं. त्यामुळे वनराईच्या कामात खंड पडत नव्हता. पहिल्या तीन महिन्यानंतर सूनृताला आंघोळ घालण्याची 'नाजूक' जबाबदारी स्वत:हून माझ्याकडे घेतली. दोन्ही पायावर ठेवून बाळाच्या इवल्याशा हाता-पायांना व सर्व अंगाला तेल लावतना; वरून पाणी घालताना आणि टॉवेलनं अंगावरील पाणी टिपून घेताना खूप 'रिफ्रेशिंग' वाटायचं. लिलूमावशी सूनृताला अंघोळ घालताना मी बारीक निरीक्षण करीत असायचो त्याचा मला खूपच फायदा झाला होता. (गाडी चालवणं देखील मी इयत्ता सातवीत असताना अशाच प्रकारच्या निरीक्षणातूनच सहजपणे शिकलो होतो.) आपल्या हाताच्या मुठीत तिचा सारा हात मावायचा. तिची आवळलेली मूठ हळुवार उघडून त्यावरून बोटं फिरवण्याची खूपच गंमत वाटायची. डोक्यावरून पाण्याचा तांब्या ओतताक्षणी बाळ ट्यांहा करून रडायचं तेव्हा बाळाची समजूत काढणारे लाडकौतुकाचे शब्द कळत-नकळत बाहेर पडायचे. काही ज्येष्ठ नातेवाईक मुद्दामहून घरी येऊन, मी घालीत असलेली अंघोळ बघायला यायचे. त्या सर्वांनी मला माझ्या या नव्या कौशल्याबद्दल मुक्तकंठानं पुरेपूर मार्क्सही दिल्यानं मन आनंदानं फुलून यायचं.

अर्थात्, पहिले दोन-चार दिवस असं वाटायचं की आपल्या हातून इतक्या लहानग्या जिवाला काही दुखापत झाली तर! मग मी अंघोळीच्या वेळी अतिरिक्त काळजी घेऊन तिला आणखीनचं हळुवारपणं हाताळायचा प्रयत्न करायचो. तिचं अंग पुसून तिला कोरड्या उबदार फडक्यात गुंडाळल्यावर हा चिमुकला जीव शांतपणं झोपी जायचा. दोन्ही पायांवर पालथं व सरळ झोपवून अंघोळ घालताना, मानेला हातानं आधार देऊन अलगदपणे उचलण्याचं कसबही मला बऱ्यापैकी साध्य झालं होतं. काही दिवसातच सूनृताला देखील माझी सवय झाल्याचं मला तिच्या प्रतिसादावरून लक्षात येऊ लागलं. आता याबाबतीत मी अगदी 'एक्स्पर्ट' झालो होतो असं म्हटल्यास वावगं ठरणार नाही. एकूणच सूनृताची अंघोळ हा प्रकार मी खूपच एन्जॉय करू लागलो होतो. अगदी पाच ते सहा वर्षांपर्यंत तिला अंघोळ घालण्याचा उपक्रम मी न कंटाळता केला. मला आजही माझ्या वडलांच्या हातची अंघोळ चांगलीच आठवते. मला झोपेतून उठवताना ते नेहमीच

हाताच्या दोन्ही तळव्यानं माझे दोन्ही डोळे हलका दाब देऊन चोळायचे. त्यांचा 'तो' मुलायम स्पर्श माझ्या मनात अद्यापही रुंजी घालतो. अशा स्पर्शातून उबदार मायेची नाळ आपसूकच कशी घट्ट होत मनात रुजते, हे मी स्वत: नव्यानं अनुभवत होतो.

अंघोळ घालणं हे जितकं आनंददायी होतं, त्याउलट बाळाची शी-शूची दुपटी धुणं मला अगदी नकोसं वाटायचं. शाळेपासूनच स्वत:चे कपडे स्वत: धुवायची सवय असल्यानं, सूनृताचे कपडे, दुपटी, इत्यादी धुण्याचं काम मी स्वत:हूनच माझ्याकडं घेतलं होतं. पहिले एक-दोन आठवडे शीनं माखलेली दुपटी धुताना, पिवळ्याधमक रंगानं आणि उग्र वासानं ओकारी येईल की काय, असं वाटायचं. अशावेळी काही क्षण श्वास कोंडून धरायचो आणि कसबसं धुण्याच काम उरकायचो. आपल्या बायाबापुड्या वर्षानुवर्षे निर्विघ्नपणं असले 'कर्म' कसं काय पार पाडत असतील, या विचारानं मन हैराण व्हायचं. अर्थात् काही दिवसातच मी देखील या प्रकारच्या कामाला सरावलो. मित्रमंडळी वा पाहुणे आलेले असताना, स्वत:च्या मुलीची शी-शू काढण्याची लाज वाटणं हळूहळू कमी झालं. आमच्यापैकी जे रिकामं असेल त्यानं पुढे येऊन ते काम करायचं, हा अलिखित नियम बनला. आजही कोणा लहानग्यांचे कपडे, दुपटी पाहिली की मला आमचा 'धोबीघाट' आठवतो. आता घरात धुण्याचे यंत्र आले असले तरी त्याच्या वापराद्वारे मी धुलाईशी जुळलेली माझी नाळ अजून तरी पूर्णपणे तुटू दिलेली नाही.

नवव्या महिन्यातच सूनृताला पाळणाघरात ठेवू लागलो. इतक्या लहान वयात तिला पाळणाघरात पाठवायचं का, यावर आमच्या छोट्या राज्याच्या असेंब्लीमध्ये भरपूर व खरपूस चर्चा झडली होती. मला मुळातच ही कल्पना भयंकर वाटली होती. मनात अपराधीपणाचे भाव विस्फारून येत. परंतु, आमच्या न्युक्लिअर कुटुंबामध्ये उज्वला आणि सूनृता एकमेकींना पाहून पाहून कंटाळू लागल्या. शेजारपाजारी सूनृताशी खेळायला कोणीच लहान मूल नसल्यानं ती आईला पिडू लागली. जवळच एक पाळणाघर होतं. त्यामध्ये किमान दोन-चार लहान मुला-मुलींबरोबर ती खेळेल, कदाचित तिला हा बदल आवडेल या विचारानं सूनृताला पाळणाघरात ठेवण्याला मी काहीशा जड अंत:करणानं मान्यता दिली. हळूहळू सूनृता पाळणाघरात रमू लागली. इतर लहान मुलांशी खेळणं तिला आवडू लागलं. इतर मुलांमध्ये मिसळून राहण्याची समज येऊ लागली. मात्र पाळणाघरात ने-आण करताना आमची दमछाक व्हायची. विशेषत: संध्याकाळी तिला पाळणाघरातून आणायची वेळ गाठणे बऱ्याचदा अवघड होत होतं. बाळंतपणाची रजा संपल्यावर उज्वलानं टेल्कोची नोकरी सोडून 'मिळून साऱ्याजणी' मासिकाचं काम सुरू केले होतं. मात्र एखाद्या दिवशी पाळणाघरात वेळेत पोहोचू शकत नाही असं लक्षात आल्यावर मनाची घालमेल व्हायची. ना धड कामात लक्ष, ना

मुलीकडे वेळेत पोहोचण्याची शक्यता दिसायची, त्यामुळं चिडचिड देखील व्हायची. कसंबसं धापा टाकत पाळणाघर गाठायचो. सूनृता शांतपणं तक्क्याला टेकून वाट बघत बसलेली असायची. मला वा उज्वलाला पाहताक्षणी तिच्या चेहऱ्यावर एक बारीकशी स्मितरेषा उमटायची. मग आम्ही गप्पा मारत घर गाठायचो. सूनृता तशी खूपच सुखकर होती. तिनं पाळणाघरात जायला कधीच त्रास दिला नाही. कधीतरी पाळणाघरात जायचं नसलं तरी तिची प्रेमानं समजूत काढली की ती ऐकायची आणि सर्व सहकार्य करायची. घरातल्या परिस्थितीशी गरजेनुसार जुळवून घेण्याची प्रवृत्ती व बुद्धी लहान मुलांमध्ये उपजतच असते, हे तेव्हा आम्हाला उमजू लागले.

मुळातच ती शांत व समाधानी असायची. रडणं आणि हसणं क्वचित. बऱ्याचदा चेहऱ्यावर गंभीर भाव असायचे. शेजारपाजारच्या मंडळींना घरात लहान मूल आहे की नाही, असा प्रश्न पडायचा. इतकं लहान मूल अशा प्रकारे कसं शांत असतं? ना तिचा रडण्याचा आवाज ना खिदळण्याचा. त्यामुळं काळजी वाटून आमच्या एका नातेवाईकानं सूनृताला एखाद्या मानसोपचारतज्ज्ञ तसेच बालरोगतज्ज्ञाला दाखवण्याचा मोठ्या आपुलकीनं सल्ला दिला. त्यानुसार आम्ही दोन-तीन डॉक्टरांकडे सूनृताला घेऊन देखील गेलो होतो. जवळपास सर्वच डॉक्टरांनी आम्हालाच वेड्यात काढलं हे वेगळं! उज्वलाच्या नात्यातील एका ज्येष्ठ डॉक्टरांनी ब्रेन-टॉनिक दिल्याचा फायदा होत असल्याचे मात्र आम्हास जाणवू लागले होते.

लहान मुलं भाषा कशा प्रकारे शिकतात, बोलण-वागणं कसं उचलतात याचा प्रत्यक्षानुभव आम्ही घेतच होतो. मुलांशी लाडात बोबडं बोलू नये, कारण मुलं ते ऐकून ऐकून त्याचप्रकारे बोलू लागतात. त्यामुळं आम्ही ठरवून सूनृताशी स्पष्ट उच्चारात बोलायचो. घरात मराठी गाणी वा शास्त्रीय संगीताच्या कॅसेट्सचे गुंजन सतत सुरू असायचे. परिणामी सूनृता लवकर बोलायला लागली व तिचे उच्चारही अगदी स्पष्ट होते. तिला भाषेचं आकलन सहज व चांगल्या प्रकारं होत असल्याचं आम्हाला जाणवायला लागलं होतं. मग काय, बडबडगीतं, गोष्टींची रेलचेल सुरूच असायची.

सूनृताला एकदा झोप लागली की ती रात्री अजिबात उठायची नाही, हे जरी खरं असलं तरी ती खूप उशिरापर्यंत जागी असायची. पाळणाघरात दुपारी जेवणानंतर तिला झोपवलं जायचं तेव्हा ती भरपूर झोपून घ्यायची. त्यामुळे रात्री झोप लागणे शक्यही नसायचं. बऱ्याचदा उशिरापर्यंत ती एकटीच बडबडत असायची, खेळत बसायची. रात्री तिला उजाडल्यासारखं वाटत असावं. त्यात माझी झोप अगदी हलक्या कानाची, तर उज्वलाची झोप म्हणजे विजेचं बटण बंद केल्याप्रमाणं ! सूनृताच्या जागण्यामुळं मलाही अनेकदा जाग यायची. त्यात 'भारतमातेचं फेडलं गेलेलं हरित वस्त्र' पुन्हा एकदा नेसवायचं मोहन धारियांचं स्वप्न पूर्ण करण्याची जबाबदारी माझ्या आणि

सहकाऱ्यांच्या शिरावरच नव्हती का? या सर्व काळात, वृक्षमित्र (!) धारियांच्या चरणी वाहून घेतल्यामुळं, भरपूर धावपळ असायची. साहजिकच मी पूर्ण दमलेला असायचो. सकाळी वनराईच्या ऑफिसला वेळेच्या आत पोहोचायचं असल्यानं माझी झोप पूर्ण व्हायची नाही. मग अर्धवट झोपेतच सूनृतावर जोरात खेकसायचो. घाबरून ती डोळे बंद करून पडून राहायची; पण दुसऱ्याच क्षणी खूप वाईट वाटायचं. हलक्याशा हातानं तिला कुरवाळत, अंगाखांद्यावरून हात फिरवत दोघंही झोपी जायचो. हे सर्व निद्रायण घडत असताना उज्वला मात्र ढाराढूर पंढरपूर!

दोघंही नोकरी करणारे असल्यानं, सूनृताचं आणि आमचं आवरून बाहेर पडेपर्यंत पुरती दमछाक व्हायची. आमच्या धावपळीबद्दल कणव येऊन की काय, सूनृता इतर कसलाही हट्ट धरायची नाही वा अजिबात त्रास द्यायची नाही. एकदा तोंडात बोटाचा बार लावला की तास–न्–तास जणू ट्रान्समध्ये जायची! अर्थात्, मला हे नवीन नव्हतं. मलाही बोट–सफर करून ट्रान्समध्ये रमायची लहानपणी सवय होती. मात्र, सूनृताला बोट चोखून जखम झाली तेव्हा आम्ही सहजपणे तिच्या तर्जनीला बँडएडची पट्टी लावली. गंमत अशी की ही पट्टी लावल्याच्या क्षणापासून जादूची कांडी फिरावी त्याप्रमाणं सूनृताची बोट चोखण्याची सवय पार मोडली!

सूनृताला शाळेत घालण्याचा विचार सुरू केला त्याच काळात, 'अक्षरनंदन' शाळा सुरू होण्याचा एक छानसा योग जुळून आला. लहान मुलांना स्वत:मधील गुणांना योग्य तो वाव देणारं, त्याचं व्यक्तिमत्त्व चहुबाजूंनी खुलवणारं एक सर्जनशील असं व्यासपीठ लाभल्याचं आम्हाला आगळंच समाधान होतं. माझं अकरावी पर्यंतचं शिक्षण जरी गुजराती माध्यमातून झालं असलं तरी माझ्या त्यावेळच्या घरातील वातावरणामुळं मी मराठी भाषेतूनच बोलायचो आणि विचारही करायचो. त्यामुळं सूनृताचं शिक्षण मातृभाषेतूनच व्हावं असा माझा खूप आग्रह होता. अशातच 'अक्षरनंदन' सारख्या भाषिक चौकटीच्या पलीकडे जाऊन 'माणुसकी'ची बोली बोलणाऱ्या उपक्रमशील शाळेचा पर्याय गवसल्यामुळं, आमचं काम अधिकच सोपं झालं होतं.

हळूहळू आमच्या लक्षात येऊ लागलं की सूनृताचा नैसर्गिक ओढा भाषा, चित्रकला, नृत्य यासारख्या कलांकडे अधिक आहे. मुलांच्या आवडी–निवडींना चालना देणारे अनेक बालोपक्रम शाळेत सतत चालायचे. अर्थात्, घरातून देखील प्रोत्साहन मिळणं तितकचं आवश्यक असतं, याची जाण ठेऊन आम्ही तिला हवं ते करण्यास प्रवृत्त करायचो. चित्र काढायला दिलेले कागद पुरत नाहीत म्हणून की काय, सूनृतानं आपला मोर्चा भिंतीकडं वळवला. काही महिन्यातच आमच्या घरातील भिंती सूनृताच्या चित्रभाषेतून आमच्याशी संवाद करू लागल्या. विविध रंगांनी, आकृत्यांनी सजत जाणाऱ्या भिंती जणू घरात प्रवेशणाऱ्या प्रत्येकाला खुणावत होत्या, लक्ष वेधून घेत

होत्या. घरातील कोणत्याही भिंतीवर रेघोट्या मारण्यास तिला मज्जाव नव्हता. सहा-सात वर्षांची होईपर्यंत आम्ही सूनृताच्या हस्तखुणा जपून ठेवल्या होत्या. भिंतीवर चित्र काढायचं तिनं बंद केल्यानंतरच आम्ही घरात रंगरंगोटी केली.

चित्र काढताना सूनृताला मानवी चेहऱ्याचे आकर्षण वाटत असावं. तास-न्-तास चित्रं काढत बसणाऱ्या तसेच आमचे जुने फोटो सतत न्याहाळणाऱ्या सूनृताला मात्र चित्रकलास्पर्धेत भाग घेण्याविषयी वा ड्रॉइंगचा कोर्स करण्याबाबत सुचवलं तेव्हा तिनं अनेकदा ठाम नकार दिला. मात्र, चार वर्षे भरतनाट्यम् शिकली तरी अरंगेत्रमपर्यंत तिनं ते काही रेटलं नाही. भरतनाट्यममुळं तिच्या हालचाली अधिक डौलदार व लयबद्ध झाल्या, एवढं मात्र नक्की! नृत्य-गायनासारख्या अभिजात भारतीय ललित कलांमुळं आपलं वावरणं किती प्रसन्नदायी होऊ शकतं, याचा इतरांप्रमाणे आम्ही देखील प्रत्यय घेत होतो. याउलट, मुलं अनेक बाबतीत मोठ्यांचं अनुकरण करतात, हे आपण नेहमीच ऐकत आलो आहोत. परंतु, मूल वाढवताना ते आपल्याला अनुभवायला मिळतं. अनेकदा नकळत आपल्या तोंडातील बरी-वाईट भाषा मुलांच्या तोंडात पटकन् बसते. सूनृता दुसरीत असताना, तिच्या तोंडात काही अपशब्द येत असल्याचं शाळेतल्या ताईंनी आमच्या कानावर घातलं तेव्हा आम्ही सावध झालो. शब्द जपून वापरायचा मी कसोशीनं प्रयत्न करू लागलो. मुलांमध्ये लहानपणापासूनच अनेक चांगल्या सवयी रुजाव्यात म्हणून आपली वडीलधारी मंडळी का प्रयत्नशील असायची, याचा आपल्याला उलगडा पालक झाल्याशिवाय होत नाही, हे खरेच!

स्वत:चं मूल वाढवताना नेहमीच एक गंमत पाहायला मिळते. मुलांच्या बोलण्या-वागण्यात, त्यांच्या काही लकबींमध्ये अनेकदा आपल्याला स्वत:चं प्रतिबिंब दिसतं. आपल्या बालपणाच्या अनेक प्रसंगांची आपसूकच उजळणी होते. पालकांमधील बरे-वाईट गुण वा सवयी मुलांमध्ये पाहायला मिळतात, स्वभावातील साम्यस्थळं दिसून येतात. उदाहरणार्थ, भाषेची आवड वा भाषेतील गती अथवा गणिताविषयीचा रुसवा, आदी बाबी मुलांमध्ये हुबेहूब उतरल्याचं पाहून कौतुकमिश्रित आश्चर्यही वाटून जातं. आपल्या मनात (विशेष करून रक्ताच्या) नात्यांच्या धाग्यांचा पीळ कधी घट्ट होऊन बसतो, हे लक्षातही येत नाही आणि त्यातूनच मनात आशा-अपेक्षांचे हिंदोळे सुरू होतात. आपण आपल्या आवडी-निवडीच्या मोजपट्टीनं आपल्या पाल्याचं वर्तन मोजू लागतो, आपल्या चौकटीत सारं काही बसवू लागतो. परंतु काळ किती झपाट्याने बदलतोय, याचा आपण वेध घेतला नाही तर मात्र दोन पिढ्यांमधलं अंतर वाढण्याचीच शक्यता वाटते. मानवी संबंधांमधली एक गंमत वा त्यातील विरोधाभास खूप अनोखा म्हणावा लागेल. जेव्हा मुलांना वडिलांच्या सहवासाची आवश्यकता असते, तेव्हा जगण्याच्या लढाईमुळे आपल्याला वेळ नसतो; आणि कालौघातात जेव्हा आपल्याला

मुलं जवळ असायला हवी असतात, त्याकाळात मुलांना स्वतःच्या पंखांच्या बळावर नवनवी क्षितिजे धुंडाळण्याची मनीषा टिपेला पोहोचलेली असते, नव्याने बळ प्राप्त झालेल्या पायांनं स्वतःची नवी वाट चोखाळण्यास ते सतत प्रयत्नशील असतात. त्यामुळेच ठराविक मर्यादेनंतर आपण फार आग्रही न राहण्याचं भान ठेवणं आवश्यक असतं.

सूनृता आता ग्रॅज्युएशनच्या शेवटच्या वर्षाला आहे. २७ नोव्हेंबर २००९ मध्ये ती विसाव्या वर्षांत प्रवेश करेल. ही एकोणीस वर्षे भरकन् कधी उडून गेली, हे कळले देखील नाही. वाढत्या वयाबरोबरच स्वतःचं नवं जगणं, नवा आत्मविश्वास, नव्या जाणिवा फुलण्याचा हा काळ आहे. कळत–नकळत स्वतःचा शोध सतत सुरूच असतो. रोजचं जीवन जगताना, आमच्या त्रिकोणात अनेक ताण–तणावांचे प्रसंग निर्माण होणं हे स्वाभाविकच म्हणावं लागेल. त्यामध्ये सूनृता बऱ्याचदा आमच्या अपेक्षा धाब्यावर बसवते, वेगवेगळ्या वस्तूंबाबतचा निष्काळजीपणा वा बेफिकिरी, शिस्तीचा अभाव, आपल्यातील अंगभूत गुणांचं चीज न करणं, चित्रकला वा भरतनाट्यम् अर्धवट सोडणं वा त्याबाबतचा रस मध्येच संपून जाणं, आवडी–निवडीच्या गोष्टी करण्यासाठी भरलेल्या पैशांची किंमत नसणं, यासारख्या अनेक स्वभावपैलूंमुळे देखील आई–वडिलांबरोबर खटका उडणे, हे गेली काही वर्षे अधूनमधून प्रत्ययाला येत असतं. सूनृतानं एखादा मैदानी खेळ खेळावा, भरपूर व्यायाम करावा, टेकडीवर फिरावं असं मला एकसारखं वाटत असतं. परंतु, ती कशालाही दाद देत नाही. कधीतरी मूड आला तर टेकडीवर दोन–तीन दिवस फिरून येईल. बस्स! तिला लहानपणी नेहमीच सर्दीपडसं व्हायचं अन् मग त्यातून काहीवेळा ताप यायचा. स्वतःची प्रतिकारशक्ती वाढव असं कित्येकदा सांगून फारसा उपयोग होत नाही. रात्री जागरणं करत वाचणं किंवा टीव्हीवरील चित्रपट वा फ्रेन्ड्ससारखी मालिका बघणे हे तिच्या अंगवळणी पडले आहे. त्यामुळे सकाळी उठवत नाही; मग आवरायला वेळ कमी पडतो आणि काही वेळा कॉलेजला पोहोचण्यासही उशीर होतो. पण मला लक्षात आलं की, या बाबी सांगून फारसा उपयोग होणार नाही. मात्र, जेव्हा तिला कोठे ट्रीपला वा महत्त्वाच्या लेक्चरला जायचं असतं तेव्हा ती स्वतःहून उठून वेळेत तयार होते. दहावी पासून ते अगदी एस.वाय.(आर्ट्स)च्या परीक्षांसाठी तिनं स्वतःहून भरपूर अभ्यास केला. मात्र, घरच्या कामात तसूभरही रस नाही. जेवढं सांगितलं जाई तेवढचं काम ती करते. मला नेहमी असं वाटायचं की, सूनृतानं सृष्टीच्या कार्यक्रमांना नियमितपणे यावं, चांगल्या विषयांवरील नामवंत वक्ते व विचारवंतांची भाषणं ऐकावीत. परंतु, पुढंपुढं तसा आग्रह वा अपेक्षा करणं थांबवलं. कधीतरी अचानकपणे कार्यक्रमाला येऊन ती आश्चर्याचा सुखद धक्का द्यायची. मध्यंतरी तिचं आणि आईचं काही कारणास्तव पटेनासं झालं होतं. त्यांचे एकसारखे खटके

उडायचे. एकमेकांबद्दल राग असायचा. या काळात मी अनेकदा सूनृताची बाजू घेऊन, तिला वडिलांचा भरभक्कम आधार आहे, याचा भरवसा द्यायचा प्रयत्न करायचो. मग काही दिवसांनी सर्वकाही पुन्हा नॉर्मल! मला स्पष्टपणं आठवतं की, जेव्हा जेव्हा उज्वला कामानिमित्त दौऱ्यावर जायची तेव्हा सूनृताचं आणि माझं असं काही गूळपीठ जमायचं की बस्स! आम्ही धमाल करायचो. अशा काळात सूनृतानं मात्र अभ्यासावर मुळीच परिणाम होऊ दिला नाही हे आवर्जून नमूद करावेसे वाटते. तिच्या मनातील भावना ती अतिशय सुंदरपणे पत्रातून मांडते, हे देखील मला खूपच महत्त्वाचे वाटते.

सूनृतानं काही तरी देदीप्यमान करावं, अशी माझी वा उज्वलाचीही अपेक्षा नाही. आणि आम्ही तरी काय देदीप्यमान करून दाखवलंय, की आम्ही मुलीकडून अपेक्षा करावी. मला अद्यापही आठवतं की मी वकिलीच करावी, अशी माझ्या वडिलांची किती इच्छा होती! मी ती कुठं पूर्ण केली? त्यांच्या इच्छेखातर मी एलएल.बी.ची पदवी घेतली एवढाच काय तो मी त्यांच्या इच्छेचा मान राखला होता. अनेकदा माझ्या मनात यायचं की, सूनृतानं लॉ करून माझ्या भावाच्या हाताखाली प्रॅक्टिस करावी आणि तिच्या आजोबांची व काकांची जोरकस वकिली पुढं चालवावी. माझ्या वडिलांची मी पूर्ण न केलेली इच्छा सूनृतानं पूर्ण करावी, अशा माझ्या मनातील सुप्त इच्छेचा मी मात्र मुळीच आग्रह धरला नाही, हे देखील तितकचं खरं. अर्थात्, सूनृतानं आमच्यासारखी धरसोड वृत्ती दाखवू नये, अशी त्यामागची भावना होती. सूनृतानं समाजशास्त्र घेऊन बी.ए. करण्याचा जो निर्णय घेतला, तो आम्हा दोघांनाही खूप आनंद व समाधान देणारा आहे. सोशिओलॉजी हा विषय मला देखील खूप प्रिय आहे आणि त्यामध्ये खूपकाही करता येण्यासारखं आहे, यात काहीच शंका नाही. मागील एक-दोन वर्षांत तिनं स्वत:हून मैत्रिणींच्या सोबत डॉ. अभय व राणी बंग यांच्या गडचिरोली येथील 'सर्च' संस्थेमध्ये होणाऱ्या 'निर्माण' शिबिरात जाण्याचा निर्णय घेतला. त्यातून तिला अनेक नवे मित्रमैत्रिणी भेटल्या. या शिबिरातून जरी तिला 'संमिश्र' अनुभव मिळाला असं वाटलं तरी 'तो' अनुभव देखील भावी जीवनात नक्कीच उपयोगी ठरेल.

आजच्या स्पर्धात्मक जगातील वेगवेगळे ताण-तणाव वाढत असताना, जीवनातील यशापयशापेक्षाही मनाचा नैसर्गिक कल, आवडनिवड व मनाचा पोत जाणून घेणं अतिशय महत्त्वाचं आहे, यावर भर देणं मला जरुरीचं वाटतं. विशेषत: सूनृताचा एकंदर स्वभाव लक्षात घेता, तिच्या भविष्याच्या दृष्टीनं या प्रकारचा विचार अधिक आनंददायक आणि उपकारक ठरेल, असं मला वाटतं. पुढील दोन-चार वर्षांत ती तिच्या आयुष्याचा मार्ग चालू लागेल. तो चालताना, तिच्यासाठी किती पैसा बाजूला काढला यापेक्षाही तिला आम्ही किती विश्वास दिला, तिचा आत्मविश्वास वाढवला, माणुसकी कायम ठेऊन समोरच्याचा आदर करायला शिकवलं की नाही, तिच्या आयुष्याला एखादे छोटे का

होईना पण आवडीचं ध्येय गवसेल यासाठी स्वतंत्र विचार करायला किती शिकवलं, या बाबी मला महत्त्वाच्या वाटतात.

सूनृताच्या आजवरच्या वाढीतील सर्व लहान-मोठे बारकावे अगदी जवळून पाहण्याची एकही संधी मी सोडलेली नाही. तिच्या विषयीच्या प्रत्येक महत्त्वाच्या घडामोडीत जागरूकपणे सहभागी होण्यास मी नेहमीच उत्सुक आहे. मूल वाढवताना आई इतकाच वडिलांचा सहभाग हवा, हे सांगण्याइतकी 'शिदोरी' माझ्याकडे जमा झाली आहे. जीवनातील अत्यंत सुंदर व आनंददायी अनुभव घेण्याचं भाग्य मला लाभलं आहे. एरवी पुरुषी अहंकाराच्या घनदाट जंगलात वाट चुकलेल्या प्रत्येक पुरुषाच्या दृष्टीनं, 'बापलेकी' इतकं 'निर्मळ' असं दुसरं कुठलंच नातं असू शकत नाही. किमान आपल्या अपत्याला (वा अपत्यांना)वाढवण्याचा अलौकीक आनंद घेता यावा म्हणून तरी प्रत्येक पुरुषानं वेळोवेळी 'आई' बनलं पाहिजे, असं मला प्रामाणिकपणे वाटतं.

सूनृताच्या वाढीच्या काळात तिच्याबरोबरचा प्रत्येक क्षण मला नवा आनंद, वेगळी अनुभूती देऊन जायचा. आजही बऱ्यापैकी आम्ही मौजमजा करत असतो. तिच्याशी जमेल तेवढा वेळ खेळण्यानं आणि मस्ती करण्यानं मी ताजातवाना होऊन जायचो. स्वत:च्या व कोणत्याही मुला-मुलींच्या भावविश्वात रमण्यासारखा दुसरा आनंद खचितच असेल. छोट्या बोटांनी भिंतींवर वा कागदावर रेखाटलेल्या रेषांचे सामर्थ्य हे हातांवरील भाग्यरेषांपेक्षाही मला महत्त्वाचं वाटतं. शाळेतील कोजागिरीच्या एका सायंकाळी खेळता-बागडताना 'चंद्राकडे पाहून मला अंघोळ केल्यासारखं वाटतं...' असे सूनृताच्या मुखातून उमटलेले सहजोद्गार कानी पडल्यावर, आपण मुलांना 'वाढवतोय' हा भ्रम दूर होतो आणि उलट त्यांच्या सहवासात आपणच 'वाढतो' हे पटू लागतं.

वाढत्या वयाबरोबर येणाऱ्या अशा समस्यांना, तणावांना अपरिहार्य म्हणता येईल. ती एक स्वतंत्र व्यक्ती आहे. तिला तिच्या कल्पना आहेत, तिची स्वप्नं आहेत, तिचं अवकाश आहे, याची जाणीव ठेवण्याचा मी सदैव प्रयत्न करीत असतो. मात्र, भवताली वेगानं सर्वप्रकारचे बदल घडून येत असताना, आमच्या दोघातलं खास नातं टिकून आहे, याचा मला पुरेपूर विश्वास आहे. रोजची धावपळ, समज-गैरसमज आणि भांडणतंट्याच्या रगाड्यातही आमच्यात संवादाची एक सुरेल तार सतत झंकारत असते. माझ्याप्रमाणेच तिलाही मनातील भावभावना सतत बोलून दाखवण्याची आवड नाही वा फारशी गरज वाटत नाही. तरी देखील आमच्यातील संवाद हळुवारपणे वाहत असतो. त्यामुळंच आमच्यातील नातं हे अनोखं आहे असं मला नि:संशयपणं वाटतं आणि एकमेकांना मिळणाऱ्या प्रतिसादातूनही आम्हाला या नात्याचं आश्वासन अखंडपणं मिळत राहील, याची खात्री वाटते.

अविवाहित राहण्याचा निर्णय

– रा. प. नेने

एखादी व्यक्ती आपल्या जीवनात काही जाणीवपूर्वक निर्णय घेते तेव्हा तिच्या जीवनात ज्या घटना घडलेल्या असतात किंवा इतरांच्या जीवनाचे निरीक्षण केलेले असते, त्याचा अप्रत्यक्ष परिणाम संबंधित निर्णय घेण्याला पुष्कळदा कारणीभूत ठरत असतो. मी अविवाहित राहण्याचा जो निर्णय घेतला त्याला माझी कौटुंबिक पार्श्वभूमी हे एक कारण असल्यामुळे त्याचा थोडक्यात उल्लेख करणे उचित ठरेल.

मी एका कनिष्ठ मध्यमवर्गीय कुटुंबात जन्माला आलो आणि वाढलो. पारंपरिक रीतीरिवाजांचा आणि मूल्यांचा जबरदस्त पगडा माझ्या वडिलांच्या मनावर होता. त्यामुळे ते अतिरिक्त वर्चस्ववादी, कठोर शिस्तप्रेमी आणि या प्रवृत्तींशी सुसंगत असे कर्तव्यदक्ष कुटुंबप्रमुख होते. मुलांच्या शिक्षणाबद्दल त्यांना आस्था होती. परंतु, त्यांच्यातील उपजत प्रवृत्ती कोणत्या आहेत किंवा कोणते विषय ग्रहण करण्याकडे त्यांचा अधिक कल आहे याचे निरीक्षण करण्यात व ते समजावून घेण्यात त्यांना स्वारस्य नव्हते. ज्यातून प्रतिष्ठा प्राप्त होण्याची शक्यता आहे, आर्थिक भरभराट प्राप्त करून देण्याची क्षमता आहे आणि मुख्य म्हणजे जे भावी संसाराला उपयुक्त ठरेल तेच शिक्षण मोलाचे असे त्यांना वाटत असे. मुलींनासुद्धा शिक्षण द्यावे, त्यात काही प्रमाणात इंग्रजी भाषेचाही समावेश असावा हे मानण्याइतपत आधुनिकीकरण त्यांनी अंगीकारलेले होते. परंतु, साधारणत: १६-१७ व्या वर्षी लग्न होईपर्यंत, विशेषत: सांसारिक व्यवहारात फार काही अडू नये इथपर्यंतचे शिक्षण मुलींना पुरेसे आहे असा त्यांचा ठाम विश्वास होता. मुलींच्या व्यक्तिमत्त्वाचा विकास ही कल्पना त्यांना हास्यास्पद वाटत असे. एखाद्या मुलीचा

आवाज मधुर असल्यामुळे तिला गायन शिकवण्याची व्यवस्था तिचे पालक करीत असल्याचे त्यांना कळले तर ते म्हणत, "पुढे लग्न झाल्यानंतर नवरा कामावरून घरी आल्यावर त्याला चहा-चिवडाच करून घालावयाचा आहे ना? ती त्याचे स्वागत गाणे म्हणून का करीत बसणार आहे? शाळेच्या पलीकडचे जर काही शिक्षण द्यावयाचेच असेल तर घरात उपयोगी पडेल असे शिवणकामाचे किंवा वीणकामाचे शिक्षण तिला फार तर द्यावे." शालेय विद्यार्थी-विद्यार्थिनींना 'कोळ्याला आठ पाय असतात,' किंवा 'फुलांच्या पाकळ्या आणि पराग' असले विषय शिकविण्यात वेळ कां घालविला जातो, असा प्रश्न त्यांना पडत असते. पुढे उतारवयात मुलींनी अधिक शिक्षण घ्यावे, पदवीधर व्हावे हे त्यांना पटू लागले होते. तथापि, त्या मागचासुद्धा मुख्य हेतू मर्यादितच होता. उच्चशिक्षण घेतल्याने स्त्रियांना नोकरी करण्याची संधी मिळते आणि त्यातून कुटुंबाची आर्थिक स्थिती काहीशी उंचावते, मुलांच्या शिक्षणाला थोडीशी मदत होते, अशी केवळ संसारकेंद्रित दृष्टी उच्च शिक्षणाला मान्यता देण्यामध्ये होती.

वरील तपशील अपुरा आहे, मात्र एका मर्यादित लेखात माझ्या वडिलांचा मानसपिंड तामसी होता याची कल्पना वाचकांना यावी या करिता तो पुरेसा आहे. पोथी-कहाणी वाचण्याइतपत किंवा जरूर पडल्यास खुशालीचे लहान पत्र लिहिण्याइतपत माझ्या आईचे शिक्षण एका लहानशा खेड्यात झालेले होते. अस्सल सात्त्विकतेची ती चालती-बोलती प्रतीक होती. तिच्याशी माझे वडील कर्दनकाळासारखे वागत असत. क्वचित स्वयंपाकातील एखादा पदार्थ मनासारखा झाला नाही, सहजासहजी न निघणारा कपड्यावर पडलेला एखादा डाग धुण्यातून निघाला नाही, त्यांना अपेक्षित असलेल्या वेळेत एखादे काम झाले नाही तर ते उच्च स्वरात, कित्येकदा अश्लाघ्य भाषेत बोलत असत किंवा कृतिशील धाकदपटशा दाखविण्यालाही मागे-पुढे पाहत नसत. आई आजारी पडली तर अतिशय चांगला वैद्यकीय सल्ला घेणे व आवश्यक तो औषधोपचार करणे यात ते फारसे काही कमी पडू देत नसत, परंतु त्यात आपुलकीपेक्षा कर्तव्यदक्षतेची भावना अधिक वरचढ असायची. लवकर बरे होऊन, सुदृढ प्रकृती ठेवून तिने आपली सेवा अखंडपणे करावी आणि मोठ्या कुटुंबाचं रहाटगाडं शेवटपर्यंत रेटीत राहावं ही त्या औषधोपचारामागची भावना अधिक प्रबळ होती. अविचल पतिनिष्ठा या संस्कारावर मात करण्याची जागृती निर्माण झालेली नसल्यामुळे आई या सर्व वागणुकीपुढे सोशीकतेने शरण जात असे. देवपूजा, उपास-तापास, हेतूविरहित सर्वांवर प्रेम यातून पुण्यसंचय होत जाईल आणि त्यातून पुढे आपल्या वाट्याला बरे दिवस येतील अशी आशा ती सतत बाळगीत असे.

माझ्या वडिलांना ब्रह्मदेशात (सध्याचा म्यानमार) रंगून बंदराच्या हवामान खात्यात नोकरी असल्यामुळे माझ्या वयाच्या तेराव्या वर्षापर्यंत आमचे कुटुंब रंगूनपासून सुमारे

१६ किलोमीटर अंतरावर राहत असे. माझ्या वडिलांची आकांक्षा मी उच्च पदापर्यंत चढणारा आय.सी.एस. ऑफिसर व्हावे अशी होती. म्हणून प्रथम प्राथमिक शिक्षणाकरिता आणि नंतर पुढील शालेय शिक्षणाकरिता त्यांनी माझे नाव उत्तम प्रॉटेस्टंट इंग्रजी शाळांमध्ये नोंदविले. दोन्ही शाळा खरोखरीच उत्तम होत्या. ब्रह्मी भाषा शिकवणारे शिक्षक-शिक्षिका वगळून ब्रिटिश आणि अँग्लोइंडियन असत. चर्चमध्ये जाण्याची सक्ती बिगरख्रिश्चन मुलांवर कधीच नसे. परीक्षेचे पेपर तपासण्यात, पारितोषिके वितरणात किंवा अन्य वागणुकीतही ब्रह्मी, भारतीय, चिनी, ज्यू, अँग्लोइंडियन किंवा अँग्लो-ब्रह्मी व ब्रिटिश अशा बहुधर्मीय अथवा बहुदेशीय विद्यार्थ्यांमध्ये कोणताही भेदभाव दाखविला जात नसे. आठवड्यातून दोनदा बायबलचा तास असे. त्यालाही बिगरख्रिश्चन मुलांवर सक्ती नव्हती, परंतु दोन-तीन वेळा आपण होऊन उपस्थित राहिल्यावर त्यातील कथा आमच्यापैकी काही बिगरख्रिश्चन विद्यार्थ्यांना आवडू लागल्या म्हणून आम्ही त्या तासांना उपस्थित राहू लागलो. इतर विषय शिकविताना उदारमतवाद, विज्ञान यावर भर दिला जात असे. शाळेतील आमच्या एक शिक्षिका 'ऑफ' तासाला येत असत तेव्हा त्या आम्हाला समजेल अशा भाषेत स्त्री-स्वातंत्र्याविषयी आणि त्याचा केवढा मोठा टप्पा गाठावयाचा आहे ते मोठ्या आत्मीयतेने सांगत असत. या शिक्षिका ज्यू होत्या. ब्रिटिश वसाहतवादाचे कडवे समर्थन शाळेत केले जात नसे. वर उल्लेख केलेल्या शिक्षिका स्वातंत्र्य, लोकशाही या संकल्पनांविषयी अधूनमधून बोलत तेव्हा, "जो तो देश स्वातंत्र्याला पात्र असतो. कोणाला, केव्हा स्वातंत्र्य मिळेल ते नियती ठरवीत असते." असे सांगत असत.

शाळेत मिळणारे शिक्षण आणि घरातील वागणूक व संस्कार यात कमालीची तफावत होती. याची जाणीव मात्र माझ्या वडिलांना नव्हती. शाळेतील शिक्षणाचे परिणाम माझ्या मनावर सूक्ष्मपणे होत होते. वयाच्या १२-१३ व्या वर्षी माझ्या आईला इतकी हिणकस वागणूक का मिळते आणि त्या विरुद्ध तिला काहीच कसे बोलावेसे वाटत नाही असा प्रश्न मला अधूनमधून व्यथित करून टाकीत असे. नेपोलिअन या फ्रेंच नेत्याविषयी त्यावेळी मला फार आदर वाटत असे. त्याच्यासारखे पराक्रमी बनून माझ्या वडिलांचे पारिपत्य करावे आणि इंग्रजांना नेस्तनाबूत करून भारत स्वतंत्र करावा अशा अपरिपक्व कल्पना मनात डोकावून जात असत!

दुसराही एक विचार त्याच सुमारास व त्यानंतरही माझ्या मनात तरळून जात असे. पुरुष हा नवरा बनला तरच तो स्त्रियांना अशी हृदयशून्य वागणूक देण्यास प्रवृत्त होतो. आपल्या आईला जशी वागणूक मिळते तशी अनेक स्त्रियांना कमी-अधिक प्रमाणात मिळते, हे मला समजू-उमजू लागले होते. अशी वागणूक स्त्रीला मिळू नये असे जर मनापासून वाटत असेल तर नवरा कधी न होणे हेच चांगले असा विचार मनाला स्पर्श

करू लागला. हा विचार थोडा– अधिक दृढ होण्याला आणखीही एक लहानसे कारण झाले. मी अभ्यास करीत असताना किंवा एखादे काम करीत असताना, सापशिडी किंवा कॅरमसारखा खेळ खेळत असताना माझी धाकटी बहीण जर खोड्या करू लागली आणि त्याबद्दल मी जर तिला थोडा रागावलो किंवा सौम्य धपाटा दिला तरी माझी आई मलाच जरा रागवत असे. ''लहान बहिणीवर असे कधी रागावू नये, गोड बोलून सांगावे.'' असा उपदेश ऐकावा लागे. मोठ्या बहिणीने सांगितलेले एखादे काम करण्याची टाळाटाळ जर मी केली तर ''मोठ्या बहिणीचे नेहमी ऐकावे, नाही तर पुढे ती कधी भाऊबिजेला बोलावणार नाही आणि ओवाळणार नाही बरे का!'' असे आई म्हणत असे. त्या वेळेस बहिणींचा धाक भावांना असावा पण बायकोचा धाक नवऱ्याला असावा असे कधी कोणी सांगत नाही असे मला दिसू व वाटू लागले. नवरा झाल्यावर 'खलपुरुष' बनणे हे अपरिहार्य असते की काय, अशी शंका माझ्या मनात अधिक तीव्रतेने येऊ लागली. ज्यांचे वैवाहिक जीवन सुरळीतपणे चालू आहे असे म्हटले जात असे त्यांच्या बाबतीतही पत्नी समंजस आहे, वाद वाढवीत नाही, जुळवून घेते म्हणून सर्व काही सुखाने चालू आहे असे पाहावयास व ऐकावयास मिळत असे. अनेक बाबतीत समजूतदारपणाने वागणारे अनेक पुरुष मला माहीत आहेत; पण विवाह झाल्यावर पत्नीशी वागताना या समजूतदारपणाला ओहोटी का लागते असा प्रश्न मला पडत असे. त्यामुळे आपल्याला जर सौम्य अथवा आक्रमक वर्चस्ववादी बनावयाचे नसेल तर अविवाहित राहणे हे अधिक संयुक्तिक ठरेल असा (अगदी पक्का नसलेला) निर्णय मी घेऊ लागलो होतो. विवाहित पुरुषांच्या दुसऱ्या एका दुर्गुणाबद्दल बोलले जायचे, त्याचे तर मला अधिक आश्चर्य वाटत असे. ''हा माणूस कसला नेभळट आहे. बायकोच्या ओंजळीने पाणी पितो.'' असा अभिप्राय केवळ पुरुष नव्हे तर बायकाही देताना आढळतात. एखादा पुरुष जर कोणत्याही कारणामुळे अथवा स्वभावत:च नेभळट असेल तर विवाह झाल्यावर विशेषत: बायकोशी वागताना त्याचा नेभळटपणा नष्ट झालाच पाहिजे अशी अपेक्षा ठेवण्याचे कारण काय? बायकोच्या कर्तृत्वाच्या आधारे जर तो जीवन जगला, तिचा सल्ला जर तो अधिक वेळा घेत असला आणि असे करिता करिता त्याचा नेभळपटणा जर काही प्रमाणात ओसरला तर त्यात आक्षेपार्ह काय आहे? सर्वसामान्यपणे समाजात याला अद्याप मान्यता नाही. तेव्हा आक्रमकता किंवा नेभळटपणा यापैकी कोणताही ठपका जर टाळावयाचा असेल तर 'अविवाहित राहणे' हेच अधिक श्रेयस्कर असा निर्णय अधिक पक्का होऊ लागला. वरील सर्व विचार हे पुण्यातील शालेय जीवन संपण्याच्या आणि कॉलेजचे जीवन चालू होण्याच्या कालखंडातील होते. त्या वेळेस ते पुरेसे स्पष्ट होते असे नाही; परंतु हळूहळू ते अधिक स्पष्ट होत गेले म्हणून अधिक स्पष्ट स्वरूपात ते वर नोंदविले आहेत.

कॉलेजचं जीवन सुरू होईपर्यंत मी सामाजिक-राजकीय कार्य करू लागलो होतो. शाळेपासून कॉलेजच्या पहिल्या वर्षापर्यंत माझ्यावर स्वा. सावरकरांच्या (राष्ट्रीय स्वयंसेवक संघ नव्हे) विचारसरणीचा अधिक प्रभाव होता. तसे पाहिले तर ती एक विसंगतीच होती. कारण वर नोंदविलेले मनातील विचार हे पाहिलेल्या कौटुंबिक जीवनातून आणि इंग्रजी शाळेतील शिक्षणातून निर्माण झालेले होते. सावरकर विचारप्रणालीला त्याचे फारसे भान आहे, असे नाही. परंतु, सावरकरांची राजकीयप्रणाली दमदार व अधिक तर्कशुद्ध आहे असे मला वाटत असे. अशा या दुभंगलेल्या मन:स्थितीत कॉलेजमध्ये जाऊ लागल्यावर माझा समाजसत्तावाद या विचारसरणीशी-विशेषत: कार्ल मार्क्सप्रणीत क्रांतिकारक परिवर्तनाच्या तत्त्वज्ञानाशी-परिचय होऊ लागला आणि सावरकरांच्या विचारधारेतील बऱ्याच मर्यादा मला जाणवल्या. 'क्रांतीचे ध्येय' साध्य करण्यासाठी आपले जीवन व्यतीत करावे असा निश्चय होऊ लागला. क्रांतिकारकाचे खडतर जीवन जर जगावयाचे असेल तर 'वैवाहिक जीवन' हा त्याला फार मोठा अडथळा ठरेल याबद्दल माझ्या मनाची खात्री झाली. विवाह न करण्याचा निर्णय अधिक दृढ होऊ लागला. आपले विचार बहुतांशी पटणारी पत्नी जर असेल तर संभाव्य खडतर जीवन सुसह्य व एकमेकांना पूरक होऊ शकेल असाही विचार अधूनमधून मनात येत असे. मुलगी 'पाहून' लग्न करणे हे तर मला अजिबात रुचण्यासारखे नव्हते. स्वभावत: मुलींशी व पुढे अधिक प्रौढ वयात मध्यवयीन महिलांशी लवकर परिचय करून घेणे, तो परिचय वाढविणे हे मला जमत नाही. स्त्रियांना काय आवडेल आणि काय नाही याची एक प्रकारची भीती मला सतत वाटत आलेली आहे. मी कॉलेजात शिकत असताना पुण्यातील बहुसंख्य युवक-युवती मोकळेपणाने एकमेकांशी फारसा संपर्क ठेवीत नसत किंवा (फार झाले तर वर्गाच्या सहलीच्या वेळा वगळून) एकमेकांशी फारसे बोलत नसत. कामाच्या निमित्ताने किंवा एरवी किरकोळ संभाषण जरी मुलीशी झाले तरी 'काय भानगड आहे?' असे कॉलेजमधील मित्र विचारीत असत. एखाद्या दिसावयास बऱ्या नसणाऱ्या मुलीशी थोडा वेळ जरी कॉलेजच्या आवारात संवाद झाला तरी 'वर्गात येवढ्या कंडा पोरी असताना घोरपडीशी काय बोलत बसता राव?' असा प्रश्न सभ्यतेला सोडून टारगट नसलेले मित्रसुद्धा विनोद करण्याच्या बुद्धीने विचारीत. ('कंडा' हा शब्द त्या काळी सुस्वरूप मुलींना अनुलक्षून वापरला जात असे. हा शब्द कसा, कोठून आला, त्याचा उगम काय हे अद्यापही मला माहीत नाही.) आपली सामाजिक-राजकीय कार्यातील प्रतिमा जर निष्कलंक ठेवावयाची असेल तर 'भानगड' हा ठपका आपल्यावर येऊ नये म्हणूनसुद्धा मी कॉलेजातील मुली किंवा परिचय झालेल्या कार्यकर्त्या यांच्याशी काहीशा अलिप्तप्रमाणे वागत असे. एकूण जरा जपून पावले टाकणाऱ्यांपैकी मी आहे अशी माझी व माझ्यापेक्षाही मला ओळखणाऱ्यांची समजूत असल्यामुळे जर एखाद्या युवतीला

किंवा पुढे एखाद्या आवडलेल्या कार्यकर्तीला मी विचार करून लग्नासंबंधी विचारण्याचे धैर्य केले असते आणि 'नकार' मिळाला असता तर ते मला आवडले नसते. वास्तविक यात न आवडण्यासारखे काहीही नाही. सुप्त पुरुषी अहंकारातून ते मला रुचले नसते की काय, अशी शंका माझ्या मनाला कधी कधी त्रस्त करते. परंतु, नकार स्वीकारण्यापेक्षा 'लग्नाचा विचारच मनात फारसा येऊ न देणे' हे अधिक बरे, असे मला वाटले.

वरील सर्व कारणे जरी कमी–अधिक प्रमाणात माझ्या निर्णयाला कारणीभूत ठरलेली असली तरी माझा निर्णय अधिक निर्णायक होण्याला जे महत्त्वाचे कारण आहे ते म्हणजे स्त्रियांची मला वाटणारी भीती. सामाजिक जीवनात जरी संघर्ष अटळ आहे म्हणून तो स्वीकारला पाहिजे असे मला वाटत असले तरी वैयक्तिक पातळीवरील जीवन ते सुसंवादी, जवळ जवळ संघर्षरहित, शीतल असावे असे मला वाटते. मला भेटलेल्या अथवा माहीत असलेल्या महिलांपैकी काही अपवाद वगळून फारच थोड्याजणी संथपणे वादविवाद करू शकतात असे मला आढळले आहे. त्या फार लवकर संतप्त तरी होतात किंवा अश्रू ढाळू लागतात; म्हणून मला स्त्रियांची एकूण बरीच धास्ती वाटते. ५०–६० वर्षांच्या वैवाहिक जीवनापैकी बराच काळ तणावपूर्ण वातावरणात जाईल की काय अशी शंका भेडसावीत असायची. विवाह न करण्याचा निर्णय घेण्यामागचे हे एक अतिशय महत्त्वाचे कारण आहे.

कॉलेज–जीवनात व त्यानंतर व्यक्तीच्या (विशेषत: पुरुषांच्या) लैंगिक गरजेविषयी मी वाचलेले आहे. पण, लैंगिक गरज ही तहानभुकेसारखी अनिवार्य गरज आहे असे मला वाटत नाही. आपले मन जर व्यापक उद्दिष्ट साध्य करण्यामध्ये (ते उद्दिष्ट राजकीय अथवा सामाजिकच असले पाहिजे असे नाही.) व्यग्र असेल तर लैंगिक गरजेचे उन्नयन मनाला ताण पडू न देता करता येते.

अविवाहित राहिल्याने जीवनात – विशेषत: वार्धक्यात–आपत्तीच्या प्रसंगी किंवा आजारात पुरेशा आपुलकीने कोणी कदाचित आपल्याकडे लक्ष देणार नाही अशी खंत वाटण्याची शक्यता असते. परंतु, जेट विमानाच्या वेगाने अतिजलद प्रवास करावयाचा असेल तर अधिक पेट्रोल खर्च करावे लागते; ही किंमत जशी मोजावी लागते, त्याचप्रमाणे जर अविवाहित जीवन जगायचे असेल तर त्याकरिता लागणारी किंमत देण्याची तयारी निर्धारपूर्वक करावी लागेल असे मी मानतो.

■

(पुरुष स्पंदन, दिवाळी २००१)

६

लिंगभावाचं राजकारण

– मकरंद साठे

२००७ च्या सुमारास 'शोध पुरुषत्वाचा' (Exploring mascunality) या विषयावर, आशिया खंडातल्या अनेक ठिकाणी एक फिरती आंतरराष्ट्रीय चर्चासत्रांची मालिका आयोजित करण्यात आली होती. त्यातील एक चर्चासत्र पुण्यात झाले होते. त्याच्या उद्घटनाचे 'बीजभीषण' (Keynote address) देण्यासाठी संयोजकांनी जेव्हा माझ्याकडे विचारणा केली, तेव्हा उत्स्फूर्तपणे मी नकारच दिला. कारण 'पुरुषत्वाच्या' कल्पना वा खरेतर त्यामागे असणाऱ्या 'लिंगाधिष्ठित' राजकारणाचा (Gender politics) मी काही अभ्यासक नव्हे. खरेतर मी अभ्यासकापेक्षा एक ललित लेखक. बरं ललित लेखक म्हणून मी हाताळलेल्या विषयात हा विषय प्रामुख्याने कधीच नव्हता; पण जसजशी संयोजकांनी, 'मुद्दाम ललित लेखकच' बोलावण्यामागील आपली भूमिका स्पष्ट करत आग्रह धरला आणि दरम्यानच्या काळात मी याविषयी जाणीवपूर्वक विचार करायला लागलो, तसतसे या विषयाशी संबंधित काही मुद्दे मला स्पष्ट होऊ लागले. मुद्दे व्यक्तिगत अनुभवाशी निगडित आहेत. परंतु, त्यांचा उगम हा विशिष्ट सामाजिक धारणा आणि व्यवस्थांमधून आहे आणि ललित लेखकावर ही जबाबदारी सोपवताना, संयोजकांना अशाच बीजभीषणाची अपेक्षा होती. त्यातून नेहमीच्या ॲकॅडेमिक मार्गांपेक्षा काही वेगळी दिशा चर्चेला मिळेल अशी त्यांची अपेक्षा होती. मी विचाराने ते आमंत्रण स्वीकारले. संयोजकांची अपेक्षा सफल झाली किंवा नाही ते मला ठाऊक नाही, पण या निमित्ताने माझे बरेच विचारमंथन झाले. भाषण मी लिहिले नव्हते. नंतर मात्र ते लेखरूपातही यावे असे वाटल्यावरून, हा लेख.

तर एका व्यक्तिगत प्रवासातील काही बाबींचे हे अवलोकन आहे. खरे तर लेखकाच्या व्यक्तिगत बाबी, मी 'व्यक्तिगतच' राहाव्यात असे मानतो. त्याबाबत माझी 'प्रायव्हसी'ची भावना फार तीव्र आहे. बरं आत्मचरित्र वगैरे मी लिहावे आणि इतरांनी ते वाचावे इतपत माझे कर्तृत्वही नाही आणि माझ्या आयुष्यात काही विशेषत्वही नाही, याचेही मला पूर्ण भान आहे. परंतु, एखाद्या सामान्य माणसाच्या आयुष्यातील, सामान्य घटनांकडे डोळसपणे पाहिल्यासही, सामाजिकदृष्ट्या महत्त्वाच्या अनेक मुद्यांवर उजेड पडू शकतो, असे माझे मत आहे. त्यातून तो लेखक असला, तर एकंदरीनेच नाटक, साहित्य याविषयीही काही मुद्दे वेगळ्या प्रकारे तपासता येतात. या निमित्ताने माझा जो विचार झाला त्यातून मला 'पुरुषत्व', 'लिंगाधारित राजकारण', आणि त्याचे मराठी साहित्यात होणारे चित्रण याबाबतीतल काही मूलभूत संकल्पनाच थोड्या जास्त स्पष्ट झाल्या. 'व्यक्तिगत-सामाजिक', 'पुरुषत्व-स्त्रीत्व', 'लेखकाचे व्यक्तिगत जीवन'(यात त्याची सामाजिक पार्श्वभूमी आणि काळ आलाच) आणि त्याच्या साहित्यातून अभिव्यक्त होणारी जीवनदृष्टी; अशा अनेक त्रिकालबाधित (Eternal) द्वंद्वांबाबत, तणावांबाबत हे विचार आहेत.

तर मी एक सामान्य माणूस. खरेतर सामान्य 'सुदैवी' माणूस सर्वार्थाने 'आहे रे' गटातला. म्हणजे मी एक पुरुष, मध्यमवर्गीय, उच्चजातीत जन्मलेली, शहरवासीय अशी व्यक्ती. सर्वार्थाने प्रिव्हिलेज्ड् परंतु आपण असे आहोत, आर्थिक व सामाजिकदृष्ट्या ज्या शोषणव्यवस्था माझ्याकाळी रूढ आहेत त्यात चुकीच्या ठिकाणी आहोत याचे भान मला कधीतरी लहानपणी आले. त्यामागेही काही कारणे असणार. अशी परिस्थिती (तीही जन्मजात असते, त्यामुळे टाळता येत नाही) आणि असे भान यातही एक तणाव असतो. त्याची जाणीव होण्यामागे इतर अनेक कारणांप्रमाणे 'साहित्य' हे एक प्रभावी कारण असते आणि याबाबत आपली अभिव्यक्तीही साहित्य, नाटकांद्वारेच होत असते. याबाबतच्या इतिहासातून लेखकाची जीवनदृष्टी घडते. या 'समान' 'परिस्थिती भानामागे' काही ऐतिहासिक कारणे असतात. माझ्या दृष्टीमागे आणि साहित्यनिर्मितीमागेही तशी असणार.

त्यातलं सर्वात महत्त्वाचं एक कारण होतं, ते म्हणजे मी ज्या कुटुंबात वाढलो त्या कुटुंबाची जीवनपद्धती आणि या कुटुंबाबाहेर ज्या समाजात मी शाळेत गेल्यापासून वावरू लागलो त्या समाजातील रूढ जीवनपद्धती यात कमालीची तफावत होती. ती अनेक बाबतीत होती. पण, या लेखाच्या दृष्टीने पाहिले तर विशेषत: सामाजिक व लैंगिक समता याबाबतीतील आचार-विचार संबंधात होती.

माझ्या आईच्या बाजूकडील कुटुंब पाहिलं तर माझी आजी ही जहाल स्त्रीवादी कवयित्री होती. तिच्याबाबत 'स्वयंभू' हा एकच शब्द मला सुचतो. कारण तिच्या

अशा अभिव्यक्तीला पोषक असे वातावरण तिच्याभोवती नव्हते. आर्थिकदृष्ट्या गरीबच होती. ती एकही दिवस शाळेत गेली नव्हती. कौटुंबिक वास्तवही पुरुषसत्ताकच होते. सहवासातही कोणी सुधारक वगैरे विचारवंत येण्याची शक्यता नव्हती. आला असता तरी त्याकडे लक्ष देण्यासाठी तिला सांसारिक कामातून फुरसतच नव्हती. जमेची बाजू एकच ती म्हणजे काही किमान मानवी सहृदयता आणि संवेदनशीलता असणारा नवरा. तिच्या कविताही बहुतांशी बडबडगीते, मंगलाष्टके, अंगाईगीते अशा स्वरूपातून आल्या. (पुढं तिने काही निसर्गकविताही लिहिल्या.) पण त्यातील 'आशय' आणि 'अंगार' मात्र विलक्षण होता. तिने माझ्या आईसाठी लिहिलेल्या अंगाईचे कडवे बघा –

'ही जन्माला आली कन्या म्हणुनी, औदास्य पसरते सदनी
नच केवळ ते प्रियजन दुःखित होती, वसुधाही खचते म्हणती
परि असेल का कारण हेच तयाचे, निज दुहिता परकी होते,
तू होऊ नकोस कुणाचे
खेळणे बाळ गमतीचे
कवि म्हणती तैशा परीचे
ते फूल तसे, मूल आणि ही वनिता, गणुनी एक करिती कविता ।।'

किंवा ही एक वेगळी कविता.

थोर पोवाडे पतिव्रतेचे, गाऊनि करिती कौतुक साचे,
परि ते आमुच्या पराभवाचे प्रतीक सुंदर,
कसे आजवर उमगले न आम्हा ।

आणि द्विभार्या प्रतिबंधक कायदा आल्यावर, आपल्याला शतकानुतके शोषणाऱ्या घटकाचे नाक ठेचले जाण्याचा आनंद तिनं असा मांडला.

'पर्वा न तुझी मज, आणि दुसरी सदनी,
हे येता जाता ध्रुवपद होते वदनी,
ही हाय युगांची आज मिरास बुडाली,
उद्दामपणाची शिंगे मोडून गेली,
अन् पतीदेवता क्षणात दुबळी झाली.'

अशा या रूढ दृष्टीने पहाता अशिक्षित परंतु सामाजिकदृष्ट्या प्रगल्भ अशा व्यक्तीने आपल्या मुलींना– विशेषत: माझ्या आईला जाणीवपूर्वक वेगळे बाळकडू देऊन वाढवले. जगण्याच्या झगड्यात, उत्तरायुष्यात, तिच्यातील ही आग हळूहळू विझतानाही मी पाहिली. तिच्या नंतरच्या मुलांबाबत, त्यांच्या लग्नाबाबत तर ती अगदीच मवाळ होतानाही पाहिली. म्हणजे हुंडा न घेणे, लग्नाच्या वेळी जात, पत्रिका न बघणे किंवा कन्यादान न करणे वगैरे मूलभूत गोष्टी तिनं केल्या. परंतु, त्यापलीकडची अशी पॉझिटिव्ह

भूमिका मवाळ होत गेली. तोपर्यंत मी तरुण वयात आलो होतो. उठाव करण्यासाठी माझं रक्त वयानुसार सळसळतं होतं. घरचं वातावरण इतकं पोषक आणि स्वातंत्र्य देणारं होतं की, मी तिच्याशी अनेकवार भांडलो. त्यातून त्यावेळी माझी जीवनदृष्टी घडत होती. माझ्यातल्या लेखकाला पोसत होती. आज इतक्या वर्षांनी मागे वळून पाहता मला तिच्या विलक्षण एकाकी लढ्यात हळूहळू येणारा थकवा, निराशा कळू शकते. तिची बदललेली भूमिका – खरंतर भूमिका फारशी बदलली नव्हती. त्याची कमी झालेली तीव्रता– मला आजही मान्य नाही; पण आजच्या माझ्या वयात मी ती जास्त समजू शकतो. माझी आजची जीवनदृष्टी आणि साहित्य त्यातून घडतं.

पण परत थोडं त्या काळात जायचं झालं तर असं जाणवतं की, यातून माझ्या आईवर, त्यातून तिच्या मुलांवर काही वैशिष्ट्यपूर्ण संस्कार झाले. माझ्या आजीला एकत्र कुटुंबातील काही घटकांकडून वा समाजाकडून कितीही विरोध होवो माझ्या लहानपणी आमच्या 'विभक्त' कुटुंबात, तिच्याविषयी आणि तिच्या विचारसरणीविषयी मोठेच ग्लॅमर होते. हे ग्लॅमर खरे होते म्हणजे त्या विचारसरणीप्रमाणे जगण्याचा प्रयत्न करण्याची ओढ होती. पुढे पुढे आजीही काहीशी विझत गेली. त्याकाळी शहरी उच्चवर्गीयात जे होत होते त्याचप्रमाणे संबंधित अशी अनेक विभक्त कुटुंबं तयार झाली. आर्थिक संपन्नता आली, बहुतेकांची आयुष्ये बरीच जास्त सुखकारक झाली. त्यांनीही हे ग्लॅमर चालू ठेवले, पण प्रत्यक्ष व्यवहार मात्र पूर्णपणे होऊ लागला. टिपिकल आजच्या मध्यमवर्गीय, उच्चवर्णीय व्यक्तींमधला हा दुटप्पीपणाही त्याच तरुण वयात माझ्या अनुभवाला येऊ लागला. हळूहळू आजपर्यंत त्याचा 'कोडगेपणा' होऊन, 'पुरुषी अभिनिवेशी' वातावरण, समता विरोधी वातावरण वाढतानाच दिसू लागले. त्याचीही अभिव्यक्ती माझ्या लिखाणातून झालीच. परंतु, त्यावेळी शाळा–कॉलेजातल्या वयात घरी या भूमिकेबाबत असलेले ग्लॅमर जास्त खरे होते.

वडिलांच्या कुटुंबातही काहीशी अशीच परिस्थिती होती. आजोबा शिक्षक. परिस्थिती बेताची. वडिलांची आई अगदी लहानपणीच वारली. माझ्या आजोबांनी दुसरे लग्न केले ते ठरवून, मुद्दाम एका दुसऱ्या जातीच्या विधवेशी. पुरुष म्हणून त्यांची निवड सुद्धा इतर कुणा व्यक्तीची होती. परंतु एक सामाजिक धारणा म्हणून हा निर्णय. त्यांनी याबाबत लेखक वा. म. जोशी यांच्याशी पत्रव्यवहारही केला होता. त्यात या निर्णयाची चर्चा आहे. ती पत्रंही मला लहानपणी आवर्जून दाखवण्यात येत असत.

आजोबांबाबत आणि माझ्या वडिलांबाबत अजून एक आठवण नमूद केली पाहिजे. विशेषत: बाहेरच्या जगाच्या धारणांशी ती इतकी फटकून होती की त्यातून निर्माण होणारा तणाव मोठाच होता. या माझ्या आजोबांचे एका 'गाणारणी'शी, 'कोठीवाली'शी संबंध होते. (त्याकाळी हेच शब्द वापरले जात असत 'गानेवाली', 'तवायफ'इ.) माझे

वडील आर्थिक कुतरओढीतून, काही आप्तेष्टांच्या मदतीतून डॉक्टरीचं शिक्षण पूर्ण करू शकले. पुढे दवाखाना/इस्पितळ काढायचे तर पैसे नव्हते. या बाईकडून माझ्या आजोबांना कर्जावर पैसे मिळाले. माझ्या वडिलांची प्रॅक्टीस मोठी असली तरी पेशंट श्रीमंत वर्गातलेच, अशापैकी नव्हती. त्यामुळे सर्व पैसे फिटेस्तोवर–आणि तसा पैसे फेडण्याचा तगादाही नव्हता, मामला 'घरातला' होता– मी शाळेत वरच्या वर्गापर्यंत पोचलो होतो. हा शेवटचा हप्ता परत द्यायच्या वेळी माझे वडील मुद्दाम मला घेऊन बाईच्या घरी गेले. त्यांची ओळख करून देऊन, त्यांचे संबंध, त्यांचे उपकार याविषयी स्वच्छपणे त्यांनी मला माहिती दिली. (पुढे माझे लग्न झाल्यावर, माझ्या पत्नीलाही ते तिथे घेऊन गेले. पण, तो आमच्या प्रौढावस्थेतला भाग.) त्यांनी त्यावेळी त्या स्त्रीसंबंधी दाखवलेला आदर एकीकडे आणि हे वातावरण, वस्ती, घर दुसरीकडे. त्याहीपेक्षा बाहेरच्या जगाच्या अशा व्यक्तींबाबतची धारणा तिसरीकडे; पण त्याकडे काही वेळाने परततो.

त्यातून आमच्या कुटुंबात तीन पुरुष– मी, माझा धाकटा भाऊ आणि वडील. आई एकटीच स्त्री. माझ्या चुलत, मावस भावंडांतही – माझ्या वयाच्या आसपास भाऊच भाऊ. (हा स्त्रीवादी वातावरणाचाही परिणाम नसावा आणि पुढे त्यापासून ढळलेल्या वागणुकीचाही नसावा!) आईही, १९५०–६० च्या दशकात जे तरुण होते, त्या पिढीत जो एक विशिष्ट असा स्त्रीवादाचा टप्पा होता, त्या मुशीतली. म्हणजे हिरिरीने पुरुष जे करू शकतो ते सर्व स्त्री करू शकते हे मनोमन पटलेली. याबाबतही एक गमतीदार गोष्ट माझ्या आईनेच मला सांगितलेली आठवते. माझ्या आई–वडिलांचं लग्न ठरलं त्यावेळी नेहमीच्या अटी, 'बोलणी' नव्हती तर सून पुढे शिकणार इ. बोलणी होती. लग्न ठरल्यावर दोघे संध्याकाळी फिरायला जात. डॉक्टर व उच्चविद्याविभूषित होऊ पाहणारी वधू. एकदा टेकडीवर फिरायला गेले. जरा जास्त उंचवटा आल्यावर वडिलांनी – आईच्या मते पुरुषसत्ताक वर्चस्वी मनोवृत्तीतून – आईला मदतीचा हात दिला. (त्यात एक 'रोमान्स'चाही भाग असावा!) त्यावर 'मला येतंय आपलं आपण चढता' असे बाणेदार वगैरे उत्तर दिल्याचे, आई नंतर त्यातला विनोद, बाणेदारपणाचा छोटा आवाका वगैरे जाणवून, हसून सांगते. नटणे, मुरडणे टाळणे, 'अय्या', 'इश्श्' वगैरेंचा अभाव, नवऱ्याला(चारचौघातही) एकेरी हाक मारणे इ. प्रकार तर होतेच. ५०च्या दशकात ते उच्चवर्गीयातही विरळा. मी अगदी लहान असताना आपली आई आपल्या मावशीप्रमाणे नटून–थटून, दागिने, गजरा घालून, कुठेतरी निघाल्याचे मला जोरदार स्वप्न पडले होते. मी त्यानंतर अनेकदा 'तू लिपस्टिक लाव' इ. म्हणून मागे लागल्याचेही आठवते. मी बहुधा ५–६ वर्षांचा असेल ते तिने कायमच नाकारले. थोडक्यात काय सर्वच बाबतीत ही स्त्री–पुरुष, स्त्रीत्व–पुरुषत्व असे 'बायनरी', 'द्वंद्व'

नाकारणारी भूमिका अगदी छोट्या गोष्टींपासून मोठ्या गोष्टींपर्यंत.

या पार्श्वभूमीवर मी ज्या शाळेत गेलो तिथे हे भेद प्रचंडच मोठे होते. मी एका सामान्य, मराठी माध्यमाच्या शाळेत गेलो. ही शाळा म्युनिसिपालटीची नव्हती, पण बऱ्यापैकी गरीब विद्यार्थी येऊ शकेल अशीच होती. (त्यावेळी मध्यमवर्गीयच काय पण उच्चवर्गीय मुलेही अशा शाळांमध्ये येत. २० ते २५ % मुले अशी असत. काही अगदी दररोज गाडीने येणारीही होती.) गुंडपणासाठी शाळा प्रसिद्ध होती. प्रत्येक वर्गात १०% मुलं तरी 'दादा' कॅटॅगिरीतली असत. खूप हुशार मुलांची शाळा म्हणून ही शाळा प्रसिद्ध होती. पण आपल्या विषयाच्या दृष्टीने महत्त्वाचे म्हणजे शाळा अगदी पूर्णपणे 'पुरुषी' होती. फक्त मुलांची होती. शिक्षकसुद्धा बहुतेक सारे पुरुष. दोन-तीन शिक्षिका होत्या. त्यांना सतावणे हाच मुख्य उद्योग होता. एक तरुण सुंदर विशीतली होती. साधारण ७वी पासून पुढच्या वर्गातली मुले तिच्यावर लट्टू होती. तिला सतवायची, घरी जायची. वर्षभरात बाई शाळा सोडून गेली. दुसरी एक खमकी होती. 'भडव्या, ये इकडे' इ. म्हणून मारू शकायची. दिसायलाही 'पुरुषी'. राकट वर्ण. काळा. अगदी यथास्थित सर्व पुरुषी. ब्राह्मणी व्यवस्थेत तिला 'वेगळे' स्थान देणारे. पुरुष शिक्षकांबाबत तर विचारायलाच नको. 'मारणे' हा मुख्य उद्योग होता. शिव्या, विनोद सगळ्यालाच एक लैंगिक किनार असायची. एखादी गोष्ट विशेषत: 'यादी' लक्षात ठेवण्यासाठी त्याची आद्याक्षरे जोडून शब्द तयार करतात ना, तसे शब्दसुद्धा मुलींची नावे होतील किंवा त्यांना काही लैंगिक अनुबंध असतील तर बरे! उदाहरणादाखल एक - ॲसिडमध्ये निळा लिटमस तांबडा होतो यासाठी 'अनिता' आणि बेसमध्ये तांबडा निळा होतो. यासाठी 'बेस्तानी' हे उदाहरण बरेच मवाळ म्हणायचे. ते शब्द अजूनही लक्षात आहेत त्यावरून त्या व्यवस्थेत ते किती प्रभावी असतील त्याची कल्पना येईल.

मुलांमध्ये तर हा पुरुषी अभिनिवेश पूर्ण भरलेला. ७ वीतला मुलगा वेश्यागमनाच्या बढाया मारायचा आणि माझ्या घरी 'तवायफ'बद्दलची भावना मघाशी मी सांगितलीच. (कदाचित प्रत्यक्षात वेश्यावस्तीत जाऊन आलेला- एक दोन त्या वस्तीच्या आजूबाजूलाच राहणारी गुंड मुले वगळता - मी एकटाच असेन हा भाग वेगळा) या पार्श्वभूमीवर मी अलग पडणार हे उघड होते. त्यातून मी गोरागोमटा, नाकेला, सुंदर नसलो तरी रेखीव चेहऱ्याचा. आक्रमकतेचा अभाव. चेहऱ्यावर, हातापायांवर केसही उशिरा आलेला. (मी शाळेत वयाने एक वर्षाने पुढेही होतो.) साहजिकच मी समूहाचा बळी होणार हे उघड आहे. त्याकाळीच कधीतरी मग तोतरेपणा कब्जा घेऊ लागला. तो अजूनही अधूनमधून साथ देतो.

या सगळ्याचा परिणाम म्हणजे आपणच आक्रमक व्हायला शिकणे. चिडून नववी-दहावीत मी व्यायाम करू लागलो. दोघा-चौघांना बदडून काढले. मी 'पुरुष' झालो.

पुढेपुढे तर मग ही 'आक्रमकता' वाढीस लागली. 'बाटलेली' माणसे, धर्म बदललेल्या व्यक्ती जास्तच कर्मठ होतात तसा प्रकार. तरी मी निदान मुळात उंच, शरीराने धडधाकट होतो. काही थोडी लहान अंगकाठीची मुले तर खिशात चाकू वगैरे घेऊन असायची. (प्रत्यक्ष वापर व्हायचा नाही, परंतु मनोबल वाढायचे.) शाळा किती पुरुषी होती याचे अजून एक उत्तम उदाहरण म्हणजे शाळेला दांडी वगैरे झाली तर पालक म्हणून वडिलांचीच चिठ्ठी लागायची. आईची चालायची नाही. माझी आई अर्थात्च हे मान्य करणे शक्य नव्हते. ती भांडली. मी दोन्हीकडून कानकोंडा झाल्याचे आठवते.

तितकीच वाईट गोष्ट सर्व पुरुष मित्रांसमवेत असताना, मुलींसंबंधी लैंगिकतेसंबंधी होणारे बोलणे. त्याचा प्रभाव मोठा होता. पौगंडावस्थेत लैंगिक सुखाबाबतचे प्रत्यक्ष 'संशोधन', 'शोध' ही पुरुष मित्रांबरोबरच. त्याचे संस्कार बुजवणे हे पुढे मोठेच काम होऊन बसते. मी बास्केट बॉल खेळायला जायचो. एकाअर्थी तो फायदा. 'क्रीडापटू' आणि 'पौरूषत्व' याचे नातेच जोडले गेले आहे. परंतु तिथेही व्यवस्था हीच. कितीही प्रयत्न केला तरी मी पुरेसा 'आक्रमक' होऊ शकत नसे. एकंदरीने सार काय तर मी 'मिसफिट' होतो. सामाजिक 'चौरसात' माझे 'वर्तुळ' बसत नव्हते.

मला माझ्या लहानपणाचा शाळेचा त्यामुळे कायम 'तिरस्कार' वाटत आला आहे. सार्त्र म्हणाला होता त्याप्रमाणे म्हणायचे झाले तर 'आय लोड माय चाइल्डहुड अँड व्हॉटेव्हर रिमेन्स ऑफ इट'. मी अगदी शेवटपर्यंत शाळेची दशहतच घेऊन शाळेत गेलो. अंगात धमक होती म्हणून कधीतरी त्यावर मातही करायला शिकलो. आधी म्हटल्याप्रमाणे 'अधिकच आक्रमक' झालो. व्यायामशाळेत जाऊन अंग कमावले. शैक्षणिकदृष्ट्या पाहाता आर्किटेक्ट होऊन व्यायसायिक झालो. पुढे लेखकही; पण त्याचे व्रण अजूनही जळजळीत आहेत. मी गमावलेच जास्त. 'रडणे' – उघडपणे रडणे – हा गुन्हा होता. वयाच्या दहाव्या वर्षापासून आजपर्यंत गेल्या चाळीस वर्षात अनेकदा दु:खाचे, अपमानाचे, पराभवाचे प्रसंग आले पण मी एकदाही उघडपणे रडलेलो नाही. मी उघडपणे रडूच शकत नाही. मी उघडपणे फक्त चिडू शकतो.

त्यानंतर आले ते कॉलेज. एकदम आजूबाजूला मुली आल्या. शिक्षिका आल्या. माध्यम इंग्रजी झाले. एकत्र शिकलेली इंग्रजी माध्यमातील मुलं–मुली एकमेकांशी सहज मिसळायची. 'आमच्यातली' हुशार, 'यशस्वी' इ. मुलेही हळूहळू शिकली. काहीजण टगे, गुंड होऊन मुलींना त्रास देणे वगैरे करू लागले. इतरांना आपले 'दुय्यमत्व' मान्यच होते. माझ्यासारखे काही गोंधळलेलेच राहिले. मुलींबरोबरचे संबंध, लैंगिक उपभोग, आपली भूमिका, जबाबदारी याविषयी चर्चाही होत. त्यात माझ्या भूमिकेबरोबर येणारी अल्पमतातली मुलेही होती. थोडे भांडण्याइतपत 'आत्मविश्वास' तोपर्यंत आला होता. या चर्चा, वातावरण याचे पूर्ण प्रतिबिंब माझ्या 'घर' इ. पहिल्या एकांकिकेमध्ये पडलेले

आहे. पण ते सर्व नंतर. आधीतर केवळ 'हरवणे' मला आठवते, आमच्या वर्गातल्या सर्वात सुंदर मुलीला आम्ही 'डिंपल' म्हणत असू. (बॉबी त्याच वर्षी आला होता.) प्रत्येकाप्रमाणे तिच्याशी 'ओळख' व्हावी ही माझीही इच्छा होती. एका 'गेट टुगेदरला' खेळ खेळले गेले. (हे गेम्स ही पण धक्कादायकच बाब.) त्यात मुलामुलींच्या दोन रांगा पळायच्या. संगीत थांबले की जागीच थांबून, शेजारी आलेल्या मुलीचा हात धरायचा. माझ्या शेजारी डिंपल आली. तिने आपला हात पुढे केला. मी घाबरलो. हॉल सोडून निघून गेलो. बाहेर आल्यावर स्वत:वर चिडलो. माझा आत्मविश्वास रसातळाला गेला. पुढच्या आठवड्यात 'डिंपल' रस्त्यात दिसली आणि माझ्याकडे बघून हसली. मुलगी मनाने चांगली असावी, त्या हसण्यात कुत्सितता नव्हती. 'समजूत' होती. खालच्या 'वर्गातल्या' एखाद्याबद्दल वरच्या 'वर्गातल्या' कुणा 'भल्या' माणसाला असावी तशी.

पण ही काही संपूर्णपणे माझी कथा नाही. या अशा समाजातून नाटक-साहित्य निर्माण होते. त्यांचे लेखक यातल्या निरनिराळ्या स्तरातून येतात, मग ते स्त्री असोत वा पुरुष हे लक्षात घेणे महत्त्वाचे. या गोंधळलेपणाची जाणीवपूर्वक चिकित्सा काही त्यावेळी लगेच पूर्णपणे झाली नाही. थोडे भान होते. त्यातून असे वाटायचे की, असे 'पुरुष' बायकांना आवडतात का? मी कुणा स्त्रीला आवडू शकेन हेच अशक्य आहे असे वाटू लागले. दुसरीही बाजू जाणवू लागली. असे असेल तर एक गोष्ट स्वच्छ आहे- मूलत: स्त्रियांसाठी अन्यायकारक असणारी ही व्यवस्था, स्त्रियांसाठी गळी उतरवली गेली आहे. त्यांनाही ती मान्य आहे. पुरुषी वर्चस्ववादाचा, हेजेमनीचा हा अंतिम आविष्कार. या सर्वांची मनात त्यावेळी फक्त खळबळ होती. थोडी-फार स्पष्टता आली, पण तीही खूप हळूहळू. आधी या 'स्त्री'त्वाला हात लावायचीच भीती. प्रत्यक्षातही आणि वाङ्मयीन अभिव्यक्तीतूनही.

पण सर्वात मोठा परिणाम म्हणजे 'पुरुषी' आणि 'स्त्रैण' अशा दोन्ही जगात मी बसेनासा झालो. मी काहीसा अलिप्त होऊनच या संबंधांचा विचार करू लागलो. हळूहळू जगाची अशी वाटणीच मला अमान्य होऊ लागली. अशा सर्वच 'बायनरीज्' मला अमान्य आहेत. याचे दोन अर्थ - एक म्हणजे पुरुषत्व-स्त्रीत्व यांच्यात फरक नाही असे नव्हे, फरक आहेतच पण त्यातील फरक हा जैविक किंवा शारीरिक असला तरी सामाजिक, सांस्कृतिक जास्त आहे. त्यामुळे त्यातील राजकारणाचा वेध घेणे हे जास्त महत्त्वाचे; आणि त्यातूनच उलगडणारे दुसरे तत्त्व असे की, ही विभागणी कप्पेबंद करण्याची आवश्यकता नाही. एक दुसऱ्याला 'समजू' शकतो, एकमेकांना एकमेक 'गूढ' असण्याचे कारण नाही. मराठी पुरुष लेखकांना 'स्त्री' कळली नाही असे म्हटले जाते ते काही अंशी खरेचं आहे. मला मान्यही आहे. परंतु, हे म्हणत असताना कुठेतरी अशी काही 'गूढता' आहे (feminine mistique) हेही मला त्रासदायकच वाटते.

'स्त्री' समजून घेण्याचे अनेक वेगवेगळे मार्ग आहेत. मी आता साहित्य-नाटकाबद्दल बोलतोय. पण, मला असं जाणवतं की, हे मार्ग कोणी चोखाळू लागला तर आपल्याकडच्या स्त्रीवाद्यांनाही ते मान्य होत नाही. त्यांना अजूनही ही 'गूढताच' आकर्षित करते असा संशय येतो. या दोन जगांपैकी एका जगात जगून दुसऱ्याला 'कळून' घेणेच मला काहीसे त्रासदायक वाटते. अशा प्रयत्नांना अगदीच अर्थ नसतो असे नाही. तसेही प्रयत्न अनेक झाले आहेत, पण मला त्यापलीकडे वावरावेसे वाटते. काही उदाहरणे देऊन हा लांबत चाललेला लेख थांबवतो. विषय मोठा आहे. उरलेल्या बाबी परत कधी.

उदा. नाटकात एलकुंचवारांसारखा लेखक समर्थपणे स्त्रीप्रतिज्ञा, स्त्रियांचे मनोविश्व मांडतो असे मानले जाते. ते काही प्रमाणात खरेही आहे. कौटुंबिक नाती, त्यातील व्यामिश्रता इथपासून ते दागिने, प्रेम, सेक्स इथपर्यंत. या गोष्टी प्रतीकं म्हणूनही येतात. पण या व्यवस्थेतील अन्याय्य, असमानता घट्ट रुजवणाऱ्या सामाजिक अंतर्प्रवाहापर्यंत ते जात नाहीत. स्त्रीच्या वस्तुकरणापर्यंत (Comodification) जाण्याची त्यांची इच्छा दिसत नाही. त्यांची स्त्री शरीरदृष्ट्या जवळ आल्याचा 'भास' झाला तरी ते तिच्याकडे एक 'गूढ' म्हणूनच पुरुषी नजरेनेच बघतात. 'समजून' घेतात पण एक बाहेरचा म्हणून त्यामागील राजकीय अंतर्प्रवाह लांबच राहतात.

गो. पु. देशपांडे राजकारणापासून लांब असणे शक्य नाही. ते अत्यंत ताकदीनं राजकारण समजतातही आणि मांडतातही. पण त्यांची स्त्री पात्रे 'क्रांती'ची, 'पृथ्वी'ची प्रतीके (Symbols)च अनेकदा होतात. मग लैंगिकतेला वेगळा पोत येतो. मला तेही नकोसे वाटते.

तेंडुलकरांच्या 'हरलेल्या' स्त्री पात्रांबद्दल अनेकवार लिहिले गेलेच आहे. 'कमला'चा फक्त उल्लेख करतो. त्याविषयी परत लिहिण्याचे कारण नाही. नेमाड्यांविषयीही बरेच लिहिले गेले आहे. त्यांची पुरुषपात्रे तर याबाबत फारच ऑक्वर्ड असतात. ते हे प्रकरण टाळातातच. त्यामागील कारणमीमांसा स्पष्ट आहे, मला कळतेही; पण त्यांचा मार्गही मला आपलासा वाटत नाही.

चं. प्र. देशपांडे यासारख्यांचे तर काही मूलभूतच गोंधळ आहेत असे माझे मत आहे. 'बुद्धिबळ आणि झब्बू' या त्यांच्या नाटकात ते एक मुद्दा मांडतात तो थोडक्यात असा की, बायकांना उपभोगवस्तू मानले जाते यात वाईट ते काय? मूलतः उपभोग वाईट नाही. पुरुष हा स्त्रीची उपभोगवस्तू असतो तर स्त्री ही पुरुषांची. मूळ 'उपभोग वाईट' हे प्रकरण सोडले तर मग 'उपभोगवस्तू' होण्यातही वाईट काही नाही, इ. यात 'उपभोग' या बाबतीतही खरे जास्त खोलात जायला हवे. पण समजा ते क्षणासाठी याच पातळीवर मान्य केले, तरी स्त्रीला 'उपभोगवस्तू' मानणे हे चुकीचे आहे या विधानात

खरा विरोध 'उपभोगा'ला नसून, स्त्रीला 'वस्तू' मानण्याला आहे हेही चं.प्र.च्या ध्यानी आलेले नाही. अशीच उदाहरणे दुर्दैवाने अधिक आहेत. एलंकुचवार, तेंडुलकरही विरळाच! इथे एक गोष्ट स्पष्ट केली पाहिजे. अशी बाहेरून 'स्त्री' समजून घेण्याच्या पलीकडे जाणे याचा अर्थ हा 'भेद'च नाकारणे असा मला अभिप्रेत नाही. मला त्याभोवतीचे गूढ 'वलय' नाकारायचे आहे. असे कुठलेही वलय न कळत वर्चस्ववादालाच पुष्टच करते. (स्त्रीला 'देवी' बनवणे हे एक उत्तम उदाहरण.)

इथे पुरुष लेखकांची उदाहरणे मुद्दाम घेतली. त्यामागील कारणे उघड आहेत. स्त्री लेखिका हा वेगळा विषय आहे. त्याबाबत वेगळा लेख लिहिणे जास्त संयुक्तिक होईल. सांप्रत काळी इतर सर्वच विषयांप्रमाणे हाही विषय किती व्यामिश्र झाला आहे हे अधोरेखित करणारे, स्त्री लेखिकेसंदर्भात एकच उदाहरण देतो. मनस्विनीचे पहिले नाटक, 'सिगारेट्स' हे तिच्याबद्दल अपेक्षा निर्माण करणारे होते हे निश्चित! (आजच्या मराठी प्रथेप्रमाणे आता मराठी नाटकासाठी एक स्त्रीरूपी मसिहाच अवतरला असा प्रसार तेंडुलकरांपासून राजीव नाईकांपर्यंत लोकांनी केला. नाईक आजही करतात. ही भयानक रूढी मोठीच मुळे पकडू लागली आहे. याचे अनेक दुष्परिणाम होत आहेत. ती बंद करा अशी मी संबंधितांना कळकळीची विनंती करू इच्छितो. हे फक्त मनस्विनीबाबत नव्हे तर अनेकांच्या बाबतीत होत आहे; पण त्यासंबंधात नंतर कधी. पुढील नाटके मात्र त्या वाटेने फारशी पुढे जात नाहीत असे जवळजवळ सर्वांचे मत दिसते, राजीव नाईक वगळता. मुद्दा तो नाही. पुणे विद्यापीठाच्या समाजशास्त्र विभागाने आयोजित केलेल्या एका चर्चासत्रात तिच्या नाटकांवर चर्चा होती. तिच्या नाटकातील स्त्रीपात्रांची भाषा व शरीरभाषा नेहमीपेक्षा वेगळी, धीट आहे किंवा कसे यावर चर्चा चालू असता श्रीमती शर्मिला रेगे यांनी, 'अशी भाषा पूर्वीही अनेकवार अभिव्यक्त झाली आहे त्यात वेगळे असे काही नाही. वेगळा खोलवरचा विचारही काही दिसत नाही' असे काही मुद्दे मांडले. यावर मनस्विनी काही बोलायच्या आत एक दलित कार्यकर्त्या बाई उठल्या. त्यांच्यामते – आणि ते मत त्यांनी सडेतोडपणे अभिव्यक्त केले – 'नाटकातल्या स्त्रीपात्रांची शरीरभाषा ही फारच स्वैर, टी.व्ही.वरील लैंगिक उद्दिपन करणाऱ्या मालिकांप्रमाणे असून प्रा. राम बापट इ. ज्येष्ठ व्यक्तींसोबत बसून ते नाटक पाहताना त्यांना फार ऑक्वर्ड झाले. तेव्हा अशी नाटके करणे, चूक आहे.'

आता मोठाच गोंधळ उडतो. पूर्वी एक पुरोगामी म्हटले एकसंघ असे डावे, जातीयताविरोध, स्त्रीसमानतावादीच नव्हे, स्त्री-धीटपणा वा स्त्रीच्या लैंगिक आकांक्षांना मोकळेपणा अभिव्यक्त होऊ देण्याच्या बाजूने असे एकसंघ चित्र उभे राहात असे. आता एका दलित कार्यकर्तीचा या शेवटच्या मुद्द्याबाबतचा दृष्टिकोन अगदीच प्रतिगामी, ब्राह्मणी इ. वाटू लागतो; आणि त्याच शरीरभाषेमध्ये काही चुकीचे वाटणे तर जाऊच

द्या, त्यात फारसे वेगळेही काही वाटत नाही. मनस्विनी एवीतेवी आधीच आजच्या सामाजिक प्रश्नांचे स्वरूप फार व्यामिश्र/गोंधळाचे आहे अशी मांडणी करीत होतीच. या गोंधळाचा जणू दाखलाच मिळाला. प्रश्न असा आहे की, हा गोंधळ, विरोधाभास आहे हे खरे परंतु तो मनस्विनीच्या बोलण्यातून येतो, नाटकातून येत नाही. जीवन व्यामिश्र आहे, नाटके, साहित्य अभिव्यक्ती मात्र जुन्या एकरेषीय वळणाची. लिंगभेदाधिष्ठित राजकारणाबाबत आकलनसंबंधात व अभिव्यक्ती संदर्भात ते अधिकच खरे आहे. अगदी स्त्री लेखिकांबाबतही. त्यालाही अपवाद आहेत. उदा. श्रीमती शांता गोखले यांची 'रिटा वेलिणकर' ही कितीतरी वर्षांपूवी आलेली कादंबरी आज ज्यांचा उदोउदो केला जातो अशा अनेक नव्या स्त्री कादंबरीकारांच्या लेखनापेक्षा अनेक मैल पुढे आहे; पण ती स्वत:ला स्त्री अभ्यासक समजणाऱ्या समीक्षकांनी/विचारवंतांनी पुरेशी उचलली नाही. अशा मंडळींचा विचारव्यूहही काही दशकांपूर्वी असणाऱ्या सामाजिक वास्तवाला अनुरूप असा अडकून पडलेला दिसतो.

शेवटचा मुद्दा मांडून संपवतो. आजचे 'स्त्रीत्व' आणि 'पुरुषत्व' मांडायचे असेल, त्यातील राजकारण मांडायचे असेल तर फक्त प्रेम, लैंगिकताच नव्हे तर वर्चस्वाच्या (Hegemony) आकलनाच्या जुन्या परिप्रेक्षांपलीकडे जावे लागेल. आजही स्त्री अगदी पूर्वापारच्या साध्या, सरळ, ठोस मार्गानेच नाडली जाते हे खरेच आहे. परंतु, यापेक्षा वेगळेही काही होऊ पहात आहे. लेखकाच्या आयुष्यात आलेल्या अनुभवातून लेखक कसा घडतो हे मी माझ्या स्वत:कडेच पाहात मांडायचा प्रयत्न केला. लेखिकांचे अनुभव तर जास्तच घनदाट असणार हे उघडच आहे. परंतु स्त्री काय वा पुरुष काय या स्वत:च्या अनुभवातून शिकून, त्यातून बाहेर पडून किंबहुना त्यांच्या खांद्यावर उभे राहून ऐतिहासिक दृष्टिकोनातून, बौद्धिक(intellectual) तसेच सैद्धांतिक (theorotical) पातळीवर वास्तवाला भिडताना, याही बाबतीत दिसत नाही.

त्यासाठी या राजकारणाच्या अंतर्प्रवाहांना भिडण्याची ओढ ही प्राथमिक आवश्यकता. प्रेम, कॉलेजवयीन रोमान्सच्या पलीकडे जाणे ही दुसरी. स्त्रीपात्रांकडे प्राथमिक पायरीवरच्या प्रतिकात्मक स्वरूपांपेक्षा अधिक म्हणून पहाणे ही तिसरी. अशा अनेक नव्या गरजा तयार झाल्या आहेत. स्त्रिया आता केवळ निष्क्रिय (passive) भूमिका निभवीत नाहीत तर सकर्मक (active) भूमिका निभावतात. तसेच लिंगाधिष्ठित राजकारणाचा एकंदर त्या बाहेरच्या राजकारणाशी असलेला संबंध (मनस्विनीचे उदाहरण आपण पाहिलेच.) व्यामिश्र होत आहे याचेही भान आवश्यक आहे. 'एनलाइटन्ड'– 'मुक्त' (emancipate) स्त्रिया आता प्रत्यक्ष आयुष्यात भाग घेत असताना त्यांची 'वागणूक' आणि 'मानसिकता' या व्यामिश्र राजकारणातून घडत आहे. तेच अशा पुरुषांबाबतही म्हणता येईल. अशा स्त्री–पुरुषांच्या संबंधांबाबतही अशा संबंधांसमोर

आज असणारे पेच केवळ प्राथमिक पातळीवरच्या असमानतेपेक्षा फार जास्त व्यामिश्र होत आहेत. अशी पात्रे, असे संबंध नाटक वा साहित्यातून फार कमी वेळा मांडलेले दिसतात. कोणी मांडलेच (उदा. माझी कादंबरी 'ऑपरेशन यमू') तर स्त्रीवादी. अभ्यासकही जुन्याच दृष्टिकोनातून चुकीचे अर्थ लावताना दिसतात.

या सर्वांसाठीच 'संवाद' आवश्यक आहे असे जाणवते. आज मुळात सर्व पातळ्यांवरच्या विखंडीकरणातून तुटला आहे तो संवाद. दोन विवेकी व्यक्तींमधला 'संवाद'. विखंडीकरण, जागतिकीकरण, व्यामिश्रता इत्यादींचे फक्त ढोल बडवत, अशी कारणे पुढे करत, वाद झालेल्या संदर्भांना, जाणिवांना कवटाळून राहून काहीच साधणार नाही. हा संवाद साधून एक रसरसता, समानता मानणारा समाज निर्माण करणे आपल्याच हातात आहे. ते होण्यासाठी अनुभवांची देवाण-घेवाण आणि दुसऱ्याच अनुभवांशी सहअनुभव होण्याची आवश्यकता वाटते. म्हणून माझ्या व्यक्तिगत प्रायव्हसीच्या असणाऱ्या भावनेचा काहीसा उपमर्द करून हा प्रपंच मांडला. माझे अनुभव, त्यातून निर्माण झालेले विचार आणि साहित्य याचे मोजमाप वाचक/प्रेक्षकांनीच करायचे आहे, व तसे ते करतच असतात. हा 'संवाद' होत राहो एवढीच इच्छा परत व्यक्त करून थांबतो.

(पुरुष उवाच, दिवाळी अंक २००८)

मी आणि माझा बाप : पितृसत्ता अंताचे सहप्रवासी

– डॉ. नारायण रामचंद्र भोसले

मानव हा सामाजिक प्राणी आहे, हे सर्वमान्य गृहीतक हेही सांगते की, समाजात घडणाऱ्या बऱ्या-वाईट घटनांचा प्रभाव, आपला समाजावर आणि समाजाचा आपल्यावर पडतो. स्त्री-पुरुष समता विचार विरुद्ध पितृसत्ताक विचार हे इतिहासभर एकमेकांवर विजय मिळवत आलेले दिसतात. यामुळेच जगाचा इतिहास स्त्रीवाद्यांना लिंगभावाचा दिसला. भांडवलशाही आणि पितृसत्ता एकमेकांच्या सहकार्यावर 'स्त्री-पुरुष समता विचार' धुसर बनविण्याचा देखावा उभा करण्यात आणि त्याची जाहिरात करण्यात कमालीचे सतर्क आहेत. या कामी पितृसत्तेची वाहक म्हणून 'कुटुंब संस्था' राबवताना दिसते. याबरोबरच इतिहास काळापासूनच भांडवलीकरण, खासगीकरण आणि जागतिकीकरण प्रक्रिया विरुद्ध साम्यवादी (सर्व प्रकारच्या दास्यांत) विचार यांच्यातील संघर्ष आर्ष आहे. यातही पितृसत्तेप्रमाणे साम्यवादी विरोधी शक्ती आपल्या विजयाची जाहिरात करण्यात माहीर आहेत. जात, वर्ग आणि स्त्रीदास्यान्तवादी प्रवाहांनीही आपल्या विचाराचे साहित्य प्रसवावे म्हणून हा लेखनप्रपंच.

पितृसत्ताक भांडवलशाही आणि साम्यवाद यांच्यातील घुसळणातून विकसित झालेला स्त्री-पुरुष समता विचार माझ्या जाणीव-नेणिवेचा भाग होताच. बऱ्याच भटक्या जमाती या मातृसत्ताक असल्याने स्त्री-पुरुष समता विचार त्यांच्या उक्ती आणि कृतीत होता. मी जन्मलेल्या 'नाथपंथी डवरी गोसावी' भटक्या जमातीत अन्न, वस्त्र, निवाऱ्याच्या शोधार्थ भटकणाऱ्या स्त्रियांना अभिजन स्त्रियांच्या तुलनेत स्वातंत्र्य होते. पण समाजातील विषमतेने हे स्वातंत्र्य आभासी बनविले. भटकी स्त्री गरिबी, पितृसत्ता आणि जात या तिहेरी बेड्यांनी बंदिस्त झाली.

ब्राह्मणी, भांडवली पितृसत्ताकतेने पुरुषाची जाणीव दूषित आहे. याला मी अपवाद नाही. पण नेणिवेतील समता विचारस्रोत अविरत वाहतच असतो. म्हणून तर समतेच्या संदर्भात जगभरातच सर्वांत जास्त लेखन, चर्चा होत आहे. याबाबत मनाशी संवाद साधण्याची ही योग्य जागा आणि वेळ आहे, असे समजून मी आपणाशी मुक्त संवाद करू इच्छितो. दलित आत्मकथनाने दलितांप्रमाणे अभिजनांच्याही विचारांची वाट मोकळी केली. ताराबाई शिंदेंच्या 'स्त्री-पुरुष तुलना' आणि मुक्ता साळवेच्या 'मांग महारांच्या दुःखाविषयी' ने अब्राह्मणी स्त्रीवादाची पायाभरणी केली. तसे या संवादाने व्हावे ही अपेक्षा आहेच. त्याबरोबरच स्त्री-पुरुष समतेचा विचार प्रसारित होऊन कार्यान्वित व्हावा हा ही आहे.

बुरा मैं देखने गया बुरा न मिला कोई।
जब दिल खोजके देखा, तो मुझसा बुरा न कोई।।

असे संत कबीर म्हणाले होते. स्त्री-पुरुष समतेचा विचार मी दुसऱ्यांच्या संदर्भात करत होतो. दूरदर्शन, वर्तमानपत्रे आणि ऐकीव माहितीच्यामुळे आलेल्या जाणिवेचा उपयोग इतरांच्या चिकित्सेसाठी होत होता. यश न मिळालेल्या समतावाद्यांना दूषणे देत होतो. त्यांना कुटुंबात प्रगती करता आली नाही म्हणून खिल्ली उडवत होतो. त्यांना ब्राह्मणी किंवा अब्राह्मणी म्हणत होतो. त्यांची जाणीव-नेणीव उक्ती-कृतीच्या पातळीवर तपासत होतो. परंतु कबीराच्या उक्तीप्रमाणे मी माझ्यातच जे पाहिले ते दाहक होते. त्याचीच ही बतावणी आहे. या लिखाणात शंभर टक्के प्रामाणिकता आहे, असा माझा दावा नाही. बऱ्याच गोष्टी लिहवत नाहीत हे खरे.

माझ्यातील पितृसत्ताअंताचा विचार तपासण्यासाठी किमान ३० वर्षं तरी पाठीमागे जावे लागेल. सध्या माझे वय ३८ वर्षं आहे. बालपणी आई-वडिलांसोबत अन्न वस्त्रासाठी भारतभर भटकण्याची सक्ती आली असली तरी त्या घटनाचे विश्लेषण करण्याचे ते वय नव्हते. तरीही काही घटना स्पष्टपणे आठवतात. आई स्वभावाने उग्र प्रकृतीची. आईची छोटीशी चूक तिला वडिलांकडून भरपूर मार मिळवून देत असे. या विषयी वेळोवेळी माझ्याशिवाय कोणत्याच भावंडाने वडिलांना जाब विचारला नाही. तसे वडील मुलांच्या बाबतीत फारच प्रेमळ.

माझे आणि अण्णांचे (वडिलांचे) संबंध काळानुसार गुंतागुंतीचे होत गेले. लहानपणी आम्ही भावंडं त्यांना 'आरे-कारे' बोलत असू. मी मोठा झाल्यावर, बारा तेरा वर्षांचा असताना मीच सर्वांना सांगितले की, अण्णांना आपण 'अहो काहो' बोलू या. आमच्या आजोबा-पणजोबांच्या लहानपणापासून आमचा भिक्षा हाच प्रधान व्यवसाय राहिला. माझा जन्म गावी (आजोळी तिसंगी, ता. पंढरपूर, जि. सोलापूर) झाला असला तरी सुरुवातीचे पाच-सहा वर्षे परमुलखात उत्तर प्रदेश, पंजाब, राजस्थान इत्यादी उत्तरेकडील

प्रांतात गेली. तेव्हा मी चार-पाच वर्षांचा असेल. अशातच मला तोंडातील दु:खाचा आजार झाला. गावात अण्णाला भिक्षेलाही काही मिळेना. रोजच्या जेवणाची भ्रांत पडू लागली. परप्रांतात कोणी ओळखीचे नव्हते. जवळ पुरेसे पैसे नव्हते. भिकही पुरेशी मिळत नव्हती. मिळेल त्या पैशांचे औषध चालू होते अशातच चिंता विसरण्यासाठी त्यांनी दारू पिऊन बघितली. थोडे बरे वाटले आणि येथून पुढे ते दारूडे/व्यसनी झाले नसले तरी दारू रोज पिऊ लागले. हे त्यांनी मला हजारदा सांगितले.

अण्णांच्या मते मी (नारायण) सर्वात शांत मुलगा. म्हणून त्यांचे माझ्यावर विशेष प्रेम, आता दुसऱ्या लहान भावंडावर आहे. सर्व प्रकारचा त्रास सहन करून त्यांनी मला वयाच्या सहाव्या वर्षी शाळेत घातले. इतर दोन भावंडही शाळेत होतीच. आजी गावी राहून आम्हास सांभाळीत असे. आई-अण्णा सतत भिक्षेवर असत. भिक्षेवरील मिळकतीची अनिश्चितता आणि गावाकडील मुलांच्या उपासमारीची सततची भीती यामुळे अण्णांना चांगली-वाईट स्वप्ने पडत. तशी काही वाईट स्वप्नं पडली तर ते ताबडतोब जेथे असतील तेथून आम्हा भावंडांना भेटावयास येत. एकदा असेच वाईट स्वप्न पडले म्हणून ते पंजाबमधून भेटावयास आले होते. त्यांच्या या प्रेमामुळे माझे आणि त्यांचे संबंध फार ताण-तणावाचे नसले तरी गुंतागुंतीचे होत गेले.

अण्णांनी आमच्यावर प्रेम केले ते दुरूनच. आम्हाला जवळ घेऊन कवटाळले नाही, कधी पप्पी घेतली नाही, कधी घास भरविला नाही, कधी मांडीवर घेऊन थोपटून झोपवले नाही, कधी राजा-राणीच्या गोष्टी सांगितल्या नाहीत की, कधी शी-शू काढली नाही. तरीही आमची आईपेक्षा अण्णांवर जास्त जवळीकता. रडायचे झाले तरी 'आईऽऽ' न म्हणता 'अण्णाऽऽ' म्हणायचो. याचे कारण ते आम्हाला कधी रागावत नसत आणि सतत खूप पैसे देत असत. आजही ते भिक्षा मागावयास जातात. मिळालेले सर्वच पैसे आम्हालाच देतात.

मी दहावीला असताना माझा रिझल्ट पाहण्यासाठी अण्णा कटक-भुवनेश्वरहून आले. नापास होणारी मुलं घर सोडतात, वेडी होतात, आत्महत्या करतात या भीतीपोटी ते आले होते. पण, रिझल्टच्या दिवशी तो पाहण्यसाठी मी एकटाच तालुक्याच्या गावी गेलो. मी एकटाच गेल्याचे समजतात ते पायी चालत माझ्या पाठोपाठ येऊन पोहोचले. रिझल्ट पॉझिटिव्ह होता. आनंद व्यक्त करून ते लगेच ओरिसाला गेले.

पुढे मी इलेक्ट्रीकल इंजिनिअरिंगला प्रवेश घेतला. पण, माझ्याच्याने ते शिक्षण पूर्ण करणे झाले नाही. मी ते सोडूनच दिले. मुलगा वाया गेला अशी सर्वत्र आवई उठली. अण्णांना समजले, खूप वाईट वाटले. पुन्हा ते दूरच्या प्रांतातून भेटावयास आले. तेव्हा मी सोलापूरला होतो. न खवळता, संयमी भाषेत समजावून सांगितले. मला धर्मचिंतनाचा ध्यास लागला होता. अण्णा उदास झाले. दहा-बारा मित्रांसमवेत

आम्ही चहा पीत होतो. पावसाळ्याचे दिवस होते. बाहेर धुवांधार पाऊस सुरू झाला. तसा अण्णांचाही संयम तुटला आणि धुवांधार पावसाप्रमाणे त्यांनाही रडू कोसळले. पाऊस थांबत नव्हता तसे अण्णांचे रडूही. मी आणि मित्रांनी समजावण्याचा प्रयत्न केला. पण व्यर्थ! शेवटी बऱ्याच वेळानी पाऊसही थांबला आणि अण्णांचे अश्रूही.

पुढे मी कोणाला न सांगता बारावीचा फॉर्म भरला. फर्स्ट क्लासने पास झालो. फर्ग्युसन कॉलेजमध्ये आर्ट्स शाखेला प्रवेश घेतला. ही बातमी परहस्ते अण्णांना आसाममध्ये असताना समजली. त्यांना या कॉलेजची ख्याती माहिती होती. 'इंदिरा गांधी, नरसिंह राव, व्ही. पी. सिंग जेथे शिकले तेथे माझा मुलगा शिकतोय' असे म्हणत ते तडक आसामहून पुण्यालां माझ्याकडे पोहोचलेच. पाच-सहा दिवसांचा रेल्वेच्या थर्ड क्लास डब्याने प्रवास करून थकल्यानंतरही अण्णा माझ्याशी जगातल्या विविध विषयावर, प्रवासातल्या अनुभवावर, घर-प्रपंचावर सलग तीन दिवस बोलत होते. दोघेही थकलो नाही. या बोलण्यात चहा-तंबाखूच्या ब्रेकशिवाय दुसरा ब्रेक नव्हता.

अण्णांना सिनेमाचा विशेष छंद. ते स्वत:ही न्याय व्यवस्थेवरील सिनेमे पाहतात आम्हासही दाखवतात. असेच एकदा अण्णा सोलापूरला आम्हास भेटावयास आले. वेळ सकाळची होती. थोड्या गप्पांनंतर आम्हाला ते सिनेमाला घेऊन गेले. सोलापूरच्या भागवत चित्र मंदिरात सलग १२ ते ३, ३ ते ६, ६ ते ९ असे विविध शो पाहिले. रात्रीचा ९ ते १२ चा शो पाहवयाचा होता पण जेवणामुळे तो रद्द केला. त्यांची ही रसिकता आजही आहे.

चर्चा, वाद-विवाद, ज्ञान इत्यादींबाबत अण्णा जास्त जागरूक आहेत. वर्तमानपत्रे वाचणे, टी.व्ही. च्या बातम्या ऐकणे हे ही विशेष छंद आहेतच. याबाबतीत मी ही त्यांना साथ देऊ लागलो. वाद होतो तो Gender च्या मुद्यावर. हा मुद्दा अन्यत्र आलाच आहे.

अण्णा आतापर्यंत कोणत्याच मुलांवर खवळले नाहीत, दरडावले नाहीत की त्यांना मारले नाही. दारिद्र्यामुळे ते कायमच भिक्षाटनावरच असायचे-असतात. म्हणून त्यांचा आमचा संबंध फारच कमी काळ येई-येतो. तरीही प्रेमाचे गोडीगुलाबीचे, भवितव्याविषयी विचार करताना आम्ही आई-वडिलांना एकत्रितपणे पाहिले नाही. दोघांत कायम संघर्षच पाहिला. आम्ही आठ भावंडे झालो कशी आणि वाढलो कशी हाच प्रश्न आहे. वडिलांनी भिक्षेतून कमावलेल्या दिडकीवरही आईचा हक्क नव्हता. आजही नाही. उत्तर माहीत नसले तरी तेंव्हा प्रश्न पडे की, पुरुष स्त्रियांना का मारतात? स्त्रिया पुरुषांना मार देताना का दिसत नाहीत? स्त्रिया नेहमीच चुकतात काय? पुरुष नेहमीच बरोबर असतात काय? ऐपत नसतानाही फाटके-तुटके का होईना स्त्रिया अंगभर कपडे का घालतात? पुरुष मात्र कमरेखाली गुडघ्यापर्यंत वस्त्र घालूनही गावभर कसा फिरू शकतो?

आज मला पाच भाऊ आणि दोन बहिणी आहेत. वडिलांचे सर्वांवर समान प्रेम दिसत असले तरी मुलांच्या शिक्षणाकडे जेवढे लक्ष दिले गेले तेवढे मुलींच्या नाही. यामुळेच माझी एक बहीण निरक्षर आहे. समाजातही स्त्री शिक्षणाची परंपरा नव्हतीच. ते मुलांच्या लग्नाबाबत जेवढे बेफिकीर तेवढे मुलींच्या बाबतीत नाहीत. त्यांना आयुष्यभर देशाटन करून आलेली प्रगल्भता स्वत:च्या पत्नीला स्वातंत्र्य देण्याइतपत वाढली नाही. अनेक भाषा (मराठी, हिन्दी, गुजराती, पंजाबी, राजस्थानी, बंगाली, आसामी, ओडिया, तेलगु, कानडी) येऊनही स्त्रियांच्या स्वातंत्र्याची भाषा त्यांनी अवगत केली नाही. स्वत:च्या मुलीला होणाऱ्या जाचाचा अन्वयार्थ त्यांनी पत्नीच्या बाबतीत लावला नाही. असे असले तरी त्यांनी बहिणीच्या सासरच्या जाचाला उत्तर म्हणून बहिणीला कायमचीच घरी ठेवली. त्यांची अठरा वर्षांची परित्यक्ता बहीण आजही वयाच्या ७० व्या वर्षी विकलांग अवस्थेत गावी आहे. आजोबांची स्थावर मालमत्ता माझ्या वडिलांनी आणि काकांनी वाटून घेतली; पण चार बहिणींपैकी कोणत्याही बहिणीस दिली नाही. त्यांच्या एका बहिणीला नवऱ्याकडच्या लोकांनी विष पाजले, एक आजारपणात मेली, एक विकलांग अवस्थेत गावी आहे आणि एक विधवा बहीण तिच्या एका मुलासोबत भीक मागत निर्वाह करीत आहे.

वडिलांच्या भिक्षेच्या निमित्ताने चालणारी धार्मिकता यामुळे बालपणी मीही धार्मिक होतो. देवींपेक्षा रांगडा पुरुष असलेला हनुमान हा आवडीचा होता. कदाचित शाळेत शिकवली जाणारी बलोपासना मला हनुमानात दिसली असावी. येथूनच माझा प्रवास पुरुषी बनला; आणि तो पितृसत्तेकडे संक्रमित होऊ लागला. तो थेट परिवर्तनवादी चळवळीची ओळख होईपर्यंत (१९८८). प्राथमिक शाळेत असताना शिकवायला पुरुष शिक्षक होते. हायस्कूलमध्ये मात्र काही शिक्षिकाही होत्या. तेव्हा स्त्रिया शिक्षिका असतात हे पाहून आश्चर्याचा धक्काच बसला होता.

प्राथमिक शाळेत असताना आमची शाळा शेणाने सारवत, तेव्हा शेण गोळा करण्यास आम्ही जात असू व शेणाने शाळा सारवण्याचे काम मात्र वर्गातील मुलीच करत. आडातून बादलीने पाणी काढणे आणि सारवणाऱ्या मुलींच्या हातावर ओतणे ही कामं मुलं करीत. यातून एकच कळत गेले शेणाने शाळा सारवणे, घर सारवणे, अंगणात सडा टाकणे हे हलक्या दर्जाचे काम असते. ते स्त्रियाच करतात आणि आडातून रहाटाने पाणी काढणे मर्दाचे काम असते. माझ्या घरातही इच्छा असताना आजी मला घर सारवून देत नसे. ती आंधळी असल्याने मात्र धान्य निवडणे, दळून आणणे ही कामे ती मला अनिच्छेने सांगे. पुढे मात्र वर्गातील आम्ही मुलांनी एकदा शाळा सारवण्याचे ठरविले व ते कृतीतही आणले. याची सकारात्मक किंवा नकारात्मक दखल मात्र कोणी घेतली नाही. पुढे सर्व प्रकारच्या सार्वजनिक जीवनात सर्व प्रकारचे स्त्री–पुरुष काम करतात हे पाहून बरे वाटले.

मी पुरुषाला कधी स्वयंपाक करताना पाहिले नव्हते. ज्यांना पाहिले त्यांच्याविषयी समाजात चांगली भावना नव्हती. म्हणूनही कदाचित स्वयंपाक करणे म्हणजे कमी दर्जाचे किंवा बायकांनीच करावयाचे काम आहे, असे वाटू लागले होते. पुढे आजीला दिसेनासे झाले आणि आत्या गुडघ्याच्या आजाराने अंथरूणाला खिळलेली, आई-वडील दारिद्र्याचे भीषण वास्तव दूर करण्यासाठी भिक्षा मागत परप्रान्ती होते. अशात मी स्वयंपाक करायला शिकलो आणि वाक्बगार झालो. पण चोरूनच. माझी आजी किंवा आत्या माझ्या स्वयंपाकाची हातोटी कोणाला अभिमानाने सांगताना मी पाहिले नाही. यामुळेच कदाचित लग्न झाल्यावर बायकोच्या देखत मी स्वयंपाक कधीच केला नाही. बायको घरी नसेल तेव्हा करतो.

समाजात मी धुण्या-भांड्याचे काम करणारे पुरुष पाहिले नाहीत. 'मोलकरणी' आहेत पण 'मोलकर' नाहीतच. कदाचित यामुळेच मी ही लग्नानंतर अपवादानेच घरी कपडे धुतले असतील की भांडी घासली असतील. 'घरातल्या सर्वांनी आपापले कपडे धुवावेत' हा नियम करताच सर्वांनी विशेषत: भावांनी याला विरोध केला.

लहानपणापासूनच मुलांचे मल-मूत्र काढण्याचे काम कमी दर्जाचे मानल्याने माझी पत्नीही मला ते करू देत नाही. एखाद्या प्रसंगी केलेच तर घरातील किंवा शेजारील स्त्री-पुरुष वेगळ्याच नजरेने बघतात.

घरातल्या बाया किंवा समाजातील स्त्रिया बहुधा कोणत्या न कोणत्या कारणाने नवऱ्याचा मार खाताना मी पाहिल्या आहेत. आई-वडील, भाऊ-वहिनी, बहीण-मेहुणे, काका-काकी, मामा-मामी, सासू-सासरे, मित्र-त्याची बायको यांच्यातील वाद विकोपाला गेलेला मी अनुभवला आहे. या सर्व केसेस मध्ये नवऱ्यानेच बायकोला मारहाण, अर्वाच्च शब्दांत शिवीगाळ, प्रसंगी कायमच सोडून देण्याची धमकी, माहेरी न पाठवणे इत्यादी नाना प्रकार केले गेले आहेत. येथे काही नवरे समजदार असले तरी ते पितृसत्तेचे बळीही आहेत. हे सर्व विवाह एक तर बाल्य होते किंवा दोघांच्या वयातील महंदतराने विजोड आहेत. असो. म्हणून तर म्हण पडली असावी 'पावसाने झोडपले आणि नवऱ्याने मारले तर कुणाला सांगावे?' नवऱ्याने मारणे नैसर्गिक मानले गेले. येथे पितृसत्तेने आपल्या विजयाची जाहिरात केली. आणि स्त्रियांच्या प्रतिकाराचे विकृतीकरण! याचा प्रभाव माझ्यावरही काही काळ होता. परंतु, समाजातील प्रबोधनकारी चळवळीचा प्रभाव किंवा स्त्रीविषक अभ्यासाच्या ज्ञानशाखेने विकसित केलेला लिंगभाव दृष्टिकोन यामुळे मी स्त्री-पुरुष समतेबाबत जास्त संवेदनशील बनलो. वादाच्या ठिकाणी पत्नीला समजावून सांगण्याच प्रयत्न करतो. तिचे म्हणणे पूर्ण ऐकून घेतो, यातूनही मार्ग निघाला नाही तर श्वासावर लक्ष केंद्रित करतो, एवढ्यानेही जमले नाही तर तिला घेऊन बाहेर फिरून येतो. थोडे विषयांतर आणि नंतर मूळ विषयावर आल्याने प्रश्न समजतो-संघर्षही

मिटतो. मुलं मराठी की इंग्रजी माध्यमात टाकायची? हा प्रश्न जेव्हा ऐरणीवर आला तेव्हा शाळेचा खर्च, घरातील वातावरण, चांगली शाळा, इंग्रजी माध्यमाच्या मुलांनी अवस्था या विषयी पत्नीने आणि मी शिक्षकांशी, मित्र-मैत्रिणींशी, अनोळख्या व्यक्तींशी भरपूर चर्चा केली आणि नंतरच दोघांच्या सहमतीने आम्ही मुलं मराठी माध्यमात घातली.

विवाहात 'वय' हा मुद्दाही महत्त्वाचा आहे. निसर्गत: १८ वर्षं वयाच्या मुला-मुलींना सर्वसामान्य प्रकारची समज येते. आपण मतदानाचाही अधिकार १८ वर्षांच्या युवक-युवतीला बहाल केला आहे. पण पती-पत्नीच्या वयात विवाहाच्या वेळी ८-१० वर्षांचे अंतर का ठेवले जाते, पत्नी नेहमीच कमी वयाचीच का निवडली जाते, माझे सर्व प्रकारचे नातेवाईक आणि सर्व प्रकारचे मित्र यांच्या पत्नी-पतीच्या वयात महदंतर आहे. २५ वर्षांच्या पुरुषाची समज १६ वर्षांच्या स्त्रीसारखीच असते काय? की उलटे असते. कामेच्छा तर समान असते किंवा ती सर्व प्रकारच्या वातावरणावर (सामाजिक, सांस्कृतिक इ.) अवलंबून असते. दोघांच्या वयातील अंतर पुढे अनेक प्रकारच्या विषमतेला जन्म देते आणि स्त्रियांची नाहक घुसमट करते. माझ्या बाबतीतही हे घडत आहे. अपराधीपणाची भावना घेऊन फार काळ राहता येत नाही. केव्हा तरी ही ठसठस फोडलीच पाहिजे.

वयाप्रमाणे दुसरा महत्त्वाचा मुद्दा घर बदलणे हा आहे. एखादी मुलगी १८-२० वर्ष. आपल्या माता-पित्याच्या घरी राहते, वाढते. तिचा भावंडांशी, घराशी, तिथल्या मित्र-मैत्रिणींशी आणि नातेवाईकांशी जिव्हाळा जडतो. अचानक हे तोडून नवख्या नवऱ्याच्या घरी जायचे. तेथील स्त्री-पुरुषांना आपले मानायचे, त्यांच्या आवडी-निवडीचा अभ्यास करून त्या जपायच्या, त्यांच्या कुत्र्यावरही प्रेम करायचे. हे कसे शक्य आहे? हे मी माझ्या स्त्री नातेवाईकांची बघितलेली घुसमट सांगत आहे. बदल्यात काय मिळते तर 'परक्याची मुलगी', 'सोन्यासाठी चिंधी जतन करायची' यासारखी परात्मतेची भावना आणि कृतिशीलता. संस्कृतीने लावलेला स्त्री-पुरुषाचा विवाह हा बरोबरीच्या नात्याचा नव्हताच कधी. विवाहाच्या या सांधेजोडीवर पुरुषी प्रभुत्व राहिल्याने ती विषमताधिष्ठितच राहिली याची जाणीव स्त्रियांनाही होती; म्हणून तर त्यांनी वेळोवेळी आवाज उठविला आहे. विषमतेच्या विरोधातील विद्रोहाची जाणीव ही स्वयत्त असते, असे अँन्टिनिओ ग्राम्ची म्हणाला होता.

स्त्रियांचा संघर्ष हा सर्व प्रकारच्या सत्तेतल्या वाट्यासाठी असतो. पुरुषाला हा आपल्या सत्तेतला हस्तक्षेप वाटतो. बँक बॅलन्स, घर, मुलांवर हक्क, घरात-बाहेर सन्मान असे काही तिच्या वाट्याला चुकूनच तो देत असेल. स्त्री-पुरुष संघर्षाची कळ सत्तासंबंधात आहे, हे मी माझ्या कुटुंबातल्या संघर्षात अनुभवले आहे. काही परिवर्तनवादी स्त्री-पुरुषांनी हा सत्ता संबंध सकारात्मक घेऊन समतेची प्रतिष्ठापना केली आहे. याचे

उत्तम उदाहरण म्हणजे जोतिबा फुले आणि सावित्रीबाई फुले. सत्ता ही नेहमीच शोषण करणारी (नकारात्मक) असते असे सर्वत्र मानले गेले; पण ती सकारात्मकही असते, असे मिशेल फुके यांनी सिद्ध केले आहे. हा प्रयोग मी कुटुंबात करीत आहे.

माझ्या घरात बाईशी व्यवहार पारंपरिक पद्धतीने होते, ज्यात मीही सहभागी असायचो. घरातली कोणीही बाई किंवा सून सर्वांच्या नंतर उठली तर ती ऐतखाऊ, आळशी, निरूत्साही, निष्काळजी, नापीक इत्यादी दूषणांनी दोषी ठरविली जाते. सर्वांच्या आधी झोपली तर झोपाळू ठरते. ऐदी ठरते. घरातील लहान किंवा वडिलधाऱ्या पुरुषांस आंघोळीसाठी गरम पाणी ठेवणे तिच्यासाठी बंधनकारक आहे. त्यांच्या चहा-नाष्ट्याची व्यवस्था करणे हे त्यांचेच कर्तव्य मानले जाते. लेकुरवाळी स्त्री स्वयंपाक करता करता लहान मुलांचे मल-मूत्र काढते, या कामी मी कधी मदत केली तर घरात आणि इतरत्र चर्चेचा विषय ठरतो. घरातील स्त्रियांची जेवणाची पंगत पुरुषांच्या नंतर असते. मी हा नियम बदलून सर्वांनी मिळून जेवावे हा दंडक घातला-पाळला. जास्तच लोक जेवायचे असतील, ताटे-जागा कमी पडणार असेल तर स्त्रियांनी आधी जेवावे किंवा थोड्या स्त्रिया थोडे पुरुष असे जेवावे. माझी पत्नी माझ्या आजारपणात सर्वदिखत सर्व प्रकारच्या सेवा (पथ्य सांभाळणे, औषधे वेळच्या वेळी देणे, साफसफाई, मालीश इ.) करते. बायकोच्याही आजारपणात अशा सर्व प्रकारच्या सेवा मीही कराव्यात असे वाटते. कामेच्छा ही सर्व प्रकारच्या स्त्री-पुरुषांना समान असते. याबाबतीत परस्परांनी एकेमकांचा मूड सांभाळावा हे आम्ही पहिल्याच रात्री मान्य केले, पाळले. मला एक मुलगा, एक मुलगी आहे. जर दोन्ही मुलीच झाल्या असत्या तर आमची काय भावना झाली असती? तिसऱ्यांदा मुलाचा हट्ट आमच्याकडून कुटुंबातील इतर प्रबळ गटाकडून धरला गेला असता का? गर्भजल परीक्षा करून लिंगनिदान केले असते का? स्त्रीभ्रूणहत्या केली असती का? बायकोला मुलीच होतात म्हणून दुसऱ्या लग्नाचा विचार केला गेला असता का? माझ्या संबंधातले प्रश्नाचे उत्तर मी 'नाही' असेच देईन. इतरांचे सांगणे अवघड आहे.

आमच्या घरात आमच्या पुरुषांच्या चाकोरीतच आमच्या स्त्रियांनी जगावे हा सर्वसाधारण दंडक आहे. एखाद्या प्रश्नासंदर्भात तिच्याशी चर्चा करावी हे त्यांच्या गावीच नाही. एखाद्या प्रश्नासंदर्भात वडील आमच्याशी चर्चा करतात पण आमच्या आईशी कधीच नाही; पण त्यांचा सुनांशी वागण्याचा दृष्टिकोन अत्यंत प्रागतिक आहे. त्यांच्या शिक्षणाकडे त्यांनी लक्ष पुरविले. प्रोत्साहन दिले. मुलगा आणि सून यांनी विचार-विनिमय करावा असे वडिलांना वाटते, पण आईला वाटते की नाही हे तिने व्यक्त न केल्याने सांगता येत नाही.

मी समाजातील पहिला पीएच.डी. प्राप्त व्यक्ती आहे. पीएच.डी.चे संशोधन स्त्रीवादी जाणीव/चळवळी विषयी आहे. तरीही ना घरात ना समाजात माझे कौतुक झाले. थीसिस पूर्ण केल्यानंतर घरी लहान भावाला दाखवला तरी त्याने ढुंकूनही पाहिले नाही. माझ्या पीएच.डी.च्या व्हायव्हालाही घरातले कोणीच नव्हते. आई, बायको, बहीण, भाऊ पुण्यातच होते. तरीही त्यांना व्हायव्हा अटेन्ड करावीशी वाटली नाही. माझ्या परिवर्तनवादी मित्र–मैत्रिणींनी आणि शिक्षकांनी माझी भरपूर स्तुती केली. यानंतर मात्र घरच्यांची दृष्टी बदलली, पॉझिटिव्ह झाली.

पत्नी ९वी शिकलेली. पुढे शिकवण्याचा प्रयत्न केला पण व्यर्थ! घरात नव्या पिढीतील आम्ही भावंडं उच्चशिक्षित आहोत. तरीही माझा अभ्यास घरी होत नाही. माझ्या पुस्तकांना आणि अभ्यासाला पत्नी–आई कंटाळली आहे. त्यामुळं वाचन, लिखाण, चिंतन घरी कधीच केले नाही. रोजंदारीच्या कामातून वेळ काढूनच हे सर्व करावे लागते. माझ्या आतापर्यंतच्या कोणत्याही लिखाणाला पत्नीने आणि घरच्यांनी हुंगूनही बघितले नाही. मी करत असलेले सामाजिक काम पत्नीसह कोणालाच आवडत नाही. मी घरात करत असलेला स्त्री–पुरुष समता विचार पुरुषांप्रमाणेच स्त्रियांनाही आवडत नाही. हा इतिहास होता, वर्तमानात थोडा बदल होत आहे. भविष्यकाळ माझ्याच विचाराचा असेल... पितृसत्ता अंताचाच असेल.

('देशोधडी' या आगामी वैचारिक आत्मकथनातील निवडक भाग.)

■

(पुरुष स्पंदन, दिवाळी २००७)

(टीप :– बाप–मुलाच्या नात्याला अनेक प्रकारची आयामं असतात. ती जात आणि तिच्या व्यवसायाच्या नुसार आणखीनच गुंतागुंतीची होतात. भटक्या समाजातील माणसांचं जीणं हे दररोजच्या अनुभवाप्रमाणे बदलत जातात. त्यात व्यक्ती, प्रांत, भाषा, व्यवसाय यांच्या मिश्रणाबरोबरच काळ–वेळ यासारख्या आयामाची भर पडत गेली. नाथपंथी, डवरी, गोसावी जमातीच्या जगण्याचे चित्रण आणि त्यातील एखाद्या बाप–मुलाचे संबंध स्पष्टपणे पुढे येण्यास विविध अडचणींना सामोरे जावे लागले. भीक म्हणजे काय? ती एखादी जात का व कशी मागते? भिकेच्या बदलत्या तऱ्हा कोणत्या? जमातीनिहाय आहाराबरोबर स्त्री–पुरुष संबंध कसे कसे बदलतात, हे या छोट्याश्या लेखात गुंफणे मला जमलेले नाही. मला दिलेला वेळ आणि शब्दमर्यादा यामुळे काही त्रुटी राहून गेल्या आहेत. सुज्ञ वाचकांनी त्या समजून घ्याव्यात.)

इन मीन तीन

– राजीव कालेलकर

आम्ही घरात तीन पुरुष राहतो. माझे वडील – वय वर्षे ८५. मी वय वर्षे ५६. माझा मुलगा (असीम) वय वर्षे २३. दोन वर्षांपूर्वी आई गेली. वडिलांच्या हातात काठी आली. स्पॅस्टीक डायप्लेजीयामुळे पहिल्यापासूनच माझ्या हातात काठी होती. हातात काठी नसलेला घरातील एकच माणूस म्हणजे माझा मुलगा – असीम. घरात एक ट्रायपॉडही आहे. तीन मदतनीस. दोन पुरुष – त्यातील एक सकाळ व संध्याकाळी असतो, दुसरा रात्रीला, एक स्त्री– धुणी भांडी, लादी–कचरा व जमेल तसा स्वयंपाक करते. सकाळ–संध्याकाळचा मदतनीस बाजारहाट करतो. माझा व्यायाम घेतो. बारिकसारीक कामे करतो. रात्रीचा– रात्रीच्या आवराआवरीला मदत करतो आणि सोबत. महादेवराव, विश्वास आणि सुजाता ही त्यांची नावे.

माझे वडील म्हणजे नारायण घरीच असतात. गेली तीन वर्षे फारच थोड्या वेळा मीही बाहेर गेलो आहे. बाहेर जातो तो असीम. शिकायला. घरी फारसे कोणी येत नाहीत. आलाच/आलीच तर एखादा/एखादी नातेवाईक; वा डाव्या चळवळीतील आस्थेवाईक. मधूनमधून. विद्यार्थी मात्र येतात. माझे विद्यार्थी व वडिलांची एक विद्यार्थिनी. काय करणार? त्यांना शिकायचं आहे, त्यासाठी फी सुद्धा देतात, चालायचंच.

आम्ही दादरच्या मध्यभागी तिसऱ्या मजल्यावर राहतो. गड चढून आल्यासारखं वाटतं, असं लोक म्हणतात. गड आहे पण सिंह नाही. ऐकू येते ती कोल्हेकुई. लांडगे पाहायला अरण्यात जायला नको. सिमेंट काँक्रिटच्या जंगलात सर्वच हिंस्र श्वापदे हजेरी लावून आहेत. अजून काही माणसे जिवंत आहेत. त्यांची संख्या वाढेल असा कुठेतरी

विश्वास आहे. खरं म्हणजे त्याच बरोबर तेव्हढीच प्रबळ भीतीही आहे; ती म्हणजे जीवंत माणसांची संख्याच घटेल अशी. कधी विश्वासाचे पारडे जड होते तर कधी भीतीचे. समाजवाद आला नाही, तर भांडवलशाही रानटी अवस्थेत जाईल, रोझा लुझेंम्बर्ग म्हणाली होती त्याचं प्रत्यंतर रोज येतं. मी पारंपरिक आणि परंपरा मोडणारा मार्क्सवादी आहे. माझे वडील (माझी आई सुद्धा) स्टॅलिनीस्ट मार्कसवादी तर मी मुक्ततावादी मार्कसवादी. मार्कसवादाची परंपरा पुढे चालवली परंतु परंपरा मोडलीही. म्हणुन परंपरा मोडणारा मार्क्सवादी म्हणूनच पहिली आठवते ती रोझा लुझेंम्बर्ग. मग ट्रॉटस्की वगैरे. उदा. स्टॉलिन हा हिटलर नव्हता हे कितीही मान्य असलं तरी हुकूमशाहीला माझा आतून, खराखुरा, कडवा, विरोध आहे. मन सूचना स्वीकारतं. हुकूम आला की जुमानतच नाही. मनाचं काय, आपलं मन तरी आपलाला माहीत असते, असायला हवे. पण जनाचं काय?

कैसे कैसे मंजर सामने आने लगे है
गाते गाते लोग चिल्लाने लगे हैं ।

दुष्यंतकुमारची गजल अलीकडे खूप आवडते. लोक गात नाहीतच, आरडा ओरडा करतात. जरब बसवणाऱ्या आरोळ्या देतात, केविलवाण्या किंकाळ्या फोडतात. आरोळ्या देणारे नक्की कधी किंकाळ्या फोडायला लागले, हे कळतच नाही; तर किंकाळ्या फोडणारे अचानक आरोळ्या देणारे कधी झाले हेही. कसला ठावच लागत नाही. यातील बहुतेक आरोळ्या या परिवर्तनवादी, क्रांतीच्या नाहीत तर चक्क प्रतिक्रांतीच्या उघड्या नागड्या फॅसिझमच्या आहेत.

या फॅसिझमचा रंग कोणता ? भगवा, हिरवा की दुसरा कुठला ? खरं म्हणजे कुठलाही. टोकाचं धर्मवेडेपण व विचार प्रणाली हाही धर्मवेडेपणाची बाधा व्हावी अशा या काळात,

खरंच किती कठिण होत आहे
शहाणपण टिकवणं
खरचं किती सोपं होत आहे
दीड शहाणपणानं शहाजोगपणे मिरवणं

तुम्ही भाबडे असायला हवेत किंवा ज्ञानाच्या अपूर्णांकाला पूर्णांक म्हणायची निरागसता तुमच्यात असायला हवी, तशी ती नसेल तर तुम्ही अधिकृत डावे असा वा नसा एकतर तुम्ही या जगात ठार वेडे ठराल, नाहीतर ठार अडाणी. तिसरा पर्यायच आजच्या इरसाल, मठ्ठ, मस्तवाल, चलाख पण बुद्धू, बथ्थड अशा जगाने तुमच्या समोर ठेवलेलाच नाही. कमालीचा स्वार्थ हाच जिथे किमान जोबानार्थ म्हणून जाणीवपूर्वक नेणिवेपर्यंत पोहोचवला जातो तिथे सामाजिक जाणीव वगैरे संज्ञा केव्हाच

कालबाह्य झाल्या आहोत.

या साऱ्या पर्यावरणात असीमची माझ्या मुलाची मानसिक अवस्था कशी असणार? आमच्या विखुरलेल्या तरी त्याच्याभोवती एकत्रितपणे फिरणाऱ्या, भिन्न स्व-भावाच्या, भिन्न -विचारांच्या, भिन्न वयाच्या, लिंगभावाच्या माणसांशी जुळवून घेता घेता त्याच्या मनाची तार जरा जास्तच घासली गेली तर त्यात नवल ते कसले?

या सर्व गोंधळात, गदारोळात अजूनही तो नेटाने अभ्यास करतो. त्याने अर्थशास्त्राची पदवी मिळवली, जपानी भाषेच्या जपानी सरकारच्या दोन परीक्षा दिल्या, तिसरी देत आहे. पत्रकारिकेची पदव्युत्तर पदविका मिळवण्याच्या तयारीत आहे. तरुण-तरुणी आपल्या आतल्या गोंधळासकट आणि बाहेरच्या गदारोळासकट अशीच वाट काढत आहेत. अशी वाट काढली नाही तर ते तगूच शकणार नाहीत. आणि तगू शकले नाहीत तर ते जगू शकणार नाहीत. तगतील तरच जगतील हे नेसरेमच्या पिढीला चांगले उमजले आहे. त्याला वरवर ताप देणारी अशी क्रीडा पत्रकारिता करायची आहे, पण त्याही क्षेत्रातील राजकारण पाहून तो विषण्ण होतो, गंभीर होतो व त्याला गंमतही वाटते.

मला तर सगळीकडेच राजकारण दिसते. वाईट सडलेल्या लुंपेन राज्यकर्त्या वर्गाचे. हातात शस्त्र घेतलं तर कुठल्यातरी शस्त्रास्त्र विक्रेत्याच्या आणि उत्पादकाच्या नफ्यात आपण भरचं घालणार म्हणून शस्त्रही नको असे राहून राहून वाटते. मग उरतो सत्याग्रहाचा मार्ग. शेवटी गांधीजीच खरे असं फार फार वाटू लागते. मग प्रखर वर्गसंघर्षाशी प्रखर सत्याग्रह कसा जोडायचा? हा तत्त्व वैचारिक प्रश्न व्यावहारिक, राजकीय कृतीत कसा आणायचा, असा 'ताबडतोबीचा राजकीय' बनतो. सर्व राजकीय प्रश्न हे सांस्कृतिक सुद्धा असतात, हे मनोमन पटल्यामुळे तो प्रश्न संपूर्ण संस्कृतीकरणाचा म्हणून कसा पुढे आणायचा असाही आहे, खरं म्हणजे असाच आहे.

तर मी सांगत होतो असीमबद्दल. असीमचे त्याच्या आईशी नाते आजही घट्ट आहे. तसंच ते असायला हवं, त्यांच्या आईकडच्या सर्व नातेवाईंकाशी त्यांचे जिव्हाळ्याचे संबंध आहेत, हे ही स्तुत्य आहे, पण माझी आई जेव्हा जिवंत होती, तेव्हा ती त्याची आजीच नव्हती, आईही होती. २४ तास आईपण सांभाळायचे असते. ती सांभाळायची. त्याला आई आहे. ती तिच्या परीने पहिल्यापासूनच त्याच्याकडे लक्ष देऊन आहे. मी ही बाबाबरोबर आईचीही भूमिका पहिल्यापासूनच करत आलो आहे. ती करावीच लागली. घटस्फोटानंतर कायदेशीर कस्टडी मी घेतली होती. वडिलांनी असा पहिल्यापासूनच समज करून घेतला होता की, मी अपंग असल्यामुळे तेच त्याचे बाबा आणि आजोबा आहेत. याला व्यक्ती म्हणून ते फारसे जबाबदार नाहीत. आपल्या जातीय व्यवस्थेत पाचवा वर्ण मुसलमानांचा असेल तर सहावा अपंगांचा आहे. या जात विचारातून बाहेर पडणं तितकं सोपं नाही. विशेषतः उच्चजातीत जन्मलेल्या कर्तृत्ववान

पुरुषांना ते फारच कठीण आहे. अशक्य नाही, पण सहज शक्यही नाही. समाज मानसिकतेचा एक रेटा असतोच असतो. असो.

आई गेल्यानंतर आईपणाची जबाबदारी माझ्यावरच अधिकच येऊन पडली. असीम तरुण झाला होता. त्याला करियरची चिंता ग्रासत होती. त्यात त्याला वाईट प्रकारच्या मलेरियाने दोनदा आणि साध्या प्रकारच्या मलेरियाने एकदा असे छळले. त्याच्या आईने त्याची आजारपणात शुश्रूषा केली. तो आजारातून बाहेर आला; पण जास्तच भांबावला होता. एकतर किशोरवयापासून तो सरळपणे वाढत नव्हता. एकाचवेळी अकाली प्रौढत्व आणि सुखाचे बालपण, त्यातील भोळी, हळवी, निरागसता जपून स्वत:ला सावरत होता. मी त्याला पूर्ण विश्वासात घेऊन नोकरी सोडली होती. सेरेब्रल पाल्सीमुळे मला नोकरीवर एका खुर्चीवर आठ तास बसताही येत नसे. पण मी नोकरी सोडली आणि घरात कैदी झाल्यासारखी माझी परिस्थिती झाली. मी हळूहळू म्हातारा होत आहे असं मला वाटू लागलं.

आई गेल्यानतंर वडिलांनी जिद्दीने सर्वच घराची जबाबदारी आपल्या शिरावर घेतली. त्यात त्यांची कर्तव्यबुद्धी होती तेव्हढीच कर्तेपणाची नियंत्रणाकांक्षा होती. आईपणाची जबाबदारी निभावणे खूपच आवश्यक होते. असीमला आता त्याच्या वयानुवार वाढायला प्रवृत्त करण्याची हीच वेळ होती आणि त्याच वेळी माझे मध्यमवयीन पुरुषत्व, अपंगत्व, एकटेपण, अपंग पुरुषाची लिंगसमभावाशी व एकंदर लोकशाहीची निष्ठा अशा चारही दिशेने येणाऱ्या गाड्या माझ्या आई होण्याच्या चौकात एकमेकांवर आदळल्या.

त्यातून बाहेर पडायचं म्हणजे अगोदर ही चार वाहने आहेत की एकच वाहन आहे ते शोधायचं, ते एकच वाहन मानलं तर तर ते वाहन आणि मुळात जीव शाबूत ठेवण्यासाठी वाहनाची डागडुजी करायची की वेगळंच वाहन निवडायचं? कारण जीव बदलताच येत नाही! की जीव घेऊन दुसराच रस्ता पकडायचा? प्रश्न कल्लोळ.

शेवटी ठरवलं. आई होण्याच्या याच चौकात, याच रस्त्यावर याच जीवनाशी एकच मोठालं, तेच वाहन चालवावं आणि मुक्काम गाठावा. अशी जिगरच घेतली. वाट नाहीच. वाट शोधणार कुठली? सापडणारच नाही. नवीनच वाट तयार करत करत पुढे जायला हवे. जीवनाला पर्याय जीवनच असतं. वाटेला पर्याय वाटचं. नवीन वाट धरली. एकच अदृश्य असं झोपडं बांधलं. सूर्याने चूल पेटवली, मी माझं आयुष्यच भांड्यात शिजवायला टाकलं.

२

प्रश्न आहेतच. माझे प्रश्न असीमचे प्रश्न. माझ्या वडिलांचे प्रश्न. असुरक्षिततेतून, एकटेपणातून उगीच एकमेकांवर कावल्यासारखे होते. राग राग होतो.

ऐसा कळवळ्याचा प्रकोप
असे क्रोधाविण क्षोभ

हा माझा खरं म्हणजे स्थायी भाव. स्व-भाव.

मी दहा वर्षांपूर्वी फारसा कोणावर रागवत नसे. रागवलो तरी तेवढ्यापुरतं. एकेक माणूस जोडण्याकडे माझा कल होता. फार आवडायचे मला. हे अलीकडेच होऊ लागलं, लगेच चिडायला होतं, चिडचिड, तडफड, फडफड. पूर्वी तसं नव्हतं. इतरांच्याच नाही तर माझ्याही प्रश्नाकडे थंडपणे त्रयस्थपणे पाहायचो. आम्ही साऱ्या जवळच्या आस्थेवाइकांनी एकत्र येऊन सकल साहित्य संमलेन घेतलं होत तेव्हा किती मोठा 'विद्रोह' झाला. मी शांत होतो.

'आठवावा ख्रिस्ताचा समाभाव' तसा ख्रिस्ताला आठवत राहिलो. माझ्या अगदी छोट्याशा आयुष्यात मार्क्सला दोन सवते आहेत. एक गांधीजी आणि दुसरा ख्रिस्त. बुद्ध आणि पैगंबर माझे मित्र आहेत.

मध्यंतरी मी या साऱ्यांपासूनच दूर गेलो. इतका की, मला वाटे मी या निर्जन बेटावर आहे आणि त्याचवेळी मी एका भोवऱ्यात गटांगळ्या खात आहे. बेट आणि भोवरा, भोवरा आणि बेट. बेट हलत नव्हतं, त्या बेटावर कोणाचीच चाहूलही लागत नव्हती. तर भोवरा मला सारखा आत आत नेत होता. बेटावर एक मृगजळ आणि मृगजळात एक भोवरा; की मीच एक मृगजलाचर आहे. काहीच कळत नव्हतं.

माझ्यातील माणूसपणाची आणि मनुष्यपणाची जाणीव माझ्या अंतर्मनात कुठेतरी ठसठसत होतीच. तिला नेणिवेतून जाणिवेच्या कक्षात आणले ते माझ्या सख्ख्या मित्रांनी. नाही म्हणायला या सगळ्या खटाटोपात कळत-नकळत एका गोष्टीला माझा हातभार लागला. म्हणजे ती गोष्ट माझ्यामुळे घडली असा माझा दावा नाही परंतु मी निमित्त मात्र ठरलो. अनधिकृतपणे का होईना पण जेंडर डेमोक्रसी मानणारा आणि त्याला मॅस्क्युलिन कॉमरेडारीशी जोडणारा एक पुरुषांचा गट तयार झाला. तो विखुरलेला आहे. स्त्रीवादी भगिनीभावासारखा संघटित नाही तरी आस्तित्वात आहे.

आता थोडे मॅस्क्युलिन कॉमरेडारीबद्दल. माझे आणि असीमचे नाते केवळ बाप-लेकाचे नाही. ते पुरुषसखाभावाचेही आहे. माझ्या अपंगत्वाच्या वेगवेगळ्या मिती कळणारा घरातील तो दुसरा माणूस आहे. पहिली अर्थात् आई. मी आईचा केवळ मुलगा नव्हतो, तर पेशंट म्हणूनसुद्धा ती मला समजून घ्यायची. आई गेल्यानंतर त्याच्यापरिने हे तो करतो. मला समजून घेतो. माझ्या वडिलांनाही तो समजून घेण्याचं

काम करतो. त्यांचे वय, त्यांचा अहं, त्यांचा ताठ कणा, त्याचं कर्तृत्व त्याला जेवढ्या सहानुभूतिने समजते तेव्हढं मलाही नाही समजत. असीमचं बारिकसं मानसिक आंदोलन मला कळतं. एक जरासा किचिंतसा मानसिक हेलकावाही मला टिपता येतो. वडिलांच्या बाबतीत नेमके तेच करता येत नाही. आईला याची बरोबर जाणीव होती. ती माझी केवळ आईच नव्हती तर कॉमरेडही होती. स्टॅलिन आणि इंदिरा गांधी यांना एकदम मानणारी. तिने जगाचा निरोप घेण्याच्या काही दिवसच अगोदर ती मला म्हणाली, ''स्टॅलिनेनही खूप चांगल्या गोष्टी केल्या आहेत. त्या तुला माहीत नाहीत असं नाही, पण तू त्या समजून घेत नाहीस.'' तिला खर म्हणजे स्टॅलिनच नव्हे तर माझ्या वडिलांबद्दलही बोलायचं होतं. आई गेल्यानंतर मी शक्य होईल तेवढी वडिलांची काळजी घेतो, परंतु हे खरच आहे की मला असीम इतकंही त्यांना समजून घेता येत नाही. असीम म्हणजे त्यांच्या नंतरच्या दोन पिढ्या. तेव्हा याकडे केवळ पिढ्यांतील अंतर म्हणून नाही बघता येत मला; त्याहून हे काहीतरी अधिक आहे किंवा उणे म्हणा हवं तर. शास्ता वर्ग, नोकरशाही, पितृसत्ता या विषयी काहीसा अराज्यवादी पद्धतीने मी प्रतिक्रिया देतो. ती ठोस रूपात वडिलांच्या बाबतीत प्रकट होते.

पण मी सुद्धा बापच आहे. एकदा रागाच्या भरात असीम मला म्हणाला, 'तू माझा शत्रू आहेस.' तेव्हा मी हादरलो. वेडापिसा झालो. दोन गोष्टी आठवल्या. एक म्हणजे तरुण असताना घरामध्ये मार्क्सवादाबद्दल तावातावाने चर्चा झाली होती. 'तुम्ही स्टॅलिन आहात, म्हणून मी स्टॅलिन विरोधी आहे.' असं मी वडिलांना म्हणालो होतो. दुसरी गोष्ट म्हणजे एकदा आम्ही आमच्या मुलाविषयी बोलत होतो. तेव्हा विजय कान्हेरे म्हणाला होता, 'जगातले सगळे बाप सारखेच असतात, तू आणि मी कितीही वेगळं होण्याचा प्रयत्न केला तरी मुलांच्या दृष्टिकोनातून आपण बापच आहोत.'

विजयने हयातभर स्वत:ला बदलवण्याचा प्रयत्न केला. माझा प्रयत्न चालू आहे तो किती अयशस्वी होतो आहे हे असीमच सांगू शकेल.

३

मला माझा श्वास घ्यायचा आहे. 'खुद अपनी साँस ले लो, हवा तुम्हारी होगी.' 'असरा' या स्त्री संघटनेच्या पहिल्या-वाहिल्या युवती मेळाव्यासाठी मी घोषणा तयार केली होती. मला हवा आपलीशी करण्यासाठी श्वास तर घ्यायचा आहे पण अपराधी भाव जागृत होतो. वडील तरी घेतात का आपला स्वत:चा श्वास की, ते असीमच्या नाकातून श्वास घेतात. मी असीमला वाचवायला जातो, त्यांना श्वास घेण्यासाठी स्वत:चे नाक मिळावे, त्यांना ते गवसावे, ते गवसण्यासाठी मी प्रयत्न करावा, असे मला का वाटत नाही. की हिंदीत ज्याला 'लंबी नाक' म्हणतात तशी त्यांची जगात – घरात

आहे. ती लंबी नाक घेऊनच ते ८५ वर्षे जगलेत मी हे धरूनच चाललो आहे का ? असं असेल तर असे का मी धरून चाललो? मला वाटणाऱ्या श्वासाच्या, स्वतःच्या श्वासाच्या गोष्टी त्यांना समजणारच नाहीत असं मला का वाटतं? कधी कधी मला वाटतं पूर्वग्रहाने मला खूप झाकोळून टाकलं आहे.

खरं म्हणजे ते धडधाकट आणि मी अंपग. मी अपंग आणि असीम धडधाकट. त्यांनी ऐन उमेदीत आणि नंतरही, कष्ट-कष्ट, कष्टच केले. त्याचे फळ म्हणून त्यांना सत्ता, नाव, प्रसिद्धी सारं काही मिळालं; पण कष्ट करण्यामागे त्यांचा तोच हेतू होता का? त्यांनी कुटुंबाला आर्थिक स्थैर्य दिलं. पर्यायाने ते मलाही मिळालं त्याबद्दल मी त्यांना धन्यवादचं द्यायला हवेत. तसे मी देतोही.

हे मला कधी जाणवलं? अत्यंत प्रतिकूल परिस्थितीत. माझे शरीर साथ देत नसताना जमेल तसे माझ्या कुटुंबासोबत आणि त्याची आई तिचे नातेवाईक यांना जमेल तशी त्यांची साथ घेत मी खरं म्हणजे आम्ही असीमला वाढवले. एक मन म्हणतं की माझ्या कष्टाचं मोल असीमला कळायला हवं तर दुसरं मन पहिल्या मनाला धाडकन् तोडतं, म्हणतं मायेच्या चाकरीत, मायेला मोल असतं? असावं? असताच कामा नये ती माया म्हणजे काय सौदा आहे? व्यापारीकरणाने, ग्राहकवादाने मायेलाही सौदा केले आहे. या विरुद्ध आपण नाही लढणार तर कोण लढणार?

कधी कधी असीम विचित्र वागतो. विषाद वाटावा असे वागतो. पण, हे सारे माझ्या नजरेतून मी पाहतो म्हणून मला तसं वाटते. माझ्या वडिलांना कित्येक वर्षे माझ्या कित्येक गोष्टींचा विषाद वाटला असेल. त्या विषादाचे काय?

'तृष्णा' हे दुःखाचं मूळ आहे, असं बुद्ध म्हणाला. तृष्णा, दुःख हे आपण सुखाच्या परिप्रेक्ष्यात पाहतो. बुद्ध नाही, आपण पाहतो आणि बुद्धाला खूप छोटं करतो. समाजाला ऐहिक सुख हवंच, दुरितांचे तिमिर जायलाच हवे. जिथे हर्ष-खेद मावळतात अशी 'झपूर्झा' नावाची अवस्था असते. ऐहिक सुख मिळवताना जो जे वांछिल तो ते लाहो इथपर्यंत पोहोचताना अगदी वैयक्तिक नात्यातही हे भान हवे की, ज्यांचा प्रदेशच साकल्याचा आहे त्यांनी झपूर्झाच्या अवस्थेतच असायला हवं. संघर्षही त्याच अवस्थेत करायला हवा. कठीण आहे पण 'असाध्य' नाही. यातच साधनांची शुचिता आहे.

■

(पुरुष स्पंदन, दिवाळी २००९)

एक संवाद : म्हटला तर आपला आपल्याशीच किंवा तुमच्याशी सुद्धा !

– संजय पवार

खूप दिवस या गोष्टी बोलायच्या होत्या तुझ्याशी. म्हणजे तसे आपण बोलत असतोच एकमेकांशी. पण ते कसं, तर आजकालच्या भाषेत सांगायचं तर 'बिझनेस पार्टनर' सारखं म्हणजे बऱ्याच गोष्टी गृहीत असतात. काही वेळा एकमेकांच्या वतीने निर्णय घेणं वगैरे आणि काही वेळा एकमेकांवर ढकलणंही!

आपली पार्टनरशीप लक्षात येण्याचं वयही मजेशीर होतं. जन्मानंतर मुलगा म्हणून आपलं वेगळेपणं–कौतुकात न्हात असतं, तोवर आपल्याला कुणी पार्टनर आहे हे आपल्या गावीही नसतं. या पार्टनरची जाणीव होते तेव्हा मुलगा म्हणून आपल्या अस्तित्वाची प्रमुख खूण नुन्नी बदलून लिंग, चोट, बुल्ला अशा रासवट शब्दांत बदललेली असते आणि प्रथमच आपल्याला समजते, की मुलगा म्हणून असलेल्या आपल्या आयुष्याचा 'पुरुष' नावाचा एक पार्टनर आहे!

आता एकदा हा पार्टनर आपल्या लक्षात आल्यावर आपले भागीदारीत अनेक उद्योग सुरू होतात, मुख्यत: आपल्या आणि स्त्रियांच्या बदलत्या शरीराकडे खॅ खॅ करून बघणे. स्त्रियांची नग्न चित्रे डोळ्यांच्या बाहुल्या मोठ्या करून बघणे. मुताऱ्यातून छोटी छोटी चित्रं आणि गहन वाक्यं लिहिणे. चाळीत राहात असू तर दारांच्या फटी शोधणे. चोरटेपणाने संभोग क्रिया न्याहाळणे. एकत्र जमून ओळखी–पाळखीच्या पोरीबाळींच्या नावाने सतत बोलून त्यांना माल, गजका, सामान, थापी, डेअरी, एअरपोर्ट अशी विशेषणं लावणे, त्यांना सतत पारदर्शक करून बघणे. अंधाराचा फायदा उठवून, त्यांच्या उभार शरीराचा वेध घेणे आणि नेम लागला याचा आनंद वाटणे. हा पुरुष

नावाचा पार्टनर आपल्याला एवढ्या उद्योगात रमवतो, की आपल्याला तो आवडू लागतो आणि आपण त्याच्यासारखे का नाही याचा सतत विचार करू लागतो. तो असताना, आपण सतत त्याला प्रोत्साहित करत असतो. तो जेव्हा नसतो तेव्हा आपल्याला किंचित लाजल्यासारखे होते आणि आपण आपल्यालाच बजावतो हे बरोबर नाही. त्याला आवर घालायला हवा. आपल्या लक्षात येतं लटका राग केवळ बायकांनाच नाही, आपल्यालाही येतो.

पण आपला राग टिकत नाही. कारण आपल्याला आता पुरुष नावाचा पार्टनर आहे, याची जाणीव घरच्यांनाही झालेली असते. घरच्यांना त्याच्या चावट स्वभावाची कल्पना नसते. त्यांना तो अत्यंत आकर्षक, अभिमानास्पद आणि भयंकर कर्ता वगैरे वाटत असतो. प्रसंगी रक्षणकर्ताही !

आपला कुठलाही उनाड, चोर, गुन्हेगार मित्र आपल्या घरी जसा सभ्यपणे वागून आपल्या घरातल्यांची मने जिंकत असतो. तसाच हा 'पुरुष' नावाचा मित्र अशा घरगुती वातावरणात विशेषत: आई, बहीण, आजी, मावशी, मामी, काकी इ. स्त्री आप्तांशी वागताना जे काही सोफिस्टिकेशन आणतो, की त्यामुळे प्रत्येक मुलाला असा 'पुरुष' जोडीदार मिळावा म्हणून त्या पाट्टेल ती रिच्युअल्स वगैरे सुद्धा करतात.

खरं तर आपला पार्टनर काय लायकीचा आहे हे आपल्याला पूर्ण माहीत असते. पण तोवर स्त्री–पुरुषांच्या जगात जगण्याचा एक धंदा आपण थाटलेला असतो व आपल्याला या पार्टनरशिवाय तो जमणार नसतो. विकसनशील राष्ट्रांना जसं बड्या राष्ट्रांना पूर्ण बाजूला करता येत नाही तसं आपलं होतं.

खूप दिवसांनी बोलतोय तुझ्याशी. अलीकडे तुझे नी माझे फारसे जमत नाही. तसं म्हटलं तर आपली पार्टनरशीप मोडीतच निघाली आहे. अनेक प्रसंगातून ते सिद्धही झालयं; पण जाहीर फारकत आपण घेतली नाही. काही तांत्रिक मुद्यावरच ती टिकून आहे. आपल्यात पहिला खटका उडला तो स्कूल ऑफ आर्टमध्ये ! तेथे फिगर ड्रॉईंगसाठी न्यूड बसवतात या आशेने तू किती ताटकळला होतास. शेवटी 'न्यूड' कमर्शिअल आर्टला उपयोगी नाही असं डिक्लेर झालं. तू हिरमुसलास. शेवटी 'पेंटिंग'च्या क्लासला तू मला ओढत नेलंस. तिथे आपल्याला कळलं न्यूड म्हणून एक पन्नाशीची डांबरट काळी बाई बसवलीय. लोंबणारे स्तन, सुरकुतलेल्या मांड्या नी वाकडी पाठ. पिरीयड संपल्यावर साडी गुंडाळून ती बाई ३० रुपयांचं व्हाऊचर घेऊन ऑफिसात दिसली, तेव्हा आपल्यात पहिला झगडा झाला! मी म्हणालो, एकाच्या कलेसाठी दुसऱ्याची भूक वापरायची! त्या बाईलाही आपल्या एवढी पोरं असतील. आपण आपल्या आईचा न्यूड स्टडी करू? तू हसत राहिलास. म्हणालास ''आई नाही पण बायकोचा करू ना!'' या वाक्यावरचं तुझं हसणंही मला आवडलं नव्हतं.'

न्यूड आणि नेकेड यातला फरक तुला समजावताना माझी दमछाक झाली. पण तू आपला फिदीफिदी हसत, 'म्हणजे पुन्हा नागडंच ना' असं म्हणत राहिलास.

हिस्ट्री ऑफ आर्ट शिकताना मदर गॉडेसच्या प्रचंड स्तन आणि पोटांना आपण मातेप्रमाणे पाहिलं. त्यातली 'स्त्री' सोडून 'माता' यावर लिहिताना आपल्या सगळ्यातला साने गुरुजी इतका भराला आला होती की विचारू नको! त्यावेळी मी तुला म्हणालो होतो, ''स्त्री आपल्यापेक्षा किती श्रीमंत आहे नाही. तिच्या शरीरात किती छान बदल होतात, शिवाय तिला गर्भाशय आहे. म्हणजे निर्मितीची साक्षात कुंड आणि निसर्गदत्त झरे तिच्या ठायी आहेत, आपल्याकडे केवळ एक लिंग जे केवळ निमित्तानं ताठरतं आणि क्षणात ढेपाळतंही. टाकून दिल्यासारखी वीर्याची शिंपण सोडली तर काय आहे आपल्याकडे. एखाद्या भिंतीवर वर्षानुवर्षे एखादी खुंटी असावी तसं आपलं शरीर लहान, जवान, म्हातारा या रुटीन चक्राशिवाय कोणतं चक्रच नाही. अनुभूतीच नाही. निपुत्रिक स्त्रीने पाळण्याकडे बघून आसवं गाळावीत तसे अधून मधून गच्च देह बघून हस्तमैथुन या पलीकडे काय आनंद आहे?'' मी बोलत राहिलो. तू बराच वेळ गप्प बसलास. तुला फारसा प्रतिवाद करता आला नाही. तू म्हणालास, 'तुझं काही खरं नाही'. पुढे मित्रमंडळीत तू माझ्या विचारांची चेष्टा केलीस. मित्रांनी प्रश्न सोपा करत एक वाक्य फेकले, ''म्हणजे हा बायकोवर चढण्याऐवजी, बायकोच याच्यावर चढणार!' प्रचंड हास्यस्फोट. नंतर पुरुषावर आरूढ होणाऱ्या बायकांची वर्णने. अतृप्त स्त्रियांची वर्णने. माझ्या लक्षात आलं, आपल्यात अंतर पडायला सुरुवात झालीय.

आर्ट स्कूल पूर्ण झालं. न्यूडच्या निमित्ताने स्त्री देहाचं सौंदर्य कळलं, मदर गॉडेसमुळे स्त्री हीच निर्मितीची खरी जननी असल्याचं मनावर ठसलं आणि कलेचा इतिहास असला तरी त्यातही बराचसा 'स्त्री शोषणाचा'च इतिहास सापडला. मोहेंजोदरोच्या उत्खननात दरबारातील नग्न नर्तिकेवर अभ्यासत होतो, तेव्हा शहरात हॉटेलात कॅब्रे जोरात होते. परंपरा जुनी, म्हणजे किती जुनी हे तेव्हा सचित्र कळले.

अधनं मधनं तू मला वयाची जाणीव द्यायचास, आजूबाजूच्या मुली खुणावून दाखवायचास. मलाही त्यांच्याशी बोलावसं वाटायचं, एखादी बरोबर स्वप्नं रंगवावीशी वाटायची. तू म्हणायचास नुस्तं डोळ्यात डोळे एवढंच पुरत नाही मुलींना, पुढे गेला नाहीस तर दुसरीकडे जातील. शेवटी खाज असते ती. मादी माजावर येते. तिला नर लागतो. शरीरशास्त्र कळत नसेल तर प्राणीशास्त्र शिकून घे !

तुला कायम असंच बोलता यायचं. हळुवारपणा तुला मिळमिळीत वाटायचा. नंतर तू मला वेश्यांच्या वस्तीत घेऊन गेलास. त्या कोंदट जागेत तू सराईतासारखा वागलास. मी बुजलो. शेवटी त्या चपट्या नाकाच्या मुलीने मला गुदमरवलं. सुटका झाली तेव्हा कळलं किती थंड शरीर आहे हिचं. शरीरात भावनाच नाही. पिठाच्या

चक्कीला जसं वरून टाकलं, आतनं भरडलं नी खालनं बाहेर फेकलं या चक्राची सवय होते तशी वाटली ती मला. बाहेर घरादारात आपण शील, शील म्हणून बोलतो, खासगीत 'सिल' म्हणून बोलतो, त्याची किंमत ३००० रुपयांपासून ३ रुपयांपर्यंत काहीही असू शकते हे जेव्हा कळलं तेव्हा वाटलं, खरेदी करण्याच्या या प्रवृत्तीचं अंग वाढलं तर आपले तथाकथित उंबरठे शिल्लक राहतील?

माझ्या या प्रश्नांवर तू म्हणालास, सोशल वर्कर इसलिए तो इन्सानने माँ, बहेन बनाए। सेफ कस्टडी. मला प्रश्न पडला – नातं वेगळं असेल, पण शरीर तेच असतं ना? मग एक शरीर पूजायचं नी एक भोगायचं ही कुठली रित? हे तर सरळ सरळ राजकारण! आपल्या अधिपत्याखालच्या, जवळच्या स्त्रिया कुलीन रहाव्या म्हणून माँ–बहेन, आणि आपली भूक भागावी म्हणून काही नुस्त्या औरत, बाई, दासी, वारांगना.

मी विचारात. तू मिश्कील हसत. माझ्या लक्षात यायला लागलं, तुझ्या सोबतीने हे प्रश्न सुटणारे नाहीत. तुला थोडं बाजूला ठेवायला हवं.

माझ्यातलं तुझं अस्तित्व बाजूला ठेवून शोधायला हवं. तू म्हणालास, ''मला टाळून तुझं जगणं कठीण आहे. शेवटी माझी गरज तुला लागेलचं. कारण तुझ्या अस्तित्वाची 'बीजं' माझ्याकडे आहेत आणि तुला सांगतो बायांना ती माझ्यासारखी आवडतात आक्रमक, रासवट इ. बघ विचार कर.'' मित्राच्या बोलण्याचा थोडा परिणाम झाला. नपुंसकत्व म्हणजे काय? उद्दीपना म्हणजे काय? लग्नानंतरच्या रात्री आणि समागम, त्यातून मिळणारे अपत्य जन्माचे संकेत हे चक्र म्हणजे आडवाटेने जाऊन भोज्या करण्यासारखे. लग्नाने आडवाट सुरू होते अपत्य जन्माला भोज्या! मधला प्रवास अळीमिळी गुपचिळी. भोज्याला पोचला म्हणजे मधला प्रवास सुरळीत झाला.

एखाद्या इतिहास संशोधकाला मधले संदर्भच मिळू नयेत तसं काहीसं म्हणजे लग्न होतं. हनिमून, नावाचं प्रकरण असतं, ज्याचं असोसिएशन उगाच थंड हवेशी जोडलेले. बंद दार नि दुधाचा ग्लास ही सिनेमानी पुरवलेली माहिती व तिच्या अधरावर ओठ ठेवले, स्तन कुरवाळले तर शास्त्रात शिरावं तर बटणं काढली असली साहित्यिक पुरवणी. मुद्याचं काही नाही. योनी, लिंग अशा टर्मिनोलॉजीतच हरवायला व्हायचं. मग वाटायचं, जब होगा तब देखा जायेगा । एवढ्या माणसाच्या पिढ्या, त्या ही अशा आडवळणानेच आल्या की भोज्यापर्यंत.

आता स्कूल ऑफ आर्ट संपलं होतं; पण 'पुरुष' नावाच्या पार्टनरने अर्धवट सोडलं होतं पूर्ण नव्हे. त्यामुळे अधनं मधनं तो यायचा. वयाची जाणीव करून द्यायचा. अचकट विचकट बोलायचा. मधल्या काळात विज्ञान, तंत्रज्ञानाच्या मदतीने त्याला स्त्री–पुरुषांच्या संभोगाच्या व्हिडिओ कॅसेट्स मिळाल्या म्हणजे टू डायमेन्शल स्वप्नरंजन आता थ्री डायमेन्शनेल झालं! 'ब्लू फिल्म' असं नाव असलेल्या या चित्रपटांना बघायची शीर्षकं

‘श्यामची आई’, ‘भक्त प्रल्हाद’ अशी असायची. कुणाचीही नावं, कशालाही द्यायची आपली परंपरा असल्याने, अशा चित्रपटांना मित्राने अशी नावं दिल्यावर मला त्याचं कौतुकच वाटलं आणि असंही वाटलं ही सर्जकता अशी आंबटपणात घालवण्यापेक्षा ती इतरत्र का वापरीत नाही? शिवाय असंही वाटतं की ही सर्जकता गुहाचित्रातल्या चित्रकारांसारखी अनामच राहणार. यातून एकचं लक्षात आलं आडवळणाच्या वाटेवर सर्जकतेला संधी आहे ! अर्थात्, तोपर्यंत मित्राने, माझ्या पुरुष नावाच्या पार्टनरने, त्या फिल्मस मधून स्वत:च्या कल्पनाचे स्तोम माजवले होते. स्तनांचे आकार, योनीची रुंदी, लिंगाची लांबी याचे सार्वत्रिक निकष त्याने ठरवून टाकले. प्रचंड आत्मपरीक्षणाचा काळ!

पार्टनरने दिलेली परिमाणे, कुठंतरी मनात राहिली. मधल्या काळात इतर गोष्टीत वेळ गेला.खूप माहिती मिळत होती. वाचत होतो. आंतरराष्ट्रीय सेलिब्रेशनमध्ये महिला वर्ष येऊन गेलं. कबुतराचा सिंबॉल जनरलच वाटला. पुढे ‘स्त्री मुक्ती’ शब्द कानावर पडला. काही वाचायला मिळालं. काहीतरी वेगळं वाचतोय, ऐकतोय असं वाटायलां लागलं. प्रदर्शनं पाहिली. कुठतरी मासिक पाळीबद्दल सविस्तर वाचलं. आजवर पार्टनरने कॉलेजात पोरी साड्या घालून आल्या की, एम.सी. चालू आहे, असं समज अशी माहिती पुरवली होती आणि पाळी, एम.सी.च्या काळात पोरी, जरा धक्का मारल्या तर अॅव्हेलेबल होण्याची शक्यता असते. असा कानमंत्रही दिला होता. प्रत्यक्षात माहिती वाचताना निर्मिती मागच्या वेदना जाणवत होत्या.

कोरा कॅनव्हस खायला उठतो तेव्हा रंगाच्या एका ठिपक्याने सुरुवात करावी असं शिकलो होतो. मासिक पाळीतलं रक्ताचं थेंबा थेंबाने ठिबकणं, एका निर्मितीची अस्वस्थ धडपडच नव्हे काय? माझ्यातला पेंटर शरीर शास्त्राला काव्याकडे नेत होता आणि माझा पुरुष पार्टनर मला म्हणाला– बेक्कार साला ही एम.सी.! चार दिवस रस्ता बंद, साला आपली उपासमार! मी मनाशी ठरवलचं, याच्या सोबत आयुष्य काढताच येणार नाही. याला शक्यतो लांबच ठेवूया. नंतर सरळ स्त्रियांच्या संघटनेत काम करायला लागलो चित्रकार म्हणून तेव्हा डेटा म्हणून जे काही पुढ्यात यायचं ते शरम वाटायला लावणारं होतं, वाटलं कसं सहन करतात या बायका ? हा अन्याय नव्हे, रानटीपणा आहे. ‘जबरी संभोग’ या शब्दामागची दाहकता कळण्यासाठी बलात्कारीत बाईचे डोळे पहायला हवेत. खूप ऐकलं, पाहिलं, वाचलं. जमेल तेवढं प्रतिकात्मक चित्रात मांडलं. परिणाम? खरं म्हणायचं तर शून्य! अर्थात्, प्रश्नांची धग कळल्यावर आपल्या प्रयत्नाचे पाणी घोटभर हे लक्षात येऊनही, ते सोडून न देता चालूच ठेवलं. पुरुष पार्टनर बऱ्यापैकी दूर झाला होता. मला वाटलं, या प्रयत्नात याला लांब ठेवून कसं चालेल? या साल्याला कान धरून हे दाखवलं पाहिजे.

त्याला म्हटलं, तू हवास या प्रयत्नात. तो म्हणायचा, या बायकांना कशाला हवी मुक्ती? यांना काय कमी आणि माझ्याशी काय बरोबरी करताहेत या? शर्ट, पॅन्ट घालतील, सिगरेटी ओढतील, दारू पितील पण म्हणून त्या माझी बरोबरी करतील? माझी ताकद आहे यांच्यात? यांनी घर सांभाळावं, पोरं वाढवावी ते सुद्धा कामच आहे. या शिकलेल्या मिडल क्लास बायका, फॅशन म्हणून काही तरी करतात. दुपारचं काय करायचं म्हणून हे उद्योग.

मला त्याचं पटलं नाही. कारण संघटना 'मिडल क्लास' बायकांच्या होत्या, तरी प्रश्न सगळ्याच बायकांचे होते आणि आंबेडकर म्हणाले होते, 'गुलामाला गुलामीची जाणीव करून द्या. तो बंड करेल.' या मिडल क्लास बायकांत वावरताना मला आठवलं, माझी आई गुलाम होऊनच राहिली. तिला गुलामीची जाणीव करून द्यायला त्या काळात असं कोणी मिडल क्लास सुद्धा तिला भेटलं नाही. माझे वडील, माझ्या शिक्षित आईला कमरेच्या पट्ट्यानं, लाकडी पट्टीनं, ओडक्यानं मारत त्यावेळी मला ती 'आई' न भासता एक भेदरट जनावर वाटे आणि नवरा-बायकोचं नातं हे मालक-नोकरासारखे वाटे. आईचा चेहरा काळानिळा झाला. दात वाकडे झाले, तरीही ती संसार करत राहिली. त्याच नवऱ्याच्या नावाने कुंकू लावत राहिली. मुलं झाली, वाढली, स्वतंत्र झाली. ती बाई अजून सौभाग्याच्या त्याच खुंट्याला एखाद्या जनावरासारखी. पुरुष हे कशामुळे? बोल पार्टनर? पुरुष म्हणूनच माझ्या वडिलांनी हे सगळं केले ना? पुरुष म्हणून असे क्रौर्य मी पाहिलयं लहानपणापासून म्हणूनच कुणी या पुरुषाविरुद्ध बोलत असेल, उभं राहत असेल तरी मी त्यांच्या बाजूनेच उभा राहीन. म्हणून पार्टनर, आता आपल्याला केवळ अंतर नाही तर एक लढाईच चालू राहणार. जिथे जिथे तू मला भेटणार मी तुला कंडेमच करणार. माझा पार्टनर पहिल्यांदाच चरकलेला दिसला आणि तरीही निर्ढावलेलाच दिसला आणि माझ्या लक्षात आलं लढाई मोठी आहे.

मधल्या काळात मग मी माझ्या पार्टनरशी उघड लढाईच खेळलो! स्त्रियांच्या यात्रेत गेलो. स्त्री अत्याचाराविरुद्ध त्याचे वाभाडे काढले. सहजीवनाच्या निमित्ताने, त्याला कर्तव्याची जाणीव करून दिली. 'मुलगा किंवा मुलगी' होण्याच्या मधली, त्याची वैगुण्येही त्याला दाखवून दिली. स्त्री शिकली, विविध क्षेत्रांत गेली तरी त्याची नजर कशी बदलत नाही. हे सोदाहरण दाखवून दिलं. प्रत्यक्ष आंदोलन याबरोबर, साहित्य, प्रसारमाध्यम, कला माध्यम यातून त्याच्या पुरुषीपणावर भडीमार केला. तरी तो बधेना, उलट अधनं मधनं तो अधिक आक्रमक होऊ लागला.

तो आव्हानं-प्रतिआव्हानं देऊ लागला.

आता माझ्या लक्षात आलं हा असा शहाणा होणार नाही. याला वेगळाच धडा शिकवायला हवा.

माझ्या लक्षात आलं, पार्टनरची मूळं फार खोल आणि गुंतागुंतीची आहेत. त्याच्यातलं जे सोफिस्टेकशन आहे त्याने हा मुलांना शिकवतो, विविध ठिकाणी संधीही देतो. नव्या नव्या क्षेत्रातलं त्यांचं अस्तित्व मान्य करतो. असं खूप काही करतो आणि तरीही काही गोष्टी राखून ठेवतो आणि त्या पुरुष म्हणूनच राखून ठेवतो.

आपण याच्याशी खेळलेल्या लढाईत हा हरला असला तरी लढाईच्या नव्या नव्या जागा याने शोधल्यात आणि प्रसंगी तहाच्या तळांचा पुन: आपल्या प्रस्थापनेसाठी उपयोग करून घेतलाय.

यानेच स्त्री शिक्षणाला विरोध केला आणि आता हाच शिकलेली बायको मागतो. हा मुलींना शिकण्याचं स्वातंत्र्य देतो; पण लग्नानंतर मुलांच्या, घरांच्या निमित्तानं तो तिला घरात ठेवतो.

घरखर्च वाढला तर तिला नोकरीला लावतो पण नोकरीला लावताना 'सुरक्षित' जागा शोधतो. माझ्या लक्षात आलं रिमोट कंट्रोलचं तंत्रज्ञान पुरुष पार्टनरने व्यवस्थित आत्मसात केलयं.

आणि आपण लढलेल्या लढाईचे याने गैरफायदेच घेतलेत.

युद्धकाळात व्यापारी जसे तुंबड्या भरून घेतात तसे आपण स्त्री मुक्ती, समानतेचे जे वातावरण तयार केले, त्याचा हा पुरुष पार्टनर गैरफायदा घेतोय.

हा काय करतो, सोबत काम करणाऱ्या बाईकडून वर्किंग वाईफची अपेक्षा करतो. मोकळेपणाने वावरणाऱ्या स्त्रीशी अंगलट करण्याचा प्रयत्न करतो.

एकट्या रहाणाऱ्या स्त्रीला आपली 'गरज' लागेल असं वाटून तिच्याभोवती घुटमळत राहतो.

सेक्सबद्दल वेगळा विचार करणाऱ्या स्त्रीला प्रसंगी वापरून नंतर तिला बदनाम करून पुन: हा धुतल्या तांदळाचा आव आणतो. बढती, बदली, संधी या निमित्ताने स्त्री देहाचा साईस्कर वापर याने सुरू केलाय आणि त्याला 'जमाना बदल गया है'चं लेबलं लावलय.

हा माझा पुरुष पार्टनर विविध वेषांतर करून वावरतोय. तो बदललेल्या परिस्थितीचा फायदा उठवत पुन: बाईलाच बदनाम करतोय. अ‍ॅबॉर्शनचे फायदे घेत हाच नीतीची आवई उठवतो. दबावाने बलात्कार करून वर पुन: हाच कॅरेक्टर सर्टिफिकेट्स वाटत सुटलाय.

कसंही करून बाई आपल्या पुरुषीपणाच्या प्रभावक्षेत्राबाहेर जाऊ नये, असा अखंड प्रयत्न इतक्या लढाया हरल्यानंतरही सुरूच आहेत. त्याच्या म्हणजे आपण त्याच्याशी इतके फटकून वागूनही, त्याचा फार फरक पडलेला नाहीच. तेव्हा म्हटलं आता पुन:त्याच्याशी बोलून बघावं. म्हणून आज बोलतोय पुन: तुझ्याशी.

'मला सांग, तू जे काय मला लहानपणापासून पढवलं होतंस, दाखवलं होतंस, सांगितलं होतंस. त्यापेक्षा वेगळं वागूनही मी शिल्लक राहिलोय ना, माझ्या पुरुष पार्टनरा?'

स्त्री विषयी आदराची, बरोबरीची, प्रसंगी मी महत्त्वाची भूमिका बजावल्याने मला गमवण्यापेक्षा खूप काही मिळालं. तुझ्या म्हणण्याप्रमाणे लग्नानंतर मी 'खाली' जाणार होतो. तुझ्या त्या कल्पनेत जय–पराजयाच्या कल्पना होत्या. मी त्या न मानल्याने आमचा शृंगार अवघडलेपणाचा, खिंड जिंकण्याचा होण्यापेक्षा परस्परांना आनंद देणारा आणि तिच्याही देहाच्या आवडी–निवडी सांभाळत झाला.

अपत्य जन्माचा आनंद आम्ही दोघांनी घेतला. तिच्या पाळीच्या वेदना मी समजून घेतल्या. तुझ्या मनातला रासवट निसर्गचक्र भेदून आम्ही प्रसंगी अर्धनारी नटेश्वर वेगळ्या डायमेन्शनने साकारला. उद्या मुलगी जन्माला आली तर तिच्या देहांचे भोग बाप म्हणून 'समजून' घेऊ शकतो तर आज हिचे का समजून घेऊ नयेत?

शरीरामधला मोकळेपणा, मनाच्या मोकळेपणाला आणखी मोकळं करून गेला आणि स्त्री देह सर्वांगानी समजून घेतल्यावर अनाहूत कुतूहलं उरली नाहीत, इच्छा राहिल्या नाहीत. उलट त्याविषयीचा आदर वाढून, आसपासच्या स्त्री देहांच्या व्यथा, वेदना अधिक समजू लागल्या. कळू लागल्या मोकळे संवाद होऊ लागले. पुरुषपणाच्या नावाखाली बंदिस्त झालेले अर्धे जग कळायलाही मदत झाली. आपल्याच कळपातल्या कोकराची माहिती नव्हती पूर्ण, मग इतर लांडग्यांनी त्याचा फायदा घेतला, तर काय आश्चर्य?

माझ्या या वागण्याने स्त्री ही झाली निर्भर मोकळी. तिला भय वाटत नाही अवघडलेपण रहात नाही.

खांद्याला खांदा लावून आम्ही एकत्र असतो तेव्हाचा आनंद कळायला तू त्या पातळीवर केव्हा येणार आहेस?

खूप वेळा गप्प बसलेला माझा जुना पार्टनर म्हणाला, 'तुझ्या या वागण्याने बाया निर्ढावल्यात, घटस्फोट वाढलेत, ॲबॉर्शन्स वाढली. नव्या पिढीवर काय संस्कार होणार? आपल्या आईला मित्र आहेत. ती दुसऱ्या बरोबर हिंडते. या नव्या टर्म फार चांगल्या आहेत का? शेवटी ही मुक्ती अराजक माजवेल? समाजाला काही भवितव्यच रहाणार नाही? आणि पुरुषांचा द्वेष करून कसं चालेल सतत. पुरुष वाईट नसतात. 'पुरुषीपणा' वाईट असतो. तो हळूहळू कमी होतोय' आता मिश्कील हसण्याची वेळ माझी होती.

माझ्या पुरुष पार्टनरच्या परिस्थिती लक्षात तर आली होती. पण, मान्य करवत नव्हती. त्याची परिस्थिती निष्प्रभ जातीयवाद्यांसारखी झाली होती. दलितांमध्ये गुणवत्ता आली तरी स्वतःचं उच्चपण न सोडणाऱ्या जातीयवाद्यांसारखी.

मी माझ्या पुरुष पार्टनरला म्हटले, 'आपण उदारमतवादी ब्राह्मणांसारखी भूमिका

का घ्यायला नको? त्यांनी जसं जाती व्यवस्थेचं पातक सर्व पिढ्यांचं आपल्या डोक्यावर घेऊन दलितांच्या विद्रोहाला प्रमोट केलं तसं आपण पुरुष म्हणून शतकानुशतकं स्त्रीवर केलेल्या अन्यायाचं पातक आपल्या डोक्यावर घेऊया आणि स्त्रियांच्या मुक्ततेला प्रमोट करूया!'

याक्षणी मला नामदेव ढसाळांची 'माणसाने' ही कविता आठवते. त्यात इक्वॅलिटीसाठी कवी टोटल डिझास्टरची डिमांड करतो आणि नंतरच्या काळात कोवळ्या स्वप्नांची पेरणी करतो. मलाही तसंच वाटतं मित्रा.

बायांनी सार्वत्रिक धुमाकूळ घालून नीती-नियमांचे तीन तेरा वाजवू दे. त्यांनी शेकडो पुरुष भोगून फेकून देऊ दे. त्यांनी अनौरस संतती पैदा करून काही शतके पुरुषांच्या पदरात ती टाकून, पुढच्या वाममार्गाला जावे. त्यांनी कशालाच जबाबदार असू नये. पुरुषांच्या अनेक शतकांच्या नीती-नियमांमधून मुक्त स्त्रियांनी घातलेला धुमाकूळ पृथ्वीचा गोल किती खाली खेचतो हे एकदा प्रत्यक्ष बघू.

अनन्वित अत्याचार, भय, दडपण आणि जबाबदारी काही शतकं आपण सांभाळूया. तोवर आपल्याला त्याची किंमत कळेल. त्यानंतर कदाचित आपण त्यांच्याशी समतेवर बोलायला क्वालिफाय होऊ!

माझ्या पुरुष पार्टनरने याला मूकसंमती दिलीय. तुमचा पुरुष पार्टनर काय म्हणेल यावर हे ऐकायला मी व माझा पुरुष पार्टनर उत्सुक आहे.

(पुरुष स्पंदन, मार्च १९९६)
ट्रक नि मारुतीतलं अंतर झपाट्यानं कमी होऊ लागलं. उन्हानं ती लाल रंगाची

असाही एक प्रवास

– अभय गुलाबचंद कांता

आयुष्यातील ज्या अनुभवांबद्दल मला बोलायचे आहे त्यासाठी प्रथम माझा सामाजिक चळवळीमध्ये प्रवेश कसा झाला हे सांगणे गरजेचे ठरेल. एका मध्यमवर्गीय सदाशिव पेठी कुटुंबात मी लहानाचा मोठा झालो. त्यामुळे आयुष्याचे ध्येय इंजिनिअर होणे हेच होते. त्यामुळे १२ वी नंतर शासकीय तंत्रनिकेतन मध्ये मेटॅलर्जी शाखेमध्ये एकदम दुसऱ्या वर्षाला प्रवेश मिळाला व हॉस्टेल – जीवनाचे आकर्षण असल्याने पुण्यात रहात असूनही होस्टेलमध्ये राहू लागलो. साहजिकच अभ्यासाच्या ऐवजी पूर्ण वर्षं गमती–जमती करण्यात घालवले. होस्टेलमध्ये सिनिअर मुलांशी ओळखी झाल्या. परीक्षेच्या आधीच ही मुले नोकऱ्यांसाठी इंटरव्ह्यूजना जाऊन आलेली असायची व पुढच्याच वर्षी आपल्यालाही तोंड द्यावे लागणार याची भीती वाटत असे. कारण इंटरव्ह्यूमध्ये विषयाला सोडून काहीही विचारतात हे ऐकायला मिळत होते. मी घरातला मोठा मुलगा असल्याने घरची जबाबदारी माझ्यावर होती; व जर माझा इंटरव्ह्यूमध्ये टिकाव लागला नाही तर? हा प्रश्न मला कायम भेडसावत असे. एकूणच या स्पर्धेच्या जगात आपण कसे उभे राहू शकू? हा माझ्यासमोरील यक्ष प्रश्न.

पण हे विचार मी फक्त माझ्याकडेच ठेवले होते. कारण साधेच होते. माझी माझ्या मित्रांसमोरील प्रतिमा – 'वाट्टेल ते करणारा सणक्या' अशी होती. त्यांना जर मी मूलत: घाबरट आहे हे कळले तर – हा प्रश्नही मला सतावीत असे. त्यासाठी मी कधी कधी 'वाट्टेल तसा' वागून दाखवत असे. मग त्यांच्या बोलण्यामुळे आपण खरोखरच तसे आहोत असे वाटत असे.

अशा परिस्थितीत असतानाच मला कुठेतरी असे कळले (केव्हा व कसे ते निश्चितपणे आठवत नाही) की जर तुम्ही सामाजिक काम 'समाजसेवा' असे काही केले तर तुम्हाला नोकरी करावी लागत नाही. तुम्ही प्रत्यक्ष पैसे कमवीत नाही पण तुमचे भागत जाते. नोकरी करावी न लागल्याने – इंटरव्ह्यू नाही व त्यामुळे माझा घाबरटपणाही बाहेर येणार नाही. या उलट मी नेहमीच काहीही करणारा म्हणून प्रसिद्ध असल्याने, असले काहीतरी करणे हे त्या परंपरेला धरूनच होते. आता पुढील महत्त्वाचे काम होते– सामाजिक काम म्हणजे काय? ते कुठे चालते? हे काहीच माहीत नव्हते. फक्त झोपडपट्टीत जाऊन झाडून काढणे एवढेच काम माहीत होते. मग मी मित्र – मैत्रिणींशी त्याबद्दल बोलण्यास सुरुवांत केली. त्यांना माझ्या या नवीन विचाराचे आश्चर्य वाटले, काहींना वाटलेही नाही. एका मित्राकडून कन्याकुमारीच्या विवेकानंद केंद्रावर सामाजिक काम चालते असे कळले. पुढे दोन दिवसांत एकनाथजी रानड्यांचे एक पुस्तक मिळवले व त्यातील पत्ता वाचून मद्रासच्या गाडीत बसलो; व पुस्तक वाचून काढले. सोलापूरच्या पुढील वाडी जंक्शनला मी उतरलो. विचार केला की, जर खरंच आपल्याला सामाजिक काम करायचं तर घरच्यांशी खोटं बोलून का जायचं? त्या उपर भीतीही वाटत होतीच. दुसऱ्याच गाडीने मी परत आलो. पुढे आमच्या एक मॅडमनी बाबा आमट्यांच्या कामाबद्दल सांगून पुण्यातील परांजपेबाईंचा पत्ता दिला. त्यांना मी भेटलो. त्यांनी मला आधी शिक्षण पूर्ण कर असा सल्ला दिला. एका दुसऱ्या मित्राकडून पुण्यातच सामाजिक काम चालते असे कळल्यावर विश्वासच बसेना ! असो. मी डॉ. श्री. न. देशपांड्यांना भेटलो. त्यांनी मला मुस्लीम सत्यशोधक मंडळाच्या 'तलाक पीडित' महिला परिषदेस जायला सांगितले. तिथे माझी बाबा आढावांशी ओळख झाली. त्यांनी मला दोन दिवसांनी चालू होणाऱ्या 'विषमता निर्मूलन' शिबिरात येण्यास सांगितले. त्याच काळात मी काही वाचनही केले. रजीया पटेलचे 'चाहूल', गोदावरी परुळेकरांचे 'जेव्हा माणूस जागा होतो', संजीव खांडेकरांचे 'संकल्प', बाबांचे 'एक गाव एक पाणवठा' वगैरे.

'विनिश' मध्ये प्रथम मला सामाजिक काम काय असते याची कल्पना आली. तुम्हाला जर सामाजिक कार्यकर्ता म्हणून जगायचे असेल तर तुम्ही स्त्री–पुरुष समानता मानली पाहिजे. अंधश्रद्धा सोडल्या पाहिजेत. विज्ञानवादी दृष्टिकोन स्वीकारला पाहिजे व कुठलीही कटकट न करता कार्यकर्त्यांचे जीवन जगले पाहिजे वगैर, वगैरे. हे सगळं मानलं तरच तुम्ही सामाजिक कार्यकर्ते नाही तर परत नोकरी. परिणामी त्या काही दिवसांमध्ये मी या सर्व विचारांचे माझ्यावर हॅमरिंग करून घेतले.

पुढे नागपूरला 'अंधश्रद्धा निर्मूलन सखोल अभ्यास शिबिरा'मध्ये सत्यशोधक कम्युनिस्ट पक्षाच्या अशोक परदेशी, अलका महाजन यांच्याशी ओळख झाली. तेव्हा प्रथमच समाजवाद्यांच्या वा साम्यवादांच्या चुका असे बरेच काही ऐकायला मिळाले,

व समाज परिवर्तनाचा लढा हा वर्ग जाती व स्त्रीदास्यअंत या तीन पातळ्यांवरच होऊ शकतो हा विचार पटू लागला, व पुढे पुण्यामध्येही भारतातील मुख्य लढे हे तीनच आहेत हे ऐकायला मिळू लागले. पुढे वर्षभर या विचारांच्या अनुषंगानेच वाचन व मंडळातील कार्यकर्त्यांशी विशेषत: अन्वर भाईंशी व इतरही मित्रांशी चर्चा करीत असे.

पुण्यात आल्यापासून मी मुस्लीम सत्यशोधक मध्ये जात होतो. मंडळाचे प्रामुख्याने काम स्त्रियांमध्ये होते. तसेच मंडळ स्त्री मुक्ती आंदोलन संपर्क समितीची घटक संस्था असल्याने त्यांच्या कार्यक्रमासही मी नियमितपणे जात असे, परिणामी स्त्री-प्रश्नावर माझे वाचन, मनन व बोलणे वाढू लागले. सुशीला गोखले- पटेल, विद्या बाळ, छाया दातार पासून ते सुसान ब्राउन मिलर, सिमॉन दी बाव्हा, केट मिलेट पर्यंत. यामुळे वर्गमुक्ती, जातीअंत व स्त्रीदास्य अंत हे फक्त बोलण्यात राहिले व सर्व विचार स्त्री-प्रश्नावर प्रामुख्याने होत गेले. याची दोन कारणे मला वाटतात एक – कुठलाही विचार पटला वा आपल्याला पटवायचा ठरवला की, तो प्रत्यक्ष आयुष्यात आणायचा याबाबत मी कायम जागरूक असे. उदा. मटण खाणे, परजातीच्या मुलाशी एका ताटात जेवणे. आज्जीला म्हणणे की 'तू धुणे धू. मी भांडी घासेन' वगैरे. बहुतेक मला भीती असेल की, जर आपण विचार पाळले नाही तर 'बॅक टू द इंटरव्ह्यू!' दोन – स्त्री-प्रश्न हा माझा प्रत्यक्ष आयुष्याला भिडणारा एकमेव प्रश्न होता. कदाचित मी दलित संघटनेमध्ये काम केले असते तर त्याचा वेगळा परिणाम माझ्यावर झाला असता. असो, स्त्री-प्रश्नाची माझी जाणीव जसजसे माझे वाचन वाढत होते,तशी वाढत होती. माझ्या आजूबाजूच्या जगामध्ये मला स्त्रीप्रश्नाची व्यापकता, सखोलता जाणवत होती.

मित्रांच्या घरी, माझ्या घरी, सामाजिक संघटनांमध्ये व माझ्यामध्ये – सगळीकडेच असणारे स्त्रीचे दुय्यम स्थान दिसू लागले होते, बोचू लागले होते. मित्रांकडे त्यांच्या घरातील 'वडील' मंडळी ज्या पद्धतीने बायकांना गप्प करायची, 'तुला काय कळतयं?', 'मूर्ख आहेस' असे टोमणे मारायची, माझ्या घरी बहिणीला दिल्या जाणाऱ्या वागणुकीची आठवण, मी एकदा भांडी घासायला बसलो असतानाचा आजोबांचा झालेला संताप, बाहेर काम करणाऱ्या आई बद्दलच्या माझ्या काही काळापूर्वीच्या अपेक्षा हे सर्व. यातून स्त्री बद्दलचा सामाजिक दृष्टिकोन माझ्या समोर येत होता. बार्शीच्या स्टँडवर एक मुंग्या लागलेली चार दिवसांची मुलगी पिशवीत सापडली. हा व असे अनेक प्रसंग मला वेडं करीत असत. एकदा मंडळातील रशीदभाईंबरोबर मी ससून हॉस्पिटलमध्ये एका मेमन जातीतील मुलीला नवऱ्याने जिवंत जाळले होते – तिला बघायला गेलो होतो. ती ९६% भाजली होती. तिचे वडील सांगत होते, 'आम्ही तिच्या नवऱ्याला व त्याच्या लोकांना सोडणार नाही. हमारी इज्जत गई है।' मला कळेचना इकडे त्या मुलीचा प्राण जातोय आणि बापाला आपली इज्जत गेल्याचे दु:ख आहे.

यावरती ताण म्हणजे सामाजिक संघटनांमध्ये काम करणाऱ्या कार्यकर्त्यांचा स्त्री-विषयक दृष्टिकोन. 'सुंदर बाई म्हणजे मूर्खच' असे काही ऐकले की, मी अस्वस्थ होत असे. तात्त्विक पातळीवर समानतेचा विचार मानणारे जेव्हा स्त्री-कार्यकर्त्यांबद्दल चीप कॉमेंट्स करत तेव्हा काहीच कळेनासे होत होते. एकदा मंडळामध्ये एक बाई आली. तिचे वडील महाराष्ट्र राज्य विद्युत मंडळातून निवृत्त झाले होते व तिला तिथे नोकरी हवी होती. आम्ही तिथे काम करीत असणाऱ्या एका समतावादी कार्यकर्त्याला केंद्रावर बोलावले, तो म्हणाला की, अशा केसेस मध्ये स्त्रियांना आम्ही घेत नाही. काय सांगू तुम्हाला एका अशाच कामगाराच्या निधनानंतर त्याच्या बायकोला आम्ही कामावर घेतले आणि ती तर जहाँबाज निघाली, चोऱ्याही करत असे; व मग हशा. विचारात पडलो - की एखाद्या पुरुषाने हे केले असते (जे खरं तर नेहमीच होते) तर असा निर्णय शक्य झाला असता का? असे खूप प्रसंग. एकूण सामाजिक चळवळीतील कार्यकर्ते बोलताना खूप बोलतील पण प्रत्यक्षात स्त्रियांबद्दलची पारंपरिक भूमिकाच मनात ठेवून जगतात असे वाटू लागले. हे बऱ्याच अंशी खरे होते व आहे. आजही 'स्त्री मुक्ती' म्हणजे कार्यकर्त्यांमध्ये हसण्या-चिडवण्याचा विषय होतो.

या सगळ्याचा परिणाम मी जास्त-जास्त जहाल स्त्री वादाकडे वळण्यात होत होता; आणि जेव्हा माझे स्वतःचे वर्तन, आयुष्य सुद्धा या दुटप्पीपणाला अपवाद नाही हे मला जाणवू लागले तेव्हा माझ्यातली बेचैनी पराकोटीला पोहोचली. काही घटनाच सांगतो.

मी एका मुलीच्या प्रेमात पडलो. ती सेवासदन मध्ये इ.१० वीत होती. आजीच्या घराच्या गॅलरीतून तिची होस्टेलची खोली दिसे. अभ्यासाच्या नावाखाली रात्री मी गॅलरीत बसे व ती खिडकीत. तिथून आम्ही एकमेकांशी बोटांच्या साहाय्याने बोलत असू. तेव्हा माझ्या मनात प्रचंड गोंधळ उडाला होता, माझ्या मते, तेव्हा प्रेम, लग्न सर्व असामाजिक होते; पण एकदा 'ती' समोर आली की मंडळ, स्त्रीमुक्ती सगळे मनातून काढून टाकत असे. आणि ती समोर नसली की, मग विचार करी की हे फार चूक आहे. कारण १०वी तल्या मुलीला आयुष्याबद्दल ते काय कळणार? मी हा असा, तिला हे कसे पटेल इ. इ. पण तरी ५/६ महिने हे चालू राहिले व पुढे यामुळेच संपले.

एकदा मी मित्राच्या खोलीवर झोपायला गेलो होतो. सकाळी उठल्यावर आम्ही त्याच्या गॅलरीत बसलो होतो. त्याच्या समोर एका खिडकीत (पुन्हा खिडकीत) एक मुलगी उभी होती. ती मोठी असावी असे वाटत होते; व ती माझ्याकडे बघते आहे असे मला जाणवले. मला वाटले की तिला कुणा पुरुषाची गरज आहे व म्हणून ती मला बोलावते आहे. मी हादरलो. मित्रांचे लक्ष नाही बघून मी वरती बघत असे. कारण त्यांना कळलं तरी ते वर जातील! अर्थातूच नंतर मी तेथून निघून गेलो. पुन्हा नंतर मी

जेव्हा परत त्याचा विचार केला तेव्हा मला माझी खूप किळस वाटली. माझ्याच डोक्यात सर्व खेळ चालू होता व तिलाच माझी गरज होती असे मी समजत होतो. म्हणजे बलात्कारितेलाच चालू म्हणण्याच्या पुरुषी प्रवृत्तीची झलक मला माझ्यामध्ये पहायला मिळाली होती.

याच दरम्यान ज्येष्ठ कार्यकर्त्या व निवृत्त प्राध्यापिका कुलसुम पारेख ज्यांना मी मम्मी म्हणत असे – यांच्याकडे राहू लागलो. आमच्याकडे एक वयाने साठीच्या आसपास असलेल्या अम्मा, त्यांची नवऱ्याने सोडलेली मुलगी जायदा व तिची १२ वर्षांची मुलगी सलमा कामाला होत्या. अम्मांच्या दुसऱ्या मुलीचे – नजमाचे – एका हिंदू माणसाशी लग्न झाले होते. ते दोघे आमच्याकडे नेहमी येत. एकदा ही नजमा मम्मींकडे रडत रडत काही सांगत होती की तिचा नवरा विठ्ठल तिला व तिच्या मुलींना मारून टाकण्याची धमकी देतो. विठ्ठल सराईत गुंडच होता. मी तिला म्हणालो, ''असे घाबरून चालणार नाही. आपण पोलिस तक्रार करू शकतो, कायदा आपल्या बाजूला आहे.'' वगैरे. त्यादिवशी रात्री ती आमच्याकडेच राहिली. मी माझ्या खोलीमध्ये खूप वेळ जागा होतो – ती इकडे येईल या आशेने. दुसऱ्या दिवशी मम्मी तिच्या आईला–अम्मांना–म्हणत होत्या, 'की बघा, अभय एवढा लहान असून किती चांगला विचार करतो, किती चांगला कार्यकर्ता वगैरे – मला ते ऐकवेना. रात्रीचा मी माझ्या डोळ्यांसमोर नाचत होतो. मी ताबडतोब उठून माझ्या खोलीत गेलो, दार बंद केले. दोरीने गळा दाबून टाकण्याचा प्रयत्न केला. खूप रडलो – मी मोठा झाल्यापासून कधीही इतका वेळ व इतक्या मोठ्याने रडलो नव्हतो. दिवसा चांगला सामाजिक कार्यकर्ता व रात्री हिंस्र पुरुष असले माझे जिणे मला असह्य झाले होते त्यावेळी सर्वप्रथम माझ्या मनात Castration (लिंगबदल)चा विचार झाला.

मी ठरवले एक तर आपण Castration करून मुलगी तरी व्हायचे वा शक्यच नसेल तर मग आत्महत्या करायची. यादृष्टीने पुढे मी विचार करू लागलो. आपल्याला जर 'चांगला माणूस' बनावयाचे असेल तर ते पुरुष म्हणून केव्हाही शक्य होणार नाही असा माझा दृढ विचार झाला. हरेक स्त्री काही चांगली माणूस असतेच असे नाही हे मान्य असून सुद्धा माणूस होण्याचे (potential) तिच्यात असते. पुरुष हा जात्याच अन्यायकारी असतो. ज्याप्रमाणे डॉ. बाबासाहेब आंबेडकरांनी आधी हिंदू धर्म सुधारण्यासाठी केलेले प्रयत्न निष्फळ ठरल्यावर धर्मांतराची घोषणा केली त्याप्रमाणे पुरुषाला सुधारणे अशक्यच असल्याने त्याने स्त्री झाले पाहिजे हे मी मांडू लागलो.

पुरुषांकडे एक वाईट जात म्हणूनच मी बघत असे. पुरुष जातीची व त्यामुळे माझीही मला घृणा वाटू लागली होती. रेडिओवर पुरुष गायकाचे गाणेही मला ऐकवेना. रस्त्यात जर दोघांची भांडणे व मारामारी चालू असेल तर मी दुर्लक्ष करायचो. विचार

करायचो की, कशाला मध्ये पडा, होऊन होऊन काय होईल, एखादा पुरुष कमी होईल, मग ते चांगलंच की वगैरे.

खऱ्या चांगल्या माणसाचे आयुष्य (जे मला जगायचं होतं) 'पुरुषनिरपेक्ष' असायला हवं असं मी म्हणू लागलो. प्रत्येक नात्याच्या केंद्रस्थानी पुरुष असतो. व त्याला अनुसरून बाईचं नाते दुय्यम ठरत जाते. हे सर्व चुकीचे आहे.

त्याच वर्षी मी थॉमस हॉब्स, हान्स मॉरगेथॉ यांचे विचार अभ्यासले होते. त्यांचे विचार मला पटत होते. त्यांच्यामते प्रत्येक पुरुष हा भेकड असतो; कारण या भित्र्यांच्या समाजामध्ये त्याच्याकडे जन्माने जे उच्च स्थान आलेले असते ते स्त्रियांकडे जाईल की काय, याची सतत त्याला भीती असते व म्हणून तो 'हिंसाचारी' बनतो. छेडछाड, स्त्रियांना मारहाण व बलात्कार हे सर्व याचेच परिणाम आहेत.

स्त्री-मुक्तीचा लढा पुरुषांविरोधी नाही असे म्हणणे म्हणजे 'ताकाला जाऊन भांडे लपविल्या'सारखे आहे असे वाटू लागले. याउलट, स्त्री-चळवळीने वास्तववादी बनले पाहिजे. कायमच जागतिक शांतीचा उदोउदो करण्यात काही अर्थ नाही. रात्रीच्या वेळी पुरुषांची Monopoly असणाऱ्या हॉटेल्स/ऑफिसेस वर हल्ले चढविले पाहिजेत असे मला वाटत असे.

अशा अनेक विचारांच्या आधाराने मी जगत होतो. माझा लिंगबदलाचा निर्णय पक्का झाला होता व जमले नाही तर आत्महत्येचासुद्धा. माझी परीक्षा जवळ आली होती. त्यामुळे जे काही करायचे ते परीक्षेनंतर असा मी निर्णय घेतला होता. कारण नाही तर अभ्यास जमला नाही म्हणून आत्महत्या केली असे वाटेल. मी जोराने अभ्यास केला. रात्री अभ्यास करताना मम्मीचा गाऊन घालून बसत असे.

कॅस्ट्रेशनचा वा आत्महत्येचा विचार मी फक्त माझ्यापाशीच ठेवला नव्हता. नजीकच्या मित्रांना व मैत्रिणीला मी ते सांगितले होते, त्या मागची कारणमीमांसा सांगितली होती. मम्मीशी पण मी नेहमीच बोलत असे. त्यांना माझी फार काळजी वाटत होती. मला काहीतरी मानसिक रोग झाला आहे, माझ्यामध्ये पुरुषत्वाची कमी आहे असे त्यांचे मत होते. त्या रागवत, पण मग समजावून सांगत. मी नंतर अन्वरभाईंशी बोललो. ते खूप चांगलं बोलले. मी ज्या घटना सांगितल्या त्या तशा का घडल्या, हे त्यांनी सांगितले. समाजातील रूढ विचारांचा पगडा माझ्यावरही असल्याने माझे वागणे पारंपरिक राहिले. उदा. मी जेव्हा सांगितले की घरामध्ये काम करणाऱ्या जायदाबी बद्दल मला का वाटले नाही? नजमाबद्दलच का वाटते? कारण मला फक्त मजा हवी होती. जबाबदारी टाळायची होती. नजमाला नवरा असल्याने, तिला माझ्याशी संबंधातून काही झाले तर तिला नवरा असल्याने मी सुटलो असतो पण जायदाबी बद्दल तसे नव्हते. तेव्हा त्यांनी सांगितले की, लैंगिक संबंधांच्या भावनेमध्ये तीन विचार असतात. प्रकृती, संस्कृती व

विकृती. आपल्या संस्कृतीमुळे बाळाच्या पितृत्वाला अतिशय महत्त्व आहे. तसेच वडिलांवर, कुटुंबाची जबाबदारी असते – हे नियम पुरुषांना जाचक वाटत असतील व पर्यायाने तुलाही जाचक वाटत असतील. म्हणजे माझे वागणे देखील सामाजिक नीतीनियमांनी बांधले गेले आहे. तू म्हणतोस की, प्रत्येक मुलीचा विचार तू सेक्सच्या दृष्टीने करतोस. याचे कारण असे की आज स्त्री–पुरुषांच्या नात्याला, रक्ताची नाती सोडून, फक्त याच मर्यादित दृष्टीने पाहिले आहे. स्त्री व पुरुष जर लहानपणापासून जीवनाच्या वेगवेगळ्या क्षेत्रांमध्ये खेळ, अभ्यास, नोकरी एकत्र राहिले तर हा दृष्टिकोन कदाचित कमी होईल. असं ते बरंच ते बोलले. मला त्यातील तथ्यांश जाणवला होता पण तरीही माझा विचार चुकीचा आहे असे वाटत नव्हते.

नंतर मम्मी व अन्वरभाईंच्या बोलण्यातून असे ठरले की, मला डॉ. सुनंदा अवचट यांच्याशी बोलायला न्यावे. त्या मानसोपचारज्ज्ञ असून, सामाजिक चळवळींमध्ये असल्याने मला परिचित होत्या. मी विचार केला चला, बोलूया त्यांच्याशी. मला काही आजार झालेला नाही. तार्किक (Logical) विचारातून मी या निर्णयाला आलो आहे ते त्यांनाच व्यवस्थित कळेल. त्यांना मी थोडक्यात लिहून दिले, त्याही माझ्याशी बोलल्या. त्यांच्या मते मला ग्व ची भीती वाटत होती. त्यांनी सांगितले की ग्व बद्दलचा विचार डोक्यामध्ये असतो. लिंगामध्ये नव्हे. कॅस्ट्रेशनमुळे काही होणार नाही. तसेच जर सामाजिक कार्यकर्त्यांच्या वागण्यात दुटप्पीपणा जाणवला तर तो त्यांच्या नजरेस आणून दिला पाहिजे वगैरे. जाताजाता त्यांनी दोन प्रकारच्या गोळ्या दिल्या व १५ दिवसांनी परत भेटू असे सांगितले.

मी खचलोच होतो. डॉक्टरांनासुद्धा असे वाटावे की, याला गोळ्यांची गरज आहे, हा सगळा माझ्या abnormality चा भाग आहे. मला सर्वच असह्य झाले होते.

त्याच दिवशी मी साताऱ्याला अविनाश बी. जे. या मित्राकडे गेलो. त्याला सुरुवातीपासून डॉक्टरांच्या गोळ्यांपर्यंत सर्वकाही सांगितले. त्यानेही मधे न टोकता सारे ऐकून घेतले व नंतर खूप चर्चा केली. त्याचे म्हणणे होते की स्त्री–मुक्ती फक्त पुरुषांच्या दमनातून होणार नाही. स्वातंत्र्यासाठी, समानतेसाठी स्त्रियांनीही आक्रमकतेने काम केले पाहिजे आणि अशा मुली आहेत सुद्धा. लिंगदमन हा जर तुला उपाय वाटत असेल तर तो मग फक्त स्वत:साठीच का? तू त्याचा प्रसार का करीत नाहीस? अशा वेगवेगळ्या बाजूंनी माझे सर्व विचार जरी खऱ्या परिस्थितीवर अवलंबून असले तरी ते कसे अपुरे आहेत हे सांगितले. सामाजिक परिस्थिती तू म्हणतोस त्याप्रमाणे आहे हे खरे. तू सुद्धा तिच्या विळख्यातून सुटला नाहीस, हेही खरे. पण तू शोधलेले उत्तर काही खरे उत्तर नाही. त्यासाठी कायम जागरूक राहून काम करण्याची गरज आहे व लिंग न बदलताही चांगला माणूस होणे शक्य आहे, अवघड असले तरी.

मी विचार करीत होतो. अन्वरभाईंच्या, डॉक्टरांच्या व अवीच्या म्हणण्यातील तथ्यता मला स्पष्ट होत होती. मी ठरवले की आपण कायम स्त्री-मुक्ती चळवळीमध्ये काम करायचे व सतत आपल्या वागण्याबद्दल जागरूक रहायचे. कॅस्ट्रेशनचा वा लिंगबदलाचा विचार डोक्यातून काढून टाकायचा.

हे सगळं संपून दोन वर्षं उलटून गेलीत. आज मला त्याबद्दल काय वाटते? माझ्या आचार-विचारांमध्ये काय फरक पडला? स्त्रीमुक्ती चळवळ हा एकूण सामाजिक परिवर्तनाचा भाग आहे. स्त्री प्रश्न येथील आर्थिक व जातीय प्रश्नांपासूनही पूर्णत: वेगळा काढणं अशक्य आहे, ते चुकीचं ठरेल ही माझी भूमिका आहे.

व्यक्तिश: माझ्या आयुष्यामध्येही चांगले फरक झाले आहेत. 'फ्रॉइड'चे प्रत्येक व्यक्ती Bi-Sexual असते हे मला पटते. माझ्यातील 'पुरुषाशी' मी जुळवून घेतले आहे, अर्थात्च विनाशर्त नव्हे. स्वत:ला जागरूक राहून बदलवण्याचा प्रयत्न सातत्याने चालू आहे. तसेच कधीकधी मी मम्मीची 'मुलगी' होतो व तीही माझे लाड पुरवते.

स्त्रीमुक्तीचा लढा मानवमुक्तीचा लढा असल्याने फक्त स्त्रियांनीच नव्हे तर पुरुषांनीसुद्धा त्यात काम केलेच पाहिजे. म्हणूनच मी 'पुरुष उवाच' या गटामध्ये सुरुवातीपासून सहभागी आहे. स्त्री-पुरुष विषमतेची बीजे शोधणे, पुरुष म्हणून अनायसे मिळणाऱ्या फायद्यांचा पुनर्विचार करणे तसचे स्त्रीमुक्ती चळवळीला पूरक काम करणे ही 'पुरुष उवाच' या गटाची भूमिका आहे.

■

(मिळून साऱ्याजणी दिवाळी १९८९; पुरुष स्पंदन, मार्च १९९६)

सौजन्य : मिळून साऱ्याजणी : हा लेख लिहून सहाहून जास्त वर्ष उलटून गेलीत. हा 'प्रवास' माझ्यापुरता थांबेलही कदाचित मृत्यूने. पण, जोपर्यंत संवेदनाक्षम मनुष्याप्राणी या भूतलावर आहे तो पर्यंत मूलत: विचारांचा व आचारांचा असलेला हा प्रवास कधीही संपणारा नाही. म्हणूनच हा 'शिळा' लेख़ अजूनही वाचावा, वाचवावा (दोन्ही अर्थांनी) वाटतो.

तोही मागे हिरोईनला घालणाऱ्या हिरोसारखा हॉर्न वाजवत सारा आसमंत दणाणून

जे पेरले ते उगवले

— सचिन माळी

'पुरुष उवाच'च्या संपादकांनी 'माझ्या पुरुषत्वाचा प्रवास' या विषयावर लिहायला सांगितले तेव्हापासून हा लेख पूर्ण करेपर्यंत मला कधी नव्हे ते इतके अंतर्मुख होणे भाग पडले. जीव घाबरून गेला होता. आता काय लिहायचे? काय नौबत आली? असेच मनात आले. या सर्व माझ्यातल्या सुप्त पुरुषाच्याच कारवाया होत्या असेच मला वाटते. कारण आपण स्वत:ला फार साजूक समजत असलो तरी अंतरंग निराळे असल्याची शक्यता असते. जाणीव-नेणिवेची मारामारी सुरूच असते. या विषयामुळे मला निदान माझा खरा चेहरा तरी स्वत:च्याच आरशात बघायला मिळाला. ही उपलब्धी 'पुरुष उवाच'च्या संपादकांनी मला दिली त्याबद्दल मी प्रथम त्यांना धन्यवाद देतो.

माझ्या पुरुषत्वाचा जन्मावरून मी थोडं आठवलं मला उलगडत गेलं की, मी जन्मल्यापासूनच संपूर्ण कुटुंबाने, समाजाने पुरुषत्वाची विषारी बीजं, पुरुषत्वाचे संस्कार, पुरुषत्वाची मूल्ये माझ्या मनात पेरली आहेत. सुरुंगाची दारू ठासून भरावी तशी पुरुषसत्ता मनात पार ठासून भरली आहे. मला पुरुषातला 'प' कळत नसल्यापासून आई-वडील, नातेवाईक, शेजारी-पाजारी या सर्वांनी पहाणारी वर्तनाची संस्कृती माझ्या मनावर बिंबवली आहे. परिणामी लहानपणीच आपण मुलगा असल्यामुळे मुलीपेक्षा काहीतरी 'स्पेशल' आहोत ही भावना मनात पक्की घर करून बसली आहे.

याची अनेक उदाहरणे मी माझ्या बालपणातली सांगू शकतो. लहान असताना सर्व वडीलधारी पुरुष मंडळी मला आई-बहिणींवरून शिव्या द्यायला शिकवायचे. हे प्रशिक्षण अगदी फुकटात झाले आहे. विशेष म्हणजे आईपासून सर्व स्त्रिया ज्या मला आठवतात

त्या या गोष्टींकडे अगदी कौतुकाने पहायच्या. माझे आणखी ज्यादा लाड करायच्या. माझा 'पिंट्या' किती भारी शिव्या देतोय याचा आईला-वडिलांना अभिमान वाटायचा. त्यात माझा जन्म दोन बहिणींच्या पाठीवर झाल्यामुळे तर मला अंबारीत झुलवायचे बाकी ठेवले होते. पहिल्या दोन मुलींमुळे निराश झालेले वडील माझा वाट्टेल तो हट्ट पुरवायचे ही प्रक्रिया सर्वच पुरुषांच्या बाबतीत घडत असावी. त्यामुळे माझ्यातदेखील या सॉलीड प्रक्रियेने 'पुरुष' नावाचा शैतान मैंदाळ फोफावला आहे. थोडक्यात, चिखलाच्या गोळ्याला समाजाकडून जर सुंदर आकार दिला तर सुंदर 'माणूस' निर्माण होईल परंतु इथं समाजच चिखलाच्या गोळ्याला असा आकार देतात की, 'सुंदर माणूस' तर निर्माण होतच नाही उलट माणूसपणाची क्षणाक्षणाला हत्या करणारे शैतान निर्माण होतात. त्यामुळं जन्मत: पुरुषसत्ताक नसणारी जातीयवादी नसणारी बालकं मोठं होऊ लागल्यावर मात्र जातीवाद, पुरुषसत्ता, मालकशाही, अहंकार आणि व्यक्तीवादाचे शैतान मेंदूत घेऊन वावरू लागतात. त्यामुळं पुरुषत्वाच्या जन्माबाबत असं म्हणता येईल की Male is not born, he is made. जे या समाजाचं प्रोडक्ट आहे. तुकारामांनी आपल्या एका अभंगात म्हटलं आहे की, 'जे जे पेरिले । ते ते उगविले ।।'

पुरोगामित्वाच्या बुरख्याखालचा पुरुष

'गोलपिठा' या काव्यसंग्रहात नामदेव ढसाळांनी पुरोगामित्वाचा बुरखा घेणाऱ्यांना उद्देशून एक कविता लिहिली आहे. ही कविता पुरोगामी म्हणवणारे स्त्री-पुरुष संबंधाबाबत जो दुटप्पीपणा ठेवतात त्याबाबतीत लागू होते. कवी म्हणतो...

हे महाग्यानी लोक हिंडतायत मशाली पेटवून
गल्लीबोळातून, आळीआळींतून...
त्यांना आपल्या गांडीखालचाच अंधार कळत नाही
त्यांनी पेरलेल्या माद्यांना
छप्पनटिकली बहुचळपणा अजूनही दाखवावा...

हे परिमाण दुसऱ्या कुणालाही लावण्यापेक्षा मी स्वत:ला लावण्यात धन्य समजतो. कारण जेव्हा मी विद्रोही चळवळीत काम करतो तेव्हा माझा समज असतो की, मी प्रोग्रेसिव्ह आहे! मी रॅडिकल आहे!! परंतु या समजाला छेद देण्याचे काम 'पुरुष उवाच'च्या संपादकांनी केले असे मला वाटते. जेव्हा मी अंतर्मुख होऊन पुरुषत्वाचे चिंतन करू लागतो तेव्हा मला स्पष्ट होत गेले की, मी कितीही नाकारण्याचा प्रयत्न केला तरी माझ्या पुरोगामित्वाला पुरुषत्वाची विषारी किनारसुद्धा आहे. ज्याचा आपण कधीही गांभीर्याने विचार करत नव्हतो आणि हे खूप भयंकर आहे.

बराच विचार केल्यावर माझी काही मतं बनत आहेत. ती फायनल नाहीत. परंतु पुरोगामी चळवळींबद्दल मला असे वाटू लागले आहे की, चळवळीत 'ह्युमन रिलेशन्स'

हा विषयच काहीसा उपेक्षित आहे की काय? थेअरीतून बाहेर पडून मी जेव्हा प्रॅक्टीकली विचार करू लागलो, निरीक्षणं नोंदवू लागलो. तेव्हा तर खूपच भयंकर वास्तव समोर येत गेले. मग मला पहिल्यांदा प्रश्न पडू लागले की परिवर्तन, क्रांती, शोषणमुक्ती यावर भडभडून बोलणारे लोक आपल्या कुटुंबात शोषणमुक्ती करायला किती तयारी दाखवतात? बाहेर स्वातंत्र्य, समता, लोकशाही, समाजवाद यासाठी संघर्ष करणारी माणसं स्वत:च्या घरात या गोष्टीची अंमलबजावणी का करू शकत नाहीत? बाहेर क्रांतीसूर्य जोतिबा फुले, सावित्रीबाई फुले, डॉ. बाबासाहेब आंबेडकर, मार्क्स यांच्या नावाचा गजर करणारी माणसं घरातल्या सावित्रीला प्रत्यक्ष–अप्रत्यक्षपणे मनुच्याच कायद्याने कसे काय वागवतात? या गोष्टीला सन्माननीय अपवाद असतील आणि असावेत अशी अपेक्षा व्यक्त करतो. परंतु, निरीक्षणातून हेच वास्तव समोर आले.

चेहऱ्यावरचे सारे नकाब उतरवून जेव्हा मी स्वत:ला तपासू लागलो तेव्हा मला स्वच्छपणे बरेच बारकावे दिसू लागले. ९ मे २००५ रोजी माझा फुलेवाड्याच्या 'समताभूमीत' सत्यशोधक पद्धतीने विवाह झाला. त्याला अडीच वर्षे लोटली आहेत. माझी जीवनसाथी शीतल ही कबीर कलामंचात फुलटायमर आहे. आम्ही दोघंही या सांस्कृतिक चळवळीत काम करतो. संपूर्ण महाराष्ट्रात लोकजागृतीचा 'जागर' घालण्याचे कार्य कबीर कलामंच करीत आहे. एक पुरोगामी जोडपं म्हणून जेव्हा एकत्र राहू लागलो. स्त्री–पुरुष समानतेच्या विचाराने दोघंही भारावून गेलेलो. परंतु, प्रत्यक्षात जेव्हा आम्ही कुटुंबातील सर्व कामांचे विभाजन करून कामे वाटून घेतली होती. त्याचा मागे वळून पाहिल्यानंतरचा अर्थ हा निघतो की, हे श्रमविभाजनसुद्धा परंपरागत पद्धतीचे होते. म्हणजे रूढ अर्थाने बायकांना जी कामे समाजाने ठरवून दिलीत, तीच कामे शीतलच्या वाट्याला दिली गेली आणि मी मात्र स्वच्छंद कामं करायची. हा विचार आणि व्यवहार यातील प्रचंड मोठा फरक आज मला स्पष्टपणे जाणवतोय.

महत्त्वाची गोष्ट सांगायला हरकत नाही की, शीतल ही जरी एक स्त्री असली तरी ती एक राजकीयदृष्ट्या सजग स्त्री असल्याने तिने याबाबतीत माझा बराच विकास घडवला आहे. अजूनही घडत आहे. परंतु हा विकास बऱ्याचदा संघर्षानंतर घडला आहे. हे मी आवर्जून नोंदवू इच्छितो कारण या विषमतेने बरबटलेल्या जगात नेत्यांना तो 'अहंकार' असतो आणि सत्ताधाऱ्यांना जो 'माज' असतो, तो पुरुषसत्तेने प्रत्येक पुरुषाला दिला आहे असे मला वाटते. तो माज आणि अहंकार कोणताही पुरुष सहजासहजी सोडत नाही; हेही तितकेच सत्य आहे.

त्याहीपुढे जाऊन मला सांगावेसे वाटते की, पुरुष जर या प्रवृत्ती हळूहळू का होईना सोडू पहात असेल तर सर्वांत प्रथम समाजच त्याला रोखण्याचा प्रयत्न करतो. पायबंद घालण्याचा प्रयत्न करतो. याबाबतीतले अनेक गावरान आणि शहरी अनुभव आता

माझ्या गाठीशी आहेत. मी जर माझ्यातली पुरुषसत्ता उकिरड्यावर फेकून देण्याचा प्रयत्न केला तर समाज ती घाण पुन्हा पुढच्याच क्षणाला माझ्या मेंदूच्या घरात आणून द्यायचे काम इमाने इतबारे करीत असतो. शीतल व मी आमच्या जीवनाला एक नवी प्रॅक्टिस समजतो. स्त्री स्वातंत्र्याचा जो प्रश्न आहे तो इतका व्यापक आहे की, चळवळीत काम करण्याची संधी प्राधान्यक्रमाने कोणाला असणार? हा सुद्धा स्त्रीच्या फुलण्याचा किंवा स्वातंत्र्याचाच प्रश्न आहे. चळवळीत बऱ्याचदा असं दिसतं की, पुरुष हे फुलटायमर असतात आणि त्यांच्या बायका घर किंवा नोकरी सांभाळत असतात. या ठिकाणी फुलटायमर पुरुषांच्या त्यागाला मी नाकारू इच्छित नाही. परंतु, हे चित्र असं का दिसत नाही की स्त्री फुलटायमर आहे आणि नवरा नोकरी किंवा घर सांभाळत आहे? या मागची मानसिकता शोधावी लागेल. म्हणजे जग बदलण्याच्या ठिकाणीसुद्धा पुरुष हेच म्होरके असणार आणि स्त्रिया फक्त लांबून बघत राहणार किंवा सपोर्ट करणार हेच सूत्र इथे काम करीत असते. आपल्या पुरोगामी चळवळीतलं स्त्री–पुरुष संबंधावरचं एक गाणं मला आठवतयं, कवी म्हणतो...

जबतक रोटी के प्रश्नोंपर, रखा रहेगा भारी पत्थर
कोई मत ख्वॉब सजाना तुम
मेरी गली में खुशी ढुंढते अगर कभी जो आना तुम... ।।धृ ।।
इतिहास बेडियों में जखडा हुआ अभी है
जुलमों की बेडियों में सुरज बंधा हुआ है
जब तक ना ये बंदी छुटे और बेडिया भी ना टुटे
पायल नही बजाना तुम...
मेरी गली में...

या प्रेमगीताला कवी स्वत: क्रांतिकारक दिसतो परंतु प्रेयसीला तो पुन्हा पुन्हा सांगतो की, मी क्रांतीसाठी लढत आहे. त्यामुळे तू प्रेमाचं मायाजाल माझ्याभोवती विणू नकोस, माझ्याशी जोडून कोणतं स्वप्नं पाहू नकोस, पायातलं पैंजण वाजवू नकोस वगैरे वगैरे... ऐकणाऱ्या माणसाला क्षणभर हे पटू लागते. परंतु, दुसरी बाजू विचारात घेतल्यावर असे दिसते की, क्रांतिकारी अभिनिवेश असणारा हा कवी प्रेयसीला क्रांतीच्या रणात उतरवण्यासाठी हाक देत नाही. त्यामुळे हा कवी जरी क्रांतिकारी असला तरी तो प्रचंड एकांगी, कोरडा व निरस वाटतो. या ठिकाणी या कवीचा जो अविर्भाव आहे तो प्रातिनिधिक आहे असे मला वाटते कारण क्रांती वगैरे गोष्टी मर्दांनी करायच्या असतात. स्त्रियांनी नटणं, मुरडणं एवढंच करायचं असतं; ही पुरुषसत्ताक मानसिकताच त्याठिकाणी कार्यरत असते. पुरोगामित्वाच्या बुरख्याखाली पोसलेल्या पुरुषाला समजून घेण्यासाठी हे उदाहरण चपलख वाटले म्हणून दिले. जे मलाही लागू पडते. कारण जेव्हा मी ही

छोटे–मोठे काव्य करण्याचा प्रयत्न केला तेव्हा माझी अवस्था वर नोंदवलेल्या कवीपेक्षा निराळी नव्हती. याचाच अर्थ असा आहे की, आमच्या डोक्यातल्या जाणिवा जरी नवीन असल्या तरी आमच्या नेणिवा पुरातन असतात. जरी आमच्या ओठांवर फुलेवाद, आंबेडकरवाद, मार्क्सवाद, स्त्रीवाद हे मानवसृष्टीचे नवे इझम असले तरी मेंदूतल्या नेणिवेतला मनू जिवंतच असतो. त्यामुळे मी स्वत: हे कबूल करतो, आत्मटीका करतो.

माझ्या पुरुषत्वाच्या प्रवासात हे मला सांगायला पाहिजे की जरी मी पुरोगामित्वाचा डांगोरा पिटत असलो तरी माझ्या पुरोगामित्वाच्या बुरख्याखाली पुरुष नावाचा शैतान अजूनही जिवंत आहे. मी त्याला आत्तापर्यंत अर्धमेला केला आहे. अजून पूर्णत: त्याचा मुडदा पाडू शकलो नाही.

पुरुषसत्ता, जातीव्यवस्था, कुटुंबसंस्था आणि मी

कुटुंबसंस्था स्त्रीच्या मुसक्या कशाप्रकारे आवळते. जातीव्यवस्था त्याठिकाणी कोणता रोल अदा करते आणि त्यांचा पुरुषसत्तेशी नेमका संबंध काय? याचा अनुभव मला लग्नानंतर मिळाला. मी व शीतल स्त्री-पुरुष समानता मानतो आणि त्यानुसार जगण्याचा प्रयत्न करतो. त्यामुळे आम्ही दोघांनी विचार करून हिंदू धर्मातील सर्व धर्मकांड नाकारले. मंगळसूत्र, जोडवे, हातातल्या बांगड्या, कुंकू या सर्व गोष्टी आम्ही नाकारण्याचा निर्णय घेतला. हा निर्णय अंमलातसुद्धा आणला. परंतु, जेव्हा आम्ही माझ्या गावी जातो त्यावेळी मात्र या सर्व गोष्टी कुटुंबाकडून आम्हाला नाईलाजाने करण्यास भाग पाडले जाते. नाहीतर संघर्षाला तोंड देण्याची वेळ येते. तरीही आम्ही संघर्ष करून बऱ्याच गोष्टी स्वीकारल्याच नाहीत. परंतु, प्रत्येकवेळी नातेवाईकांना भेटताना या सर्व रूढी, परंपरा आणि कर्मकांडांनी आमच्या मनात एकप्रकारची दहशत निर्माण केलेली असते. त्यातही आंतरजातीय विवाह केल्यामुळे जातीव्यवस्था आमचा बळी घ्यायलाच उठली आहे. बऱ्याच नातेवाईकांनी घोषित–अघोषितपणे आम्हाला 'वाळीत' टाकले आहे. त्यामुळे स्वत:च्याच अनुभवातून आम्हाला हे उलगडत आहे की, कुटुंबसंस्था ही पुरुषसत्तेचं कवचकुंडल आहे आणि जातीव्यवस्था पुरुषसत्तेचा उर्जास्रोत आहे!

डॉ. बाबासाहेब आंबेडकरांनी म्हटलं आहे की, 'स्त्री ही जातीव्यवस्थेचे प्रवेशद्वार आहे!' कारण या देशात जातीव्यवस्था निर्माण होताना आणि टिकवली जाताना स्त्रीलाच प्रथम 'बळी' दिला आहे. तिला प्रचंड गुलाम केलं आहे. मात्र, जाती अंताच्या अनेक परिषदा आणि चर्चा सुरू आहेत. नव्या मांडण्या येत आहेत. विचार येत आहेत. जातीची वैशिष्ट्ये सांगताना – १) जन्मानुसार जात ठरणे, २) जातीतच विवाह होणे, ३) रोटीव्यवहार न होणे, ४) बेटीव्यवहार न होणे, ५) जातीबद्ध व्यवसाय असणे, ६) अस्पृश्य वस्त्या असणे ही सहा लक्षणेच पुन्हा पुन्हा मांडली जात आहेत. परंतु, 'योनीशुचिता' हे जातीव्यवस्थेचे अत्यंत महत्त्वाचे लक्षण दुर्लक्षित होताना दिसते. या

लक्षणामुळे स्त्रीवर नैतिकतेच्या, पतिव्रतेच्या, पावित्र्याच्या अनेक जाचक अटी लादल्या गेल्या. त्यातूनच स्त्रियांवर सतीची चाल, केशवपनाची चाल, विधवेने पांढरी वस्त्रे घालण्याची चाल, ज्ञानबंदी अशा अनेक रूढी, परंपरा लादल्या गेल्या. हे एवढ्यावर न थांबता स्त्रियांच्या गुलामीला देव, धर्म आणि कर्मकांडाची जोड दिली गेली. तिच्या गुलामीला सप्तशृंगार चढवले गेले. गुलामीला, पराभवाला उत्सवाचे रूप दिले गेले.

आजही जर दोन जातीत संघर्ष झाला तर दोन्ही जातीतले पुरुष सर्वांत प्रथम विरुद्ध जातीतल्या स्त्रियांची विटंबना करतात. स्त्रियांच्या गुलामीत कुटुंब संस्थेचा जितका वाटा आहे तितकाच वाटा हा जातीव्यवस्थेचा आहे. म्हणूनच स्त्रीमुक्तीसाठी जातीअंतसुद्धा तितकाच महत्त्वाचा ठरणार आहे. आणखी एक महत्त्वाची गोष्ट स्त्री गुलामीला कारणीभूत आहे ती म्हणजे खासगी मालमत्ता. आज भारतात जातीव्यवस्था व पुरुषसत्ता यांची जी काही अतूट युती आहे त्या युतीचा पाया हा खासगी मालमत्तेत आहे. त्यामुळे स्त्री-पुरुष नाते संबंधात खासगी मालमत्ता हा एक महत्त्वाचा घटक आहे. जो नेहमीच स्त्रीला गुलाम ठेवत आहे.

'कुटुंबसंस्था, खासगी मालमत्ता आणि शासनसंस्थेचा उदय' या महान ग्रंथात फेड्रिक एंजल्स खासगी मालमत्तेने निर्माण केलेली कुटुंब संस्थेची रचनाच कशी शोषणावर उभी आहे हे उलगडून दाखवतो. इथे स्त्रियांना केवळ खासगी मालमत्ताच नाकारली गेली नाही तर उलट तिलाच पुरुषाची मालमत्ता ठरवून वस्तू बनवून टाकले आहे. त्यामुळे स्त्री-पुरुष समानतेच्या बाबतीतले एक सजग जोडपे या नात्याने मी व शीतलने कुटुंबसंस्था, जातीव्यवस्था आणि खासगी मालमत्ता याबाबतीत विद्रोहाची भूमिका घेऊन वाटचाल सुरू केलेली आहे.

प्रेम, स्वातंत्र्य आणि स्त्री-पुरुष नातेसंबंध

स्त्री-पुरुष नातेसंबंधात कोणीही कुणाच्या स्वातंत्र्यावर आक्रमण करू नये. कुणीही कुणाच्या अभिव्यक्तीवर गदा आणू नये हे मला प्रेमविवाह केल्यावर उलगडत गेले. 'प्रेम' ही माणसाची अत्यंत हळवी भावना आहे. त्यामुळे 'प्रेम हे प्रेम असते तुमचे आमचे सेम असते' हे मला मान्य नाही. त्यापेक्षा प्रेम कोणत्या पायावर उभे आहे हे महत्त्वाचे आहे. भगतसिंगने सुखदेवला लिहिलेल्या पत्रात म्हटलं आहे की, 'माझा केवळ दोन व्यक्तींमधल्या गुलछबू प्रेमाला विरोध आहे. कारण त्याठिकाणी प्रेम हे प्रेम असेलच याची शाश्वती नसते. त्यामुळे प्रथम प्रेम हे प्रेम असले पाहिजे आणि ते दोन व्यक्तींपासून सुरू होऊन विश्वात्मक बनले पाहिजे. अशा प्रेमाचा मी सन्मान करतो.'

श्रेष्ठ नाटककार इब्सेन याने स्त्री-पुरुष नातेसंबंध आणि प्रेम या विषयांवर प्रकाश टाकणारं संवेदनशील मनांना अंतर्मुख व्हायला भाग पाडणारं 'Doll's House' हे नाटक लिहिलं आहे. या नाटकाचा नायक एक पुरोगामी सुधारणावादी विचारांचा आहे. तो

त्याच्या पत्नीवर इतके प्रेम करतो, इतके प्रेम करतो की त्या प्रेमाच्या गर्द सावलीत त्याची प्रेयसी स्वत:चं अस्तित्वचं हरवून बसते. तिचे त्यावरचे अवलंबित्व इतके वाढते, इतके वाढते की तिला स्वत:ची आयडेंटीटी रहात नाही. निर्णयक्षमता उरत नाही. तो तिला तळहातावरल्या, काळजावरल्या फोडासारखा जपतो, नटवतो, सजवतो, मुरडवतो. परंतु ती स्वत:हून कोणतीही गोष्ट करू शकत नाही इतकी पंगू बनत जाते. ती स्वत:च्या भावनांना वाट देऊ शकत नाही. मुक्तपणे विचार करू शकत नाही. एखाद्या सजवलेल्या बाहुलीसारखी तिची अवस्था होते.

नाटकाच्या शेवटी हे स्पष्ट होत जाते की, त्या नायिकेला प्रेम हाच एक 'पिंजरा' बनलेला आहे. फरक फक्त एवढाच असतो की, हा प्रेमाचा पिंजरा काटेरी नसतो तर तो मऊ मुलायम मखमली सारखा सोन्याचा बनलेला असतो. पण शेवटी पिंजरा तो पिंजराच! नाटकाचा शेवट निराशाजनक असला तरी ती नायिका विद्रोह करून नायकाला सोडून जाते आणि नाटक संपते. मला वाटतं ज्याला आपल्या 'पुरुषत्वाचा शोध' घ्यायचा असेल त्याने हे नाटक निश्चितच वाचले पाहिजे कारण बऱ्याचदा पुरुषत्व हे दृश्य रूपात जरी दिसत नसले तरी ते सुप्त रूपात कार्यरत असण्याची शक्यता जास्तच असते.

मला भर्तृहरीची एक कथा आठवते. एक साधू राजाला एक दिव्य फळ देतो. जे खाल्ल्याने मनुष्य चिरकाल जगू शकतो. राजा ते फळ आपल्या पत्नीला देतो; कारण राणीवर त्याचे जीवापल्याड प्रेम असते. राणी ते फळ नगर कोतवालाला देते. कारण तिचे कोतवालावर प्रेम असते. कोतवाल ते फळ एका वेश्येला देतो. कारण त्याचे त्या वेश्येवर प्रेम असते. वेश्या विचार करते हे फळ खाऊन मी अनंतकाल वेश्या राहण्यापेक्षा हे फळ न्यायप्रिय, प्रज्ञाप्रिय राजाने खाल्ले तर त्याचे चीज होईल म्हणून ती ते फळ राजाला देते. राजाला जेव्हा हे सगळं सर्कल उलगडत जाते तेव्हा राजा सर्वांचा धिक्कार करून वैराग्य पत्करून जंगलात निघून जातो. याठिकाणी राजा राणीवर जिवापल्याड प्रेम करतो आहे, स्वत:ला अजरामर होण्याची चालून आलेली संधी देखील तो प्राणप्रिय राणीला देऊ इच्छितो आहे. परंतु, तो तिला स्वातंत्र्य द्यायला तयार होत नाही. या कथेतलं प्रत्येक पात्र द्वंद्वात आहे. याठिकाणी सुद्धा हेच स्पष्ट होते की, दोघांत सुरू होऊन दोघांत संपणारं प्रेम हे शेवटी साचलेल्या डबक्याप्रमाणे सडून जाते आणि दुर्गंधीने ग्रासते. परिणामी पूर्ण नातेसंबंधच खोखला होऊन जातो. त्यामुळेच प्रेमाला पाया पाहिजे. विश्वात्मकता पाहिजे. ते नसल्यामुळे लव्ह मॅरेज अपयशी होण्याचं प्रमाण प्रचंड असल्याचे दिसून येते. साहिर लुधियानवी या महाकवीने म्हटलं आहे की,

जिंदगी सिर्फ मोहब्बत नही कुछ और भी है
जुल्फ रूकसार की जन्नत नहीं कुछ और भी है
'भूक' और 'प्यास' से मारी इस दुनियामें
इश्क ही एक हकिकत नही कुछ और भी है।

म्हणूनच कोणत्याही प्रेमीयुगलाने दोघांपलीकडे असणाऱ्या प्रचंड विश्वाला विसरून चालणार नाही तर प्रत्येक स्त्री-पुरुषांतील प्रेमाला मानवमुक्तीच्या स्वप्नपूर्तीचा ध्येयवाद असला पाहिजे आणि या सुंदर प्रेमाची वेल स्वातंत्र्य, समता, बंधुता, लोकशाही, श्रमप्रतिष्ठा आणि समाजवाद या मूल्यांच्या पायावर आभाळाला भिडलेली असली पाहिजे. माझ्या पुरुषत्वाचा त्याग करताना या गोष्टीचे चिंतन मला महत्त्वाचे वाटते. त्यातूनच मला नवी दृष्टी मिळते, दिशा मिळते. ज्या माझ्यातल्या माणूसपणाला आयुष्य देतात, वसंताची पालवी देतात, माझे व्यक्तिगत जीवनाला विश्वात्मकता देऊन मी व माझ्या जीवनसाथीने आता मानवमुक्तीच्या ध्येयाला समर्पित केले आहे. त्यादृष्टीने माझ्या पुरुषत्वाच्या प्रवासातला सर्वात मोठा टर्निंग पॉईंट आहे असे मला वाटते. म्हणूनच मी हे नोंदवण्यचा प्रयत्न केला.

स्त्री-मुक्तीचा योग्य विचार शोधण्याची धडपड

मी एक टिपिकल पुरुष राहिलो नाही तर पुरोगामित्वाचं झूल स्वत:वर चढवलेला मी एक शहाणा माणूस आहे. त्यामुळे माझ्या पुरुषत्वाच्या प्रवासात माझ्यासमोरचे प्रश्नसुद्धा थोडे हटके वाटतील; पण आहे ते मी निर्भिडपणे बोलतो हा माझा स्वभाव आहे. त्यामुळे या मुद्याला कृपया विषयांतर समजू नये.

स्वातंत्र्य कोणाला नको असते ? स्वातंत्र्याशिवाय माणूस पूर्णत: आविष्कृत होऊ शकत नाही. फुलू शकत नाही. स्वातंत्र्याशिवाय माणूस निर्मितीची, सृजनाची, संस्कृतीची सर्वोच्च अभिव्यक्ती करूच शकत नाही. त्यामुळे संपूर्ण मानवजातीचा इतिहासच गुलामी, शोषण याविरुद्ध विद्रोह आणि क्रांतीने उजागर झालेला आहे. म्हणूनच मार्क्सने संपूर्ण मानव जातीचा इतिहास हा वर्णसंघर्षाचा इतिहास आहे, असे म्हटले आहे. आजवरच्या जगातल्या प्रत्येक शोषण व्यवस्थेला शोषितांनी चॅलेंज दिले आहे. मग ती व्यवस्था कितीही दमनकारी असो! अन्यायकारी असो!! अमानुष असो!!

स्त्रियांच्या बाबतीत एक बेसिक संकट दिसून येते. ती म्हणजे स्त्रिया या शोषकांकडून गुलाम झाल्याच आहेत परंतु त्याचबरोबर त्या गुलाम पुरुषांकडूनसुद्धा गुलाम झाल्या आहेत. त्यामुळे हा अंतर्विरोध नेमका कसा सोडवणार? हा स्त्रीमुक्तीसाठी अत्यंत महत्त्वाचा प्रश्न आहे. त्यामुळे मार्क्सवाद याची सोडवणूक करू शकतो असे मला

वाटते; कारण मार्क्सवादात कोणत्याही प्रकारच्या अंतर्विरोधांचे वर्गीकरण ते कसे सोडवायचे याची शास्त्रीय मेथड ग्राऊंड रियॅलिटीचा अभ्यास करून निर्माण करण्याचा प्रयत्न केला जातो. स्त्री-मुक्तीचा विचार करताना स्त्री-पुरुष यांच्यातील अंतर्विरोध मित्रभावी पद्धतीने सोडवायचे की शत्रुभावी पद्धतीने सोडवायचे याची स्पष्टता मार्क्सवादी विश्लेषण पद्धती देते.

बऱ्याचदा स्त्री-मुक्तीचा विचार मांडताना संपूर्ण पुरुष जमातच शत्रू असण्याची प्रत्यक्ष-अप्रत्यक्ष भावना व्यक्त झाल्या आहेत. त्याप्रमाणे ब्राह्मण्यवादाविरुद्ध लढता लढता जन्माने ब्राह्मण असणारे सारेच शत्रू ठरवण्याचा प्रयत्न ब्राह्मणेत्तर चळवळीने केला. त्याचप्रमाणे इथेही असेच विस्फोट झाले आहेत. सभोवतालची भौतिक शोषणावर आधारित व्यवस्था न बदलता व्यक्तिगत स्तरावर स्वतंत्र होण्याचा 'फिल' घेण्याच्या घाईगर्दीतूनही अनेक गडबडी झाल्या आहेत. विकृतींनी जन्म घेतल्याची सुद्धा उदाहरणे आहेत. त्यामुळे आज देशातील व जगातील अर्थकारण, राजकारण, संस्कृतिकरण बघता सर्व स्त्रियांना एकाच रांगेत-बसवणेदेखील आता कठीण झाले आहे. कारण स्त्री असो किंवा पुरुष असो, त्यांचे धर्म, लिंग, जात किंवा रंग यावरून आपण आपले मित्र व शत्रू ठरवू शकत नाही. कारण वर्गीयदृष्ट्या ते कोणाच्या बाजूने उभे आहेत शोषकांच्या बाजूने आहेत की, शोषितांच्या याला ही प्रचंड महत्त्व द्यावेच लागेल.

उदाहरणार्थ, सुषमा स्वराज, उमाभारतींसारख्या राजकारणी स्त्रिया गुजरातमध्ये मुस्लीम स्त्री-पुरुषांच्या कत्तली करणाऱ्या, मुस्लीम महिलांवर बलात्कार करणाऱ्या, मुस्लीम गर्भवती महिलांची पोटं फाडून कच्च्या अर्भकांचा चेंदामेंदा करणाऱ्या नरेंद्र मोदींसारख्या आर.एस.एस.च्या फॅसिस्ट, नाझीप्रवृत्तींचे 'त्या' समर्थन करतात. त्या विचारांचा प्रचार करतात. त्याठिकाणी त्या स्त्री आहेत म्हणून मुस्लीम स्त्रियांच्या बाजूने उभ्या रहात नाहीत तर त्या वर्गीयदृष्ट्या साम्राज्यवादी फॅसिस्ट शक्तींच्या दलाल असतात, बाहुल्या नसतात.

त्यामुळे स्त्री-मुक्तीच्या विचारांना मार्क्सचा वर्गीय दृष्टिकोन आवश्यक आहे, असे मला वाटते. स्त्री-मुक्ती असो, जातीअंत असो किंवा वर्गान्ताचा लढा असो हे सर्व लढे अलग-अलगपणे लढवून ते कधीच यशस्वी होऊच शकत नाहीत. या सर्व लढ्यांचे अंर्तसंबंधही समजून घ्यावे लागतील. ही एक धडपड आहे मुक्तीचा योग्य विचार शोधण्याची.

माझ्या पुरुषत्वाच्या प्रवासावर लिहता लिहता मी थोडे हटके जाऊन यासाठीच लिहीले आहे की, स्त्री-मुक्तीचा विचार आणि व्यवहार करताना आयुष्यात चुकीच्या लाईनवर प्रामाणिकपणे काम न करता; प्रामाणिकपणे काम करत योग्य विचारदिशा

शोधण्याचा प्रयत्न झाला पाहिजे असे मला वाटते. हीसुद्धा एक वाटचालच आहे. जी स्त्री-पुरुष समानतेकडे आम्हांला घेऊन जात आहे.

रात्रंदिन आम्हा युद्धाचा प्रसंग

एक संवेदनशील मन जेव्हा जगाचा इतक्या बारकाईने अर्थ लावू लागते. स्वत:ला पुन्हा पुन्हा तपासू लागते, तेव्हा मानवतेचं उदात्तं गाणं गुणगुणू लागतं तेव्हा त्या नाजूक मनाची अवस्था काय होते, हे मी लेख लिहिताना अनुभवत आहे. पुरुषत्वाबद्दल बोलणे, ही सुद्धा सोपी गोष्ट आहे. परंतु, पुरुषत्वाचा सैतान नष्ट करणे ही किती अवघड बाब आहे याचा अनुभव प्रॅक्टिकलमध्ये मी स्वत: घेतोय. स्त्रीचे दु:ख वाटून घ्यायला, समजून घ्यायला पुरुषांकडे अजून सुपाएवढे काळीज नाही असे मला वाटू लागले आहे. मग तो पुरोगामी असो वा टिपिकल ! संत ज्ञानेश्वरांच्या भाषेत सांगायचे झाले तर..

हृदया हृदयी एक झाले। ये हृदयीचे ते हृदयी घातले।
द्वैत न मोडिता केले। आपणा ऐसे।।

या अवस्थेला आपण स्वत:ला अजूनही घेऊन जात नाही. याचे कारण मला असे वाटते की, आपण जे सांस्कृतिक पर्यावरण जगत आहोत त्यात दडले आहे. आज देशभर भांडवलदार वर्ग दलाल राजकारणी मंडळी जंगले, शेती, खेडीपाडी उद्ध्वस्त करून विशेष आर्थिक क्षेत्र स्थापन करत आहे. त्याविरुद्ध प्रचंड जनआंदोलने होत आहेत. निकराचा संघर्ष सुरू आहे. परंतु गेली हजारो वर्षे पुरुषसत्ताक ब्राह्मणवादी संस्कृतीचे आणि अलीकडे साम्राज्यवादी संस्कृतीने जे मुक्त सांस्कृतिक क्षेत्र विषमतावादी संस्कृतीचे जे फ्री झोन निर्माण केलेत त्याचे काय करायचे? हा खरा महत्त्वाचा प्रश्न आहे. पुरुषसत्ता असो, जातीव्यवस्था असो त्या अबाधित आहेत. फक्त त्या अभिव्यक्त होण्याची रूपं बदलत आहेत. हे एक फार मोठं आव्हानच आपल्याला शत्रूनं दिलंय. एकवेळ रक्त सांडून विशेष आर्थिक क्षेत्र रोखता येतील, रोखले जात आहेत. परंतु, गेली हजारो वर्षांपासून शोषकांनी आमच्या मनावर स्थापन केलेले सांस्कृतिक दहशतवादाचे, विषमतेचे, वर्चस्ववादाचे सांस्कृतिक फ्री झोन आता आपल्याला नष्टच करावे लागतील. त्यामुळे सांस्कृतिक चळवळीला दुय्यम लेखून चालणार नाही. ही बहुआयामी लढाई आहे, बहुआयामानेच लढवावी लागेल.

पुरुषसत्ता ही एक प्रवृत्तीच आहे जी ठिकठिकाणी व्यक्त होते. सत्ताधारी होते. भाषेमध्ये, भाषेच्या व्याकरणातसुद्धा पुरुषसत्ताच कशी कार्य करत आहे याचा अनुभव एक कवी म्हणून मी स्वत: घेत आहे. त्यामुळे स्त्रीला जिथं जिथं हीन लेखलं गेलंय तिथं तिथं 'विद्रोह' उभा करून तिला अस्मिता स्वातंत्र्य, समानतेचा हक्क मिळाला पाहिजे. हे सर्व विचार असले तरी प्रत्यक्ष जगताना जाणिवा आणि नेणिवांची चामडी सोलण्याची तयारी ठेवावीच लागते. मी यातून जात असताना माझ्यातला माणूस किती घनदाट

अरण्यातून प्रवास करत असतो, हे मलाच माहीत. हे सर्व करत असताना 'जुने जाऊ द्या मरणालागुनि' म्हणत असताना मनात उठलेल्या प्रचंड वादळांना पेलावे लागत आहे. मनात अंतर्विरोधांचे विसंगतींचे भयंकर ढग जमा होत आहेत. मनात प्रचंड यादव्यांनी जन्म घेऊन संपूर्ण मन युद्धमय झालेले आहे. हे युद्ध एकाचवेळी मानवतेच्या दुश्मनांशी सुरू आहे तर त्याचवेळी स्वत:शीसुद्धा सुरू आहे. संत तुकारामांनी म्हटलयं की,

रात्रंदिन आम्हा युद्धाचा प्रसंग अंर्तबाह्य जग आणि मन

अशा या युद्धग्रस्त मनाला शेवटी एवढंच म्हणावंस वाटतं की, आज मला 'माझ्या पुरुषत्वाचा प्रवास' लिहायची संधी मिळाली. परंतु, भविष्यात असा नवीन समाज व जीवन घडवणे की, मलाच नव्हे तर कोणालाही 'माझ्या माणूसपणाचा प्रवास' लिहिण्याची परिस्थिती निर्माण व्हावी. म्हणूनच मी आयुष्यात मानवमुक्तीचं स्वप्नं घेऊन नवं जग घडवण्यासाठी एक चांगला माणूस बनण्याचा प्रयत्न करत आहे. प्रयत्नाअंती जरी मी पूर्ण माणूस बनू शकलो नाही तरी मला याचा निश्चितच अभिमान वाटेल की, मी एक 'सुंदर' प्रयत्न केला आहे! मी एक सुंदर स्वप्न पाहिलं आहे!!

■

(पुरुष उवाच, दिवाळी २००७)

व्यसनमुक्त होताना...

– प्रसाद चांदेकर

मी प्रसाद चांदेकर. कॉलेज जीवनात मला व्यसनं लागली. एक-दोन नव्हे तर तब्बल ९ वर्षं मी व्यसनांच्या जीवघेण्या कृष्णविवरात भरकटत होतो. मुक्तांगण व्यसनमुक्ती उपचार केंद्रात नेमके, शास्त्रीय उपचार मिळाले. मी बरा झालो अन् ९ वर्षं याच क्षेत्रात काम करतोय.

माझ्यासारख्या बऱ्या होत असलेल्या व्यसनी व्यक्तीला आपलं म्हणणं मांडायला एखादं व्यासपीठ हवंच असतं म्हणून हा लेखनप्रपंच!

मला सर्वांत आधी हे निराकरण केलं पाहिजे : मी कुठलाही पवित्रा घेऊन लिखाण केलेलं नाहीये. आपल्याकडे अनेकदा व्यसनाधीन होणं हा एक आजार आहे याचीच अनेकांना कल्पना नसते. या लेखनामुळे काही लोकांपर्यंत तरी ही व्याख्या पोहोचली तरी पुरे!

आम्हाला जेव्हा व्यसन लागतं तेव्हा सगळ्यात आधी काय होत असेल तर ते म्हणजे आमचं 'भान' हरवतं.

जिथे आम्ही शुद्धीवरच नसतो तिथे आमच्याकडून योग्य अशा वागण्या-बोलण्याची, विचारांची अपेक्षा कशी करता येणार?

व्यसनाधीनता हा आजार दारू पिणाऱ्यांपैकी काहींनाच होतो. तसं पाहिलं तर आपल्या आजूबाजूला अनेक व्यक्ती मद्यप्राशनाचा आस्वाद घेत असतात. त्यातला पहिला प्रकार म्हणचे क्वचित कधी तरी पिणारे. हे ठरवून पितात. रंगपंचमी, ३१ डिसेंबर या सारखा एखादा सण, पगाराचा पहिला दिवस वगैरे या व्यक्ती योजनाबद्ध रीतीने पिणाऱ्या

असतात. मोजकेच पैसे, ठराविक कंपू, अमुक दिवस असं सगळं जमून आलं तर अशी माणसं पितात. परंतु दुसऱ्या दिवशी, सकाळी मात्र त्यांना त्यांच्या ऑफिसचे वेध लागलेले असतात. अति मद्यपानामुळे डोकं जड झालं असलं तरी या व्यक्ती त्यावर उतारा म्हणून एखादी वेदनाशामक गोळी, कोरी कॉफी घेऊन दिनक्रम सुरू करतात.

दारू पिणाऱ्यांचा दुसरा प्रकार म्हणजे 'समाज-मान्य' पद्धतीनं पिणारे. याला इंग्लिशमध्ये (social drinkers) अशी संज्ञा आहे. (माझे एक मित्र गंमतीनं असंही म्हणतात की, सोशल ड्रिंकींग करताना जे घडतं तेच खूप अँटी सोशल असतं.) या व्यक्ती दररोज ठराविक प्रमाणात 'मद्यप्राशन' करतात. अशा मद्यप्राशनामुळे त्यांच्या जीवनाच्या कोणत्याही बाजूला धक्का पोहोचत नाही. या प्रकारचे दारू पिणारे ५०-६० वर्षांपर्यंत सतत दारू पित राहिल्याची उदाहरणं आहेत.

तिसरा प्रकार म्हणजे माझ्यासारखे! माझ्यासारख्यांच्या बाबतीत एकदा मद्यप्राशनाला सुरुवात केल्यानंतर खूप प्रयत्न करूनही मर्यादित स्वरूपात पिता येत नाही.

आम्ही एकदा मद्यप्राशन केल्यानंतर किती प्रमाणात पिऊ, कोणत्या दर्जाची पिऊ आणि त्यानंतर आमचे वर्तन कशाप्रकारचे असेल यापैकी कोणत्याही गोष्टीची शाश्वती नसते. अशा प्रकारे पिणाऱ्यांना 'मद्यपी' अशी संज्ञा आहे.

अशा पद्धतीनं दारू पिणाऱ्या व्यक्तींचे सगळ्याच बाजूने नुकसान होत असते. शारीरीक दृष्ट्या ते खूप वेगानं खंगत असतात. काही वर्षं सातत्यानं पित राहिल्यानं त्यांचं भानही हरवलेलं असतं. सामान्य व्यक्तीप्रमाणे आजूबाजूला घडणाऱ्या गोष्टींचं आकलन करून घेण्याची त्यांची ताकदही कमी झालेली असते. राग, भीती, खंत, अहंगड, संशयग्रस्तता अशा प्रकारचे स्वभावदोष मर्यादेपलीकडे जातात. अशा व्यक्तींना त्यांच्या घरात किंवा समाजात जुळवून घेणे, तडजोडी करणे अवघड जाऊ लागते. मग दारू पिण्याच्या अनेक सबबी मिळतात. अशा व्यसनी व्यक्ती असलेल्या घरात संबंध ताणले गेले असतात. जवळजवळ रोजच वादावादी, भांडणं होतं असतात. मद्यप्राशनानंतर उदरनिर्वाहाच्या वाटा बंद झालेल्या असतात. ज्याच्या तोंडाला वास येतो आहे अशांना सहसा कोणी उभं करत नाही. नोकरी तर गेलेली आहे परंतु दारूवर सातत्याने खर्च होतो आहे अशा परिस्थितीत आर्थिक स्थिती पार मोडकळीला येते. अशा व्यसनाधीन माणसांचं समाजातलं स्थानही संपुष्टात येतं.

मुक्तांगण व्यसनमुक्ती उपचार केंद्रात या तिसऱ्या प्रकारातल्या म्हणजे 'दारूड्या' व्यक्तीला उपचारासाठी आणलं जातं.

मुक्तांगणमध्ये उपचारासाठी येण्याआधी त्या रुग्णाला बरं करण्यासाठी सर्वतोपरी प्रयत्न झालेले असतात. घरातला स्त्रीवर्ग याबाबत खूप पुढाकार घेत असतो. त्रागा, आदळआपट, असहकार यासारखे मार्ग खुंटले की मग सोळा सोमवार, पांढरे बुधवार अशाप्रकारे धार्मिक उपाय करून पाहिले जातात. व्यसनी व्यक्ती जी भानावर नाही

तिच्या पिण्यात या उपायांनी काहीच बदल घडून येत नाही. मद्यप्याला सगळ्यात जास्त गरजेचं काय असेल तर ते म्हणजे आजाराची माहिती देणं. आजाराची व त्यातून बरं होणेची माहितीच नसल्यानं तो अधिकाधिक पित राहतो. मग लढाईतलं खास शस्त्र परजलं जातं. माहेरी निघून जाणं अथवा घटस्फोटाच्या धमक्या देणं. रुग्ण अविवाहित असेल तर त्याला घराबाहेरही काढल्याची उदाहरणं आहेत. या सगळ्याचा निष्कर्ष : रुग्ण तुफान वेगानं दारू पिऊ लागतो.

दारू पिण्याच्या काळात रुग्णाला सहानुभूतीची आवश्यकता असते, तर नेमकं तेच त्याला मिळत नाही.

नातेवाईक जेव्हा रुग्णाला दाखल करण्यासाठी घेऊन येतात, तेव्हा सगळे उपाय योजल्याचं सांगतात; पण खरी गोम अशी आहे की, मुक्तांगणमध्ये येईस्तोवर रुग्णाला खऱ्या अर्थानं उपचारच दिले गेलेले नसतात.

व्यसनाधीनतेचा आजार ही दोन प्रकारची गुलामगिरी आहे. शारीरिक गुलामगिरी तसंच मानसिक गुलामगिरी. रुग्ण जेव्हा मुक्तांगणमध्ये ५ आठवडे राहतात तेव्हा त्यांची शारीरिक गुलामगिरी साहजिकच संपते. उरते ती फक्त मानसिक गुलामगिरी. मानसिकता बदलण्याचा हा प्रवास मात्र काही महिने किंवा वर्षं लांबू शकतो.

रुग्णाच्या बरं होण्याच्या प्रवासात घरातल्या स्त्री-वर्गाचा मोठा वाटा असतो. मुक्तांगणमध्ये रुग्णाला व्यसनमुक्त होण्यासाठी अनेक उपचार-पद्धती आहेत. रुग्णाला बरं करण्याइतकंच महत्त्वाचं त्याच्या नातेवाईकांनी बरं होणं असतं.

दर महिन्याच्या पहिल्या व तिसऱ्या गुरुवारी इथे 'पालक-सभा' आयोजित केली जाते. यात पालकांच्या प्रश्नांना उत्तरं दिली जातात. आजाराचं स्वरूप, उपचारानंतर घ्यायची काळजी असं सगळंच आम्ही समजावून सांगतो.

आजच्या धकाधकीच्या युगात पुरुषांवर अनेक प्रकारचे ताण पडत असतात. पुरुषांवर बालपणापासूनच अनेक ताण असतात. लहानपणीच त्याला जाणवून देण्यात आलेलं असतं की, तो एक पुरुष आहे. त्यानं आपल्या भावनांवर नियंत्रण ठेवायला हवं. आपल्या भावना व्यक्त करणं हे स्त्रैण आहे. अशा प्रकारचं शिक्षण सतत मिळाल्याने पुरुष आपल्या भावनिक कोंडमाऱ्यासह जगत राहतात. पुन्हा तारुण्यात स्पर्धेचं दडपण, पालकांच्या अपेक्षांचं ओझं, पौगंडावस्था, व या अवस्थेतलं दडपण अशा अनेक गोष्टींचा दबाव असतो. प्रत्येकालाच अशा दबावातून बाहेर पडू शकेल असं मार्गदर्शन मिळेलचं असं नाही.

कॉलेज जीवनात थोडंसं संगतीवर अवलंबून असतं. ज्यांना व्यसनं लागलेली आहेत अशा व्यक्ती जास्त संवेदनशील असतात. अशातच एखादा मित्र 'टेंन्शन'वर सोपा मार्ग सुचवतो. तो एखादा व्यसनाची ओळख करून देतो.

आयुष्यात प्रथमच दारू किंवा अमली पदार्थांचा वापर केल्यास कोणालाही हलकं, रिलॅक्स वाटू शकतं. आमच्या जास्त संवेदनाशील असणाऱ्या मित्रांना तर फारच सुखावह

वाटतं. या भरात ते आपल्या वेदना मोकळेपणानं बोलतात. सामाजिक बंधन गळून पडल्यानं थोडं मनासारखं वागतात. सगळी टेन्शनस् दूर गेल्यासारखं वाटतं आणि हाच अनुभव वारंवार मिळावा म्हणून आमचे मित्र सतत दारू अथवा अमली पदार्थांचा वापर करत राहतात. पुढे गरज इतकी वाढते की त्याचं व्यसनांत रूपांतर होतं.

सध्या समाजात दारूला थोडी प्रतिष्ठा आहे. व्यसनं चोर पावलांनी घरात प्रवेश करतात. व्यसनं घरात शिरली आहेत हे बऱ्याच वेळा आई, पत्नी, मुलगी अशा सदस्यांच्या लक्षात येतं. भविष्यात काय वाढून ठेवलं आहे, याची कल्पना नसल्यानं पहिली दोन–तीन वर्षं या व्यसनांकडे दुर्लक्ष, कानाडोळा केला जातो. मग प्रश्न वाढायला लागतात. घरात वाद सुरू होतात. उत्पन्न कमी होतं. अथवा पूर्णपणे बंद होतं. समस्यांचं गांभीर्य जाणवेपर्यंत प्रश्न नियंत्रणापलीकडे गेलेला असतो त्यामुळे व्यसनांविषयी सुरुवातीपासून सजग राहिल्यास पुढचे अनर्थ टळतील.

व्यसनमुक्तीच्या क्षेत्रात काम करताना आपण अनेक उदाहरणे पाहतो व लक्षात येते की व्यसनी व्यक्तीचा स्वत:शी एक 'आंतरिक झगडा' चालूच असतो. त्यातच त्याचे नातेवाईक, मित्र, आपापल्या परीने भर घालतात आणि व्यसने वेगात सुरू होतात. बहुतांशी केसेसमध्ये घरातील नातेवाईक मुख्यत: स्त्रिया या प्रश्नात भरडल्या जातात.

'प्रदीप' हा रोह्याचा रहिवाशी. चार बहिणींनंतर याचा जन्म झाला. एकुलता एक मुलगा असल्याने अति लाडावलेला. शिक्षण ९वी पर्यंत कसेबसे पूर्ण झालेले. लहानपणापासूनच त्याला चित्रकलेची आवड होती. योगायोगाने त्याची एका व्यावसायिक पेंटरशी गाठ पडली. प्रदीप साईनबोर्ड पेंटिंगची कामे करू लागला.

वळणदार अक्षरलेखन, रंगसंगतीची बऱ्यापैकी जाण व इतर व्यावसायिक सफाईमुळे त्याचा धंद्यात जम बसावयास वेळ लागला नाही. पौगंडावस्थेत अनेकांचे जसे होते तसेच प्रदीपच्या बाबतीत झाले. दुकानात बोर्ड रंगवून घ्यायला आलेल्या एका श्रीमंत उद्योगपतीच्या मुलीला त्याने पाहिले. बघताक्षणीच तो तिच्या प्रेमात पडला. ते प्रेम एकतर्फी होते. तशातच गावातली रिकामी टोळकी दुकानावरती येऊन बसत. ही रिकामी मुले प्रदीपच्या सर्वच दिवास्वप्नांना खतपाणी घालत. त्यांनी प्रदीपच्या याही स्वप्नरंजनाला "वाह! अरे, वो बडे बाप की बेटी है, तो तूभी कलाकार है यार!" मुली कलाकारावर भाळतात असे सांगून त्याला त्याच्या स्वप्नात रहावयास उद्युक्त केले. प्रदीपला या मुलीला विचारावयाचे धाडस कधीच झाले नाही. पुढे ती लग्न होऊन एका बड्या घराण्यातील मुलाबरोबर परदेशी निघून गेली. प्रदीप विरहगीते गायला मोकळा झाला. आपल्याकडे सिनेमासंस्कृतीमुळे हवी ती मुलगी न मिळाल्यास मोठाच पराभव झाला असे समजायची एक प्रथा आहे. प्रदीपच्या बाबतीतही हेच झाले. प्रदीपला हरभऱ्याच्या झाडावर चढवणारे मित्र या घटकेनंतर शोकप्रदर्शन करावयास आले. सगळ्या दुःखावरती एकच उपाय तो म्हणजे दारूला जवळ करणे, असेही त्यास पटविले, प्रदीपनेही

आपले प्रेमभंगाचे दु:ख दारूत बुडवण्याचा प्रयत्न केला. त्यामुळे बोच कमी झालीच नाही. उलट व्यसन वाढत गेलं. मन लावून उभा केलेला व्यवसाय कोसळला. प्रेमात झालेल्या पराभवाची भावना कमी करायसाठी प्रदीप वेश्यावस्तीत चकरा मारू लागला. भरपूर पैसे उडवू लागला. वेश्यांच्या वस्तीमध्ये त्याची एक बडे गिऱ्हाईक म्हणून प्रतिमा तयार होऊ लागली. साईनबोर्ड पेंटींगच्या धंद्यात साठविलेले पैसे काही दिवसात संपले. पैशांचा ओघ आटल्यावर प्रदीपला वेश्यावस्तीत थारा मिळणे कठीण झाले.

प्रदीप सैरभर झाला. व्यसने हाताबाहेर गेली. प्रदीपच्या आईने कुठूनशी 'मुक्तांगण' व्यसनमुक्ती उपचार केंद्राची माहिती काढली. व्यसन मुक्तीचे उपचार सुरू झाले. प्रदीप उभारीही धरत होता. एकुलता एक, लाडात मोठा झालेला प्रदीप आता उपचार घेतोय म्हटल्यावर त्याच्या आईने त्याच्यावर कौतुकाची संततधार धरली. अचानक एके दिवशी सकाळी प्रदीपच्या गळ्यावर गाठ आल्याचे दिसून आले. बारीक बारीक तापही येत होता. प्रदीपचे वजनही थोडे कमी झाले होते. साहजिकच व्यसनमुक्तीकेंद्रातून त्याला रक्ततपासणीसाठी पाठवण्यात आले. या तपासणीतून 'एड्स'चे निदान झाले. त्या वेश्यावस्तीतील चकरा अंगाशी आल्या होत्या. प्रदीप आता पुरताच खचला. त्याने घरही सोडलं. व ताळतंत्रसुद्धा. आता या जगात काही शिल्लक नाही, असे त्याने जाहीर केले. पुन्हा पुन्हा पिणे सुरू झाले. यावेळी पिण्याचे प्रमाण अफाट होते. प्रदीपच्या बहिणींनी, त्यांच्या नवऱ्यांनी त्याला पुन्हा माणसात आणण्यासाठी कंबर कसली. प्रदीप काहीच ऐकायच्या मन:स्थितीत नव्हता.

एके दिवशी प्रदीपला समजावून सांगताना त्याच्या मेव्हण्याचा संयम सुटला. रागाच्या भरात त्याने प्रदीपला भरपूर मारहाण केली. मारहाण होत असताना प्रदीपही भरपूर उसळला आणि त्याने मेव्हण्याच्या हाताला कडकडून चावा घेतला. प्रदीपला एड्स झाला आहे हे एव्हाना सर्वांनाच समजले होते. प्रदीपच्या मेव्हण्याने, प्रदीपच्या लाळेतून, त्याच्या स्वत:च्या शरीरातही एच.आय.व्ही. चे विषाणू पसरले असतील अशी समजूत करून घेतली. फक्त चावल्यामुळे 'एड्स' होत नाही. हे आम्ही त्याला समजावून सांगण्याचा प्रयत्न केला. यावर त्याच्या मेव्हण्याने असा युक्तिवाद केला की, सध्यातरी मला 'एड्स' झालेला नाही याची पन्नास टक्के शक्यता आहे. समजा रक्त तपासणी केली आणि खरचं एड्स झाला आहे असे निष्पन्न झाले तर? प्रदीपच्या मेव्हण्याने कधीच रक्त तपासणी करून घेतली नाही. आपल्याला एड्स झाला असण्याची शक्यता आहे या समजुतीने तो आता प्रदीपच्या बहिणीशी शरीरसंबंध ठेवत नाही. प्रदीपच्या बहिणीचे व तिच्या नवऱ्याचे वैवाहिक जीवन येथेच संपले!

■

(पुरुष स्पंदन, दिवाळीअंक १९९८)

स्त्री–पुरुष समता चळवळीतील पुरुष सहभाग

– प्रा. राम बापट

मुलाखत : मुकुंद सा. न., डॉ. गीताली वि. मं.

प्रश्न : स्त्री–पुरुष समतेच्या चळवळीत पुरुषांच्या सहभागाची गरज काय?

राम बापट : सामाजिक जीवनात अन्य कोणत्याही संदर्भातील संस्थात्मक कामाला हात घालताना नेहमी पडणाऱ्या प्रश्नासारखा हा प्रश्न आहे. तो असा की, ज्यावेळी आपण संस्थात्मक अन्यायाविषयी बोलतो तेव्हा स्थल–काल सापेक्षत: एका घटकावर अधिक अन्याय होत असतो आणि दुसरा जो घटक आहे त्यावर कमी अन्याय होत असतो, ज्या घटकावर अन्याय होतो आहे त्या गटाने अन्यायाची झळ पोहोचल्यामुळे पुढाकार घेणे, स्वयंशिक्षण करणे याला महत्त्व आहे. याचा अर्थ असा नाही की, ही जी नवी जाण निर्माण होते ती ज्यांच्यावर अन्याय होतो, त्यांचीच एकतर्फी कामगिरी आहे. (उदा. स्त्री–पुरुष विषमते संदर्भात स्त्रीवरील अन्यायाची जाण काही पुरुषांना होण्याचा संभव असू शकतो.) परंतु, आपण सामाजिक विकासाची प्रक्रिया पाहिली तर ज्यांच्यावर अन्याय होतो आहे. त्यांच्या मनात हा असंतोष, खदखद निर्माण होऊन, अशा अन्यायाला वाचा फुटली की, प्रश्न निर्माण होतो. वाचा फुटणे याचा दोनपातळ्यांवर विचार होऊ शकतो. एक म्हणजे या अन्यायाविरुद्ध विरुद्ध बंडखोरी करणे, दुसरं खोलात जाऊन अन्यायाची कारणमीमांसा करणे, अन्यायाचे घटक दूर करण्यासाठी वैचारिक, बौद्धीक मांडणी

करणे. आपल्या संदर्भात अशा अन्यायाची जाण निर्माण झाल्यावर पुरुषांनी काय भूमिका घ्यावी हा प्रश्न येतो. पुरुषांमध्ये नव्या जाणिवा निर्माण करण्याची गरज असते. हे कार्य करताना या काळात बहुसंख्य पुरुष सहजपणे सहभागीहोतील असे समजणे स्वप्नाळूपणा होईल. कारण ज्यांच्यावर तुलनेने कमी अन्याय होतो किंवा ज्यांना विषमतेचे फायदे मिळतात ते या बाबतीत उदास असण्याचाच संभव आहे.

विषमतेचा प्रश्न कळलेला आहे अशा पुरुषांनी विशेषत: पुरुषांच्या जागृतीचे काम करणे व स्त्रियांना मदत करणे ही जबाबदारी घेतली पाहिजे.

प्रश्न : *या कामाचे स्वरूप काय असते?*

राम बापट : ज्या स्त्री–पुरुषांना विषमतेची जाण आली आहे, त्यांनी अन्याय दूर करण्यासाठी प्रयत्न करणे, नवीन मूल्यं निर्माण करणे, राजकीय दबाव आणणे, सामाजिक, संस्थात्मक बदल करणे हे दोघांचेही कर्तव्य आहे. हे मान्य केल्यावर स्त्रियांनी फक्त स्त्रियांच्यात, पुरुषांनी पुरुषांच्यात काम करणे हे मला चुकीचे वाटते. परंतु स्त्रियांनी स्त्रियांची चळवळ (व्यावहारिक सोय म्हणून कालक्रमाचा विचार करून तुलनेने साध्य आणि इष्ट गोष्ट म्हणून) स्त्री संघटनांवर भर देणे हे मी समजू शकतो. या पुरुषांच्या संघटनांसाठी तुलनेने पुढाकार न घेणे समजू शकतो. या पद्धतीने लढताना पुरुषाचा सहभाग अपेक्षित आहे. गृहीत आहे. तसेच उलट्या बाजूंनी म्हणता येईल. ज्या पुरुषांना स्त्री–पुरुष विषमतेचा प्रश्न कळलेला आहे. त्यांनी व्यावहारिक सोय म्हणून पुरुषात काम करणे हे व्यवहार्य कार्यक्रमाचा भाग म्हणून समज शकतो. तुलनेने विचार करता स्त्रिया अन्यायग्रस्त असल्याने स्त्रियांना स्त्रियांची साथ मिळणे जेवढे चटकन् शक्य दिसते. त्या मानाने काही थोड्या पुरुषांनी पुरुषांत जागृती करणे कठीण आहे. कारण या व्यवस्थेचा फायदा त्यांना मिळत असतो. परंतु पूर्णपणे अलग असलेल्या, कप्पेबंद, स्त्रियांनी फक्त स्त्रियांकरीताच स्त्रियांच्या चालवलेल्या आणि पुरुषांनी फक्त पुरुषांच्या करिताच चालवलेल्या संघटना मला तत्त्वत: निरर्थक वाटतात.

स्त्री–पुरुष समाजनिर्मित भेदभाव व त्यानुसार घडवलेले, नैसर्गिक आणि सामाजिक संसाधनाचे वाटप स्त्रियांच्या तुलनेत पुरुषांच्या हिताचे आहे. मी स्त्रियांचे शोषण, दडपशाही या सर्वच घटकांचा या विषमता शब्दात समावेश करतो. आपण हे ही लक्षात घेतले पाहिजे

की, या विषमतेला पोषक, साह्यभूत होणारी मानसिकता, समाज दोन्ही घटकांमध्ये निर्माण करत असतो. ही विषमतेला पूरक मानसिकता आज स्त्रियांमध्येही आहे आणि पुरुषांमध्येही आहे. ज्या घटकावर जास्त अन्याय होतो तो घटक 'अन्याय म्हणजे नेमकं काय?, शोषण म्हणजे नेमकं काय?' हे तुलनेने चटकन् समजून घेण्याचा संभव असतो. हा घटक अस्तित्व टिकवण्याच्या पातळीवर थोडी मोकळीक मिळावी म्हणून चटकन् संघटित होण्याची शक्यता असते. परंतु; हे निश्चित की स्त्रियांची आणि पुरुषांची म्हणजेच दोघांचीही मानसिकता बदलण्याची गरज आहे. सामाजिक मूल्य, मानसिकता आणि व्यवहार दोन्ही घटकांचे बदलावे लागतात. त्यामुळे वैचारिक कार्य, चळवळ, संघटित पातळीवर काम दोघांतही करावे लागणार. समाजात अनेकविध कारणांनी काही जणांना ही विषमता मानवनिर्मित आहे असे भान येतं, तेव्हा स्त्रियांबरोबर काही पुरुष असू शकतात.

दोघांची मानसिकता बदलायला हवी याचे अन्योन्य भान सोडून चालणार नाही. ते असले म्हणजे राजकीय व्यवहारासाठी, सामाजिक ध्येय साध्य करण्यासाठी, संघटनांची जी जुळवाजुळव करावी लागते ती स्थल, कालाप्रमाणे बदलते त्याचे काही नियम नाहीत. फक्त स्त्रियांची आहे किंवा फक्त पुरुषांची मानसिकता बदलली म्हणजे बाकी संपले असे मी मानत नाही. मानसिकतेचे, विचारांचे, संस्कृतीचे क्षेत्र व संरचनेचे अंग यात मी द्वैतभाव मानत नाही. या सर्व गोष्टी बदलाव्या लागतात.

प्रश्न : ***आपण ही फायदा–तोट्याची व्याख्या कशी करणार ?***

राम बापट : ज्या पुरुषांना हा प्रश्नच कळला नाही त्यांना फायदे होतात की तोटे होतात हे विचारणेच निरर्थक आहे. फार तर असं विचारता येईल की तुला या भूतलावर पुरुष म्हणून जन्माला येणे आवडेल की बाई म्हणून. याचे उत्तर काय येते यावर बरेच अवलंबून आहे. बहुतेक जण 'पुरुष' असेच याचे उत्तर देतील आणि स्त्रिया या 'आपल्या वाटेला आलेला 'भोग' आहे', अशी आपाआपल्या परिभाषेतील उत्तरे देतील.

उदा. भांडवलाशाही नष्ट केल्याशिवाय समाज पुढे जाणार नाही अशी समाजवाद्यांची धारणा असते. आता भांडवलदाराला मात्र असे वाटत असते की, आपण दुसऱ्याचे शोषण करतच नसतो. त्याच्या दृष्टीने भांडवलदाराचा फायदा की, कामगाराचा तोटा हा प्रश्नच निरर्थक

ठरतो. त्याच्या दृष्टीने वर्गीय विषमता नैसर्गिक परिस्थिती असते. ही तशी नाही असे म्हणण्यातूनच परिवर्तनवादी, समाजवादी भूमिकेचा जन्म होतो.

विषमतेची जाण नसणाऱ्यांना असाच प्रश्न विचारला तर त्यांना तो बुचकळ्यात टाकणारा वाटेल. फारतर ते चटकन् उत्तर देतील की, पुरुष जन्मतःच वरचढ असतात. परंतु हे मूल्यमापनात्मक उत्तर नव्हे. आपल्या वाट्याला येणारं सुख-दुःख, न्याय-अन्याय याची 'नैसर्गिक' स्वाभाविक जाण व मूल्यात्मक विश्लेषणाच्या पद्धतीने कमावलेली जाण याच्यात फरक असतो. संबंधित व्यक्ती सहज प्राप्त, प्रवाहपतिताचे जीवन जगते की, डोळस जीवन जगते यावर या फायद्या-तोट्याचे उत्तर अवलंबून आहे.

ज्यांना विषमता कळते त्यांची धारणा अशी बनते की, आहे या परिस्थितीमुळे कोणाची हानी जास्त होते, कोणाला लाभ कमी होतो. ही जाण आधी कमवायला लागते आणि मग समाजात बदल घडवणे हे काम बनते. स्त्री-पुरुष विषमतेमुळे पुरुषाची हानी होते, ही गोष्ट 'नैसर्गिकरित्या' प्रकट होणार नाही. पण 'हानी होते' ही एक तात्त्विक भूमिका आहे.

प्रश्न : ***म्हणजे 'पुरुषप्रधानते' विरुद्ध लढणे हा याचा अर्थ होतो का?***

राम बापट : आजच्या समाजात पुरुषांचे जीवन अधिक सोपं व फायद्याचे असले तरी असे पुरुष जाणीवपूर्वक कटकारस्थानी पद्धतीने एकत्र येऊन स्त्रियांना अलग पाडतात, असे दिसत नाही. तसेच स्त्रियांना शोषणाचा अनुभव आल्यामुळे त्या आपोआप एकत्र आल्या असेही दिसत नाही. तो एकीचा संकल्प असू शकतो. प्रत्यक्षात स्त्रिया आपोआप एकत्र येताना दिसत नाहीत.

पुरुषांना निव्वळ खूप लाभ होतात किंवा स्त्रियांत फक्त हानी पोहोचते असे म्हणणे धाडसाचे ठरेल. आपण सापेक्षतः असे म्हणू शकतो की, पुरुषांना आहे ही परिस्थिती कमीच टोचते. या वास्तवाचे विश्लेषण करून पुढे वाट कशी काढायची, हा प्रश्न मला महत्त्वाचा वाटतो. अन्यथा प्रश्नाच्या ऐतिहासिक कारण काय या प्रश्नातच आपण जास्त गुंतून पडू.

प्रश्न : ***पुरुषाच्या 'दुटप्पी'पणाचे विश्लेषण कसे कराल?***

राम बापट : दुटप्पीपणाचे दोन भाग होतील. परंपराबद्ध पुरुष हा पुरुषच अधिक

महत्त्वाचा सामाजिक घटक आहे, असे मानतो. तो दुटप्पीपणाने वागतो पण असे म्हणण्यापेक्षा त्याच्यात दुटप्पीपणा आढळतो. तो आपले पुरुष वर्चस्वाचे काम करत राहतो. त्याला या प्रश्नाचे वैचारिक ज्ञान मूल्यात्मक पातळीवर झालेले नसते. परंतु ज्याला यांची बौद्धिक जाण आलेली असते. पण, प्रत्यक्षात आहे या परिस्थितीत काही काम करण्यात ज्यांना रस नसतो किंवा काही करणे स्वत:ला पेलवणारे नसल्याने / तोटा असल्याने तो ज्यांना यथारोग्य वर्तन टाळावेसे वाटते, तिथे हा दुटप्पीपणाचा प्रश्न निर्माण होतो. पुरोगामी भूमिकेचा भास निर्माण करत सोईची परिस्थिती असेल त्याप्रमाणे तो वागतो.

अशा दुहेरी वागणाऱ्यांचे संघटन करणे हे मोठं पाऊल असू शकते. काही लोक प्रश्नाबद्दल आंधळे असतात तर काही डोळस. पण असा मधला जो वर्ग असतो, तो अधिक बेरकी असतो. आंधळेपणा व बेरकीपणाचे त्यांत मिश्रण असते. मूल्यात्मक संदिग्धतेमुळे तो बेरकी असला तरी आतून पोकळ असतो. त्यामुळे त्यांच्यात काम केले तर अखेर आपल्याला साथीदार मिळण्याची शक्यता अधिक असते.

प्रश्न : ***पुरुषांविषयीच्या सहानुभूतीने हा प्रश्न सुटायला मदत होईल का?***

राम बापट : खरं तर ही भूमिका मला मान्य नाही. हा जो मधला वर्ग आहे. त्याला आकलनाच्या पातळीवर इतिहासात पुढे जाणारी भूमिका कळलेली असते. परंतु वळलेली नसते व तो दैनंदिन जीवनात 'आहे रे' गटाचा असल्याने प्रश्न तातडीने सोडवण्याची, टोकाला नेण्याची गरज त्याला वाटत नाही, तो भ्रमात असतो. हा दुटप्पीपणा मोठा अडथळा होऊ शकतो. एकवेळ आंधळे परवडले पण अर्धवट डोळस नको असे होऊ शकते. 'आपण इतिहासावर फार ओझे टाकता कामा नये' किंवा 'परिस्थिती हळूहळू बदलत जाईल' अशी भूमिका घेऊन कृती टाळण्याकडे त्याचा कल असतो. त्याला सक्रिय, इतिहास घडवणारे आकलन झालेले नसते. याचे भान असायला हवे.

प्रश्न : ***मुळातच स्त्री–पुरुषांमध्ये जीवशास्त्रीय भेद असल्याने असे होते काय ?***

राम बापट : स्त्री–पुरुष नात्याच्या प्रश्नात कोणत्या भूमिकेला जीवशास्त्रीय मानायचे आणि कशाला सामाजिक संरचनेचे परिणाम मानायचे? ही तारेवरची कसरत आहे. आज विज्ञान, औद्योगिक संस्कृतीमुळे आपण ज्या टप्प्यावर आहोत त्यामुळे आता या संदर्भात जीवशास्त्रीय घटकावर

भर देणे मला अप्रस्तुत वाटते. भेद मान्य करूनही अवास्तव महत्त्व देऊ नये. जीवशास्त्रीय फरकाचा प्रश्न तार्किक पातळीवर कुतूहलाचा, संशोधन योग्य आहे. पण, प्रत्यक्षात आपल्यासमोरच्या प्रश्नांना हात घालताना निर्णायक वाटत नाही.

प्रश्न : ***स्त्री चळवळीने काही साधले असं म्हणता येईल?***

राम बापट : स्त्री–पुरुष चळवळीने साधलेली व समते संदर्भात मोठी कामगिरी म्हणजे हा प्रश्न किती खोल आहे व तो सर्व क्षेत्रांना व्यापून टाकणारा आहे याची वैचारिक व मूल्यात्मक पातळीवर जाण निर्माण करून दिली. प्रगत वैचारिक क्षेत्रांमध्ये पोचवणे हे योगदान मोठे आहे. आणि तसेच आपण अपयशाच्या संदर्भात असा निष्कर्ष काढला की, पुरुष सहभागासाठी कमी प्रयत्न केला गेल्याने हे अपयश आले तर तसे म्हणणे ऐतिहासिक निर्गुण निष्कर्ष म्हणता येईल. अर्थात् स्त्रियांच्या चळवळीने करायच्या गोष्टींची यादी एवढी मोठी आहे की, यामुळे स्त्री चळवळीचे यश सापेक्ष आहे. स्त्रियांचे राजकीय शिक्षण, संघटनात्मक ताकद याबाबतीत स्त्रियांच्या परिणामकारक सहभागासाठी खूप वाटचाल करायची आहे, मात्र पुरुषांचा सहभाग नसल्याने स्त्री एका कोंडीमध्ये सापडलेली आहे असा उलगडा मला योग्य वाटत नाही.

प्रश्न : ***आजवरचा पुरुषाचा सहभाग उदारपणातून किंवा उद्धाराच्या भूमिकेतूनचा आहे का?***

राम बापट : अलीकडच्या काळातील स्त्री चळवळीचा विचार केला तर फक्त स्त्री दास्य विमोचन व्हायचे आहे आणि पुरुष दास्य विमोचनाचा प्रश्न नाहीच असे जाणत्यांनी म्हटले नव्हते. उदा. जॉन स्टुअर्ड मिलच्या मते विषमतेने आपली काहीच हानी होत नाही, आपल्याला काहीच गमवावे लागत नाही असा विचार योग्य नाही. म्हणून स्त्री–पुरुष विषमतेत फक्त दया, करुणा असा अर्थ अभिप्रेत नाही.

शारीरिक अन्यायाचे स्वरूप ढोबळ आणि सूक्ष्म, दोन्हीही असू शकते. उदा. स्त्रियांचे देहधर्म लक्षात न घेता स्त्रिच्यासाठी मिटिंगची वेळ, काळ ठरवणे किंवा पुरुषांनी मुख्य काम उरकणे आणि मग स्त्रियांना म्हणणे की, आम्ही एवढं मोठं काम केलं, आता किरकोळ, कंटाळवाणी कामं तुम्ही करा किंवा पुरुष जास्त मॅच्युअर, हा प्रकट/अप्रकट अहंकार राखणे.

पण म्हणून 'पुरुषांचा सहभागच नको' ही भूमिका टोकाला नेली, तरी त्याने स्त्री–पुरुष विषमता नष्ट झाली असे म्हणता येणार नाही. स्त्री– पुरुषाचे जैव संबंध, त्याच्या लाभ–हानीचे अन्योन्य संबंध लक्षात घेतले, तर ही वेगळेपणाची मांडणी बरोबर नाही, त्यातून निराळेच प्रश्न निर्माण होतील.

प्रश्न : ***आजवरच्या चळवळीतील पुरुष सहभागाविषयी तुम्हाला काय वाटते?***

राम बापट : स्त्रियांना पुरुष सहभागाची जी भीती वाटते ती साधार आहे असं मी म्हणेन. त्यांचा अनुभवच असा आहे की ऐतिहासिक, संस्थात्मक कारणाकरिता ती पुरुषांच्या नेतृत्वाखालची चळवळ बनते. निर्णय प्रक्रियेतील सहभाग अनुभवता आले नाही तर हा राग येणारच. यात सर्वांत महत्त्वाचे म्हणजे 'प्रतिष्ठा ही कुणाच्या मर्जीचा प्रश्न नाही.'. यामुळे सर्व सामाजिक गोष्टीत भाग घेण्याचा हक्क मान्य होत नसेल तर स्त्रियांना राग येणारच.

प्रश्न : ***यापुढे पुरुषांचा सहभाग कसा असू शकतो?***

राम बापट : पुरुषांनी वेगळीच परिणामकारक चळवळ उभी केली तरी त्यामुळे स्त्रिया काही आक्षेप घेतील असे दिसत नाही. परंतु संयुक्त लढ्यात पुरुषांना निर्णयप्रक्रियेत घेऊ नये ही स्त्रियांची धारणा बराच काळ राहील. परंतु पुरुषांनी पुरुषांसाठी उभ्या केलेल्या संघटनांच्या संदर्भातले प्रश्न स्त्रियांसाठी आज फारसे महत्त्वाचे नाहीत.

प्रश्न : ***म्हणजे मग पुरुषांनी या चळवळीला 'पूरक' काम करायला हवे का?***

राम बापट : इथे 'पूरक' या शब्दाचा अर्थ काय ? हा प्रश्न खरा महत्त्वाचा आहे. स्त्री पुरुषांनी एकत्र काम करायचे ठरवले तरी तत्त्वत: मूल्यात्मक पातळीवर मी पुरुष आहे म्हणून मला 'गौण स्थान' असायचे कारण नाही याची खात्री असतानाही जो सामाजिक वास्तवाला भिडला आहे, जगणं ज्याला कळलं आहे तो असं म्हणेल की माझ्या स्त्री सहकारी सांगतील त्याप्रमाणे मी वागेन. असे म्हणणाऱ्याची जाण प्रगल्भ आहे असे मी म्हणेन, सद्यस्थितीत एकत्र काम करताना पुरुषांनी पुढाकाराची पावले टाकणे, पुढाकाराचे राजकारण करणे मी गैर मानतो. भविष्यात काय होतं ते बघू या!

प्रश्न : *इतर चळवळींबरोबर या चळवळीचे नाते काय असेल?*

राम बापट : औद्योगिक क्रांतीनंतर युद्धाचं तर्कशास्त्र ध्यानात घेऊन सर्व मांडणी झालेली दिसते. त्यामुळे शत्रू नंबर १, २ किंवा मित्र नंबर १, नंबर २ कोणते? असा विचार येतो. त्यामुळे अजूनही शत्रू एकचा खरा विरोधक हा इतिहासाचा प्रभावी वाहक व इतर सैन्य अशी काहीशी भूमिका दिसते. मला आता असे वाटते, आता कोणी कोणाच्या नेतृत्वाखाली काम करायचे हा प्रश्न वास्तवात अप्रस्तुत होतो आहे. याविषयीची अवास्तव काथ्याकूट न करता त्यातून वाट कशी काढायची हा चळवळीपुढचा प्रश्न आहे.

उदा. दलित चळवळीने स्त्री चळवळीचे नेतृत्व मान्य करण्यात त्याचे पुरोगामीत्व आहे किंवा उलट म्हणणे, असल्या भूमिका 'हिरीरी' च्या दृष्टीने योग्य भासल्या तरी यामागच्या तर्कशास्त्राचा फेरविचार होणे गरजेचे आहे. परिवर्तनवादी भूमिका न सोडता भारतातील दलित चळवळीचे नि स्त्री चळवळीचे नाते अन्योन्य आहे याचा अर्थ दुहेरी आहे. स्त्री चळवळीलाही जाती प्रश्नाचे भान येणे गरजेचे आहे व दलित चळवळीलाही हा प्रश्न अब्राह्मण दास्याचा नसून ब्राह्मणत्वाने ग्रस्त स्त्री दास्याचाही आहे हे भान येणे गरजेचे आहे. सध्या तुम्ही नेतृत्व करणार का आम्ही? हे बोलणे एक स्वप्नरंजनाचा भाग होईल.

प्रश्न : *पर्यायी विकासाच्या संदर्भात पुरुषाची भूमिका काय असू शकते?*

राम बापट : पर्यायी विकासांसंदर्भात आपण निसर्गानी लादलेल्या जीवशास्त्रीय फरकांना महत्त्व किती द्यायचे ? आत्मभानावर आधारित, निर्णयातून निसर्गजन्य भेदभावांपेक्षा जास्त महत्त्व द्यायला हवे. उदा. संगोपनात जर सर्जन अंगभूत असेल तर ते सर्व समाजात असले पाहिजे. स्त्री-पुरुषांना मानवी व्यक्ती म्हणून जे पाहिजे त्याप्रमाणे त्यांना वागता यायला हवे. गर्भधारणा-जन्म देणे या पलीकडे स्त्रियांनी स्त्रियांसारखं वागायला हवे, म्हणजे काय हे मला कळत नाही; आणि पुरुष जर जीवशास्त्रीयदृष्ट्या तुटक वागणारा असेल तर पर्यायी विकासातही तो तुटकच वागणार का? त्यामुळे जीवशास्त्रीय आणि ऐतिहासिक गुणधर्माबाबतचे निकष स्त्रिया व पुरुषांना दोघांनाही लावून त्याचे अधिक सखोल चिंतन व्हायला हवे.

■

(पुरुष स्पंदन, मार्च १९९६)

माध्यम व स्त्री-पुरुष नातेसंबंध

– समर नखाते
मुलाखतकार : डॉ.गीताली, मुकुंद, उत्पल चंदावार, मनस्विनी
शब्दांकन : मनस्विनी लता रवींद्र

भाग – पहिला

माध्यम म्हणजे काय तर स्वत:ला अभिव्यक्त करण्याचे साधन. हे माध्यम वेगवेगळ्या प्रकारचे असते. अर्थात् प्राचीन काळापासून माणूस स्वत:ला विविध प्रकारे अभिव्यक्त करत आला आहे. भाषा, चित्रकला, शिल्पकला अशा अनेक प्रकारे.

माध्यम आपल्या परिघविश्वाशी निगडित असतं. आपल्या आजूबाजूला घडणाऱ्या घटनांवरून सुरुवातीस माणसाचा एकमेकांशी संवाद घडू लागला. त्यातील संदर्भ अर्थात् निसर्गदत्त परिघविश्वाशी नातं सांगणारे होते. हळूहळू माध्यमांची आणि सोबतीने मानवीय संस्कृतीची उत्क्रांती झाली. आणि निसर्गदत्त परिघविश्वासोबत मानवनिर्मित परिघविश्वाची भर पडली. संदर्भ बदलले. माणसाच्या मूलभूत गरजांना पूर्ण करण्यासाठी काही ठोकताळे, काही नियम निर्माण झाले. जातीव्यवस्था... प्रत्येकाच्या कामांचे विभाजन, लग्नसंस्था... माणसाच्या शारीरिक आणि मानसिक गरजांना बांधणे, एक लायसन्स देणे इ.

आपण मात्र इथे सध्याच्या संपर्क माध्यमांबद्दल बोलणार आहोत. ज्याचा संबंध आपल्या परिघविश्वाशी आणि त्यातील गुंत्याशी आहे. टेलिव्हिजन आणि चित्रपट याच्याशी आहे. मुख्यत्वे हे माध्यमच संकरित (दोन विविध गोष्टींचे मिश्रण-जोडणी) आहे. एक म्हणजे कला ज्यात मनोरंजन आणि नाट्य असतं आणि दुसरं म्हणजे तंत्रज्ञान.

इथेच दोन गोष्टींचा गुंता झाला आहे. म्हणजे गंमत अशी की, कुठलहीं यंत्र हे बायस्ड, सापेक्ष असू शकत नाही. पण यंत्र चालविणारा माणूस असतो आणि माणूस हा

११६ / प्रश्न पुरुषभानाचे

कधीही निरपेक्ष विचार करू शकत नाही. त्याचे / तिचे विचार नेहमीच मघाशी म्हटल्याप्रमाणे परिघविश्वाशी जोडलेले असतात. त्याच्या/तिच्या भवतालची सामाजिक, आर्थिक, राजकीय, कौटुंबिक परिस्थिती त्याचे/तिचे विचार, मानसशारिर व्यवहार ठरवते. त्यामुळे अर्थातच माध्यमाद्वारे प्रक्षेपित प्रत्येक प्रतिमा स्वतंत्र अर्थ घेऊन येते. आपल्याकडची व्यवस्था ही पुरुषप्रधान असल्याने साहजिकच प्रतिमा या पुरुषी असतात. त्यातील स्त्रियांचे चित्रण हे पुरुषांना हवे तसे असते. ही एक व्यवहार व्यवस्था आहे. ही प्रचंड 'व्यापक' व 'विस्तृत' आहे. त्यामुळे प्रतिमा तयार करणारी व्यक्ती जशी सापेक्ष दृष्टी ठेवून असते. तसेच बघणारी व्यक्तीसुद्धा काही संदर्भांना बांधील असते. त्यामुळे हा संपूर्ण व्यवहारच एक व्यवस्था बनते. कुठल्याही व्यवस्थेचे काही ठोकताळे आणि नियम असतात. पुरुषी व्यवस्थेमुळे ओघानेच ही त्र्यवस्थासुद्धा स्त्रीकडे एक वस्तू, एक जबाबदारी असे बघते.

मी देणारा 'दाता' ही भावना सर्व प्रतिमा रचनांमध्ये दिसते. 'आम्ही स्वतंत्र, नवीन पिढीच्या स्त्रीचे चित्रण करतो. ती स्त्री लॅपटॉप घेऊन ऑफिसलो जाते. पुरुषांशी उत्तम डील करते.' पण आम्ही म्हणजे कोण? स्वातंत्र्य देणं हे कोणाच्या तरी हातात आहे. मग ते स्वातंत्र्य कसं? ती स्त्री लॅपटॉप घेऊनच का? किंवा कॅमेरा घेऊनच का दिसते? वर्कींग वुमन हॉस्टेल... वर्कींग मेन का नाही? कारण स्त्रियांच्या कामाला काही स्थानच नव्हतं. ज्या कामातून पैसा येतो ते काम स्त्री करतच नव्हती, म्हणून ते काम नाही. पुरुष हा काम करतोच आहे असं गृहीत असतं आणि स्त्रीला ती भूमिका जोडली जाते, दिली जाते... दिल्याचे भासवले जाते... अर्थात् सूत्र दुसऱ्याच्याच हातात आहेत.

ही व्यवहारपद्धती फार पूर्वीची आहे. पण मग माध्यमाने काय फरक पडला? विशेषत: गेल्या दहा-बारा वर्षांत. तेही आपल्या भारतीय संदर्भात कसा आणि का? आपली संस्कृती ही पूर्वीपासूनच मिश्र आहे. ब्रिटीशांच्या आगमनानंतर आपल्या जाणिवेत, नैतिकतेच्या संकल्पनेत आणि अनेक जीवनव्यवहारात मुळापासून बदल झाला. पुढे दूरदर्शन आलं पण सरकारने दूरदर्शन हे शैक्षणिक उपयोगासाठी आणलं. चित्रपट माध्यम हे आधीच माहितीचं झालं होतं. प्रतिमा आणि त्यातले चित्रविचित्र परम्युटेशन-कॉम्बिनेशन्स या मधील गंमत कळू लागली होती. साहजिकच हे माध्यम प्रसारलं गेलं. प्रसिद्ध झालं. भारतात रेल्वे, पोस्ट, छापखाना या तंत्रज्ञानाने जसा समाजजीवनात भरभक्कम बदल केला तसाच दृक-श्राव्यमाध्यमानेसुद्धा केला.

प्रत्येक प्रतिमेला स्वतंत्र अर्थ असतो. प्रतिमा केवळ आत्मसुखाय केलेली, पूर्वग्रह दूषित नसलेली केवळ कलात्मक वगैरे नसते. मघाशी म्हटल्याप्रमाणे पुरुषी सत्ता अस्तित्वात असल्याने अधिकांशी ती पुरुषी प्लेजर तत्त्वातून आलेली असते. आता हे प्लेजर तत्त्व काय? तर या टेलिव्हिजन आणि सिनेमा माध्यमाचं मूळ म्हणजे हे 'प्लेजर

तत्त्व' असं आपण म्हणू शकू. कुठलीही घटना, भावना न अनुभवता ती अनुभवल्याचे सुख देणे हा चित्रपट आणि दूरदर्शन माध्यमातील सर्वात महत्त्वाचा घटक. आदर्श, उदात्त चित्रपटातील प्रेमाचा अनुभव. भूताच्या हॉरर सिरियल्स, चित्रपटातून भीतीचा अनुभव, डिटेक्टीव्ह, शोधात्मक, संशोधनात्मक सिरियल्समधून मिळणारा अनुभव, ठराविक साचेबद्ध फॅमिली ड्रामाज्मधून दुःखाचा, रडण्याचा अनुभव तसंच कॉमेडी सिरियल्स-चित्रपटातून हास्याचा अनुभव अशा अनेक प्रकारची निरनिराळ्या भावनांची आपल्याला इस्टंट (ताबडतोब) अनुभूती मिळते. ही सर्व तर फिक्शनल (रचीत) उदाहरणे झाली. या माध्यमातील कार्यक्रमाचे मुख्यत्वे दोन भाग पडतात -

१) फिक्शनल (रचीत) २) नॉन फिक्शनल (वास्तविक).

फिक्शनलमध्ये वर लिहिल्याप्रमाणे सिरियल्स, जाहिराती (काही प्रमाणात) टेलिफिल्मस्, फिल्मस इ. प्रकार येतात. यातील कथानकं जुळवलेली असतात. तर नॉन फिक्शनल मध्ये बातम्या, संगीतावरील शोज्, स्पोर्ट्स, डिस्कव्हरी, ॲनिमल प्लॅनेटसारखे चॅनेल्स्, टुरिझमवरील शोज्, इंटरव्ह्यूज्, डॉक्युमेंटरी रिपोर्ट्स् इ. येतं. नॉनफिक्शनमधून आपल्याला प्रामुख्याने (लाईव्हनेस) एखाद्या प्रसंगाचे किंवा घटनेचे प्रत्यक्ष साक्षीदार असल्याची भावना घरबसल्या मिळते. कुठे युद्ध चाललंय, तर किती जणं मेली याची आकडेवारी आपल्याला घरी जेवण करता करता मिळते आणि ती बातमी म्हणून येत नाही, ती काही दृश्ये, आवाज आणि बातमी देणाऱ्या व्यक्तीची विशिष्ट (कॉमेंट) टिप्पणी घेऊन येते. आपण मात्र खात-खात किंवा घरबसल्या ते बघत असतो. किंवा क्रिकेटमध्ये बघताना आपण त्या जागी स्टेडियममध्ये बसूनच खेळाडूंना चिअरअप करत आहोत, असं आपल्याला वाटतं. अर्थात् केव्हाही चॅनेल बदलायची मुभा आपल्याला असतेच. हे सर्व यासाठी की, आपण जे 'इंस्टंट प्लेजर' या माध्यमातून अनुभवतो ते पुरुषी पुरुष म्हणून त्याला स्त्रीकडून आणि इतरांकडून हवं असलेल्या प्लेजरचंच प्रतिनिधित्व करतं.

उदा. देश, निसर्गमय जागांचे पर्यटनपर कार्यक्रम आपण बघतो. वेगवान प्रवास बघतो. हा वेग एखादी जागा पादाक्रांत करणे, ही सनातन पुरुषी संकल्पना आहे. त्यामुळे जाहिरातींमधील वाहन - स्कूटर, मोटरसायकल, कार हे पुरुषांचं प्रतिनिधित्व करतात. पल्सर या बाईकच्या जाहिरातीत 'इट्स बेबी बॉय' असे स्त्रिया नर्सेस ओरडतात. नवजात मुलांमध्ये मुलगा की मुलगी बघत असताना, पुरुष अर्भक बघून स्त्रिया चेकाळल्यासारखं ओरडतात आणि मग आपल्याला 'पल्सर' ही बाईक दिसते आणि ऐकू येतं 'इट्स डेफिनेटली मेल' त्या नर्सेस गुडघ्यापर्यंत स्कर्टस् घालून खिदळत जातात. तेव्हा पल्सरचं हॅन्डल फिरतं आणि त्या नर्सेसच्या उघड्या पायांकडे वळतं. ते हॅन्डल पुरुषाची नजर आहे ही भावना आपल्यापर्यंत पोचते. त्या वाहनाची उपभोग्य वस्तू

म्हणजे स्त्री आहे. असं जाहिरातीमधून कळतं. एका जाहिरातीत एक स्त्री लाल रंगाचे घट्ट कपडे घालून भयभीत होऊन पळत असते. तिच्या मागे काही गुंड लागलेले असतात. लांब काहीतरी बघून त्या स्त्रीला हायसं वाटतं. एक टायर येऊन तिचा जीव वाचवतो आणि ती अत्यंत कृतज्ञभावाने टायरकडे बघते. टायर म्हणजे पुन्हा वेग कोणालातरी हरवून तो टायर त्या स्त्रीला मिळवतो. आणखी असंच एक उदाहरण. एका कारचं. ज्यात भयभीत स्त्री पळते तिला वाटतयं तिच्या मागे वाघ लागलाय पण आपल्याला त्या वाघाच्या सावलीच्या जागी गाडी दिसते. शेवटी वाघ त्या स्त्रीच्या अगदी जवळ पोचतो ती घाबरून मागे बघते तर तिला गाडी दिसते. ती हसते आणि गाडीत जाऊन बसते. ज्या पुरुषाला ती स्त्री घाबरली त्यालाच ती वश झाली. पण या पुरुषांच्या जागी गाडी आहे. जी वेग, पुरुष आणि जिंकणे या सगळ्यांच प्रतिनिधित्व करते.

म्हणजेच मीडिया या प्रतिमांचं काय काय करू शकतो. एका क्षणात तुम्हाला अमेरिका, युरोप जगभर सैर करवू शकतो. पडल्यावर सेहवागला बँडेड आणायला लावू शकतो. बच्चन लहान मुलाच्या हातून पेप्सीची बाटली खेचतांना दाखवू शकतो. माझ्या हातातचं सर्व सूत्र आहेत. त्यामुळे सामान्य जीवनात लोकांनी कसं वागावं, बोलावं, बघावं हे मी ठरवितो.

मीडिया प्रतिमांद्वारे काही संकेत व्यवस्था किंवा चिन्हव्यवस्था तयार करतो. साधे उदाहरण म्हणजे तरुण मुलं जिंकल्यावर सहजच बोटांचा 'व्ही' करतात. परीक्षेच्या आधी बेस्ट ऑफ लक म्हणत अंगठा दाखवितो. 'यो' हा उद्‌गार आपल्या जाणिवांमधील नाही. उभं राहताना दोन पायांत अंतर ठेवून उभं राहणं, खांदे उडवत बोलणं ही बॉडी लँग्वेज, हे हावभाव कुठून येतात ? तर तरुण पिढीने कसं वागायचं, याचे काही संकेत हे माध्यम आपल्याला देतं. आपण तसं वागलो नाही तर आपण त्या विशिष्ट ग्रुपमध्ये बसत नाही. आपल्याला त्यातून बहिष्कृत झाल्यासारखं वाटतं.

मित्राने मैत्रिणीकडे कसं बघायचं हे कुणीतरी सांगतं. मला आकर्षित करणारे वस्त्र जे मला सांगितलं गेलंय की, आकर्षक आहेत ते जर ती घालत असेल तर मला ती आवडते. तेच वागण्याबाबतही. हे नेहमीच शरीराधिष्ठित असतं. त्यामुळं पुन्हा स्त्री ही शरीर म्हणून येते. आता फॅशन या इंडस्ट्रीत मोठ्या संख्येने स्त्रिया का आल्या? फॅशन म्हणजे पुन्हा काहीतरी विकण्यासाठी देह या घटकाचा वापर करणे. तरीही यात मोठ्या संख्येनं लोक येतात. कारण या फिल्डमध्ये पैसा खूप आहे. पैसा जास्त मिळणं म्हणजे अचिव्हमेंट आणि ही अचिव्हमेंट (उन्नती) मला माझा देह, सेक्स विकल्यावर मिळते म्हणजे माध्यमात जे व्यवहार घडतात ते केवळ विक्रयासाठी घडतात.

मग सामान्य माणूस म्हणून मी ते सर्व खरेदी करणार असतो/असते. अर्थात् जर

मी त्या वस्तू वापरणार तर मला त्या पद्धतीने रहायला, वागायला पाहिजे. मी तसं वागणारं म्हणजे ओघानेच मी ती मूल्यव्यवस्था स्वीकारणार. माझ्या रोजच्या व्यवहारात सहाजिकच बदल घडतो. त्यामुळे जेव्हा एक स्त्री आरशात स्वत:कडे बघते तेव्हा तिला तिच्या मनातला 'तो' जसं बघेल तशी ती स्वत:कडे बघते. पुन्हा स्त्री ची स्वत:कडे बघण्याची नजरही पुरुषीच आहे.

म्हणजे लक्षात आलं का? आपल्या टेलिव्हिजन/चित्रपट या माध्यमातून मिळणारे निरनिराळे प्लेजर्स आपल्याला वाटतं की, आपल्याला अत्यंत कमी मोबदल्यात मिळत आहेत. एका टि.व्ही. सेटचा काय तो खर्च. एवढ्या कमी खर्चात आपण प्रेक्षक म्हणून अनेक अप्राप्य सुखं अनुभवतो. आयुष्यात मी ऐश्वर्या रॉयच्या ओठांच्या जवळ जाऊ शकत नाही पण कॅमेरा मला कुठेही घेऊन जाऊ शकतो. त्यामुळे मी (प्रेक्षक) कॅमेऱ्याच्या जागी स्वत:ला बघतो. मला प्रेक्षक म्हणून तसंच जगावसं वाटतं. मी देत असणाऱ्या किमतीपेक्षा मला मिळणारं सुख जास्त आहे असं मी समजतो. पण, वास्तविक पाहता दृक्श्राव्य ही व्यवस्था आत्मसात करायला ती सर्व प्रॉडक्टस् विकत घेतो किंवा जास्तीत जास्त घेण्याचा प्रयत्न करतो. साहजिकच हा व्यवहार मला तोट्याचा पडतो, पण मला ते कळत नाही.

ग्लोबलायझेशनमुळे (जागतिकीकरण) आणखीन गुंतागुंत वाढली. ग्लोबलायझेशन म्हणजे सर्व घटकांचे सार्वत्रिकीकरण आणि समानीकरण. तंत्रज्ञान, बाजार आणि भावभावना सर्वांचा यात समावेश होतो. कुठलीही संस्कृती विविधता मानते. विशिष्ट ठिकाणची भौगोलिक परिस्थिती, त्यानुसार बनलेले लोकांचे राहणीमान, भाषा जीवनव्यवहार संस्कृती घडवते. अर्थात् ती स्थळ-काळ सापेक्ष असते. पण, जागतिकीकरण या संस्कृतींचे बहुआयामी व्यवहार नाकारतं. मोनोकल्चर मानतं. म्हणजे जगातील कुठल्याही स्त्रीचे शरीर, मिस युनिव्हर्सचे शरीर ज्या पद्धतीचे आहे, त्याच पद्धतीचे असावे. तसे नसेल तर तसे बनविण्यासाठी काही प्रॉडक्ट्स लाँच केले जातात. त्याची जाहिरात टेलिव्हिजन, चित्रपट माध्यमातून केली जाते. ती त्याच पुरुषी आणि शरीरवस्तूकरणात्मक प्रतिमांनी बनलेली असते. अर्थात् चक्र चालूच राहतं.

विशिष्ट संस्कृती, त्यातील स्त्रीचे इतर बाह्य घटकांशी होणारे व्यवहार आणि त्यामुळे ठोकताळे यानुसार ठरत जाते. मघाशी म्हटल्याप्रमाणे 'पादाक्रांत करणे' ही पुरुषी संकल्पना झाली. याउलट स्त्री स्वत:तून बाहेरच्याचा विचार करते. एका जागेवरून अनेक अवकाश स्थळं व्यापते. त्यामुळे स्त्रैण संकल्पनेत विविधतेला महत्त्व आहे. दुसऱ्याचं वेगळेपण यात स्वीकारलेलं असतं. त्यातील नातेव्यवस्था लक्षात घेऊन अस्तित्वात येणारं एक समृद्धपण यात येतं. याउलट, पुरुषकेंद्री व्यवस्थेत प्रत्येक गोष्ट खेचून माझ्यासारखी बनवण्याकडे कल असतो. यापुढे जागतिकीकरण ही पुन्हा पुरुषकेंद्री संस्था – व्यवस्था

झाली. माध्यमाच्या संदर्भात तर ती अधिकच धोकादायक बनते. प्रतिमांचे वास्तव आणि जीवनवास्तव आणि प्रतिमांद्वारे दाखवली जाणारी वास्तवता यात भयंकर तफावत आहे. पण जे वास्तव दाखवतात, ते जीवनवास्तवातल्या घटनांचे सोपे पण सुशोभित रूप असते. त्यातले कांगोरे काढून टाकलेले असतात. उदाहरणार्थ, डेली सोप – 'साँस भी कभी बहु थी' वगैरे सारख्या मालिकांमध्ये दाखवले जाणारे लग्नबाह्यसंबंध. खरोखरच ही साधी–सोपी आणि चांगल्या–वाईट या दोनच बाजू असलेली घटना नसते. पण दाखवलं जाणारं सत्य आहे, असं हळूहळू आपण मानू लागतो आणि गुंता अधिक वाढतो. माध्यम कुठलेही संदर्भ वापरून त्याचे मिश्रण करून चिन्ह निर्माण करतं. जसं, राजकपूरच्या चित्रपटातील भारतीय गरीब माणूस कोट, फाटका बूट, इंग्लिश राऊंड टोपी, घातलेला दिसतो. यात भारतीय गरिबी त्यानुसार असलेल्या समाजाच्या नैतिकतेच्या कल्पना मूल्यव्यवस्था आहेत पण चार्ली–चॅप्लीनची शैली आणि वेशभूषा आहे. आपण प्रेक्षक म्हणून बाहेरून बघतो तेव्हा भारतीय गरिबी हा 'फाटक्या कोटातला' ही प्रतिमा आपल्या मनामध्ये ठसते. आधी म्हटल्याप्रमाणे जागतिकीकरणाची झेप ही अधिक पुढची आहे. यात कुठलेही वेगळे सांस्कृतिक संदर्भच शिल्लक उरत नाहीत. काळाची आणि अवकाशाची यात सरमिसळ होत आहे आणि आपल्याला आपण वागतो, जे जीवनव्यवहार करतो ते तसे का करतो, हा प्रश्न विचारायची सवय त्यामुळे सुटत चालली आहे. किंवा 'प्रश्न विचारून आपल्या कृत्यांची जबाबदारी कशाला ओढवून घ्या' अशी आपली मानसिकता बनत चालली आहे. आपल्याकडे बॉडी पेंटींग, टॅटूइंग तरुण मुलं–मुली सर्रास करताना दिसतात. अनेक ठिकाणी टोचून घेण्याची फॅशन दिसते; पण आपण असं विचित्र काही का करतोय? कुठल्या आदिवासी किंवा बंजारा समाजामध्ये केल्या जाणाऱ्या कलाकुसरीचा हा प्रभाव आहे का? त्यावर विचार करून मला त्यांची जीवनमूल्यं पटली म्हणून मी असं करतोय/करतेय का? तर नाही. मग मी हे पाश्चात्त्य प्रभावाखाली करतेय/करतोय. मग निदान मला तिथे बॉडी पेंटींग किंवा बॉडी पिअरसिंग का करतात हे तरी मला माहीत पाहिजे. पाश्चात्त्य संदर्भात, एका पिढीतल्या मोठ्या समुदायाने आपण निष्क्रिय आहोत असे वाटून आत्मक्लेशासाठी बॉडी पिअरसिंगची चळवळ सुरू केली. आपल्याला हे संदर्भ माहीत नसतात आणि माहीत करून घ्यायची इच्छाही नसते. त्यामुळे आपल्याला गाइडेड टूरस् लागतात. गाईडने म्हटलं इकडे बघ की इकडे बघ. गाईडने म्हटलं की तिकडे बघ की तिकडे. पण स्वत:हून जबाबदारीने बघण्याची सवय सुटत चालली आहे. प्रत्येक गोष्ट पॅकेज डिलमध्ये करण्याची सवय. त्यामुळे आपल्याला फक्त दिसतं, बघणं जमत नाही. मी किती जागांवर फिरलो ते महत्त्वाचं पण त्याचा माझ्या जगण्यावर, विचारप्रक्रियेवर काही परिणामच होत नाही. अशा परिस्थितीत मग बहिणाबाई कोणाला मान्यच होणार नाही. एका

गावात तर राहिली ती बाई, तिला काय कळतयं? कारण मी माहितीला ज्ञान मानायला लागतो/लागते. मग खूप खूप वेळ डिस्कव्हरी बघितलं की, मला भयंकर काहीतरी कळलयं असं मला वाटतं, बोलणे-गप्पा मारणे म्हणजे मोबाईल कानाला लावणे. किंवा चॅटिंग करणे, बायकोवर प्रेम असणं म्हणजे सतत ती कुठे आहे, काय करतेय याची माहिती मोबाईलवरून चौकशी करणे असं मला वाटू लागतं.

हे घोळ प्रतिमांद्वारे दाखविल्या जाणाऱ्या वास्तवाला खरं मानल्यामुळे होतात. पण हे प्रतिमा वास्तव तर संपूर्ण वेगळं आणि खोटं घडविलेलं वास्तव असतं. जाहिरातीत दिसतांना निळंशार मोकळं आकाश दिसतं आणि सतत कोणीतरी मुक्त असल्याचे कृतकृत्य भाव चेहऱ्यावर घेऊन फिरताना दिसतं. पण मुळात निळं आकाश म्हणजे काही फुटांचा निळा साक्लोरामा (पडदा) असतो. ज्या सेलिब्रेटीजना आपण पडद्यावर सुंदर म्हणतो, त्यांच्या चेहऱ्यातले दोष मी मेकअप, लाईटस, कॅमेऱ्याच्या लेन्स, स्पेशल इफेक्टस या सगळ्याने सहज लपवू शकतो. शिवाय पडद्यावरील माणसं जशी दाखवली जातात तशी खरंच ती असतात का? तर नाही. मग ती रचित पात्र असोत की, खऱ्याखुऱ्या व्यक्ती. माध्यमात दाखविताना त्या व्यक्तीच्या स्वभावामधील जो पैलू मला दाखवायचाय तोच आणि तेवढाच दाखविला जातो.

आता प्रश्न असा आहे की, दृक्श्राव्य माध्यमामुळे होणारे परिणाम दूरगामी आहेत, मुळापर्यंत रुतलेले आहेत, पण आपण त्याकडे कसं बघतो? पन्नास वर्षांपूर्वी या व्हिज्यूअल साम्राज्याची कोणाला कल्पना नव्हती. पण आज दृकश्राव्य माध्यम हे प्रस्थापित झालेलं आहे. आपल्याकडच्या पुरुषप्रधान व्यवस्थेचं समर्थन आणि पुरस्कार करणारं आहे. यातील सर्व व्यवहार व्यापाराधिष्ठित आहेत आणि हा व्यापार स्त्री देहाने व्यापलाय. मग आधुनिक तंत्रज्ञान असूनही विचारप्रणाली तीच आहे. म्हणूनच इंटरनेट ते समाजकारण सर्वत्र हे शरीरराजकारण दिसतं. फक्त आपण या गोष्टीचे तात्कालिक फायदे मिळत असल्याने ते स्विकारत जातोय. जाहिरातीत हुशार, नवीन विचारांच्या मुलीला तिच्या आत्मविश्वासाला चालना मिळायला फेअरनेस क्रिम लावून गोरं बनावं लागतं. हे परत एक पारतंत्र्य आहे आणि आता अधिक गुंतागुंतीचं, गोंधळाचं आहे. अशावेळेस प्रत्येक व्यक्तीने एक स्वतंत्र व्यक्तिमत्त्व म्हणून या गोष्टी डोळसपणे बघितल्या पाहिजेत. या माध्यमाची ताकद खूप आहे. तिचा अनेक पैलूंनी वापर कसा होईल याचा विचार व्हायला हवा. अर्थात् यातही अनेक स्तर आणि त्यांचे व्यापार जोडलेले असतात. पण, ते गृहीत धरून स्वतःला समृद्ध केलं पाहिजे. म्हणजे आत्मभानी किंवा आत्मव्यापी बनलं पाहिजे. ज्यात मी म्हणून माझ्या कृत्यांची जबाबदारी घेईन. विविध अंगाने स्वतःला समृद्ध करीन शिवाय ज्यात इतरांच्या समृद्ध होण्याचा व्यापक विचार असेल. हे ऐकायला कठीण वाटत असलं तरी सोपं आहे. केवळ या माध्यमाकडे डोळसपणे बघितलं पाहिजे.

आजूबाजूच्या होणाऱ्या वेगवान बदलांमुळे माध्यमांमुळे आपल्या जाणिवा कंडिशन्ड तर होत नाहीत ना हे पडताळणं सर्वात महत्त्वाचं आहे. कारण नातेसंबंध त्यातले (डायमेशन्स) मिती आणि कॉम्प्लेक्सिटीज (गुंतागुंत) चिरंतन आहेत. मानवनिर्मित गोष्टी आणि त्याचे अनेकविध संकेतही चिरंतन आहेत. त्यामुळे विविध विचारप्रणाल्या, त्यातले वाद, ताणनिर्मिती कायम राहील.

आता परत प्रश्न एवढाच उरतो की, दृकश्राव्य माध्यमांमुळे येणारी कृत्रिमता (सिंथेटीकपणा) कुठपर्यंत स्वीकारायची. तबल्यातून येणारा ध्वनी देखिल क्रिएटेड (निर्मित) आहे; पण सिंथेसायझरवर देखील आपण बटनं दाबलं की, तबल्याचा आवाज येतो. नेमक्या कुठल्या ध्वनीची निवड करायची हे ठरविणं आपल्या हातात आहे.

भाग दुसरा

समर नखाते

मुलाखतकार : डॉ. गीताली वि. म., मुकुंद, उत्पल चंदारकर

शब्दांकन : उत्पल चंदाकर

दोन व्यक्तींमधलं 'नातं' तयार व्हायची प्रक्रिया मुळामधे अतिशय सहज, मुक्त पूर्णपणे नैसर्गिक असायला हवी. तशी ती असेल तरच नात्यांमधे 'बंधन' निर्माण न होता 'बंध' निर्माण होऊ शकतो. अन्यथा, ती मारूनमुटकून बनवलेली नाती ठरतात. नैसर्गिक मुक्ततेतून 'जोपासलेली' नाती ठरत नाहीत. नातं हे मुक्त असलं पाहिजे हे म्हणताना त्यात एक-दुसऱ्याविषयीची ओढ, सहवासाची गरज हेही अनुस्यूत आहे. प्रत्येकातल्या 'स्व' ने बहुदिशांनी केलेलं अस्तित्वाचं मोकळेपण नात्यांमधला बंध तयार करत जातं. नातं तयार व्हायची प्रक्रिया स्वतंत्र सहअस्तित्वाच्या मार्गाने पूर्णत्वास जाते.

माध्यमातून दिसणारे, निर्माण केले जाणारे नातेसंबंध हे या सहजभावाच्या बरोबर विरुद्ध आहेत. माध्यमांची अभिव्यक्तीसाठी गरज भासतेच. त्या दृष्टीने माध्यमांचं महत्त्व नाकारता येणारच नाही, पण माध्यमं ही अखेरीस 'घडवली' जातात. त्यांच्या निर्मितीमागे एक मोठी यंत्रणा कार्यरत असते. आणि अतिशय महत्त्वाची, लक्षात घेण्यासारखी वस्तुस्थिती ही आहे की ही घडवणूक, ही यंत्रणा संपूर्णपणे पुरुषी आहे. आज माध्यमं सतत नवनवीन सत्तास्थानं, व्यवस्थापनं तयार करत आहेत आणि त्यांच्या सततच्या, नवनवीन मागण्या आहेत. एका परंपरागत पुरुषी व्यवस्थेचा दृश्य स्वरूपातील, ठळक परिपाक म्हणजे ही माध्यमं. यात प्रिंट मीडियापासून टेलीव्हीजन, इंटरनेट, मोबाईल सगळं आलं. नातं सहज फुललं पाहिजे हे इथे मंजूरच नाही. नात्यांचा ढाचा (structure) इथे अगोदरच आखून दिलेला आहे. त्यामधे सृजनाला काहीच वाव

नाही. प्रत्येकाची भूमिका ठरलेली आहे. ती चोख बजावायाची म्हणजे झालं. माध्यमातून स्त्री–पुरुष नातेसंबंधांचा घडणारा प्रवास हा पैसा हा केंद्रबिंदू असलेल्या एका व्यवहारी नात्याकडे होतो आहे. याची जाणीव आपल्याला व्हायला हवी. याची दखल, याबद्दलचा विचार हा आपण सगळ्यांनीच गांभीर्याने करायला हवा आहे.

'पुरुष' दृष्टीतून केल्या जाणाऱ्या सर्व निर्मिती आपल्या डोळ्यांवर–कानावर माध्यमांतून सतत आदळत असतात. दाढी करायच्या क्रीमच्या जाहिरातीतही स्त्रीचं दर्शन घडवायला लागतं, मग इतर उत्पादनांबाबत काय बोलायचं? या पुरुष दृष्टीचा पुनर्विचार माध्यमांनी करायला हवा आणि तो सर्व समाजाने विशेषकरून करायला हवा. दृकश्राव्य माध्यमाचे सामर्थ्यशाली 'हत्यार' म्हणजे कॅमेरा. हा 'तिसरा डोळा' जो आता खूप काही दाखवू लागला आहे तो पुरुषी डोळा आहे हे आपण ध्यानात घ्यायला हवं. माध्यमांच्या एकूणच सर्व व्यवस्थेचा आकार हा एका नव्या चेहऱ्याच्या, पण प्रतिगामी असलेल्या पुरुषाचा आहे. स्त्री–अवकाश, स्त्री म्हणून असलेली व्यक्तिगत ओळख, व्यक्तिगत सामर्थ्य हे सगळं या व्यवस्थेमधे विरून जातं. तंत्रज्ञानाच्या, उपकरणाच्या साहाय्याने जे 'आभासी वास्तव' (virtual reality) निर्माण केलं जातं ते स्त्री–अवकाश आणि वाईट म्हणजे सृजनात्मक निर्मितीचे 'कल्पना अवकाश' (की जे स्त्री–पुरुष दोघांतही आहे) गिळंकृत करते आहे.

स्त्री–अवकाशाची जोड दिल्याशिवाय नातेसंबंधांना नवे परिमाण मिळत नाही. आणि नेमके हेच स्त्री–अवकाश हरवत चालल्यामुळे एक अत्यंत कृत्रिम, साचेबद्ध, मशीनमधून काढल्यासारखा नातेसंबंधांचा डोलारा उभा राहताना दिसतो आहे. यात अर्थातच स्त्रीला दुय्यम स्थान आहे. तिच्या अवकाशाचा ताबा येणे हे मुख्य सूत्र आहे. काही प्रमाणात स्त्रीचं दर्शन आधुनिक, स्वतंत्र असं होत असलं तरी हा बदल सोयींसाठी केला गेलेला आहे. तो जाणिवेतून आलेला, 'आतून' आलेला असा नाही. स्त्री समर्थपणे उभी राहिलेली दाखवताना ती पुरुषी व्यवहारात कशी पारंगत झाली आहे, हे दाखवण्यावरच भर असतो. ही मांडणी माध्यमांना बदलायला लागेल. नात्यांचा सर्वांत सुंदर फॉर्म हा जीवन सौंदर्य प्रवाही असतो हे लक्षात घ्यावे लागेल. Structured form पुरुषी वर्चस्वालाच खतपाणी घालेल. त्यामुळे व्यक्तिगत अवकाशांचा ताबा, कब्जा न घेता माध्यमांनी मोठं मोकळं अवकाश निर्माण करण्याची गरज आहे. त्यातून नातं फुलेल, गहिरं आणि नैसर्गिक सौंदर्य–समानतेने सुंदर होईल.

माध्यमांच्या प्रभावामुळे आभासी वास्तवालाच खरंखुरं मानून चालण्याची सवय आपल्याला लागू लागली आहे. प्रगती म्हणजे काय, यश म्हणजे काय, सुख म्हणजे काय, प्रेम म्हणजे काय, सांसारिक सौख्य म्हणजे काय या सगळ्याची रेडिमेड उत्तरं सभोवताली माध्यमांतून दिसत असल्याने विश्लेषणाची सवय, तशी मनोवृत्ती, व्यापक,

जाणून घ्यायची, शोध घ्यायची वृत्ती हे सगळं हरवून जाईल की काय अशी भीती वाटते. खराखुरा पुरुष किंवा स्त्री ही बाहुला-बाहुलीसारखे कृत्रिम नसतात. ते एक जिवंत, सजीव असं अस्तित्व आहे. माध्यमांतून जसं दिसतं तसं ते नाही. ही जिवंतता, त्याची जाणीव हरवणं हे भयंकर असेल. अनेक स्तरांच्या समाजात एक समाज गरीब आहे, त्याचे काही प्रश्न आहेत आणि हे सगळं आपल्या समाजाचं मोठं वास्तव आहे याचा विसर पडून कसं चालेल? सतत यश, सतत नावीन्य, सतत ताजं-तवानं, आनंदी, फ्रेश वगैरेंचा मारा सुरू असताना गरिबी हेही एक वास्तव आहे. (आभासी नाही, खरंखुरं) ही जाणीव, त्यातून आस्था सहअनुभूती जिवंत राहिली पाहिजे. जागतिकीकरणाच्या रेट्यात माध्यमांच्याद्वारे एक आकर्षक चित्र उभं करण्याची चढाओढ सुरू असते. वस्तुजन्य उपभोक्ता तयार करायच्या या खटपटीत 'तू उपभोग घ्यायला मुक्त आहेस. पण फक्त उपभोग घ्यायलाच. विचार, निर्मिती या सगळ्यांचं अवकाश तुला बंद आहे.' ही एक बळजबरी आहे. एकाच साच्यातून केल्यासारखी सगळी एकाच छापाची माणसं तयार होत आहेत. माध्यमांनी त्यांचं अवकाश काबीज केलं आहे आणि मुक्ततेला प्रवेश नाकारला आहे.

प्रश्न असा आहे की, जागतिकीकरणाच्या टप्प्यात जाहिरातींचं, इतर संवाद-माध्यमांचं अस्तित्व एकदा मान्य केल्यावर पुन्हा पुन्हा बटबटीतपणाचं एकच एक दर्शन कशासाठी? त्यामधे नवीन काही का येत नाही? स्त्री-पुरुष नातेसंबंधांमधे काहीतरी नवीन करून बघितलं जातंय. पण त्यात स्पष्टता नाही. याचं एक कारण म्हणजे परंपरागत पुरुष अजून त्याला तयारच नाही. स्त्री जेव्हा मुक्त होऊ पाहते तेव्हा पुरुषाला गांगरून जायला होतं. अशा उभारी घेऊ पाहणाऱ्या स्त्रीला आपलं कसं म्हणायचं, हा त्याला प्रश्न पडतो. मग वर्चस्व प्रस्थापित करायची धडपड सुरू होते. माध्यमांद्वारे 'ताबा' घेतला जातो. 'पुरुषी' पणानेच भरून गेलेल्या खोट्या नवप्रतिमा तयार होतात. आकर्षकतेच्या मुखवट्याआड आक्रमकता जाऊन बसते आणि स्त्रीच्या संदर्भात अस्तित्वहीनतेपेक्षाही वाईट म्हणजे अस्तित्वशून्यतेकडे माध्यम व्यवहार जातात. नात्यातलं दुसरं माणूस अस्तित्व-स्त्री अस्तित्व-स्त्री अवकाश शून्यत्व पावतं.

माध्यम व्यवहारातील अंतिम मूल्य फक्त 'पैसा' हेच आहे. नातेसंबंधातील बदल, त्यांचे सौंदर्य, श्रीमंती हा निकषच नाही. नातं हे केवळ पैशासाठी राबवलं जातं. आशयाचे सादरीकरण, निर्मिती याला एक 'बाजारभाव' येतो, आणि मग स्त्री-पुरुष नातेसंबंधामधे लहान मुलांसकट सगळ्यांनच वेठीला धरलं जातं. स्त्रीचं सर्वांगानी सोयीस्कर खोटं चित्र उभं केलं जातं. म्हणजे ती एकाच वेळी आई, पत्नी, सून, बहीण वगैरे असते आणि सगळ्या भूमिका ती किती ताकदीने पेलते वगैरे आणि या सगळ्या भूमिका वठवणं खरं तर किती सोपं आहे हे एक मिनिटांच्या जाहिरातीतून ठसवलं जातं. अशा प्रकारे माध्यमांतून नातं 'उत्पादित' आणि 'नियंत्रित' व्यवहाराकडे जातं.

माध्यमातून समोर येणाऱ्या व्यवहारी नातेसंबंधांबरोबरच तांत्रिक उपकरणांचा वापर देखील नातेसंबंधांवर एक प्रकारचा दबाव आणतो आहे. उदाहरण द्यायचं झालं तर बायकोकडे मोबाईल फोन असला की, तिने सतत ती कुठे आहे हे फोन करून नवऱ्याला सांगाव ही अपेक्षा किंवा 'माझा फोन का नाही घेतलास?' यावरून नवऱ्याची चिडचिड. त्यावेळेला ती कामात असेल किंवा इतर काही कारण असू शकेल हा विचार केला जातोच असं नाही. उपकरण आहे म्हटल्यावर ते वापरायची सक्ती असल्यासारखं झालं आहे. उपकरण जर तुम्हाला सतत answerable बनवत असेल, वदवून घेत असेल तर, धोका म्हणून ओळखला पाहिजे.

माध्यम व्यवहारांचा विचार करताना नातेसंबंधातली हरवणारी सहजता, सृजनात्मक निर्मितीचं अवकाश, व्यक्तींचा विशेषत: स्त्रीचं हरवत जाणारं अवकाश, आभासी वास्तवालाच खरं म्हणून चालायची हानीकारक वृत्ती, व्यक्तीच्या अवकाशावर ताबा मिळवून व्यक्तीचे व्यवहार नियंत्रित करणाऱ्या व्यवस्थेची निर्मिती आणि या सगळ्यातून घुसमटणारा–खुंटणारा मुक्ततेचा नैसर्गिक प्रवास या गोष्टी प्रामुख्याने समोर येतात. जागतिकीकरणाच्या शेकडो वर्षं अगोदर ज्ञानेश्वरांनी 'हे विश्वची माझे घर' हा मंत्र उच्चारला होता. पण जागतिकीकरणाचे तत्त्वज्ञान 'हे विश्व फक्त माझेच घर' हा पुरुषी मंत्र देत आहे. ज्ञानेश्वरांची हाक मुक्ततेसाठी होती, ही नवीन हाळी बांधून, जखडून ठेवणारी आहे.

सर्व तांत्रिक गोष्टींचा वापर करत असताना माणूसपणाचं भान ठळक करत जाणं फार आवश्यक झालं आहे. अन्यथा माध्यमं संकुचित, manipulative होत जातील. तांत्रिकतेचं ओझं, दबाव निर्माण न करता त्यातून माणूसपण अधिक कसं खुलेल, सहचारी भावाला अधिक जागा कशी मिळेल हा विचार माध्यमांनी करणं गरजेचं आहे आणि त्याबाबतीत दक्ष राहून माध्यम व्यवहारांकडे पाहणं हे आपल्यासाठी गरजेचं झालं आहे. यातूनच नातं घडत जाणारं, माणूसपणानी घडवलं जाणारं, मुक्त अवकाशातलं एकमेकांचं असणं होत जाणं यामुळे सहज सुंदर होवू शकेल.

■

हात ठेवून त्याचा निरोप घेत तो म्हणाला, ''नहीं यार, तशी काहीही चिंता नाही.

मॅन हू मेक्स लव्ह विथ दि किचन मेक्स वाईफ हॅपी

– डॉ. हरीश शेट्टी

शब्दांकन व मुलाखत : लता प्रतिभा मधुकर

''डॉक्टर तुमची अपॉईंटमेंट पेशंट म्हणून मिळणं जितकं सोपं आहे, तितकचं कठीण आहे मुलाखतीसाठी तुमचा वेळ मिळणं''...(खरं तर 'पुरुषस्पंदन'साठीची ही मुलाखत तब्बल एक वर्षानंतर मिळत होती.) मी डॉक्टरांच्या केबिनमध्ये शिरता शिरता म्हटलं. डॉक्टर हसले. म्हणाले, ''हा बघ मोबाईलवर मेसेज आहे घरून, 'तुम्हाला बायका आणि पोरं आहेत की नाही?' ''मग डॉक्टरांच्या घरीच जाऊन सर्वांसोबत बसूनच बातचीत करायचं ठरलं...

आणि घरी गेल्यावर डॉक्टरांच्या पत्नी अलका शेट्टी म्हणाल्या, ''खरं तर मी पेशंट म्हणून जेव्हा यांच्या दवाखान्यात जाईन ना, तेव्हाच मला 'हरीश'चा वेळ मिळू शकेल.''

आम्ही सगळेच हसलो. डॉ. हरीश शेट्टी केवळ प्रसिद्ध मानसोपचारतज्ज्ञ म्हणून प्रॅक्टिस करत असते, तर थोडासा काढताही आला असता नियमित वेळ इतर डॉक्टरांसारखा. पण सोबतच ते मानसोपचारतज्ज्ञांच्या संघटनेचे अध्यक्ष आहेत. विविध शाळा, संस्था, संघटनांमध्ये ते फक्त डॉक्टर म्हणून नव्हे तर (कौन्सिलिंग) समुपदेशक म्हणून सुद्धा कार्य करतात. डॉक्टरांच्या कामाचा आवाका व्यापक आहे. कम्युनिटी सोशल वर्कमध्ये मानसोपचारशास्त्र कसे उपयोगी पडू शकते, यावर ते व्हिजिटिंग प्रोफेसर म्हणून टाटा सामाजिक विज्ञान संस्थेत कार्यरत आहेत.

पण आपल्या मुलांच्या पालकसभा ते शक्यतो टाळत नाहीत. नेमकी मुलाखतीची वेळ आणि अमोघच्या शाळेतल्या मिटिंगची वेळ एकच होती. इतक्या ८ वर्षांत

डॉक्टरांकडून पहिल्यांदा पालकसभा चुकली होती. या मिटिंगनंतर अमोघ सहलीला दिल्लीला निघाला. ''त्यावेळी आपले बाबा नव्हते, याचे त्याला वाईट वाटत होते.'' असं अलका वहिनी म्हणाल्या.

एकूण काय डॉ. हरीश शेट्टींची, एका विख्यात मानसोपचारतज्ज्ञाची होणारी कसरत, उडणारी तारांबळ मी बघत होते. आपल्यासारखीच त्यांचीही रस्सीखेच चालली असते... पण अलका वहिनी त्यांना समजून घेतात... तसंच मुलं सुद्धा.'' नाहीतर आमचं अगदी ताणलं गेलं असतं... तुटलं असतं... खूप टफ आहे माझं लाईफ. माझं पहिलं प्राधान्य माझ्या व्यवसायाला आहे. मी जाणीवपूर्वक निवडलं आहे माझं क्षेत्र. त्यामुळे अलकावर बराच ताण पडतो. विशेषत: शेट्टी परिवार खूप मोठा आहे. एकमेकांकडची लग्नं, समारंभ, पार्ट्या यांना मला कैकदा जाता येत नाही. मी ज्या शाळांमध्ये जातो, तिथे शिक्षकांना प्रशिक्षण देतो व विद्यार्थ्यांची पाहणी वगैरे अनेक प्रकल्प राबवतो. या शाळा, शिक्षकांमध्ये माझा जीव रमतो. मानसोपचारतज्ज्ञ म्हणूनच नव्हे तर एक माणूस म्हणून अतिशय संवेदनशील, हृदयस्पर्शी अनुभव इथे माझ्या वाट्याला आले आहेत.

मी नातेवाईकांच्याकडे लग्न, साखरपुड्याला वगैरे जाऊ शकत नाही म्हणून त्यांचा रोष ओढवून घेतो. अलका मात्र स्वतंत्रपणे सगळीकडे जाते. मी जात नाही म्हणून तिने जायचं नाही असं कधी घडलं नाही. आता हळूहळू माझे व्यवसायाव्यतिरिक्त असणारे इतर व्याप माझ्यासाठी प्रायॉरिटी आहेत, हे नातेवाईकांच्या लक्षात येऊ लागले आहेत.

एक गोष्ट मात्र मी कसोशीनं पाळतो. कुणाच्या घरात मृत्यू झाला तर, अंतयात्रेमध्ये मी सामील होतो. हे मी माझे कर्तव्य समजतो.

''डॉक्टर, शेट्टी परिवारातले अनेकजण हॉटेल व्यवसायात वा सिनेमाक्षेत्रात स्थिरावलेले दिसतात. मग तुम्ही कसे इकडे वळलात?''–मी

''हे व्यवसाय एकदम लोकांच्या दृष्टीस येतात, म्हणून असं वाटू शकतं. पण शेट्टी परिवारात अनेक गरीब कुटुंब आहेत. मी स्वत: गरिबीतून वर आलो आहे. जमिनीवर पाय रोवून ताठपणे परिस्थितीला सामोरी जाणारी माणसं मी पाहिली आहेत. माझे वडील नायर हॉस्पिटलमध्ये लॅब-टेक्निशियन म्हणून काम करायचे. माझ्या आई-वडिलांनी मला मानसिक ताकद दिली, माझी स्वप्नं फुलवली. त्यामुळे व ईश्वरकृपेने मी यश मिळवत आलो. अगदी मॅड म्हणावा असा मी प्रचंड 'आशावादी' आहे. खरंतर कित्येकदा ५० टक्के अपयश, ५० टक्के यश माझ्या वाट्याला आलं... पण मी अपयशातून शिकत गेलो. मला आव्हान स्वीकारायला आवडतं... संघर्ष, आव्हानं तुमच्या वाढीसाठी उपयोगी असतात. एखाद्या टफ फाईटरसारखं प्रत्येक क्षणाला सामोरं जाणं मला आवडतं... अशी जिद्द असणारी माणसं जीवनात बरंच काही करून जातात...आनंदी राहू शकतात. माणसानं कठीण परिस्थितीतही आनंदी राहायला आतून मनसुद्धा तितकं समर्थ आणि सशक्त करावं लागतं. फक्त शरीर नव्हे.''

खरंतर, आयुष्यात आपल्याला सामान्य माणसं हे शिकवून जातात. प्रत्येक मनुष्यप्राण्याजवळ प्रचंड शहाणपण असू शकतं, साधी-सरळ जगणारी माणसं सहजपणे आपल्याला जीवनाचं तत्त्वज्ञान शिकवतात. मी एकदा रिक्षातून प्रवास करत होतो. ''खरंतर, या देशात अन्न आणि औषधं स्वस्त केली तर या देशातील गरिबी कमी होईल.'' किती सुजाणपणाचं, शहाणं तत्त्वज्ञान त्यांनं सांगितलं होतं... एक डॉ. मित्र मला असंच बोलता बोलता म्हणाला, ''आजकालच्या मुलांना भूक कशी ती माहितीच नाही.'' मी एकदम चमकलो. त्या दिवसांपुरतं या एका वाक्यातून मला पुरेसं शिकायला मिळालं होतं – माझा दिवस सार्थ ठरला होता.

मी डॉक्टर व्हायचं ठरवलं ते अशाच एका हृदयस्पर्शी प्रसंगामुळे. मी १२ वर्षांचा असताना आजारी पडलो. मला के.ई.एम्.मध्ये ठेवलं होतं. डॉक्टरांनी ज्या पद्धतीनं माझं आजारपणं हाताळलं, ते पाहून मी मनाशी पक्क केलं की, त्यांचं ऋण फेडायला एक मार्ग आहे. स्वत: डॉक्टर होणं. एकतरी माणूस आपल्या हातून बरा झाला पाहिजे. तशी मला गणिताची क्रेझ होती. पण मी डॉक्टरीचं शिक्षण घ्यायचं ठरवलं. शाळेत मला अतिशय उत्तम शिक्षक मिळाले. पार्ल्याच्या सेंट झेव्हियर्समध्ये माझं शिक्षण झालं– फादर पॉल कॉरडिरिओ हे माझे बालवयात प्रेरणास्थान ठरले.

नायर हॉस्पिटलला मी शिकत असताना मला हवे तसे शिक्षक मिळाले नाहीत. त्याबाबतीत मी असामाधानीच राहिलो. खरं मला प्रेरीत केलं ते के.ई.एम्.चे डॉ. वसंत मुंदडा यांनी. त्यांच्याकडून मला 'मानसोपचारतज्ज्ञ' म्हणून कसे काम करावे याची दीक्षा मिळाली तर माझ्या प्रयत्नांना दिशा दिली डॉ. आर. एस्. मूर्ती यांनी. विशेषत: वस्तीपातळीवरील आरोग्य टिकवण्यासाठी आपल्या विषयाचा किती उपयोग होऊ शकतो, हे समजले. एवढचं नव्हे तर वस्तीपातळीवरील समाजकार्यांमध्ये 'मानसिक आरोग्य' या विषयावर विशेष लक्ष केंद्रित करायला हवे आणि त्याचा समावेश 'कम्युनिटी सोशलवर्क' शिकणाऱ्यांच्या अभ्यासक्रमात व्हायला हवा, हे मनोमन पटले. माझ्यावर 'व्हिक्टर फ्रँकस' या प्रसिद्ध मानसोपचारतज्ज्ञाच्या विचारांचा फार प्रभाव आहे. त्यांची पुस्तकं माझी मार्गदर्शक आहेत. तर अब्दुल कलामांचे 'अग्निपंख' माझ्या आवडत्या पुस्तकांपैकी एक आहे.

''डॉक्टर, नारी-केंद्रामध्ये काम करताना आम्हा स्त्रियांचा असा अनुभव होता, की सायकिॲट्रिस्ट म्हणजे प्रश्न चिघळवणारे, परिस्थितीच्या मुळाशी न जाता फक्त त्या स्त्रीला वा तिच्या नवऱ्याला गोळ्या देऊन झोपवून ठेवणारे. प्रतिबंधात्मक असं काही न देता फक्त तात्पुरता इलाज करणारे असे जे ॲलोपॅथीचे तंत्र आहे, तसेच ते इथेही उचललेले दिसते. त्यामुळे सायकिॲट्रिस्टकडे पाठवायचे म्हणजे धास्तीच वाटायची. समुपदेशन (कौन्सिलिंग) मात्र क्वचितच कुणी करायचे आणि तो रोल सायकॉलॉजिस्टचा

असणार असं खास वर्गीकरण केलेलं. म्हणजे एखादी स्त्री स्वत:च्या प्रश्नातून मार्ग काढायला आली असली तर उलट तिच्या मार्गात इकडे जा, तिकडे जा असे अडथळेच खूप. तुम्हाला काय वाटतं?''

''स्वातंत्र्योत्तर काळात आरोग्यव्यवस्थेची वाटचाल बघितली तर चित्रं असंच दिसतं की प्राथमिकता दिली गेली आहे. 'इलाजा'ला 'प्रतिबंधा'ला अजूनही दुय्यमत्व दिल गेलं आहे आणि सायकिॲट्री तर अगदी अलीकडचं शास्त्र आहे. आता कुठे लोक मानसिक आरोग्याबाबत बोलू लागले आहेत. १०० कोटी जनसंख्या असणाऱ्या या देशात जास्तीत जास्त १०,००० मानसशास्त्र असतील आणि जेव्हा मानसिक त्रास पराकोटीला पोचतो, तेव्हाच मानसोपचारतज्ज्ञाकडे घेऊन जायचे असा दृष्टीकोन समाजाचा आहे. अशावेळी प्रतिबंधात्मक भूमिका घेऊन चालत नाही. तेव्हा उपचारच गरजेचा, तातडीचा असतो.

खरंतर राष्ट्रीय पातळीवर मानसिक आरोग्याला विशेष महत्त्व द्यायला हवं. याबाबत रोगाचे निदान त्वरित होणे गरजेचे आहे. नेमकं कुठे दुखतं आहे, कुठे फ्रॅक्चर झालं आहे, कुठे स्प्रेन झालं आहे मनाला हे कळण्यासाठी आपल्याकडचे मानसोपचारशास्त्र पण तितकेच विकसित होणे गरजेचे आहे. शिक्षणासोबत 'मानसिक आजार' असणाऱ्या एखाद्या व्यक्तीबाबतची उपेक्षा पण वाढत गेली आहे. वेडा/वेडी असे लेबल लागले की समाज पूर्णपणे त्या व्यक्तीची उपेक्षा करतो. पूर्वी मानसिक आजार असणारी व्यक्ती घरातील एक अविभाज्य भाग असायची. संपूर्ण कुटुंबातील कुणी ना कुणी त्या व्यक्तीची देखभाल करीत असे. परदेशापेक्षा अजूनही त्या व्यक्तीचा स्वीकार करण्याची प्रवृत्ती भारतीय लोकांमध्ये जास्त प्रमाणात दिसून येते. परंतु, एकत्र कुटुंबव्यवस्था ढासळल्यामुळे सुद्धा अशा व्यक्तीला घरी ठेवणे कठीण होऊ लागले आहे.

'मानसोपचारतज्ज्ञ' हा एक प्रतिष्ठित व्यवसाय आहे. त्याच्या काही मर्यादा आहेत. तुम्ही एका रोग्याला हाताळता तेव्हा त्या रोग्याच्या आजाराची पाळंमुळं तुम्ही नष्ट करू शकत नाही. कारण साधे नैराश्य यायला सुद्धा अनेक परिस्थितीजन्य कारणं असतात. आजार बळावून न देता ताब्यात ठेवणं, हे सुद्धा अतिशय जिकरीचं काम आहे. मानसोपचारतज्ज्ञाकडून याच अपेक्षा आहेत वैद्यकीय व्यवसायाकडून.

खरंतर मुळात जसे 'बेअरफूटेड डॉक्टर' ही संकल्पना जनआरोग्य संघटनांनी रुजवली. तशीच मला संपूर्ण भारतात (emotional help-healthworkers) भावनिक मदत करणारे आरोग्य-सेवक निर्माण व्हावेत, असे वाटते. त्यांना मानसोपचारतज्ज्ञ तयार करतील, विषयाची मूलभूत समज व संसाधने पोचवण्याचे काम करतील. अशा प्रकारचे आरोग्यसेवक निर्माण झाले तर उपचारांपासून प्रतिबंधांपर्यंतचा एक प्रवास सुरू होईल. *मुळात मानसिक स्वास्थ टिकून रहावे म्हणून काम करणाऱ्या मानसोपचारतज्ज्ञांचे मानसिक स्वास्थ्य कायम टिकणे खूप महत्त्वाचे आहे.*

आपण देवी, महामारीसारख्या आजारांना जसा प्रतिबंध करू शकलो. आज पोलिओसाठी करतो आहोत, तसेच लोकांचे मानसिक आरोग्य टिकवण्यासाठी अगदी आंगणवाडीपासून सुरुवात करता येईल.

''डॉक्टर, याचा अर्थ मानसिक आजार बरे होणे हे औषधांबरोबर बरेचसे वातावरण बदल करण्यावरही अवलंबून आहे, असंच ना ?'' लता.

''काय झालंय की, भारतीय समाजात मानसोपचारतज्ज्ञांची आणि अनेक बाबींची स्पर्धा आहे. लोक पूर्वी (आतासुद्धा) मानसिक आजार झाला तर कुठल्या ना कुठल्या बाबाकडे जाऊन भूत उतरवण्याचे, मंत्रोपचार करून करणी-बाधा टाळण्याचे प्रयत्न करत. माणसाचे शरीर आणि मन एकमेकांशी संलग्न आहेत. शरीर निकोप तर मन निकोप असं शरीरशास्त्र व मानसशास्त्र याची अलीकडे जाणीव होऊ लागली आहे. यातील चेटूक, मंत्र-तंत्र करणारे, लोकांना भूलथापा ठोकणारे बाबा सोडले तर पारंपरिक योग साधना, विपश्यना अशा शरीर-मनाला निरोगी ठेवण्यासाठी चालत आलेल्या पूर्वापार परंपरा आपण स्वीकारायला हव्या. आधुनिक मानसोपचारशास्त्राला पारंपरिक शहाणपणाची जोड देणे आता सुरू झाले आहे. आपण मानसोपचारशास्त्र शिकतो ते पश्चिमेतून आलेलं. पण या देशातील स्थानिक लोकांची सांस्कृतिक, मानसिक जडणघडण (त्यात असणाऱ्या अंधश्रद्धांना फाटा देऊन) समजून घेऊन 'बाबांइतकेच' संस्कृतीत रुजत नाही तोपर्यंत लोक बाबांकडे, मांत्रिकांकडे जात राहणार. आमची खरी कॉंपिटीशन आहे या बाबा लोकांशी. रोग्याच्या आसपासचं वातावरण, त्यातले बारकावे समजून घेण्यासाठी लोकसंस्कृतीशी डॉक्टरांचं असं विश्वासाचं नातं निर्माण करावं लागतं. अन्यथा काही लोकांना हे शास्त्र मानसिक आजारावर गोळ्या देणारं शास्त्रच वाटत राहील.''

''आज सर्वत्र कौटुंबिक हिंसाचाराचे प्रमाण वाढत चालले आहे. स्त्री-पुरुष नात्यातील दरी अधिक रुंदावत चालली आहे. एकतर्फी प्रेमाचे प्रकार तर खूपच वाढत चालले आहेत. आपल्या संस्कृतीमध्ये स्त्री, दलितांना वा इतर धर्मियांना जे दुय्यमत्व दिले आहे, त्यामुळे बलात्कार, आत्महत्या यांचे प्रमाण खूप वाढत चालले आहे आणि शिवाय वैश्वीकरणाच्या नावाखाली पुन्हा जुनाट मूल्ये नव्या आकर्षक रूपात समोर येत आहेत. या सगळ्यांकडे तुम्ही कसे बघता ?''लता.

''आपल्याकडे अनेक गोष्टींचे टॅबूज आहेत. मानसिकदृष्ट्या आजारी पुरुषाला स्त्री सहज स्वीकारते. त्याची सेवा करते; पण मानसिकदृष्ट्या आजारी स्त्रीला मात्र पुरुषच काय, पण एकूण कुटुंब, समाज स्वीकारायला तयार नसतो. कौटुंबिक हिंसाचारामध्ये पुरुषांमध्ये असणारी विकृती ही विकृती मानली जात नाही. बायकोला मारणं हा त्याचा हक्क मानला जातो. (कधीकधी विकृती म्हणून स्वीकारूनसुद्धा त्याला

डॉक्टरांकडे नेण्याऐवजी, त्याच्या कृत्याचे समर्थन केले जाते.) एकतर्फी प्रेमामध्ये सुद्धा असेच प्रकार घडतात. ते प्रेम म्हणताच येणार नाही. आपल्याला ती मुलगी मिळत नाही, यामुळे मनाचा तोल गेलेला असतो. ते एक ऑबसेशन असते. त्यातूनच मालकी हक्काची भावना जन्म घेते. हिंसाचार जेव्हा केला जातो, तो तळाशी असलेल्या रागाचे, संतापाचे हिमनगासारखे छोटेसे टोक असते. त्याच्या मनातील उद्रेक महाभयंकर असतो – आणि आज वैश्वीकरणाच्या लाटेत हे तरुण पुरुष मन बेकारी, स्पर्धेत न टिकणं, प्रचंड व्यसनांच्या माध्यमांमधून व रस्त्यारस्त्यावरच्या टपऱ्यांवरून होणारा मारा यामुळे विषण्ण झालं आहे. वाया गेलं आहे.

तू म्हणतेस तसं वैश्वीकरणामुळे माणसं नेटने जवळ येताना दिसली तरी शेजारी अजूनच एकमेकांपासून दुरावले आहेत. कम्युनिटी लिव्हिंगला प्रायव्हसीचा शाप लागला आहे. मधे मुंबईत झालेली एक घटना मला वारंवार आठवते आणि मन विषण्ण होते,

घरामध्ये एक ८–१० वर्षांची मुलगी एकटी होती. घरात झुरळ निघाले. ती खूप घाबरली. ती शेजारी गेली. शेजाऱ्यांनी गोष्ट उडवून लावली. मग ती खाली गुरख्याला सांगायला गेली. गुरखा तिच्याबरोबर घरात गेला आणि त्याने तिच्यावर बलात्कार केला. त्याप्रकरणात मुलगी मरण पावली. तिचे आई–वडील व शेजारी धार्मिक प्रार्थनेला एकाच ठिकाणी जात असत. पण, एकमेकांशी शेजारी म्हणून असलेलं त्यांचं नातं कौटुंबिक नव्हतं. एकमेकांशी जवळीक नव्हती. मदतीला धावून जाण्यासारखे एकमेकांचे बंधच नव्हते. त्या मुलीच्या अंत्ययात्रेला त्यांची सगळी धार्मिक मित्र–मंडळी आली. अंत्ययात्रा खूप मोठी होती, पण जिवंतपणी मात्र दुरावाच होता.

आधुनिकोत्तर या युगात लोक एकमेकांना विसरून अध्यात्म दुसऱ्याच ठिकाणी शोधायला निघाले आहेत. मानसिक नैराश्य, मेजर डिप्रेशनचं प्रमाण खूप वाढलं आहे. एकटेपणाचे, एकाकीपणाचे प्रमाण फारच वाढले आहे. नेटवर एकमेकांशी जोडले जाणारे जगभरातले मित्र जरूर मिळाले असतील; पण जवळचे मित्र मात्र आपण घालवून बसलो आहोत. 'कम्युनिकेशन' हा धंदा झालाय... कम्युनिकेशन हॅज बिकम बिझिनेस, देअर इज समथिंग रॉंग अबाऊट ह्यूमन रेस अँड देअरफोर देअर इज लॅक ऑफ कम्युनिकेशन्स''

''एकीकडे वैश्वीकरणामुळे गती वाढल्याचा भास होतो आहे.''

कितीतरी गोष्टी करायच्या, पण वेळ अपुरा पडतोय. लोक एकमेकांशी स्पर्धांमधून जोडले गेले आहेत. निरोगी स्पर्धा चांगल्या असतात. पण या जीवघेण्या आहेत. तुमच्या मुलाने एक टक्का गुण कमी मिळवले तरी आई–बापांची झोप उडते. आणि दुसरीकडे–

१) शिक्षणातून मुलींना सक्षम करण्याची गती एकदम मंदावली आहे.

२) अत्याचार मात्र सुरूच आहेत, उलट वाढतच आहेत.

३) भारतीय स्त्रियांना एकाचवेळी अनेक भूमिका कराव्या लागत आहेत.''

''मला खरंतर स्त्रियांना सांगायचं आहे की, त्यागाच्या घोड्यावरून उतरा आता खाली, आयुष्याची मेणबत्ती विझेपर्यंत राबणं आता सोडा.'' डॉक्टर अगदी ठासून सांगत होते. म्हणाले, ''मी अगदी सांगतोय तसंच लिही... यू कान्ट बी ग्रेट, मदर, सेक्सी वाईफ अँड ओबेडिएन्ट डॉटर इन लॉ ॲट अ टाइम... पुरुषांना मला सांगायचं आहे की, 'दे हॅव टू मूव्ह इन किचन ॲन्ड वॉशिंग मशीन. मॅन हू मेक्स लव्ह विथ दि किचन मेक्स वाईफ हॅपी' नाहीतर आता हे दोन्ही पक्ष एकमेकांवर अत्याचार करू लागतील. स्त्रिया नवऱ्यांना मारताहेत असं चित्र दिसू लागेल. हे फार दूर नाही. एच.आय.व्ही. जंतूशी लढण्यापेक्षाही भयानक असणार आहे आपल्या एकाकीपणाशी झुंज देणं.''

''डॉक्टर गर्भजलपरीक्षा करायला भाग पडलेल्या स्त्रिया जेव्हा प्रसूतीरोगतज्ज्ञांकडे जातात, त्यावेळी तुमची भूमिका त्यांना विरोध करण्याची असू शकत नाही का? मुलींचं प्रमाण इतकं कमी होत चाललयं. अशावेळी वैद्यकीय तज्ज्ञ आणि मानसशास्त्रज्ञ म्हणून तुम्ही आपल्या सहकाऱ्यांना हे पटवू शकत नाही का?'' लता.

''याबद्दलची जागृती एकतर लोकांमध्ये कमी आहे आणि वैद्यकीय पातळीवर अजून आमचं असं नेटवर्क नाही. मुलगाच हवा म्हणून स्त्रीवर जो मानसिक दबाव येतो, त्याने तिला किती मानसिक त्रास होत असेल हे समजू शकतो. पण आमच्या शेट्टी परिवारात मातृप्रधान व्यवस्था आहे.''

आता अलका वहिनी सामील झाल्या. म्हणाल्या, ''मुलीचे लग्न करताना तिच्या सासरी मुलगी नसेल तर ते स्थळ आमच्यात नाकारण्यात येते. प्रत्येक कुटुंबात एकतरी मुलगी हवीच. शिवाय पूर्वजांची मालमत्ता मुलीकडे जात असते. पण आता पुरुषप्रधानतेने सगळीकडे शिरकाव केला आहे. त्यामुळे मुलींना कोर्टातही जावे लागते.''

''आपण स्त्रियांवरील अत्याचाराबद्दल बोललो. तुमच्याकडे येणारे पुरुष त्यांच्यावर होणाऱ्या अत्याचाराबद्दल, लैंगिक अत्याचाराबद्दल बोलतात का?'' लता.

''आता बऱ्यापैकी बोलू लागले आहेत. यामध्ये वृत्तपत्र वा दैनिकांचा बराच वाटा आहे. समलिंगीसंभोग आपल्या समाजात आधीपासूनच अस्तित्वात आहे; पण आता लोक उघडपणे बोलू लागले आहेत. लहानपणी मुलांवर झालेल्या लैंगिक अत्याचारामुळे पुरुष म्हणून जगताना त्यांची होणारी द्विधा मन:स्थिती आता पुरुष मांडू लागले आहेत.

भविष्यात अनेक बदल आपल्याला पचवावे लागणार आहेत. स्त्री-पुरुष नातेसंबंध अल्पजीवी, अल्पकालीन आहेत. कधीकधी बहुकोनात्मक नातेसंबंधांना (Multiple relationships) जास्त महत्त्व दिलं जाईल. काडीमोड-घटस्फोटाचे प्रमाण बरेच वाढेल. समीकरणं बदलतील. प्रचंड अत्याचार सहन केलेल्या व्यक्ती आपल्या वेदनांना वाचा

फोडतील. कदाचित विवाहबाह्य वा अनेकांशी संबंध ठेवून त्या आपल्या विरोध व्यक्त करतील.''

''डॉक्टर, एकीकडे समाजात स्त्री-पुरुष संबंधातील ताण-तणाव वाढताहेत. तसेच जातीय दंगे, अल्पसंख्यांकावर हल्ले होत आहेत. कधी दंगलीमुळे, कधी मोठ्या प्रकल्पांमुळे, कधी युद्धामुळे लोक विस्थापित होत आहेत. पूर, भूकंपासारख्या भयानक नैसर्गिक आपत्तींना तोंड देत लोक जगत आहेत. या सगळ्याकडे तुम्ही कसं बघता? तुम्ही एक डॉक्टर म्हणून याला कसे सामोरे गेलात?'' लता.

विस्थापनामुळे येणारे नैराश्य जीवघेणे असते. पण तरीही जगण्याच्या अधिकारासाठी लढणारे लोक व त्यांची जिद्द, पाहिली की, माणुसकीवरचा विश्वास वाढतो. मी स्वत: लातूर, कच्छ अशा भूकंपस्थळी गेलो आहे. अहमदाबादमध्ये नुकत्याच झालेल्या (जातीय वैमनस्यातून) हल्ल्यांमध्ये ज्यांचे बळी गेले त्यांच्या घरातल्या इतर सदस्यांना आम्ही भेटतो आहोत. इथे फक्त पुनर्वसनाचा प्रश्न नाही. पुन्हा या दोन्ही जमातींना एकमेकांसोबत राहायचं आहे. गावातल्या मुस्लीम प्लंबरला परत हिंदू घरांमध्ये काम करावं लागणार आहे. शिवाय वेगवेगळ्या प्रदेशामध्ये मुसलमानांची संस्कृती वेगवेगळी. त्यामुळे त्यांच्या प्रादेशिक संस्कृती, परंपरा, व्यवसायांचा अभ्यास करीत आहोत. मानसोपचारतज्ज्ञांची अशावेळी तिथे फार मोठी गरज असते. खरंतर उत्तर लोकंच शोधतील. पण, कार्यकर्त्यांसोबत डॉक्टरांनी पण दिवस-रात्र काम केलं तरी अपुरं पडेल एवढी आव्हानं पुढं आहेत. मला अशा घटना घडल्या तर माझा आतला आवाज सांगतो तुला तिथे जायलाच हवं.''

''तुम्ही सिझोफ्रेनिया झालेल्या रोग्यांचा व त्यांच्या नातेवाईक, मित्र,शेजारी यांची मैत्री ग्रुप पण सुरू केला आहे ना? '' लता.

''हो, त्यात माझे अनेक सहकारी डॉक्टर्स आहेत. १० वर्षाच्या प्रॅक्टिसनंतर मला वाटू लागलं की, आपण फक्त लक्षणं ओळखतो. त्यावर इलाज करतो. त्यापलीकडे जाऊन मानसिक स्वास्थ्याकडे बघायला हवे. जोपर्यंत या विषयावर जनजागृती होत नाही व लोक स्वत:चा आजार न लपवता समोर येत नाही, तोपर्यंत इलाज अर्धवटच असेल. 'मैत्री' असा आधारगट तयार झाला. पाल्याला त्या गटाच्या मिटिंग्ज होतात. पेशंटसमधील कला-कौशल्याचे प्रदर्शन वा घरगुती उत्पादनांचे स्टॉल्स लावण्यात येतात. हे सगळं 'मैत्री' मध्ये सामील असलेले सारे मिळून करतात. आम्हाला पण आमच्या क्षमतांचा अंदाज येतो. आम्ही रोग्याचे शेजारी व मित्रमंडळींची शिबिरं घेतो. आता डिप्रेशनचा आजार असणाऱ्यांचा पण एक 'उमंग' नावाचा गट तयार झाला आहे. अशाप्रकारचे आधारगट तयार होणं ही त्यांच्या तीव्र वेदनांमधून उद्भवलेली नैसर्गिक गरज आहे; पण हे सगळं समुद्रातल्या एका थेंबासारखं आहे.''

"आजकाल अनेकजण अध्यात्माकडे वळताना दिसतात. मघाशी तुम्ही 'बाबा' जमातीबद्दल बोलला होतात. पण, लोकांना तिथे जावंसं वाटतं, त्याबद्दल काय?"

"त्यांचं वैफल्य, निराशा त्यांना अध्यात्माकडे वळवते. पण, खरं तर अध्यात्म काय? ते बाबा तुम्हाल फसवत तर नाहीत ना, हे बघायला हवं. नाहीतर एका नैराश्यातून दुसऱ्या नैराश्याकडे प्रवास सुरू राहायचा. अफूची गोळी घेतल्यासारखं, झिंग येण्यासाठीचं 'अध्यात्म' नावाखाली चालणारं ढोंग त्यांना परत वैफल्याकडे नेईल. आपल्या आतच देव आहे हे लोकांना जाणवायला हवं. 'सत्संग' खऱ्या अर्थाने सत् संताचा संग हवा. सत्याचा शोध हवा, या वाटेनं चालणाऱ्यांनी राष्ट्र घडवायला हवं."

"पण आधुनिकोत्तर काळात आता माहिती व तंत्रज्ञानाचा बोलबोला आहे. त्यानंच पुढील पिढी संपन्न होईल, घडवली जाईल असं म्हणतात. वैश्वीकरणात मनावरही तंत्राने कब्जा केला असेल का ? कारण या काळात मनापेक्षा बौद्धिक मालमत्तेचा अधिकार कोणाच्या हातात? यावर त्याचे मोठेपण ठरणार आहे." लता.

बिल गेट्स हे कधीच माझे हिरो नव्हते, नाहीत. बौद्धिक मालमत्तेवर अशी कुणाची मालकी असू शकत नाही. 'आयडीयाज हॅव नो ओनरशीप.' माझा प्रत्येक व्यक्तीच्या ज्ञानावर व बुद्धिमत्तेवर विश्वास आहे. वैश्वीकरण व या मालकी अधिकाराच्या नावाखाली आपल्यावर अदृश्य गुलामी लादली जात आहे. जगण्याचं, जगवण्याचं, फुलवण्याचं स्वातंत्र्य चिरडलं जातं आहे. अशावेळी आपण ते स्वातंत्र्य टिकवणं आणि दुखऱ्या मनावर फुंकर घालण्याचं काम एक मिणमिणती पणती बनून करायचं आहे. मनुष्याच्या मनाचा समतोल जाऊ नये म्हणूनची अथक धडपड करायची आहे.

(पुरुष स्पंदन, दिवाळी २००२)

‘लिंगभेद’ - एक चिंतन

– वसंत पळशीकर

मुलाखत : मुकुंद सा. न., डॉ. गीताली वि. म.

एक लिंगभेद सोडला तर बाकी स्त्री आणि पुरुष यांच्यात काही फरक नसतो; स्त्री व पुरुष याची स्वभावप्रकृती वेगळीच असते, हा युक्तिवाद मतलबी आहे; असा काही फरक आज आढळत असला तर इतिहास, संस्कृती व समाजव्यवस्था यांचा परिणाम होय, ही स्त्रीवादी चळवळीची आज अधिकृत, शिष्टमान्य भूमिका आहे, असे म्हटले तर वावगे ठरू नये.

लिंगभेदातून निर्माण होणारा काही कार्यभेद स्वीकारावा लागतोच. किमानपक्षी, प्रजोत्पादनाच्या कार्याच्या संदर्भात तरी. आपण अशी कल्पना करू या की, मुले होऊ द्यावयाची नाहीत असे सर्वच स्त्री-पुरुषांनी ठरविले. तर मग लिंगभेद एका अर्थी अ-प्रयोजक ठरेल का की, प्रजोत्पत्तीचे जागतिक नैतिक कार्य जरी उरले नाही तरी, परस्परांना सुख देण्यासाठी वा पीडा करण्यासाठी वा परस्परांना आधार देण्यासाठी एकत्र येतात तोवर ‘स्त्री’ व ‘पुरुष’ असा भेद शिल्लक राहीलच?

शरीरविज्ञानाच्या पातळीवर जर अर्थपूर्ण भेद आढळला तर, लिंगभेदाशी संलग्न अन्य भेदही आहेत, व ‘स्त्री’ व ‘पुरुष’ हे, मानव म्हणून एकाच प्राणीजातीचे घटक असले तरी, वैशिष्ट्यपूर्णरित्या वेगळे आहेत, ही गोष्ट आपणास स्वीकारावीच लागेल. पण, वैशिष्ट्यपूर्ण वेगळेपणाचा एकमेव निर्विवाद पुरावा हाच असे मानणे म्हणजे माणसाचा संक्षेप करणे नाही का? ती यांत्रिक जडवादी भूमिका होईल.

‘जे न देखे रवि ते देखे कवि’ असे सुप्रसिद्ध वचन आहेच. आता, कमी-अधिक आदिम अवस्थेतील समाजांमध्ये प्रचलित असलेल्या लोकगीते व कथा रचणारे ‘कवी’

जर विचारात घेतले तर 'स्त्री' व 'पुरुष' यांच्यात वैशिष्ट्यपूर्ण वेगळेपणा त्यांना साक्षात् दिसत होता असे आढळते. कितीही आदिम अवस्थेतील समाज घेतला तरी, इतिहास, संस्कृती व समाजव्यवस्था निरपेक्ष अशी त्याही समाजाची स्थिती नसतेच, असे यावर म्हणता येईल. पण मग ज्यावेळी अगदी प्राथमिक स्वरूपातला समाजही नव्हता, केवळ सुटी सुटी स्त्री-पुरुष मंडळी एकेकटी भटकत होती अशी अवस्था कल्पावी लागेल; पण ती केवळ कपोलकल्पित गोष्ट असेल, हेही उघड आहे. व्यक्तीशिवाय समष्टी नाही, तसेच समष्टीशिवाय व्यक्ती नाही, हे तथ्यही आहे व सत्यही. म्हणजे, स्त्री व पुरुष यांच्यातील परस्परसंबंध व त्यांचा स्वभावप्रकृतीभेद हा इतिहास, संस्कृती व समाजव्यवस्था यांचा परिपाक आहे हे म्हणणेही खरे आहे; पण त्याचवेळी व तेवढेच, त्यांच्यातील वैशिष्ट्यपूर्ण वेगळेपणामधून आजवरचा इतिहास,संस्कृती व समाजव्यवस्था यांना आकार प्राप्त होत आला आहे, हेही खरे ठरते.

'स्त्री' व 'पुरुष' आपापल्या ठिकाणी वैशिष्ट्यपूर्णरीत्या वेगळी, पूर्ण आहेत. त्याच वेळी, त्या दोहोंच्या एकत्र येण्यामधून, एकत्र नांदण्यामधून एक 'पूर्ण'च आकाराला येते. या दोहोतलां संबंध हा पूरक व विरोधी, दोन्ही स्वरूपाचा, द्वंद्वात्मक आहे. असे बघणे, समजून घेणे ही शहाणपणाची व सत्य दृष्टी होय असे मला कवींना अनुसरून वाटते. याचा अर्थ, काही गुण (व अवगुण) स्त्रीला बहाल, तर काही गुण (व अवगुण) पुरुषाला बहाल, अशी विभागणी निसर्गाने केली आहे असा होत नाही. हे सांगायला हवे. तसेच, काही कामे स्त्रियांची तर काही पुरुषांची अशीही विभागणी स्वाभाविक, अपरिहार्य, इष्ट वा आवश्यक असा अर्थ निघत नाही, हेही सांगणे आवश्यक आहे.

स्त्री-पुरुषांच्या वैशिष्ट्यपूर्ण वेगळ्या स्वभावप्रकृतीची पाळे-मुळे निसर्गक्रमात उत्क्रांत झालेल्या लिंगभेद व त्याच्याशी निगडित मातृत्व व पितृत्व या कार्यभेदांमध्ये आहेत; हा त्यांचा भौतिक पाया आहे. अर्थातच, स्त्रियांनी आणि पुरुषांनी, परस्परांच्याशी होणाऱ्या क्रिया-प्रतिक्रियांच्या द्वारे स्वतःच्या वेगळ्या वैशिष्ट्यपूर्ण स्वभावप्रकृतीची जडणघडण केली आहे. या संदर्भात एक मुद्दा असा की, व्यक्ती व समष्टी अशा दोन्ही पातळ्यांवर, मानवी जीवनात कोणत्या ना कोणत्या 'पर' च्या संदर्भात 'आप' ची जडण-घडण केली जात असते, होत असते. माणूस-निसर्ग, माणूस-ईश्वर, स्त्री-पुरुष अशा जोड्या या कोनातून पाहता येतात. 'पुरुषपणा' विषयीची समज, दृष्टी, प्रतिमा, संकल्पना 'स्त्रीपणा' च्या विषयीची समज, दृष्टी, प्रतिमा व संकल्पना यांच्या आधारे, त्या संदर्भात आकार घेते. उलटपक्षीही असेच आहे. ही घडामोड माणसाला, म्हणजेच एकमेकांसह जीवन जगणाऱ्या स्त्री-पुरुषांना, आत्मभान आले, भाषेच्या स्वरूपात ते प्रकट होऊ लागले त्या क्षणापासून सुरू झाली आहे. पुरुषसत्ताकता, स्त्रीदास्य हे शब्द ज्या काळात व टप्प्यावर लागू पडत नाहीत त्या काळात व टप्प्यावरही 'मर्दानी सौंदर्य'

नि 'बायकी सौंदर्य' या संकल्पना अर्थपूर्णपणे अस्तित्वात असणार व वापरल्या जात असणार. जगण्याच्या त्या त्या भौतिक आकृतिबंधाच्या संदर्भात 'हे काम पुरुषमंडळींचे आहे' असे, स्वत:कडे कोणताही हीनत्व व दास्यत्व न स्वीकरता, म्हणत असणार. प्रसंग पडला तर पुरुषाचे कामही स्त्रियांनी त्याही काळात कार्यक्षमतेने पार पाडली असतीलच व पुरुषांनी स्त्रियांची.

जन्माला आलेल्या अर्भकाच्या संगोपनाचा विचार करा. त्याच्या सुयोग्य व निकोप वाढीच्या दृष्टीने माता व पिता या दोन्ही भूमिका नीटपणे वठविल्या जाणे इष्ट व आवश्यक असते. जन्मदाता बाप वा जन्मदाती आई यांनीच त्या भूमिका पार पाडल्या पाहिजेत असे नाही असे आपण जाणतो. प्रसंगी दोन्ही भूमिका 'स्त्री' किंवा 'पुरुष' पार पाडतानाही आपण पाहतो. आपण सहजच म्हणतो की, हा पुरुष असूनही आईची भूमिका पण पार पाडतोय किंवा स्त्री असूनही बापाची; आणि असे म्हणण्यात एक खोल दडलेले सत्य व शहाणपण, दोन्हीही आहे. सामान्य नियम म्हणून पित्याची भूमिका पुरुषाची तर मातेची भूमिका स्त्रीची असे आपण गृहीत धरतो. हा पुरुषसत्ताक इतिहास, संस्कृती व समाजव्यवस्था यांचा परिणाम नाही. 'पितृत्व' आणि 'मातृत्व' या संकल्पनादेखील यांचा परिपाक नाहीत किंवा संगोपनाच्या संदर्भात या दोन भूमिका वेगळ्या करणे हे देखील पुरुषसत्ताक चालबाजी नाही. बाप 'वत्सल' आणि आई 'करडी' असे चित्र व्यवहारात आढळते. अर्थ असा की, गुण विभागणीवर भूमिका वेगळ्या कल्पिलेल्या नाहीत. वात्सल्य, करारीपणा, शिस्त लावणे वगैरे गोष्टी आई–बाप दोघांनीही करावयाच्या असतात हे गृहीत असते. या दोघांची अधिकार क्षेत्रे, जागा आणि पद्धती वेगळ्या असाव्यात अशी अपेक्षा असते असे म्हणता येईल.

– २ –

पुढे जाऊन मला एक विवाद्य विधान करावयाचे आहे. आजवरचा इतिहास पुरुषांनी घडविला आहे, त्यांनी 'संस्कृती' नावाची 'विकृती' निर्माण केली आहे, आणि बुद्ध्या पुरुषसत्ताक समाजव्यवस्था योजनाबद्धरीत्या प्रस्थापित केली आहे हे म्हणणे आवश्यक असले तरी सत्य नाही. इतिहासात प्रदीर्घ काळपर्यंत पुरुषप्रधान, वा पुरुषांचे प्रभुत्व व स्त्रियांचे गौणत्व स्वीकृत व प्रस्थापित असलेली संस्कृती व समाजव्यवस्था जगभर नांदत आलेली आहे आणि त्यामधून स्त्री–पुरुषांमध्ये समानत्व उरलेले नाही, हे म्हणणे बरोबर आहे. इंग्रजीतले 'पॅट्रिआर्की' नि 'मॅट्रिऑर्की' हे शब्द फॅशनेबल बनले आहेत. पण, त्यांच्या वापराने सत्य नजरेआड झाले आहे असे मला वाटते. विषम अधिकार व लाभ, उच्च–नीचता व विटाळ मानणारी स्पृश्यास्पृश्यतेवर अधिष्ठित जातीव्यवस्था बळेच लादली गेली असे म्हणता येते कारण जनसमूहांना जिंकून घेणे, अंकित बनविणे, त्यांचे

अधिकार छिनून घेणे या प्रक्रिया तिच्या मुळाशी आहेत. तशी काही वस्तुस्थिती स्त्री-पुरुष संबंधांच्या क्षेत्रात आढळत नाही. उदा. सतीची चाल घ्या. 'स्त्री' व 'पुरुष' अशा दोन संघटित पक्षांमध्ये युद्ध झाले, त्या संघर्षात स्त्रियांची हार झाली आणि त्यांची जित म्हणून असलेले स्थान पक्के ठसविण्यासाठी त्यांनी सती जावे असा काही निर्णय झाला का? कोणत्या थरातील/वर्णातील/घराण्यातील स्त्रियांनी कोणत्या स्थितीत व वयात सती जावे याबद्दलच्या धारणा व रिवाज काय होते हे पाहिले तर सती जावे ही सरसकट सर्व विवाहित स्त्रियांच्या संदर्भात अपेक्षा नव्हती असे लक्षात येते. एकूण स्त्रियांपैकी कदाचित नगण्या संख्येच्या संदर्भात ही प्रथा लागू होती. ज्या स्त्रियांबद्दल ही अपेक्षा असे त्यांच्यावर दडपण केवळ पुरुषवर्ग आणीत असे, व स्त्रिया कसून विरोध करीत, असेही चित्र दिसत नाही. म्हणजे ही जी प्रथा अस्तित्वात आली ती 'स्त्री' व 'पुरुष' दोघांच्याही एका सहप्रक्रियेमधून, असेच म्हणावे लागते. म्हणून त्या प्रथेचे समर्थन होते असं नाही वा अनेक स्त्रियांना जबरदस्तीने सती जायला भाग पाडले जात होते हे वास्तव मिटत नाही. ही प्रथा 'पॅट्रिआर्कल ऑर्डर'चे उदाहरण ठरत नाही, इतकेच!

एकंदर समाजव्यवस्थेत विशेषत: घराबाहेरील व्यवहारांच्या क्षेत्रात पुरुषांच्या हाती अधिकार व सत्ता केंद्रित झालेली आढळते, पण या व्यवस्थेला 'पॅट्रिआर्कल ऑर्डर' असे म्हणणे योग्य नाही, असे मी का म्हणतो ? तीन कारणांनी- १) 'पॅट्रिआर्की' हा शब्द वापरला जात असताना पुरुषवर्गाने एकत्र होऊन, संघटित होऊन जणू काही एक 'राज्यघटना'च संमत केली व ती सर्व स्त्रियांवर लादली असा जणू काही प्रकार जगभर घडला असे सूचित केले जात असते. वस्तुस्थिती तशी आढळत नाही. २) उलटपक्षी, पुरुषांची म्हणून व्यवहाराची क्षेत्रे वेगळी असणे स्वाभाविक, इष्ट व उचित आहे हे स्त्रियांचेही मत होते, असे मत बनण्यामागे जगण्याचा ओघात आलेला नित्याचा प्रदीर्घ अनुभव होता. याचाच अर्थ, या क्षेत्रांमध्ये पुरुषांच्या हाती अधिकार व सत्ता असावी या निर्णयात स्त्रिया पण सहभागी होत्या. ३) सरसकट स्त्रियांवर दास्यत्व लादण्यासाठी आवश्यक व उपयोगी म्हणून समाजाची धारणा अमूक एका वळणाची केली गेली असे आढळत नाही.

उदाहरणार्थ, जात-पातीवर अधिष्ठित हिंदू समाजव्यवस्थेमध्ये स्त्रियांचा विशेषच अधिक्षेप केला गेला, त्यांना हीन लेखले गेले, त्यांची दडपणूक - पिळवणूक केली गेली, त्यांना दास्यात डांबून ठेवले असे मत पुरोगामी, तसेच स्त्रीवादी प्रचलित व शिष्टमान्य आहे, याला आधार काय, असे विचारले तर 'मनुस्मृती'तली वचने काढून दाखविली जातात, वा जातील आणि ही गोष्ट निर्विवाद आहे की, मनुस्मृतीनुसार समाजात प्रत्यक्षात दैनंदिन व्यवहार होत होते ही सिद्ध गोष्ट नसली तरी, त्या ग्रंथात प्रतिबिंबित झालेली मनोधारणा ही हिंदू समाजात, विशेषत: उच्च व मध्यम जातीयांमध्ये खोलवर रुजलेली राहिली आहे. पण, मनुस्मृतीबाबतही जर असा प्रश्न विचारला की, त्या ग्रंथाचा

वापर करून भारतातील कोणत्या तरी भागात एक समाज बांधला गेला का, वा साऱ्या समाजाचा कारभार त्या ग्रंथानुसार केला गेला का, तर उत्तर 'नकारार्थी' द्यावे लागेल. पण, असे नक्की म्हणता येईल की, भारतीय समाजाच्या वाटचालीत एक मोठा कालखंड असा होऊन गेला ज्या काळातील वरिष्ठ, सत्ताधारी जातींमधील स्त्री–पुरुषांच्या धारणांचे प्रतिबिंब मनुस्मृतीत संकलित झालेल्या वचनांमध्ये पडलेले आढळते. मनुस्मृतीसारख्या ग्रंथाच्या रचनेमागे पुरुषवर्गाचे, अर्थातच उच्चवर्णीय ब्राह्मण–क्षत्रिय जातींमधील सत्ताधारी पुरुषवर्गाचे कटकारस्थान वा संघटित राजकारण नव्हते, असे एकदा जर आपण मोकळ्या मनाने स्वीकारू शकलो तर दृष्टी साफ व्हायला मदत होईल.

कोणत्या अर्थाने ? स्त्री–पुरुष विषमतेचा उलगडा कपोलकल्पित, एकात्म संघटित पुरुष वर्गाच्या हेतूंच्या, कारस्थानी कृत्यांच्या आधारे देण्याचा प्रयत्न व्यर्थ आहे हे ओळखले की, त्या विषमतेची पाळेमुळे शोधण्याच्या आड येणारी झापडे दूर होतात.

– ३ –

स्त्री–पुरुष यांच्यामध्ये जो लिंगभेद आहे, त्याच्याशी अटळपणे निगडित असा जो प्रजोत्पत्तीच्या संदर्भातील कार्यभेद आहे त्यांच्यात पाळेमुळे असू शकतील असे वैशिष्ट्यपूर्ण वेगळेपण त्यांच्या स्वभावप्रकृतीत निसर्गत:च आहे; त्यात स्त्रिया व पुरुष, दोघांनीही, परस्परांना व स्वत:ला घडविण्याच्या ओघात भर घातली आहे. पण, हे वेगळेपण आज आढळणाऱ्या त्यांच्यामधील विषमतेला कारणीभूत नाही. स्त्रियांना विषम वागणूक देण्याचे समर्थन करता यावे, त्यांच्याकडून स्वत:चे गौणत्व, दास्यत्व इ. स्वीकृत व आत्मसात करवून घेता यावे म्हणून पुरुषांनी त्यांचे वैशिष्ट्यपूर्ण वेगळेपण जोपासले, फुलवले आहे असे नाही. ते आहेच, व ते समानता प्रस्थापित करण्याच्या आड येण्याचे काही कारण नाही.

तसेच, आजच्या व्यवस्थेतील 'पुरुषसत्ताक' ही हेतूत: संघटित स्वरूपातील कृतीद्वारा लादलेली नसेलच तर, ती तशी लादल्यामुळे उत्पन्न झाली आहे असे ठाम गृहीत धरून सत्तासंघर्षाद्वारे ती उलथून टाकण्यासाठी स्त्रियांचा पक्ष संघटित करण्याची रणनीती अंगिकारण्याचे कारण उरत नाही.

पण, पुरुषसत्ताक हा काही केवळ आभास नाही. 'मनुस्मृतीत प्रतिबिंबित होणारे मानस' हा देखील आभास नाही. स्त्रीवादी चळवळ ही केवळ स्वनिर्मित अशा भ्रमांशी युद्ध करीत आहे; पण भ्रमांशी संघर्ष मोल घेत आहोत व ते भ्रमही आपणच उत्पन्न केलेले आहेत, हे जाणले की, सर्व काही आलबेलच आहे हे ध्यान्यात येईल, शहाणपण प्राप्त होईल, अशी भूमिका येथे घेतलेली नाही. समस्या खरीच आहे. ती नित्याच्या अनुभवाचा भाग आहे.

स्त्रीचे वैशिष्ट्यपूर्ण वेगळे असे स्त्रीपण, तिची वैशिष्ट्यपूर्ण वेगळी कार्ये, त्या कार्यांशी निगडित गरजा, मर्यादा व पथ्ये इत्यादी गोष्टी पुढे करून स्त्रियांना हीन/गौण स्थान देणारी पुरुषसत्ताक समाजव्यवस्था व संस्कृती निर्माण करण्यात, प्रस्थापित होऊ देण्यात स्त्रियांनी पण हातभार का लावला, पुष्टी का केली, समर्थन का केले हा प्रश्न उपस्थित करण्याची गरज आहे. तसे करणे त्यांना इष्ट, आवश्यक व योग्य वाटले असले पाहिजे, ही गोष्टही उघड दिसते. समाजातील सर्व थरातल्या, जाती-जमातीतल्या स्त्रियांविषयी आपण दर वेळी बोलत असू, असे नाही. त्या त्या काळात, परिस्थितीत व विशिष्ट समाजात निर्णयप्रक्रियेत सहभागी असणाऱ्या स्त्रियांविषयी आपण बोलत आहोत.

याचे अंशत: स्पष्टीकरण ती ती परिस्थिती, त्या त्या परिस्थितीतून निर्माण होणारी दडपणे, अनिवार्यता या अंगाने द्यावे लागेल. 'परिस्थिती' या शब्दामध्ये सर्व भौतिक घटक आले. इतिहासाची अशी भौतिकवादी मीमांसा आवश्यक आहेच. पण, या अंगाने आंशिक स्पष्टीकरणच हाती येईल. स्वत:च्या उर्मी, आकांक्षा, स्वप्ने, ध्येये, वासना-विकार, भावना, प्रेय-श्रेय कल्पना यांच्या आधारे स्त्रियांनीही पुरुषांसोबत जे कर्तेपण प्रकट केले त्याच्या आधारे अंशत: स्पष्टीकरण हाती येईल. पुरुषसत्ताक समाजव्यवस्था व संस्कृती निर्माण करण्यात, प्रस्थापित होण्यात व टिकून राहण्यात स्त्रियांच्या कर्तेपणाचाही वाटा राहिला आहे. पुरुषसत्ताक वळणाची समाजव्यवस्था व संस्कृती मानवी इतिहासाच्या ज्या टप्प्यावर आकाराला आली तेव्हापासून स्त्रिया नाकर्त्याचं बनल्या असे म्हणणे मोठे नाट्यपूर्ण आघात करणारे जरूर आहे. पण, जर ते सत्य असेल तर, मनुस्मृती स्त्रियांच्या वस्तुनिष्ठ निवाडा करते असे म्हटले पाहिजे! दोन्ही अंगांनी प्राप्त होणारी स्पष्टीकरणे सर्व कोड्यांची सफल संपूर्ण उत्तरे देऊ शकतील, असे नाही. जगात इतरत्र कोठेही आढळून न येणारी जातीव्यवस्था भारतात का आकारास आली, या प्रश्नाचे उत्तर अंशत: मानवी आकलनाच्या पलीकडेच राहते.

– ४ –

जे घडले ते केवळ 'परिस्थिती'मुळे घडले नाही वा 'ईश्वरी योजने'मुळे घडले नाही; ते तसे घडण्यास आमचेही कर्तेपण कारणीभूत आहे असे स्त्रियांनी ओळखणे, जाणणे व स्वीकारणे याला महत्त्व आहे; तसे म्हणणे सत्याला जास्त धरून आहे, हे एक जे जे घडते त्यात आपला करणात्मक व activearl & passive वा अकरणात्मक सहभाग असतो व म्हणून जो भोग वाट्याला येतो त्याला आपणही जबाबदार असतो, ही भूमिका अंतर्मुख होऊन शोध घेण्यास, स्वत:मधील दोष,त्रुटी, अनिष्ट वृत्ती इत्यादी दूर करून सक्षम व बलिष्ठ बनण्यास आणि परिवर्तनाच्या प्रक्रियेचा आरंभ करण्याच्या दृष्टीने इष्ट व उपकारक असते, ही दुसरी गोष्ट.

दुसऱ्याच्या संपत्तीचे अपहरण करून, पराभूत करून दुसऱ्यास अंकित करून व त्याला दास बनवून, प्रभुत्व प्रस्थापित करून सत्तावान, मालमत्तावान व प्रतिष्ठित, उच्चभ्रू बनण्याची प्रबळ उर्मी व मोठं आकर्षण माणसात आढळते. याचा आरंभ, बहुधा मोठ्या प्राण्याची संघटित शिकार/ समुद्रावरील मासेमारी, 'रानटी' प्राण्यांच्या कळपांवरील प्रभुत्व प्रस्थापित करणारी गुराखी वृत्ती, नांगरटीच्या आधारे केली जाणारी शेती व शेजारच्या मानवी टोळ्यांची लूटमार, स्त्री-पुरुषांचे अपहरण अशा गोष्टींपासून झाला. जेतेपणाचा, प्रभुत्वाचा, यशाचा उन्माद स्त्रियांनाही चढतोच. तो आविष्कृत वेगळ्या प्रकारे होत आला आहे. सत्ता-मत्ता-प्रतिष्ठा यांच्या आकांक्षेमधून युद्ध संस्था, राज्य संस्था अस्तित्वात आल्या व स्थिरावल्या. मानवी व्यवहारांची ही दोन क्षेत्रे पुरुषांची मानली जाण्याची विशिष्ट ऐतिहासिक कारणे आहेत. स्त्रियांना सुरक्षित जागी एकत्र ठेवून पुरुष मंडळींनी लांबवरच्या, शिकारीसाठी वा मासेमारीसाठी काही दिवस जाणे याचाच विस्तार म्हणजे युद्धे व युद्धाच्या मोहिमांवर जाणे, व्यापारासाठी तांडे घेऊन दूरदेशी जाणे यात झाला असे म्हणता येते. आरंभी युद्धाचे स्वरूप एका अंगाने 'माणसांची शिकार' किंवा त्यांचे अपहरण असेच होते. यापासूनचे लाभ जेत्या टोळ्या/ समाज यातील स्त्रियांना हवेच होते. हे लाभ मिळवण्याच्या कामनेपोटी पुरुषसत्ताकता उत्पन्न करणाऱ्या व्यवहारांना, व्यवस्थेला आणि संस्कृतीला जागा करून देण्यास स्त्रियाही उत्साहाने सहभागी झाल्या असण्याचीच शक्यता आहे. पुरुषांचे शारीरिक बळ (शिकारीसाठी) हत्यारे वापरण्याचे त्यांचे कौशल्य, त्यांचे सडेपण अशा अनुकूल घटकांचा फायदा पुरुषांना मिळाला; पण याचे वैषम्य जेत्या समाजातल्या लाभान्वित स्त्रियांना वाटत नसणार. अशा रीतीने आजवरची पुरुषसत्ताकता ही स्त्री-पुरुषांच्या ठायी प्रबळ असणाऱ्या सत्ता-मत्ता-प्रतिष्ठा यांच्याविषयीची ओढ, हाव यामधून वरील प्रक्रियेद्वारा उत्पन्न होऊन मुरत, विस्तारत, सर्वव्यापी होत गेली. याचे लाभ पदरात पडत असतानाच लाभत्तन्वित स्त्रियांना कळत-नकळत जबर किंमत चुकवावी लागली. उदा. 'क्षत्रिय' राजपूत राजकारणी सरदार-दरकदार यांच्या वर्तुळात क्षत्रियत्वाचा घटक असलेल्या 'सन्मान' 'इज्जत' (म्हणजेच प्रतिष्ठा) यांच्या रक्षणाच्या आग्रहापोटी स्त्रियांनी 'जोहार' करण्याची, स्वत:ला सामुदायिकपणे जिवंत जाळून घेण्याची प्रथा निर्माण झाली. पण राजपूत 'क्षत्रिय' स्त्रियांच्याही लेखी 'सन्मान', 'इज्जत' याला तेवढेच महत्त्व होते; आणि 'जोहार' करण्याबद्दल त्यांचाही तेवढाच आग्रह असणार. कारण एरवी भ्रष्ट होण्याला त्यांना सामोरे जायला लागले असते.

– ५–

गेल्या पन्नास पाऊणशे वर्षांमध्ये ज्या गोष्टींमुळे पुरुषांना अनुकूलता जास्त होती त्यापैकी शरीर बळाचे महत्त्व खूप कमी झाले. याचे श्रेय विज्ञान-तंत्रविज्ञानातील शोधांना व त्यामुळे शक्य झालेल्या बदलांना मोठ्या प्रमाणात आहे. हत्यारे चालविण्याचे कौशल्यही आता शरीर बळाशी निगडित राहिले नाही. कुटुंब नियोजन, बाल संगोपन याविषयीच्या धारणा, त्याच्याशी निगडित तंत्रविज्ञान व सामाजिक संस्था यांच्यामुळे स्त्रियाही 'सड्या' राहू शकतात. म्हणून आता सत्ता-मत्ता-प्रतिष्ठा यांच्या पाठपुराव्यासाठी पुरुषसत्ताक समाजव्यवस्था असण्या-स्वीकारण्याची अपरिहार्यता फारशी उरली नाही. ही तशी चांगलीच घडामोड आहे.

पण एक प्रकारची दिशाभूल या कारणाने झाली आहे. पुरुषसत्ताक व्यवस्था व संस्कृती एवढी दृढमूल झालेली आहे की, त्या चौकटीत समानता, स्वतंत्रता व मुक्तता साधण्यामध्ये स्त्रिया समाधान मानीत आहेत; पण याची एक अलिखित शर्त अशी आहे की, ज्यांना समान, स्वतंत्र व मुक्त व्हावयचे असेल त्या स्त्रियांनी पुरुषाचाच अवतार जवळपास धारण केला पाहिजे. सत्ता-मत्ता-प्रतिष्ठा यांच्या भोवती साऱ्या व्यवहारांचे संघटन तसेच कायम राहते. प्रत्यक्ष व्यवहारात याचा परिणाम काय होतो ? तर स्त्रियांमधील एक लहान वर्ग, जो पुरुषांसारखा बनू शकतो व बनतो, तो पुरुषसत्ताक व्यवस्था संस्कृतीचे लाभही पदरात पाडून घेतो. तसे करताना स्त्रिया म्हणून मिळणारे खास लाभही त्यांना मिळत राहतात. पण बहुसंख्य स्त्रियांची स्थिती विशेष बदलत नाही. पन्नास वर्षांच्या तुलनेने कुटुंब नियोजन, शिक्षण, नोकरी, व्यवसाय यामुळे पुष्कळ मोठ्या संख्येने स्त्रिया 'चूल व मूल' या घाण्याला जुंपलेल्या राहिलेल्या नाहीत. हा बदलही अत्यंत स्वागतार्ह आहे. पण या आधुनिक, सुधारकी मध्यम आणि उच्चमध्यवर्गीय स्त्रियांचे स्थान गौणच राहते. स्थूल व सूक्ष्म, दोन्ही प्रकारचे त्यांची दडपणूक व पिळवणूक होत राहते.

या अनुभवामधून बोध कोणता घ्यावयाचा ? वैयक्तिक व सामूहिक / राष्ट्रीय पातळीवर जास्तीत जास्त सत्ता-मत्ता-प्रतिष्ठा संपादित करण्यात, हाती एकवटण्यात 'श्रेय' व 'प्रेय' दोन्ही साठविलेले आहे. या भूमिकेमधून समाजाची धारणा केली जाते, तेव्हा ती सर्वसाधारण स्त्रियांना समान, स्वतंत्र व मुक्त करण्याच्या आडच यावी असे काही सत्ता-मत्ता-प्रतिष्ठा या तीन गोष्टींच्या मागे लागण्यामध्येच अंगभूत आहे. यांच्यासाठी परस्परांशी अनिर्बंध, जीवघेणी स्पर्धा करण्याच्या सूत्रामध्येच जीवनाचे सर्व व्यवहार गोवले जातात तेव्हा स्त्रियांपेक्षा पुरुषांना अनुकूलता जास्त नेहमीच राहते. फार फार तर अल्पसंख्य स्त्रिया पुरुषांची बरोबरी करू शकतात. याचे कारण हे दिसते की, या गोष्टींसाठीच्या स्पर्धेच्या ओघात सगळे संबंध हे कुरघोडी करण्यासाठी जोडलेले

संबंध बनण्याकडे कल राहतो. सर्व मानवी संबंधांचा संक्षेप त्यात होऊ लागतो. यातून अटळपणे विषम, अन्याय्य, शोषणाधिष्ठित व्यवस्था व संस्कृती आकारास येते. पुढे जाऊन असे म्हणायला लागते की, स्त्रीचे जे अंगभूत वैशिष्ट्यपूर्ण वेगळेपण आहे ते निपटून काढल्याखेरीज, स्वत:चे स्त्रीपणच जमेल तेवढे मोडीत काढल्याखेरीज, स्त्रीला मग 'जेत्यां'च्या पक्षात दाखल होता येत नाही; म्हणजेच, प्राधान्येकरून, अशी व्यवस्था व संस्कृती पुरुषसत्ताकच राहते. स्वत:चे वैशिष्ट्यपूर्ण वेगळेपण, स्त्रीपण संवर्धित करीत राहून जर स्त्रियांना समानता, स्वतंत्र्यता व मुक्ती प्राप्त करून घ्यायची असेल तर समाजाचे वळण मूलत: बदलायला हवे असा बोध स्त्रियांनी घ्यायला हवा. अर्थात् केवळ स्त्रियांनीच हा बोध घ्यायला हवा, असे नाही. स्त्री-पुरुष समानतेमध्ये आस्था असणाऱ्या पुरुषांनीही हा बोध घेणे तेवढेच आवश्यक आहे.

– ६ –

वंदना शिवा यांनी त्यांच्या 'स्टेइंग अलाइव्ह' या पुस्तकात स्त्रीची स्वभावप्रकृती संगोपन व सांभाळ करणारी, विधायक-रचनात्मक, करूणाघन, अहिंसक असते अशी मांडणी केली आहे. पुरुषाची स्वभावप्रकृती याच्या उलट असते असे सूचन गर्भित आहे. ही मांडणी मला मान्य नाही. दोघांमध्येही मनुष्यस्वभावाचे घटक सारखेच असतात. पण लिंगभेद, त्यानुरूप असलेला शरीर वैज्ञानिक फरक, त्याच्याशी जोडलेला कार्यभेद; तसेच, पुरुषाचे 'पर' पण the other nessx त्यांच्याशी होणाऱ्या द्वंद्वात्मक क्रिया-प्रतिक्रियेमधून स्त्री-पुरुषांनी स्वत:ची केलेली वैशिष्ट्यपूर्ण भिन्न जडणघडण; आणि मनुष्य स्वभावप्रकृतीचे समान घटक यांचा संयोग होऊन, या घटकांचा आविष्कार स्त्री व पुरुष यांच्यामध्ये वेगवेगळा होतो, असे म्हणणे अधिक युक्त होईल.

सत्ता-मत्ता-प्रतिष्ठा यांचा हव्यास स्त्री व पुरुष दोघांनाही तेवढाच असतो. त्यांच्या संपादनांचे, स्वत:च्या हाती एकवटण्याचे उद्दिष्ट डोळ्यासमोर ठेवल्यावर पुरुषांइतकेच स्त्रियांचेही व्यक्तित्व विपर्यास होते, विकृत होते. पण, ही गोष्ट खरी राहते की, स्पर्धा, लूटमार, शोषण, दडपणूक, अत्याचार या मार्गांनी सत्ता-मत्ता-प्रतिष्ठा हडप करण्याभोवतीच समाजाची बांधणी होते तेव्हा पुरुषसत्ताकतेला रान मोकळे करून दिल्यासारखे होते. स्त्री व पुरुष यांच्यामध्ये ही asymmetry आहे. सत्ता-मत्ता-प्रतिष्ठा यांचीच पूजा बांधण्याबद्दल स्त्रियांना हरकत नसेल तर मग सर्वसाधारण बहुसंख्य स्त्रियांच्या वाट्याला पुरुषसत्ताक व्यवस्था व संस्कृती यांच्या छत्राखाली राहण्याचा भोग कायमच राहिल हे स्वीकारावे लागेल.

परस्परांविषयी बंधुभाव व करूणा, सर्वांची जोपासणूक व सांभाळ, विधायक-रचनात्मक सर्जनशीलता, अहिंसा, समाजाच्या व्यवहारांचे विकेंद्रीकृत स्वदेशीनिष्ठ

स्थानिक संघटन, सत्ता–मत्ता–प्रतिष्ठा याची देव्हाऱ्यामधून हकालपट्टी या सूत्रांद्वारे या मूल्यांकधिष्ठित समाजव्यवस्था व संस्कृती यांच्या उभारणीत, म्हणजे 'साम्ययोगी' समाजनिर्मितीमध्ये स्त्रियांचा स्त्रिया म्हणूनही हितसंबंध गुंतलेला आहे आणि माणूस म्हणूनही. या दृष्टीने पुरुषसत्ताकते विरुद्ध, आणि स्त्री–पुरुष समानतेच्या बाजूने क्रियाशील असणाऱ्यांनी वैशिष्ट्यपूर्ण वेगळ्या अशा स्त्रीपणाच्या रक्षण–संवर्धनाची योग्य ती कदर करणे गरजेचे आहे. यासाठी प्रथम स्त्री ही पुरुषापेक्षा वैशिष्ट्यपूर्णरीत्या वेगळी असते, व तसे वेगळे असण्यात तिचे स्त्रीत्व आहे, आणि ते जोपासण्यात तिचा अधिकार आहे, ही गोष्ट मन:पूर्वकतेने आत्मसात केली पाहिजे.

(पुरुष स्पंदन, मार्च १९९६)

‘पुरुष’ - प्रश्न व आपण सर्व

- रवीन्द्र रूक्मिणी पंढरीनाथ

मी १९९७ –९८ च्या सुमारास एक लेख लिहिला. शीर्षक होते – ‘पुरुष’ प्रश्न व स्त्री चळवळ. एका पुरोगामी नियमतकालिकाने तो प्रकशित करण्यास नकार दिला. तो लेख ‘पुरुष स्पंदन’ च्या दिवाळी अंकात २००० साली प्रकाशित झाला. त्यावर स्त्री – चळवळीतील काही मैत्रिणींकडून तीव्र प्रतिक्रिया आल्या. ‘पुरुषांचे प्रश्न म्हणजे काय? मुळात पुरुष हाच सर्वात मोठा प्रश्न आहे. बायकांपुढे व समाजापुढे!’ ‘‘कोणत्या पुरुषांचे प्रश्न? बायकांना छळणाऱ्या, त्यांच्यावर अत्याचार करणाऱ्या? त्याचा विचार स्त्रियांच्या चळवळीने कशाला करायचा ?’’ ‘‘असतील पुरुषांचे काही प्रश्न, पण त्यासाठी स्त्रियांच्या चळवळीकडून कशाला अपेक्षा करायची? आम्ही बायकांना संघटित करू त्यांना सक्षम करू. तुम्हाला गरज वाटते, तर तुम्ही सोडवा पुरुषांचे प्रश्न.’’ ‘‘ पुरुषांना बदलायचे म्हणजे काय करायचे? कोणताही पुरुष सुखासुखी आपली सत्ता व अधिकार थोडाच सोडणार आहे ? शेवटी प्रश्न केवळ पुस्तकी समानतेचा नाही, तर पुरुषप्रधानता नष्ट करण्याचा आहे. या लढ्यात पुरुष कशाला सामील होतील?’’

गेली १० वर्षे मी या प्रश्नावर खासगी–सार्वजनिक व्यासपीठांवर स्त्री–पुरुषांशी सहज बोलताना, विविध पद्धतीने संवाद साधण्याचा प्रयत्न करतो आहे. सुरुवातीला मी देखील खूप साशंक होतो.‘political correctness’ च्या जमान्यांत आपण उगाचच वादाला तोंड का फोडतो आहोत? असे वाटत होते. समोर दिसणारा प्रश्न धूसर होता, पण त्याला वाचा फोडण्याची प्रेरणाही तीव्र होती. आता धुके विरत चालले आहे. प्रश्नाचे विराट, गुंतागुंतीचे स्वरूप स्पष्ट होऊ लागले आहे; पण त्याबरोबरच त्याला

भिडण्याची गरजही प्रखर होते आहे. सुदैवाने पुरुषांच्या व स्त्रियांच्या मनांची बंद कवाडे उघडण्याची प्रक्रिया सुरू झाली आहे. आपल्यासारखाच प्रश्न पडलेले अनेक सहप्रवासी भेटत आहेत. कारवाँ बन रहा है। प्रस्तुत लेख म्हणजे हा प्रश्न पडण्यापासून ते कारवाँ जुळण्यापर्यंतच्या प्रवासाची कहाणी आहे.

स्त्री–मुक्ती आंदोलनाचा प्रभाव

माझा वैचारिक प्रवास सुरू झाला 'संपूर्ण क्रांती आंदोलना'पासून दादा धर्मधिकारींच्या 'स्त्री–पुरुष सहजीवन' पुस्तकाने आमच्यासारख्या हजारो तरुण मुला–मुलींना एक नवीन जीवनदृष्टी दिली व परंपरेला प्रश्न विचारण्याची हिमंतही. ऐशींच्या दशकात स्त्री–मुक्ती चळवळ भरात होती. तिने खासगी ते सार्वजनिक पटावरील साऱ्याच बाबींना प्रश्नांकित केले, त्यापुढे जाऊन प्रत्येक प्रश्नाची फेरमांडणी केली. प्रश्न युद्धाचा असो की, देशाच्या अंदाज पत्रकाचा, आरोग्याचा असो की, पिण्याच्या पाण्याचा, घरातल्या किंवा कार्यालय–युनियन मधल्या संरचना–कार्यपद्धतीचा, त्या प्रत्येक प्रश्नाचे स्त्रीविषयक अंग असते, इतकेच नाही तर या प्रत्येक बाबीची 'जेंडर'च्या लिंगभावाच्या दृष्टिकोनातून फेरमांडणी करता येते, हे स्त्री–मुक्ती चळवळीने शिकवले. चळवळीची ऊर्जा, तिने जपलेले भागिनीभावाचे नाते, जग बदलू पाहण्याची जिद्द यामुळे कितीतरी पुरुष प्रभावित झाले, प्रेरित झाले. त्यातले कुणी मार्क्सवादी होते, कुणी गांधीवादी तर कुणी फुले–आंबेडकरवादी. त्यातल्या कुणी स्त्री अत्याचारांविरुद्ध मोर्चे निदर्शनात भाग घेतला, कुणी आपापल्या संस्थासंघटनांमधील 'पुरुषीपणा' कमी करण्याचा प्रयत्न केला. कुणी स्त्री–चळवळीला ठोस समर्थन दिले.

स्त्री विरुद्ध हिंसाचाराची विविध रूपे त्यावेळीच समोरासमोर आली. स्त्री गर्भहत्या, हुंडाबळी, सती, कौटुंबिक हिंसाचार, सार्वजनिक ठिकाणी पेट्रोल ओतून जाळणे, लग्नाला/संबंधांना नकार देते म्हणून मारणे इ. एवढे सारे होऊनही आपला समाज इतका निगरगट्ट कसा, याविषयीची चीडही साऱ्या संवेदनशील माणसांच्या मनात ठसठसत होती. हुंडा घेऊन बायकोला जाळणारा बिनदिक्कत निर्दोष सुटतो व त्याच्या दारात वधुपिते रांगा लावून उभे राहतात. अत्याचारित स्त्रीच्या चारित्र्याचे धिंडवडे काढण्यात समाजाला लाज वाटत नाही, यातून आपण पुरुष असण्याविषयी प्रचंड प्रमाणात अपराधभाव आम्हाला वाटत असे. 'समाजातल्या या अत्याचारी पुरुषांचे करायचे तरी काय? हा प्रश्न स्त्री–मुक्तीचळवळीतल्या स्त्रियांप्रमाणे आमच्यासारख्या त्यांच्या पुरुष सहप्रवाशांना देखील पडला होता. त्याखेरीज 'आपल्या पुरुषत्वाचे करायचे काय? असा वेगळाच पेचही आमच्यापुढे होता. पण, तेव्हा तो नेणीवेच्या पातळीवरचा असावा. (अभयकांताचे 'आपल्या पुरुषत्वाच्या प्रवासाविषयीचे प्रांजळ निवेदन' व संजय पवारची 'एक संवाद स्वत:शीच' ही कविता म्हणजे याच जाणीवेचे प्रकटीकरण.)

स्त्री चळवळी समोरची दिशा स्पष्ट होती. स्त्रियांना त्यांच्या गुलामगिरीची जाणीव करून द्यायची, त्यांना संघटित करायचे, सक्षम करायचे. कायद्यांमध्ये सुधारणा करायच्या, त्या अंमलात आणायच्या. पुरुषांच्या सहभागाबद्दल त्यांची भूमिका होती. 'याल तर तुमच्यासह, न याल तर तुमच्याशिवाय, विरोध कराल तर तुम्हाला विरोधून.' समाजातील बहुसंख्य पुरुषांच्या व समाजव्यवहाराचे नियमन करणाऱ्या पुरुषप्रधानतेचा विरोध त्यांनी गृहितच धरला होता.

पुरुषांना समजून घेण्याचा प्रवास

आम्हीही वेगवेगळ्यां कामात लागलो. अर्थात्, आयुष्याच्या प्रत्येकच घटकाशी निगडित लिंगभावाची जाणीव स्वस्थ बसू देत नव्हती. 'मावा', 'पुरुष उवाच' सारख्या गटांची सुरुवात प्रायश्चित्ताच्या भूमिकेतूनच झाली. पुरुष म्हणून आपल्याला लाज वाटावी, अशा घटना सभोवार घडत असताना आम्ही गप्प बसणार नाही, ही त्यामागील प्रेरणा होती त्या दृष्टिने काम करताना काही वेगळे अनुभवही येत गेले. दीप्ती खन्नावर ॲसिड फेकण्यात आले. तिच्या समर्थनासाठी,' मावा'ने सुरू केलेल्या मोहिमेला प्रचंड प्रतिसाद मिळाला. अगदी तुरुंगातल्या कैद्यांनीही पैसे पाठविले. 'निगरगट्ट' समाजातील काही पुरुषांची संवेदनशीलता जागृत असल्याचे आम्हाला जाणवले.

'पुरुष स्पदंन' मधील लिखाण, शिबिरं, चर्चासत्र यातूनं आमचा स्वतःचा प्रवास आमच्यासमोर उलगडत गेला. आपणही एकेकाळी रस्त्यावरच्या मुलांसारखेच टारगट होतो, स्त्रियांविषयीची आपली भूमिकाही (आपण ज्यांचा राग, द्वेष करतो) त्या पारंपरिक पुरुषांसारखीच होती. आपण बदललो, मग इतर पुरुष का बदलू शकणार नाहीत? असा प्रश्न आम्हाला पडला. पुरुष मुळातच आक्रमक, हिंसंक, स्त्री दमनकारी नसतात, तर त्यांच्यावर पुरुषसत्ताक कुटुंबात, समाजात होणाऱ्या संस्कारांमुळे ते कसे बनतात, हेही अनुभवातून, विश्लेषणातून कळू लागले होते. पुरुषांना (त्यासोबत स्वतःला) समजून घेण्याचा प्रवास सुरू झाला होता.

स्त्रियांच्या चळवळीतून या प्रक्रियेला फारसा प्रतिसाद नव्हता; पण छोट्या छोट्या घटना तुम्हाला शिकवतात. एकदा मी गर्भलिंगपरीक्षेच्या प्रश्नावर एका महिला महाविद्यालयात भाषण देत होतो. प्रश्नोत्तराच्या वेळी एका मुलीने विचारले – " पण हे सारे तुम्ही आम्हाला का सांगता आहात? आम्ही हे रोज अनुभवतो. तुम्ही काही नवीन माहिती आम्हाला दिली; पण आम्ही त्याचे काय करणार? आम्हाला काही ठरविण्याचा अधिकार कुठे आहे? लग्नानंतर नवरा म्हणेल तसेच आम्हाला वागावे लागेल. तुम्ही मुलांची शिबिरे घेऊन त्यांना हे सांगत का नाही?"

गोंधळलेपणा व चुकीचे आदर्श

मुलांच्या शिबिरांचीही गंमतच होती. एकदा आम्ही किशोरवयीन मुलांचे शिबिर घेतले. त्यांना विचारले - 'आवडता हीरो कोण?' एकमुखाने उत्तर आले, 'शाहरुख खान' 'कारण?' त्याचा सिनेमा 'डर'. त्यात तो म्हणतो, 'किरण, तुम अगर मेरी नहीं हो, तो किसी और की नहीं हो सकती।' तमाम पोरं त्याच्या ह्या डायलॉगवर व 'स्टान्स'वर फिदा होती. 'तुमची मैत्रीण तुम्हाला नाही म्हणाली, तर तुम्ही काय कराल?' या प्रश्नावर अजिबात न अडखळता उत्तर आले, 'वहीं करेंगे, जो शाहरुखने किया।' या साऱ्यातून सामोरे येणारे वास्तव उद्विग्न करणारे, गुंतागुंतीचे व पेचात टाकणारे होते. विशेषत: जागतिकीकरणाच्या पर्वापासून समाजात घुसळण इतक्या वेगाने होते आहे, तरीही काही गोष्टी अजिबात बदलत नाहीत, हे पुन्हा पुन्हा लक्षात येत होते.

ही मुलं एम.टी.व्ही. (आता 'रोडीज् शो') बघतात. एकमेकांना चावट एस.एम.एस व कधी अश्लील एस.एम.एस क्लिप्स पाठवतात. इंटरनेटवर पोर्नोग्राफीचं चाळवणारे जग एका 'क्लिकच्या पल्याड उभे असते. जाहिराती, केबल टी.व्ही. वरचे 'लेट नाईट शोज' ह्यांनी लैंगिकतेची हजार रूपं त्यांच्यासमोर अर्ध्याकच्च्या वयातच सादर केली आहेत. दुसरीकडे आजही शाळा-कॉलेजात मुले-मुली वेगळ्या बाकांवर बसतात. मराठी माध्यमाच्या बऱ्याच शाळांमध्ये मुला-मुलींनी एकमेकांशी बोलणे गैर मानले जाते. बहिणीने 'उशीर होण्यापूर्वी' घरात यावे अशी या मुलांची व घरच्यांची अपेक्षा असते. कॉलेजमधल्या मुलांना 'गर्लफ्रेंड' हवी असते, पण लग्नासाठी मात्र 'गृहकृत्यदक्ष कुमारिका'चं लागते. आजच्या तरुणांचे गोंधळलेपण लक्षात येत होते, पण त्यांच्याही काही समस्या आहेत, हे समजायला आम्हाला थोडा वेळ लागला.

स्वप्नं हरवलेले तरुण

आम्ही विवाहेच्छू तरुणांची दोन शिबिरे घेतली. यात आम्हाला साथ दिली 'स्वाधार'या स्त्रीसंस्थेच्या इंदूताई खानोलकरांसारख्या ज्येष्ठ कार्यकर्त्यांनी. ह्या शिबिरातून सामोरे आलेले वास्तव अनोखे व अस्वस्थ करणारे होते. ही बहुतेक मुलं मध्यमवर्ग / निम्नमध्यम वर्गातली होती. कुणी उच्चशिक्षित, कुणी घरच्या जबाबदारीमुळे शिक्षण अर्धवट सोडलेले. सारेजण मुंबईतल्या उपनगरातल्या चाळींमध्ये, छोट्या घरांमध्ये राहणारे. त्यांच्यासमोर लखलखती दुनिया आहे. वास्तव व आभासी, मॉलमधली व जाहिरातींमधली; पण मध्ये आहे जाड, थंड, काच; जी त्यांचा हात मध्येच अडवते. त्यांच्या डोळ्यात स्वप्नं कमी, प्रश्न अधिक आहेत. विवंचनांनी त्यांना ऐन तारुण्यात ग्रासलेले आहे. लहानपणापासून त्यांनी हेच ऐकले आहे. 'तू मुलगा. नवसा-सायासाने झालेला. तुझ्यावर आमच्या सगळ्या आशा. तू लौकर मोठा हो. कमव. घराला वर आण. धाकट्या भावांची शिक्षणं, बहिणींची लग्नं, वडिलांचं आजारपण, त्यांची अर्धवट

सुटलेली नोकरी. सारं काही एकच सांगतं. मोठा हो, जबाबदारी घे , कुटुंब चालव, पैसे कमव, सगळ्यांच्या इच्छा पूर्ण कर. मगच तू खरा पुरुष. चांगला मुलगा. आदर्श नवरा, बाप...'

ही पोरं तरुणपणीच जबाबदारीच्या ओझ्याने वाकली आहेत. जरा मॉडर्न स्टाईलने जगायचे तर स्वत:चे घर हवे. झोपडी घ्यायची म्हटली तरी लाखांच्या गोष्टी. नोकरी मिळणे अवघड. टिकणे आणखी कठीण, बायको शिकलेली हवी म्हणजे ती नोकरी करू शकेल पण ती स्वत:च्या पायावर उभी असली तर नवऱ्याचं, सासूचं ऐकेल का? मग आपल्या पुरुषी अंहकाराचं काय? आईचं व तिचं बिनसलं तर करणार काय? जाणार कुठे? उद्या तिने घटस्फोट घेतला तर? आजूबाजूला इतकी लग्नं तुम्हाला दिसतात? आपलं काय होणार? प्रश्नच प्रश्न. आपण बायकोच्या अपेक्षा पूर्ण करू शकू की नाही? शरीरसुख देण्यात कमी पडलो तर? सिनेमा, ब्ल्यू-फिल्ममध्ये दाखवतात तसं तर आपल्याला जमणार नाही...

एकीकडे पारंपरिक पुरुषीपणाचे संस्कार, दुसरीकडे आधुनिकतेची ओढ. स्पर्धेच्या जमान्यात शिक्षण, नोकरीत पुरुषांना मागे टाकून वेगाने पुढे निघालेली स्त्री व तिच्या मागे फरफटत जाण्याच्या काल्पनिक भीतीने ग्रासलेला पुरुष. त्याला या झपाट्याने बदललेल्या स्त्रीचे आकर्षण आहे व तिची भीतीही वाटते. नातेसंबंधांविषयी प्रचंड गोंधळ, धूसरता. आम्हाला जाणवले की, पुरुषत्वाच्या संकल्पनेचे ओझे व झपाट्याने बदलणारे आर्थिक-सामाजिक पर्यावरण यांनी या तरुण मुलांची पार गोची केली आहे. त्यांना समजून घेण्याची गरज आहे. कारण, त्यांना मन मोकळं करण्यासाठी जागा नाही, 'नसत्या जबाबदारीच्या ओझ्याने वाकू नका' असे सांगणारे त्यांना कुणी भेटलेले नाही. त्यांची संवादक्षमता कमी आहे. भावना व्यक्त करण्याची सवय नाही. संवादाची गरज कुणी त्यांच्या लक्षात आणून दिलेली नाही, संवादाच्या पद्धती त्यांना शिकवल्या नाहीत, तर उद्या हीच वैफल्यग्रस्त मुलं बायकोच्या अंगावर हात टाकतील!

पुरुषपणाची कोंडी : कोणाची व का ?

'पुरुष'पणाची (व पर्यायाने पुरुषांची) कोंडी समजून घेतल्यावर तिची विविध रूपे मला जाणवू लागली. कोणत्याही दृष्टया vulnerable असणारे पुरुष या कोंडीत सापडतात, हे मला दिसू लागले. समाजाने रुजविलेल्या (व आपण मनोमन स्वीकारलेल्या) पुरुषत्वाच्या संकल्पनांमधून साकार झालेल्या स्वत: विषयीच्या अपेक्षा व सामाजिक-आर्थिक-राजकीय पर्यावरणातून निर्माण झालेले पेच यातून ही कोंडी निर्माण होते. व्ही.आर.एस. घेतलेले पुरुष, वयोवृद्ध पुरुष, जगण्याच्या संघर्षात मागे फेकले गेलेले पुरुष, विस्थापित, आजारी, अशक्त, अर्धशिक्षित, अशिक्षित, सांप्रदायिक दंगे वा तणावाखाली होरपळणारे अल्पसंख्य , सुशिक्षित बेरोजगार तरुण, कर्जबाजारी

शेतकरी, बदलत्या राजकीय, सामाजिक पर्यावरणात अप्रस्तुत ठरलेले पुरोगामी कार्यकर्ते, नातेसंबंधात अयशस्वी ठरलेले विविध वयोगटातील एकाकी पुरुष, पुरुषत्वाच्या रूढ संकल्पनांनी नाकारलेले म्हणजे अपंग, समलैंगिक, लैंगिक/ पुनरुत्पादकदृष्ट्या अक्षम पुरुष... ही सारी तर 'जात्यांतील उदाहरणे आहेत, उरलेली पुरुषजात 'सुपात' आहे.

या साऱ्या प्रक्रियेत मला 'पुरुष'पणाच्या कोंडीची कारणामीमांसा गवसली. मला जाणवले की इतर कोणत्याही शोषक व्यवस्थेप्रमाणे पुरुषप्रधानता शोषितांसोबतच शोषकांचे माणूसपणही हिरावून घेत असते. पुरुषावर कर्तेपणाचे, मिळवतेपणाचं, कर्तबगारीचे ओझं लादातानाच ती त्याच्याकडून भावनांच्या आविष्काराचे स्वातंत्र्य व कौशल्य हिरावून घेत असते. या प्रक्रियेची पाळेमुळे लहानपणापासून केल्या जाणाऱ्या संस्कारात असतात; पण पुरुषाला त्याचा पहिला तडाखा जाणवतो वयात येताना. त्या अतिशय नाजूक, कमकुवत (vulnerable) क्षणाला पुरुषाच्या पदरात एकाकीपणाचे व गोंधळलेपणाचे जे दान पडते, त्यापासून तो कधीही मुक्त होऊ शकत नाही. स्त्रीसाठी वयात येणे ही एक 'घटना' असते. लख्ख स्मरणात राहणारी, तिला जागेपणाची स्पष्ट जाणीव करून देणारी. त्या घटनेमुळे तिच्या स्वातंत्र्यावर मर्यादा पडतात, हे खरे आहे; पण त्यामुळेच तिच्यामध्ये व तिच्या आईमध्ये, इतर स्त्रियांमध्ये बाईपणाचा एक बंध तयार होतो. बाईपणाचे शारीरिक-मानसिक अनुभव. मासिक पाळी, गरोदरपण, प्रसूती, मुलांना वाढवणे हा एक सेतू बनतो एकमेकींपर्यंत पोहचण्याचा. बहुतेक स्त्रिया त्या माध्यमातून इतरांपर्यंत पोहचतात. ओळखीच्या/अनोळखी स्त्रियांसोबत आपले अनुभव मुक्तपणे वाटतातं. आपले 'अंतरीचे गुज' वाटू शकण्याच्या या क्षमतेमुळे स्त्रियांमध्ये भावनांच्या अभिव्यक्ततेची एक निरोगी प्रक्रिया दिसते. त्या हजार पद्धतीने प्रेम व्यक्त करू शकतात, तसेच रागही. त्या चिडतात, रडतात, किंचाळतात, फेकाफेक करतात, बडबड करतात. थोडक्यात, नकारात्मक भावना व्यक्त करणाच्या १००१ अहिंसक पद्धतीही (इतर पद्धतींसोबत) त्यांनी आत्मसात केलेल्या असतात.

या उलट पुरुषासाठी 'वयात येणे' ही पार गोंधळात टाकणारी बाब असते. तिचा अर्थ लागत नाही, कोणी समजावून सांगत नाही. वडिलांशी नाते एरवी फारसे नसतेच, ते या निमित्ताने जुळण्याची शक्यताच नसते. एकट्या आईशी (बरेच गुंतागुंतीचे, पण बऱ्यापैकी जवळीकतेचे) नाते असते. पण या काळात तीही दूर लोटते. 'मोठा, झालास तू. घरात घरात काय करतोस? जा बाहेर' म्हणते. बाहेर त्याच्यासारख्याच गोंधळलेल्या मुलांचा जमघट असतो. आपला गोंधळ लपवण्यासाठी ते शूरपणाचा आव आणतात. ज्या मुलींशी बोलावेसे वाटते, पण हिंमत होत नाही, अशा मुलींना गँग करून छेडतात. कुठल्या कुठल्या गोष्टी वाचून, पाहून स्वत:विषयी शंका घेतात. मुख्य म्हणजे, वयात येणे म्हणजे नाते जोडण्याची क्षमता हेच त्यांना कुणी सांगत नाही. आयुष्याच्या प्रत्येक

टप्प्यावर मग ते ठेचकाळतात. बायको, मैत्रीण, आई, मुलं, सहकारी, इतर पुरुष यांच्याशी निरामय नाते जोपासण्यात कमी पडतात. त्यांना ना धड प्रेम व्यक्त करता येतं ना राग. बोलून व्यक्त होणे, ताण दूर करणं त्यांना माहीत नसते. मग ते घुमे होतात, किंवा लाथा बुक्क्यांनी बोलतात. नातेसंबंधात थपडा देत पुरुषप्रधानता त्यांच्याकडून आयुष्याच्या प्रत्येक वळणावर 'पुरुषत्वाचा कर' वसूल करते. पुरुषत्वाच्या कसोट्यांना/अपेक्षांना आपण पूर्ण पडत नाही, अशा आशंकेने ग्रासलेले पुरुष आपसूक पुरुषपणाच्या कोंडीत सापडतात. त्यापासून त्यांना मुक्त करायच असेल तर पुरुषत्वाच्या भ्रामक संकल्पनांपासून मुक्ती मिळविण्यात त्यांना आपण मदत केली पाहिजे. त्याचप्रमाणे त्यांना मानसिकदृष्ट्या खलास करणाऱ्या राजकीय, आर्थिक आरिष्टांशी, विकृत जागतिकीकरण व धर्मवेडेपण व दहशतवादाशी लढायलाही शिकवलं पाहिजे. पुरुषपणाच्या कोंडीचा हा राजकीय अन्वयार्थही आपण समजावून घेतला पाहिजे.

हा अन्वयार्थ आता लागत असला तरी दहाएक वर्षांपूर्वी ही कारणमीमांसा स्पष्ट नव्हती. फक्त 'पुरुष जन्मजात सैतान, अत्याचारी नसतात, त्यांना तसे बनवते पुरुषसत्ताक समाजव्यवस्था' एवढेच माहीत होते. स्त्रियांच्या समस्या म्हणजे मुळात 'स्त्री-पुरुष सहजीवनाच्या न सुटलेल्या प्रश्नातून उद्भवल्या आहेत. पुरुषांना बदलविल्याशिवाय समाज बदलणार नाही; स्त्री-पुरुष समानता अस्तित्वात येणार नाही. असे असताना मग पुरुषांना बदलण्याची, त्यांना समजावून घेऊन आपल्या चळवळीत सामावून घेण्याचा प्रश्न स्त्री-चळवळीच्या अजेंड्यावर का येत नाही? असा प्रश्न मी केला. कारण तेव्हा मी सारे विश्लेषण 'स्त्री-मुक्ती'च्या तत्त्वज्ञानाच्या अनुषंगाने करीत होतो. सारी उत्तरेही त्यातच शोधत होतो. स्त्री-चळवळीचा तो प्रारंभिक काळ असल्याने त्यांच्या प्रेरणा, संकल्पना व प्राथमिकता वेगळ्या होत्या. लेखाच्या सुरुवातीला उल्लेखलेल्या स्त्री चळवळीतील कार्यकर्त्यांच्या प्रतिक्रिया त्यामुळे प्रातिनिधिकच म्हणाव्या लागतील.

बदललेले चित्र

आता २००९ साली चित्र पालटलेले दिसते. स्त्री चळवळीचा तेव्हाचा प्रतिसाद समजण्यासारखा असला, तरी मी विचारलेले प्रश्न अप्रस्तुत होते असे मला आता वाटत नाही. स्त्री चळवळीतला एक प्रवाह पुरुषांसोबत काम करण्यासाठी, त्यांना समजून घेऊन स्त्री-पुरुष समतेच्या दिशेने नेण्यासाठी उत्सुक आहे. विविध वयोगटातील स्त्री-पुरुष 'पुरुषपणाच्या कोंडीची, संकल्पना समजून घेऊ इच्छितात. अनेक स्वयंसेवी संघटना पुरुषांचे 'gender sensitization' करण्यात स्त्री-हिंसेविरुद्धच्या लढ्यात पुरुषांचा सहभाग वाढविण्यात गुंतल्या आहेत. आतापर्यंत महाराष्ट्रापुरती सीमित पुरुषांची चळवळ बाहेर पसरते आहे. उत्तर प्रदेश सारख्या राज्यात MASVAW सारख्या संघटना 'गालीबंद अभियाना' सारखे अभिनव उपक्रम योजताना दिसताहेत. स्वयंसेवी संघटनांना पैसे

पुरविणाऱ्या आंतरराष्ट्रीय संघटनाही पुरुषांच्या सहभागाविषयी आग्रह धरताना दिसत आहेत. अमेरिका, ऑस्ट्रेलियासारख्या देशात स्त्री- पुरुष समतेचा पुरस्कार करणाऱ्या पुरुषांच्या गटांनी मूळ धरले आहे. White Ribbon Campaign सारखे तेथील उपक्रम इतर देशातही दाखल झाले आहेत. आपल्या देशातही 'बेल बजाओ कँम्पेन' सारखे अभिनव उपक्रम राबवण्यात माध्यमांनी महत्त्वाची भूमिका बजावली आहे. एखाद्या घरातील स्त्रीला मारहाण होत आहे असे शेजार-पाजाऱ्यांना जाणवले, तर त्यांनी अशा वेळी कोणतेही कारण काढून त्या घराची बेल वाजवावी व तिथे काही वेळ घालवावा, इतक्या साध्या (म्हणूनच व्यवहार्य) संकल्पने भोवती हे अभियान उभे आहे.

पुरुषांचा सहभाग कशासाठी ?

अर्थात्, हे बदल आपोआप झालेले नाहीत व ते पुरेसे देखील नाहीत. इतर साऱ्या पुरोगामी चळवळींप्रमाणे स्त्री-मुक्ती चळवळही थंडावली आहे. जिद्दीचे कार्यकर्ते आहेत, त्यांनी उभारलेल्या स्वयंसेवी संस्था आहेत, पण चळवळ नाही, असे एकूण चित्र आहे चळवळीचे दूरगामी परिणाम झाले, स्त्रियांचे प्रश्न अधिक दृश्य स्वरूपात पुढे आले, कायदे झाले. पण प्रत्यक्षात अत्याचारित, पीडित स्त्रीला न्याय मिळवून देण्यात चळवळीची ताकद कमी पडली. पोलिसांपासून सरन्यायाधीशापर्यंत सर्वत्र पुरुषांच्या दगडी भिंतीने रस्ते रोखल्याचे परिणाम स्त्रियांना जाणवू लागले आहेत. घरात व समाजात स्त्रिया झपाट्याने बदलल्या, प्रगती करू लागल्या, नवी क्षितिजे पादाक्रांत करू लागल्या. पण पुरुष बदलले नाहीत. त्यामुळे सर्वत्र दिसणारा असमतोल, पुरुषी अहंकाराने कठीण केलेले स्त्रियांचे (व स्वत: पुरुषांचे) जिणे ठायी ठायी प्रत्ययाला येते आहे. स्त्रियांची चळवळ धर्मांधतेचा मुकाबला करेल; लोकशाही पद्धतीने, विकेंद्रीत संरचनेने काम करण्याची नवी कार्यपद्धती रूढ करेल या अपेक्षाही अपूर्ण राहिल्या आहेत. भगिनी-भावाला जाती-वर्ग-धर्मभेदाचे तडे गेले आहेत. गुजराथच्या हत्याकांडांनंतर 'स्त्रिया मूलत: शांतताप्रेमी' या संकल्पनेला हादरा बसला आहे. केवळ स्त्रियांना घेऊन समाज बदलता येणार नाही, हे सत्य अधोरेखित झाल्यामुळे पुरुषांच्या सहभागाविषयी स्त्रीचळवळीतील एक प्रवाह अनुकूल झाल्याचे जाणवते.

एवढे काही झाले तरी पुरुषांच्या चळवळीने तोल सावरत पहिली दोन पावले टाकली, असे म्हणण्याइतपतही पल्ला अद्याप गाठलेला नाही. मुळात 'पुरुषांची' म्हणावी अशी चळवळ अजून जन्माला आलेली नाही. पुरुषांचे स्वत:चे काही प्रश्न आहेत व ते सोडवायला हवेत हे भानही पुरेसे आलेले नाही. काहींच्या दृष्टीने काल 'जेंडर' हे चलती नाणे होते, आज 'पुरुषांचा सहभाग' हे आहे. काहींच्या दृष्टीने स्त्रियांवरलि हिंसा रोखणे एवढीच त्याची भूमिका आहे. इतर काहींच्या दृष्टीने स्त्रियांच्या विकासाला होणारा अवरोध दूर करण्यासाठी पुरुषांचा सहभाग आवश्यक आहे.

पुरुषप्रश्न सर्वांचे

मूळात 'स्त्रियांचे' व 'पुरुषांचे' असे वेगळे प्रश्न अस्तित्वात नाहीत, एकाच अरिष्टाची ती दोन रूपे आहेत, हे आपण समजावून घ्यायला हवे. 'स्त्रिया शुक्रावरून आल्या, पुरुष मंगळावरून, हे स्वीकारून जमेल तितपत गुण्यागोविंदाने रहा' हा एक मार्ग तर 'स्त्रियांना उत्तर गोलार्धात व पुरुषांना दक्षिण गोलार्धात बसवा.' हा दुसरा मार्ग. हे दोन्ही मार्ग टाळून स्त्रिया व पुरुष एकत्र कुंटुंबात, समाजात, सर्वत्र, एकमेकांविषयी प्रेम व आदर बाळगून, परस्परांच्या समृद्धी व विकासाला हातभार लावीत कसे जगू शकतात, हे आपण पाहायला हवे. म्हणूनच (स्त्रियांप्रमाणेच) पुरुषांचे प्रश्न हे, त्यांनी स्वत:, स्त्रियांनी व समाजाने समजावून घेतले पाहिजेत.

पुरुषांचे हिंसक वर्तन, व्यसनाधीनता, नैराश्य, वाढत्या आत्महत्या ही त्या मध्यवर्ती पुरुषप्रश्नाचीच रूपे आहेत. त्यांच्याशी सुटे सुटे लढण्याऐवजी आपण पुरुषत्वाच्या चुकीच्या संकल्पनांनाच आव्हान दिले पाहिजे. 'मर्दानगीची व्याख्या' बदलायला हवी. त्यासाठी पुरुषाच्या माणूसपणाला बाधक होणाऱ्या मूल्यांना, परंपरांना नाकारावे लागेल. पुरुषांशी संवाद करून त्यांना समजून घ्यावे लागेल. त्यांना भावना channelise करायला प्रशिक्षित करावे लागेल. पुरुष-पुरुष, स्त्री-पुरुष, पुरुष-लहान मुलं, पुरुष- पर्यावरण अशी नाती वृद्धिंगत करावी लागतील. या कामाला सुरूवात अशा विचारांचे पुरुष करतील, हे स्वाभविकच आहे. त्यात समाजाची व स्त्रियांची मदत मिळाली नाही, तर पुरुषांच्या चळवळीला एकारलेपणाचा धोका संभवतो. 'पुरुष हाच प्रश्न' पासून 'पुरुषांच्या प्रश्ना'पर्यंत आपण वाटचाल केली आहे. केवळ 'स्त्रियांच्या चळवळींपासून अपेक्षा करण्याऐवजी 'आपणा सर्वांची' ती सामूहिक जबाबदारी आहे, इतपत आपली जाणीव विकसित झाली आहे. प्रश्न अधिक चांगल्या पद्धतीने समजला, तर उत्तराची योग्य दिशा गवसेल अशी आशा आपण करावी काय?

■

(पुरुष उवाच, दिवाळी २००९)

महात्मा फुले यांचे स्त्री-पुरुष समतेचे विचार

– हरी नरके

महात्मा जोतीराव फुले (जन्म ११ एप्रिल १८२७, मृत्यु २८ नोव्हेंबर १८९०) हे एकोणिसाव्या शतकातील स्त्री–पुरुष समतेचे प्रवक्ते आणि श्रेष्ठ दार्शनिक होते. ते आणि त्यांच्या पत्नी ज्ञानज्योती सावित्रीबाई फुले यांचे सहजीवन हा एक चमत्कार वाटावा असा अनुभव होता. एका 'मिशन'साठी समर्पित होऊन दोघांनीही आयुष्यामध्ये अर्धशतक बहुजन समाज आणि भारतीय स्त्रीवर्ग यांच्या सर्वांगिण विकासासाठी केले.

जोतीरावांचा जन्म पुण्यात झाला. सावित्रीबाईंचा जन्म नायगाव, ता. खंडाळा, जि. सातारा येथे ३ जानेवारी १८३१ रोजी झाला. १८४० साली त्यांचा विवाह झाला. विवाहापर्यंत सावित्रीबाई निरक्षर होत्या. जोतीरावांनी त्यांना शिकवले. तत्कालीन आधुनिक मिशनरी विचारांचा शैक्षणिक प्रभाव आणि परिसरातील दलित–मुस्लीम संस्कार यातून जोतीरावांचे सांस्कृतिक व सामाजिक पर्यावरण तयार झाले होते. हिंदू धर्मांच्या विषमतावादी विचारांतून त्यांची बालपणीच सुटका होऊ शकली, ती यामुळेच. 'शेतकऱ्यांचा आसूड' या आपल्या मौलिक ग्रंथात हा जीवनविषयक संस्कार त्यांनी आवर्जून, नोंदवला आहे. ''मी लहान असताना माझे आसपासचे शेजारी मुसलमान खेळगडी यांच्या संगतीने मतलबी हिंदूधर्माविषयी व त्यातील जातिभेद वगैरे कित्येक खोट्या मतांविषयी माझ्या मनात खरे विचार येऊ लागले, त्याबद्दल त्यांचे उपकार स्मरतो. नंतर पुण्यातील स्कॉच मिशनचे व सरकारी इन्स्टिट्यूशनचे. ज्यांच्या योगाने मला थोडे-बहुत ज्ञान प्राप्त होऊन मनुष्यमात्राचे अधिकार कोणते हे समजले.'' (महात्मा फुले समग्र वाङ्मय, महाराष्ट्र राज्य साहित्य आणि संस्कृती मंडळ, १९९१, पाचवी आवृत्ती, पृष्ठ ३२४ यापुढे या लेखात दिलेले सर्व पृष्ठक्रमांक याच ग्रंथातील आहेत.)

महात्मा फुले यांचे स्त्री-पुरुष समतेचे विचार / १५५

याचबरोबर जोतीरावांची जडणघडण होण्यात तथागत गौतम बुद्ध, संत कबीर, संत तुकाराम, बौद्धाचार्य अश्वघोष (वज्र सूचिकार), टॉमसपेन आणि येशूख्रिस्त तसेच महंमद पैगंबर यांच्या विचारांचा विशेष वाटा होता.

जोतीराव – सावित्रीबाई आणि त्यांचे बहुजन व ब्राह्मण सहकारी यांनी १८४८ साली पुण्यात 'नेटीव्ह फिमेल स्कूल्स' ही स्त्रीशिक्षण संस्था स्थापन केली. या संस्थेच्या एका वार्षिक परीक्षेच्या निमित्ताने स्त्रीशिक्षणविषयी पुढीलप्रमाणे भूमिका मांडली गेली. 'स्त्रियांस विद्या शिकवून त्यांची सुधारणूक करणे, त्यांस त्यांच्या योग्यतेप्रमाणे मान देणे व त्यांच्या कल्याणाची काळजी बाळगणे, हे हिंदू लोकांच्या विचारांस विरुद्ध वाटते आणि केवळ इतकेच नाही तर असे केले असता त्यात अधर्म घडतो अशी त्यांची समजूत पडून गेली आहे. त्यांच्यामते स्त्रियांनी निरंतर दास्यत्वात वागावे, त्यांनी विद्या शिकू नये, सुशिक्षित होऊ नये, धर्म जाणू नये, पुरुषांच्या मंडळीत जाऊ नये, पुढाऱ्याच्या विचारात आपले मत देऊ नये, सारांश कोणत्याही गोष्टीत त्यांनी पुरुषाची बरोबरी करू नये. परंतु असा वृथा अभिमान बाळगल्यामुळे आपल्या देशाची अवस्था खराबीस कशी मिळाली आहे. ती त्यांच्या लक्षात येत नाही... जे परोपकारी लोक या देशाचे कल्याणाची व सुखाची काळजी बाळगतात, त्यांस मात्र येथील स्त्रियांची दशा पाहून फार कळवळा येतो. त्यांस वाटते की हा देश अमावस्येत यावं अशी जर आपण इच्छा धरिली तर हिकडिल बायकांच्या स्थितीकडे अवश्य लक्ष दिल्हे पाहिजे व हरयेक प्रयत्न करून त्यांस विद्या शिकविली पाहिजे. (६२१/२२) 'ज्ञानोदय' या अहमदनगरहून प्रकाशित होणाऱ्या वृत्तपत्रात मुलाखत देताना हीच भूमिका जोतीराव आणखी स्पष्ट करतात. 'प्रथम मनात आले की, आईच्या योगाने मुलांची जी सुधारणूक होते ती फारच चांगली आहे. म्हणून मुलींचीच शाळा प्रथम घालावी !' (६११) मुंबईचे गव्हर्नर लॉर्ड व्हीसकाऊंट फॉकलंड यांना जोतीरावांनी लिहिलेल्या पत्रात (५ फेब्रुवारी १८५२) ते म्हणतात 'we are deeply impressed with the necessity and importance of ameliorating the condition of the Natives and enlightening minds through the means of Female education and under this conviction have instituted a seminary with a view of promoting this beneficient object. (609)'

शिक्षण हा स्त्रियांचा मानवी अधिकार आहे आणि समग्र देशाची उन्नती स्त्रीशिक्षणाविना शक्य नाही हे मूलभूत तत्त्वज्ञान घेऊन जोतीराव–सावित्रीबाई सदर काम करीत होते हे वरील मांडणीवरून स्पष्ट व्हावे. स्त्रिया शिकल्या की धर्म बुडेल, संस्कृती रसातळाला जाईल, 'चूल आणि मूल' सांभाळणाऱ्या स्त्रियांना शिक्षणाची काय गरज? असा सनातन प्रवाह ज्या समकालीन भारतात बळकट होता तिथे दुसरा एक क्षीण पण प्रागतिक प्रवाहही होता, 'स्त्रियांना अक्षरओळख करून दिली पाहिजे म्हणजे

त्या सुशिक्षित नवऱ्यांना शोभणाऱ्या पतिपरायण गृहिणी बनतील' हा प्रवाह स्त्रियांना उच्चशिक्षण मात्र देण्याच्या विरोधात होता आणि तत्कालीन वृत्तपत्रात याबाबत अशी मखलाशी करताना आढळतो की 'स्त्रियांचा मेंदू पुरुषांपेक्षा खूपच लहान असल्याने उच्चशिक्षणाचे ओझे त्यांना झेपणार नाही.' जोतिराव-सावित्रीबाईंनी याची जोरदार खिल्ली उडवली आणि वडिलांनी घराबाहेर काढले तरी स्त्रीशिक्षणाचे काम चालूच ठेवले. या पती -पत्नींना विलक्षण हालअपेष्टा सोसाव्या लागल्या. त्यांना कित्येकदा जेवण खाण्यासाठी फुरसद मिळत नसल्याची माहिती तत्कालीन वृत्तपत्रातून आढळते. जीवनाच्या सगळ्याच क्षेत्रात सर्वोच्च पदांवर आपल्या पराक्रमाने भरारी घेणाऱ्या आजच्या स्त्रियांनी आधीच्या दोन्ही स्त्री-विरोधी प्रवाहांना खोटे पाडून जोतीराव-सावित्रीबाईंची विचारधाराच योग्य असल्याचे सिद्ध केले आहे.

स्वत: शिक्षण घेणारा आणि स्त्रियांना मात्र वेगळा न्याय लावणारा तत्कालीन दुटप्पी ब्राह्मणी पुरुषी दृष्टिकोन बघायचा असला तर २९ मे १८५२ च्या 'पूना आल्बर्वर' या वृत्तपत्रातील एका बाह्मण विद्यार्थ्याचे पत्र बघावे. 'जोतीरावांच्या शाळातील मुलींची पटसंख्या सरकारी शाळातील मुलांपेक्षा दहापटीने मोठी आहे. त्याचे कारण मुलींना शिकवण्याची जी व्यवस्था आहे ती मुलांच्या शासकीय शाळांतील व्यवस्थेपेक्षा अनेक पटींनी श्रेष्ठ आहे... जर अशीच परिस्थिती चालू राहिली तर जोतीरावांच्या मुली आम्हा मुलांपेक्षा वरचढ ठरतील व खरोखरच येत्या परीक्षेमध्ये आपण मोठा विजय मिळवू असे त्यांना वाटत आहे. स्त्रियांनी पुरुषांवर मात केली हे पाहून आम्हा पुरुषांना लाजेने माना खाली घालाव्या लागतील!'

खरोखरच स्वकर्तृत्वाने स्त्रियांनी आज पुरुषांवर जरूर मात केलेली आहे, पण त्यात पुरुषांनी लाजेने मान खाली घालण्यासारखे काहीही नाही. पुरुषांनाही अभिमानच वाटावा असे पराक्रम आहेत. जोतीराव- सावित्रीबाईंच्या स्त्रीवादी झालेल्या सत्यशोधक ताराबाई शिंदे यांनी जगातले पहिले स्त्रीवादी पुस्तक 'स्त्री-पुरुष तुलना' लिहिले. १८८२ सालच्या या ग्रंथाने खळबळ उडवून दिली. पुरुषी माध्यमांनी टिकेची झोड उठवली. अशावेळी आपल्या 'सत्सार' या नियतकालिकामधून जोतीराव ठामपणे ताराबाईंच्या पाठीशी उभे राहिले. हा ग्रंथ म्हणजे कबीराच्या दोह्याप्रमाणे 'जिस तन लागे वही तन जाने, बिज्या क्या जाने गव्हारा रेट' अशी प्रत्ययकारी अनुभवगाथा असल्याचे जोतिराव सांगतात. स्त्रीदुःखाचा कढ जितका समर्थपणे स्त्रियाच व्यक्त करू शकतात, तितका तो पुरुषांकडून प्रगट होणे शक्य नाही याची पुरुष असूनही जोतीराव प्रांजळ कबुली देतात यातच त्यांचे प्रामाणिक मोठेपण सामावलेले आहे. जोतीराव-सावित्रीबाईंच्या शाळेत इयत्ता चौथीच्या वर्गात शिकणाऱ्या मुक्ता साळ्वे या मातंग विद्यार्थिनीने १८५५ साली 'मांगमहारांच्या दुःखाविषयी' लिहिलेला निबंध हीही एक अक्षर-कलाकृती आहे.

दलित स्त्रियांना उघड्यावर बाळंतपणाला सामोरं जाताना सोसाव्या लागणाऱ्या हालअपेष्टांचं मुक्तानं केलेलं वर्णन डोळ्यात पाणी आणतं. आम्हाला जर वेदाचा अधिकार नाही तर आमचा धर्म तरी कोणता? इतका मूलभूत, आरपार सत्याला भिडणारा आणि ब्राह्मणी तर्कशास्त्राला आव्हान देणारा प्रश्न ही चिमुरडी उभा करते. सावित्रीबाईंच्या आणि जोतीरावांच्या विचारातून जडणघडण झालेली, सत्यशोधक पिता आणि पती लाभलेली तान्हुबाई बिर्जे भारतातील पहिली महिला संपादक (१९०६) होते तर सावित्रीबाई रोडे ही रामोशी समाजातील महिला 'रामोशी समाचार' मधून दलित व्यथांना वाचा फोडून सत्यशोधक चळवळीचेही नेतृत्व १९१४ साली करताना आढळते. हे कसं शक्य झालं ?

मुलींच्या शाळांची परीक्षा झाली तेव्हा ती बघायला पुण्यात ३००० हून अधिक लोक जमले होते. प्रथम क्रमांक मिळवणाऱ्या मुलीनं अस्खलीत इंग्रजीत मागणी केली. 'आम्हाला खाऊ, खेळणी, कपड्यांचे बक्षीस नको, मला शालेय ग्रंथालय पाहिजे.' तिच्या मागणीवरून जोतीराव-सावित्रीबाईंनी पहिलं भारतीय शालेय ग्रंथालय १८५२ साली उभं केलं. या शाळांमध्ये मुलामुलींना दोघांनांही पहिलीपासून इंग्रजी, शेतीशिक्षण आणि औद्योगिक प्रशिक्षण दिलं जात असे आणि गळतीचा प्रश्न सोडवण्यासाठी गरीब मुला-मुलींना 'पगार' दिला जात असे. मुला-मुलींच्या आईवडीलांना ज्ञानाची गोडी निर्माण व्हावी यासाठी भारतातील पहिली रात्रशाळा १८५४ साली स्त्रियांसाठी सावित्रीबाईंनी तर पुरुषांसाठी जोतीरावांनी चालू करून साक्षरता अभियानाचा पाया रचला.

१८५५ साली जोतीरावांनी 'तृतीय रत्न' हे पहिले आधुनिक मराठी नाटक लिहिले. 'शिकायला चला' हा संदेश देणाऱ्या या आद्य मराठी नाटकामधे 'नायक-नायिका, शेतकरी पती-पत्नी शेवटी जोडीने रात्रशाळेला जातात.' असे फार अर्थपूर्ण दृश्य जोतीरावांनी दाखवले आहे. या नाटकातला पती म्हणतो,' अगे, तुझेही ताट घे. आपण बरोबर जेवण करू. देवाच्या व धर्माच्या नावावर आपणासारख्या इतर अज्ञानी माळी, कुणबी इत्यादी शुद्र जातींना लबाड्या व हूलथापा देऊन लुबाडून खाण्याचा भटा-ब्राह्मणांचा कावा चांगला उघड झाला असून, शिवाय विद्या शिकण्याचे महत्त्वही आज आपणांस चांगले कळून आले आहे. म्हणून आज आपण लौकर जेवण आटोपून जोतीराव - सावित्रीबाईंच्या रात्रीच्या शाळांना जाणे सुरू करू या'. (३१/३२) ज्या काळात पती-पत्नींनी चार-चौघांत एकमेकांशी बोलणेही निषिद्ध मानले जात होते, त्या काळात त्यांनी बरोबर जेवण करणे, शिकायला दोघांनीही बाहेर पडणे हे सारेच क्रांतिकारक होते. जोतिरावांनी हे लिहिले तेव्हा त्यांचे वय अवघे २८ वर्षांचे होते. मराठी नाटकांमधून स्त्री-पुरुष समतेचा संदेश द्यायला त्यानंतर कित्येक वर्षांनीसुद्धा रंगभूमीची उघड तयारी

नव्हती, हे समजून घेतले म्हणजे जोतिरावांची झेप किती विलक्षण होती ते कळून येते.

१८६९ साली जोतीरावांनी छत्रपती शिवाजी महाराजांचे मराठीतील पहिले ग्रंथरूप (पद्यमय) चरित्र प्रकाशित केले. स्त्री-पुरुष सहजीवनाचा विचार रुजविण्यासाठी जोतीराव इतिहासाचाही वापर किती चातुर्याने करीत असत, ते या पोवाड्यातून बघायला मिळते. 'जिजाऊंना नवऱ्याने आपल्याला सवत आणली हे आवडले नाही म्हणून त्या पुण्याला आल्या.' 'संताजी या शहाजीराजांना दासीपासून झालेल्या मुलाला शिवरायांनी कर्नाटकाचे मुख्य केले.' 'शहाजी राजांना आदिलशहाने अटक केली असताना शिवरायांनी आपली पत्नी सईबाई हिच्याबरोबर विचार-विनिमय केला, तिच्या निर्णय प्रक्रियेतल्या सहभागामुळे तिने चातुर्याचा तोडगा सुचविला आणि शिवरायांनी मोगलांना पत्र लिहून आदिलशहावर दबाव आणण्याचा तिचा डावपेच यशस्वी झाला' असे फुले सांगतात. या गोष्टी ऐतिहासिकदृष्ट्या 'सत्य' की 'असत्य' हे फारसे महत्त्वाचे नाही तर 'बहुजनांचा आदर्श असलेले शिवाजीराजे पत्नीशी असे वागत, तुम्ही त्यावरून काही तरी शिका' हे जोतीरावांना सांगायचे असल्याने ते या नोंदी करतात असे मला वाटते (४५/४६ व ५९,५०,६८).

'स्त्री' आणि 'पुरुष'यात स्त्री पुरुषापेक्षा श्रेष्ठ असते. ती मुला-मुलींना जन्म देते, त्यांचे पालनपोषण करते. ती बहीण-भावडांची निरपेक्षबुद्धीने पाठराखण करते. ती दोन्ही कुटुंबांसाठी (सासर, माहेर) राबते.' असा जोतीरावांचा अभिप्राय आहे. (४४६/४७) त्यांचे हे मत म्हणजे स्त्रियांना दुय्यम लेखणाऱ्या तत्कालीन पुरुषी व्यवस्थेवरची जोरदार प्रतिक्रिया मानली पाहिजे. त्यांचे सारे जीवन आणि लेखन यांचा चिकित्सक परामर्श घेतल्यास असे आढळून येते की, ते जर आज असते तर त्यांनी स्त्री आणि पुरुष हे समान आहेत, कोणी श्रेष्ठ नाही, कोणी हलके नाही. दोघेही परस्परपूरक आहेत अशीच भूमिका घेतली असती.

'निसर्गाची सर्व व्यवस्था स्त्री-पुरुषांच्या सुखासाठी असताना जगात असंतोष होऊन दुःख कसे उद्भवले?' असा प्रश्न विचारून आपल्या 'सार्वजनिक सत्यधर्म पुस्तकात' जोतीराव याविषयाची चर्चा करताना म्हणतात, 'मानव स्त्री-पुरुषांनी एकमेकांविषयी बहीण-भावंडपणाची पवित्र वृत्ती जागृत न ठेविल्यामुळे या जगामध्ये सत्याचा मुळीच ऱ्हास होत गेला व यामुळे एकंदर सर्व जगात सर्वत्र असंतोष होऊन दुःखाचे प्राबल्य झाले. (४६४) याचा अर्थ जगातील दुःख स्त्रीपुरुष विषमतेमधून निर्माण झाल्याचा त्यांचा दावा आहे. यासाठी ते पुरुषांना जबाबदार मानतात.' आपल्या जन्मदात्या मातांनी आपल्या उदरी नऊ महिने ओझे वागवून आपणास जन्म दिला याविषयी ते 'पुरुष' अनोळखी होऊन कृतघ्न होतात... एकंदर माता-भगिनी, कन्या आणि सुना, बाळ या कृत्रिमी व अतिशय लबाड आहेत असा त्यांजवर लटकाच आरोप करून त्यांस

लुटीत सापडलेल्या बटकुल्या दासीप्रमाणे वागवितात. (४६५) एकीकडे दांभिकपणे स्त्रियांना देवी म्हणायचं आणि दुसरीकडे प्रत्यक्षात मात्र दासीप्रमाणे वागवायचं यावर जोतिराव आसूड ओढतात. जोतिराव 'बहीणपणा' (सिस्टर हूड) आणि भाऊपणा यांच्या अभवातून जगात जी विषमता निर्माण होते तिच्यावर हल्ला करतात. 'एकंदर सर्व मानवी पुरुषांनी सत्यास स्मरून एकमेकांशी निर्मळ व पवित्र अंत:करणाने वागल्याशिवाय त्या सर्वांमध्ये निर्मळ भाऊपणा जागृत होणार नाही. जर पुरुष स्त्रियांच्या मानवी हक्काच्या आड आले नाहीत तर या जगामध्ये निर्मिकाचे राज्य होऊन एकंदर सर्व मानव स्त्री-पुरुष संतोषी होऊन सुखी होतील' असा शांततामय सहजीवनातल्या सुखाचा मार्ग दाखविणारे ज़ोतीराव मात्र 'हे नजिकच्या भविष्यात घडून येणार नाही, त्यासाठी स्त्रियांना संघटित होऊन फार मोठा संघर्ष करावा लागेल' याचीही जाणीव द्याला विसरत नाहीत. (४६५)

'आपल्या सर्वांच्या निर्मिकाने एकंदर सर्व प्राणीमात्रांस उत्पन्न करतेवेळी मनुष्यास जन्मत: स्वतंत्र प्राणी निर्माण केला आहे आणि त्यांस आपआपसात सारखे हक्काचा उपभोग घेण्यास समर्थ केला आहे. प्रत्येक मनुष्य गावातील व मुलखातील सर्व अधिकाराच्या जागा चालविण्यास अधिकारी आहे.' (४९०) स्त्री-मुक्ती अथवा स्त्री-पुरुष समता ही निसर्गसिद्ध गोष्ट आहे असा ज्योतिरावांचा ठाम विश्वास आहे. असे झाल्यास पोलीस, न्यायाधीश, तुरुंग यांचीही गरज राहणार नाही असा आदर्शवादही ते बोलून दाखवतात. 'गाव, प्रांत, देश, खंड अथवा धर्ममत यावरून स्त्री-पुरुष न करता सर्व स्त्रीपुरुषांनी या भूगोलावर आपले एक कुटुंब समजून एकजुटीने, एकमताने, एकमेकांशी सत्यवर्तन करून निर्मिकास संतोष देऊन त्याची आवडती लेकरे व्हावे. असे केल्यास देवबाप्पा परशूरामादी शिपायांस, पोलिसांस, न्यायाधिशांस व तुरुंगावरील शिपायांस अजिबात फाटा द्यावा लागेल.' (५०३/४)

जगभर स्त्रियांवर अन्याय होतो आणि त्याची मुळं जगातल्या सगळ्या धर्मांमध्ये आहेत असे जोतीरावांना वाटते. जगभराच्या धर्मग्रंथांनी कमीअधिक प्रमाणात स्त्रियांवर अन्याय केल्याचा जोतिरावांचा आरोप आहे. हे धर्मग्रंथ पुरुषांनी लिहिल्याने त्यांनी स्वार्थासाठी पक्षपात केल्याचा ठपका ते ठेवतात. 'सर्व धर्मग्रंथ सत्पुरुषांनी लिहिले आहेत. एखाद्या सत्स्त्रीने आजपावेतो जर धर्मपुस्तक केले असते तर मानव पुरुषांनी एकंदर सर्व स्त्रियांच्या हक्कांविषयी हयगय करून त्यांनी आपल्या पुरुष जातीच्या हक्कांविषयी मात्र वाचाळपणा केला नसता. स्त्रिया जर हे ग्रंथ लिहिण्याजोगत्या विद्वान असत्या तर पुरुषांनी असा उघड गोमा करून पक्षपात केला नसता.' (५०२)

या पक्षपाताचे घृणास्पद स्वरूप स्पष्ट करताना ते सतीप्रथा आणि सवतप्रथा यांच्याकडे आपले लक्ष वेधतात. 'एखाद्या स्त्रीचा नवरा ज्यावेळेस मृत होतो, त्यावेळेस ती फार दु:खसागरात बुडून तिला फार संकटे सोसावी लागतात. मरेतोपर्यंत सारा काळ

वैधव्यात काढावा लागतो. इतकेच नव्हे तर पूर्वी कित्येक सतीदेखील जात असत, परंतु पुरुषाला तिच्याविषयी दु :ख होऊन तो कधी 'सता' गेलेला ऐकला आहे काय ? घरांमधे महापतिव्रता स्त्री असता अत्यंत लोभी पुरुष तिच्या उरावर दुसऱ्या लग्नाच्या दोन-दोन, तीन-तीन बायका करतात; त्याचप्रमाणे एकंदर सर्व स्त्रिया एका पुरुषाबरोबर लग्न लावल्यानंतर त्याच्या घरी नांदत असता दुसऱ्या एखाद्या गृहस्थाबरोबर लग्न लावून त्याचेच घरी त्यास आपल्या पतीचा 'सवता'करून नांदत नाहीत.' (४४७) 'सता' आणि 'सवता' हे नुस्ते शब्द जोतिराव निर्माण करून थांबत नाहीत. तर त्यांचा धारदार शस्त्रासारखा वापर करून विचारी स्त्री-पुरुषांच्या कृतीशीलतेला आवाहनही करतात.

पुरुषी क्रौर्यावर आघात करताना जोतिराव लिहून जातात, 'या लोभी व धाडसी पुरुषांनी मोठी कावेबाजी करून कोणत्याही कामामध्ये स्त्री-जातीची संमती घेतल्याशिवाय एकंदर सर्व पुरुषांनी आपलेच घोडे पुढे दामटले, त्यांस मानवी हक्क समजू नयेत या इराद्याने त्यांस विद्या शिकण्यास प्रतिबंध केला. यामुळे एकंदर सर्व स्त्रियांवर अशा तऱ्हेचा जुलमी प्रसंग येऊन गुदरला.' (४४७) स्त्री-पुरुषांसाठी समान निकष लावण्याऐवजी द्यावयाचे माप एक आणि घ्यावयाचे माप दुसरे असा दुटप्पीपणा आर्यभट ग्रंथकारांमुळे भोळसर, अज्ञानी, कुळवाडी सोनार, वैगरेनी सुरू केला आहे म्हणून त्यांनाही जोतिराव फटकारतात. (३७५). बेहासम मलबारी यांनी 'बालविवाह' आणि 'असंगत वैधव्य' या विषयावर वृत्तपत्रात लेख लिहिले होते. त्यावर शासनाला आपली लेखी प्रतिक्रिया ४ डिसेंबर १९८४ रोजी जोतिरावांनी कळविली. त्यात जोतीरावांनी बालविवाहाला कडाडून विरोध केला असून कायद्याने मुलीचे वय ११ व मुलाचे वय १९ असल्याशिवाय विवाह करण्यास संमती देऊ नये अशी मागणी केली. विधवा विवाहाचे जोरदार समर्थन करून, या प्रथेला शासकीय प्रोत्साहन मिळण्याची गरज प्रतिपादन केली. 'परित्यक्ता बालविवाहितांची अवस्था अमेरिकन निग्रो गुलामांपेक्षाही वाईट असते. तिला आत्महत्येशिवाय दुसरा पर्याय नसतो. गावच्या पाटील, कुलकर्ण्याला लाच देऊन असे गुन्हे नेहमीच दडपले जातात... जगातल्या सगळ्या सुखापासून विधवांना दूर ठेवले जाते. इतकेच नाही तिला एखाद्या गुन्हेगारापेक्षाही किंवा हलक्या जनावरापेक्षाही नीच प्रतीचे मानले जाते.' विधवांच्या जीवनातील दुरावस्था स्पष्ट करण्यासाठी पोटच्या नवजात अर्भकाची हत्या करणाऱ्या काशीबाई या ब्राह्मणविधवेच्या सत्यकथेवर त्यांनी विदारक प्रकाशझोत टाकला आहे. विधवांना पुनर्विवाह करण्याची परवानगी नसल्याने अनेकजणींना वेश्याव्यवसाय पत्कारावा लागतो अशी माहिती ते देतात. या स्त्रिया बाळाचा जीव घेतात किंवा स्वतःचा जीव देतात, यापासून त्यांना परावृत्त करण्यासाठी जोतीराव, सावित्रीबाईंनी स्वतःच्या राहत्या घरात स्वतःची मिळकत स्वतःच्या खर्चापुरेशी नसताना १८६३ साली 'बालहत्या प्रतिबंधक गृह' सुरू केले. याबाबतीतील ब्राह्मण

पुरुषांचा नाकर्तेपणा बघून त्यांची कोणतीही मदत याकामी घेण्याचे त्यांनी टाळले. याठिकाणी ३५ ब्राह्मण विधवांची बाळंतपणे खुद्द सावित्रीबाईंनी केली. त्यातल्याच एका काशीबाईंच्या मुलाला त्यांनी दत्तक घेतले. त्याला पुढे 'यशवंत' नाव ठेवून त्याला डॉक्टर केले. विधवांना केशवपन करून विद्रूप केले जाई. सत्यशोधक समाजाने याविरुद्ध मोहीम हाती घेतली. दीनबंधूमधून कामगार नेते, सत्यशोधक नारायण मेघाजी लोखंडे यांनी नाभिक बांधवांना आपल्या विधवा बहिणींवर वस्तरा न चालवण्याचे आवाहन केले. सुमारे एक हजार नाव्ही असले गलिच्छ काम आम्ही करणार नाही, हे सांगण्यासाठी संपावर गेले. हा संप पगारवाढीसाठी नव्हता तर मिळणारा माणूसघाणा अनैतिक पैसा आम्हाला नको हे सांगण्यासाठी होता. संपाची दखल लंडनच्या वृत्तपत्रांनी घेतली पण टिळकांच्या केसरीला मात्र हे भले कार्य आवडले नाही. मुंबईच्या गिरणी कामगार स्त्रियांच्या 'कामगार' आणि 'स्त्री' म्हणून होणाऱ्या शोषणाविरुद्ध सत्यशोधकांनी लढा दिला. २५ मार्च १८९३ रोजी जेकब मिलमधल्या ४०० स्त्रियांनी व्यवस्थापक पुरुषांना धडा शिकवला. भारतीय स्त्रियांचा हा हक्कासाठीचा प्रथम स्वयंस्फूर्त संघर्ष असावा. लक्ष्मीबाई नायडू यांच्या अध्यक्षतेखाली १९२५ साली विदर्भात वर्ध्याला भरविण्यात आलेल्या सत्यशोधक महिला परिषदेला पाच हजार महिला हजर राहतात आणि आपल्या हक्कांसाठी कृतीशील राहण्याचा निर्धार करतात तो हा संघर्षाचा प्रदीर्घ वारसा असल्यामुळेच! ब्राह्मणेतर चळवळीविषयीच्या पांढरपेशांच्या अज्ञानामुळे काही विद्वान अभ्यासक या चळवळीने स्त्रीप्रश्नांकडे दुर्लक्ष केल्याचा अडाणी निष्कर्ष काढतात तो अर्थातच केराच्या टोपलीत टाकण्याच्या लायकीचा आहे. काहींनी आपले अकलेचे दिवे पाजळताना 'जोतीराव उत्तरायुष्यात स्त्रीप्रश्नांवर जहाल कृती करू लागले ते ताराबाई शिन्दे वा इतरांच्या प्रभावामुळे!' असे निदान केले आहे. मुदलात ताराबाई शिंदे याच जोतिराव-सावित्रीबाईंच्या शिकवणीतून तयार झाल्या याची ज्यांना धडशी माहिती नाही ते असलेच कुजके आरोप करीत राहणार.

सत्यवर्तन करणारे वा सत्यशोधक यांच्यासाठी जोतीरावांनी जे नियम केले होते त्यात स्त्री-पुरुष समतेवर विशेष भर होता, ही सत्यशोधकांची आचारसंहिताच होती १) 'आपल्या सर्वांच्या निर्माणकर्त्याने एकंदर सर्व प्राणीमात्रांस उत्पन्न केले. त्यापैकी स्त्री-पुरुष हे उभयता जन्मताच स्वतंत्र व एकंदर सर्व अधिकारांचा उपभोग घेण्यास पात्र केले आहेत, असे कबूल करणारे, त्यांस सत्यवर्तन करणारे म्हणावेत.' (४९८) या आचारसंहितेमधील सातवे कलम. 'एकंदर सर्व स्त्री-पुरुषांस धर्म व राजकीय स्वतंत्रता दिली आहे. ज्यापासून दुसऱ्या एखाद्या व्यक्तीस कोणत्याही तऱ्हेचे नुकसान करिता येणार नाही अथवा जे कोणी आपल्यावर दुसऱ्या मानवाचे हक्क समजून इतरांस पीडा देत नाहीत, त्यांस सत्यवर्तन करणारे म्हणावेत' असे आहे. आठवे कलम सांगते, '(जगातील)

हरएक स्त्रीने एका पुरुषास मात्र आपला भ्रतार करण्याकरिता वजा करून व तसेच हरएक पुरुषाने एका स्त्रीस मात्र आपली भार्या करण्याकरिता वजा करून एकंदर जे सर्व स्त्री-पुरुष एकमेकांबरोबर मोठ्या आवडीने बहीण-भावडांप्रमाणे आचरण करतात त्यांस सत्यवर्तन करणारे म्हणावेत'. सतराव्या नियमात नमूद करण्यात आले आहे की, 'स्त्री अथवा पुरुष जे व्यभिचार करीत नाहीत अथवा व्यभिचाऱ्यांचा सन्मान ठेवीत नाहीत त्यांस सतवर्तन करणारे म्हणावेत.' बत्तीसावे कलम बजावते, 'स्त्री अथवा जे आपल्या सर्वांच्या निर्मिकाने निर्माण केलेल्या प्राणीमात्रांपैकी मानव स्त्री-पुरुषांमध्ये कोणत्याच तऱ्हेची आवड-निवड न करता त्यांचे खाणेपिणे व लेणे-नेसणे याविषयी कोणत्याच प्रकारचा विधीनिषेध न करिता त्यांच्याबरोबर शुद्ध अंत:करणाने आचरण करितात, त्यांस सत्यवर्तन करणारे म्हणावेत.' (४९८ ते ५०१) खानपान, वेशभूषा आदी कोणत्याच कारणांनी पक्षपात करता येणार नाही याबाबतही जोतिराव दक्षता घेतात. या आचारसंहितेचं वैशिष्ट्य असं की, तिच्यामध्ये पुरुषांच्या उल्लेखांमध्ये स्त्रिया आल्याच असे गृहीत न धरता त्यांचा प्रत्येक कलमात स्वतंत्र निर्देश केलेला आहे. स्त्रियांसाठी वेगळ्या, स्वयंस्पष्ट तरतुदी करण्यात आलेल्या आहेत. ज्या काळात बाईमाणसाचा काय वेगळा उल्लेख करायचा असे सांस्कृतिक पर्यावरण होते त्याकाळात जोतिराव ही खबरदारी घेऊन एका नव्या 'सहजीवनपर' मानसिकतेकडे जाण्याचा रस्ता दाखवतात.

हिंदूविवाह पद्धतीमध्ये स्त्रियांना अत्यंत अपमानास्पद वागवले जाते. जोतिराव विवाहाला करार (कबुलायत) मानतात. अनिष्ट रूढी, अपमानास्पद विधी आणि हुंडा यांना ठाम नकार देऊन जोतिराव-सावित्रीबाईंनी स्त्री-पुरुष समतेवर आधारलेली सत्यशोधक विवाहपद्धती रूढ केली. लग्न करताना वधु-वरांनी एकमेकांच्या गुणांचा, वयाचा, प्रेमाचा तसेच आवडी-निवडींचा सारासार विचार करून तपास काढून मगच निर्णय घ्यावा असे ते बजावतात.

'वर्ष, वय, गुण, प्रित परस्पर । पहा सारासार तपासून ।
देवा प्रार्थुनिया घालावी माळ मेळवून मेळ आनंदाचा ।।' (९५)

स्त्रियांना उणेपणा आणणाऱ्या सर्व दुष्ट चालीरिती टाळूनच हा विवाह लावला जावा असा त्यांचा आग्रह आहे.(१९६) या विवाहात मंगलाष्टके उपस्थितांऐवजी वधू-वर स्वत: प्रतिज्ञेसारखी म्हणतात.

'आम्ही सर्व स्त्रिया असे बहुपिडा हे नेणशी तू कसे?'
स्वातंत्र्याची ओळख आम्हा नसे मानसी ।
यासाठी अधिकार देशील स्त्रिया, घे त्याची आण अशी ।
अशा शब्दांत वधू - होणाऱ्या -पतीकडून सर्वांसमक्ष वचन
मागते. नवरा मुलगी तिला हे अभिवचन देताना म्हणतो,

‘स्थापाया अधिकार मी झटतसे या बायकांचे सदा।
खर्चाया मनी न भी मपीही सर्वस्व माझे कदा।
मानितो सकलां स्त्रियांस बहिणी । तू एकली मत्प्रिया।
कर्त्यांचे भय मी मनात तुजला । ठेविन पोसावया ।।’ (४१६/१७)

वर कोणत्याही जातीचा असला तरी त्याला मंडपात गावातील महार स्त्रीने ओवाळल्याशिवाय हा सत्यशोधक विवाह विधी पार पडणार नाही. अशी अट घालून जातीनिर्मूलनाच्या कार्याचेही जोतीराव स्मरण ठेवतात. या लग्नात भटजीलाही स्थान नाही. आप्तमित्रांच्या साक्षीने लग्नसोहळा करावा. तिथे भटजीचे काय प्रयोजन, असा रोकडा सवाल ते करतात.

या पद्धतीचा पहिला विवाह २५ डिसेंबर १८७३ रोजी सत्यशोधक समाजातर्फे श्री. सीताराम जबाजी आल्हाट आणि मंजूबाई ग्यानोबा निंबणकर यांचा लावण्यात आला. बहुजनांमध्ये ही पद्धत प्रचंड लोकप्रिय झाली. हजारो वर्षांच्या संस्कारांना फाटा देऊन लोकांनी भटजीची हकालपट्टी केली. या भटमुक्त विवाहांमुळे आपली दक्षिणा बुडते म्हणजे धार्मिक हक्कांवर अतिक्रमण होते असा कांगावा करून भटजी कोर्टात धावले. दर लग्नात एक नवा खटला उभा राही. जोतिराव डगमगले नाहीत. त्यांनी धैर्याने सगळे खटले लढवले. स्थानिक पातळीवर वा जिल्हा पातळीवर जर निकाल जोतीरावांच्या विरोधात गेले तरी हायकोर्टात मात्र त्यांचाच विजय झाला. आजही बहुजन समाजात सर्वदूर ही पद्धत प्रचलित आहे. आता तर नव्या पिढीतील अमेरिकास्थित अनिवासी भारतीयही ही पद्धत स्वीकारून तिच्यावर मान्यतेचा शिक्कामोर्तबच करीत आहेत.

जोतिराव–सावित्रीबाईंची उक्ती आणि कृती यात कायम एकवाक्यता असे. त्यांनी आपल्या दत्तक पुत्राचा विवाह याच पद्धतीने ४ फेब्रुवारी १८८९ रोजी केला. विवाहापूर्वी परस्पर परिचयासाठी आणि एकमेकांच्या आवडीनिवडी, स्वभाव यांची ओळख होण्यासाठी त्यांनी आपल्या भावी सुनेला आपल्या घरी आणून ठेवले होते. त्या काळात त्यांनी व्याह्यांशी जो पत्रव्यवहार केला आहे त्यातून पुढील गोष्टी स्पष्ट होतात. १) सावित्रीबाई स्वत: घरकाम करून नियोजित सुनेला अभ्यासासाठी सर्व वेळ उपलब्ध करून देत. २) मुलांप्रमाणे मुलीलाही अभ्यासाबरोबर खेळण्यासाठी मोकळीक देत. ३) भावी सून मायाळू, तल्लख बुद्धीची आणि स्मरणशक्तीची असल्याने तिला पोषक वातावरण उपलब्ध करून द्यावे व तिच्या या गुणांचे संवर्धन करावे यासाठी जोतिराव सावित्रीबाई प्रयत्नशील होते. (५९२)

तत्कालीन समाजामध्ये बालविवाहाची प्रथा असल्याने वयाने मोठे झाल्यावर अनेक नवरे आपल्या संमतीने (आवडीने) हा विवाह नाही म्हणून पत्नीचा ती आवडत नाही असे सांगून त्याग करीत. अशा स्थितीत एखाद्याने दुसरा विवाह केल्यास तो क्षम्य

मानता येईलही परंतु बहुजन पुरुष दोन, तीन, चार लग्ने करतात. या जुलमाला काय म्हणावे? असा सवाल करून जोतीराव तीव्र उपरोधाने म्हणतात 'माझ्या मते त्यांनी पाचवी पाटाची बायको करावी म्हणजे त्यांच्या मढ्यापुढे गाडगी धरायच्या त्रासातून मुले मुक्त होतील ।' (३१२) चार बायका प्रेताला खांदा देतील आणि पाचवी मडके (टिटवे) धरील। हा जळजळीत ठोसा खास जोतिराव शैलीचा आहे.

स्त्रीप्रश्नांची गुंतागुंत आणि मानसिकता बदलताना घ्यावयाची काळजी याचे डावपेचही जोतीरावांनी आपल्या लेखनात स्पष्टपणाने मांडलेले आढळतात. 'निर्दय आर्य ग्रंथकारांनी स्त्रियांविषयी केलेल्या जुलमी लेखांविषयी आरंभीच आपण वाटावाट करून लिहू लागल्यास त्यापासून अनेक तोटे होतील. ते असे की, आर्य ग्रंथकारांचे पुस्तकातील कृत्रिम लबाड्या, भट ब्राह्मणांचे लेकीबाळींच्या लक्षात आल्याबरोबर, त्या एकंदर सर्व देवळातील पुराणिकांची फटफजिती करून त्यांची रेवडीरेवडी करून सोडतील. शिवाय ब्राह्मणांचे बहुतेक कुटुंबात सास्वासुनांचे हमेशा वादविवाद होऊन नानाप्रकारचे तंटे-बखंडे उपस्थित होऊ लागतील. या भयास्तव कित्येक भटभिक्षुक आपल्या सुनांबाळांस शाळेत पाठवायचे बंद करून त्यांस आपले सत्सार पुस्तक हातीसुद्धा धरू देणार नाहीत. तेणेकरून या अबला बापड्यांचे बरे होण्याचे एकीकडे राहून आपण त्यांचे दु:खास उलट कारण होणार आहोत.' (३७२) भारतीय स्त्रीमुक्ती चळवळीला यातून निश्चितच योग्य बोध घेता येऊ शकेल.

'भारतातील स्त्रियांचे प्रश्न आणि दलितांचे प्रश्न यात एक नाते आहे. सगळ्या स्त्रिया या एकाप्रकारे दलितच आहेत.' असा एक लोकप्रिय सिद्धांत आपल्याकडे मांडला जातो. त्याचे बीज महात्मा फुल्यांच्या पुढील विचारात आहे –

'शुद्र जैसा तैशीच स्त्रीही दीन।
शस्त्र धरिती त्यावरी बुद्धिहीन ।।' (३७१)

काही अंशी हे बरोबर असले तरी सर्व स्त्रिया या एका पातळीवर असतात काय? स्त्री म्हणून काही प्रश्न जरी समान असले तरी भारतीय जातीव्यवस्थेने अशी एक मेख मारून ठेवलीय की, जातीची मानसिकता इतर सर्वांवर मात करून जाते.त्यामुळे दलित स्त्रीचे दु:ख आणि उच्चभ्रू स्त्रीचे दु:ख यात महदअंतर पडलेले आपण वास्तवात बघतो. आणि म्हणूनच महिलांसाठी आरक्षण ठेवायचे तर ते अनुसूचित जाती, जमाती, इतर मागासवर्गीय आणि इतर प्रगतस्त्रिया यांना एकच ठेवून चालणार नाही, ते वर्गवारीनेच ठेवावे लागेल असा फुल-आंबेडकरी चळवळीचा आग्रह आहे. या आग्रहामागे जोतिरावांचाच विचार आहे. 'कुळंबिण' या कवितेत आणि 'शेतकऱ्याचा आसूड' या आपल्या ग्रंथात यासंदर्भात अत्यंत सडेतोड विचार त्यांनी मांडले आहेत. ब्राह्मण स्त्रिया आणि बहुजन स्त्रिया यांच्याबाबतीत ते म्हणतात, 'ब्राह्मणांच्या घरातील स्त्रिया

शेतकरणीसारख्या शेणशेणकूर करून शेतात नवऱ्यामागे पाभारीमागे तुरी मोपून खुरपण्या, काढण्या, खळे करणे, शेण – सोनखतांचे पाट्यांची व काड्यागवत वगैरे भुसकटाची ओझी वाहून सडेवर खडी फोडण्याचे काम करून पतीला मदत करतात काय ? उलट सकाळी उठल्याबरोबर वेणी-फणी करून घरातील सडा–सारवण करून स्वयंपाक व धुणेधाणे आटोपून सर्व दिवसभर पोथ्या-पुराणे ऐकत बसतात. अंगावर शालजोड्या घेऊन मिरवतात.' (३०६/७) हा फक्त कामाचा फरक नसून त्यातून नुस्ता वर्गच बदलून नाही तर जातीय हितसंबंधांमुळे ब्राह्मण स्त्री दलित बहुजन स्त्रीचे शोषण करताना दिसते याची मांडणी त्यांनी 'तृतीय रत्न' नाटकातील ब्राह्मणाची पत्नी आणि शेतकऱ्याची पत्नी यांच्याद्वारे केली आहे. भारतीय स्त्री-मुक्ती चळवळीचे नेतृत्व आज प्रामुख्याने ब्राह्मणी आहे. जेम्स लेन या अमेरिकन लेखकाने राष्ट्रमाता जिजाऊंना व्यभिचारी ठरवून त्यांची बदनामी केल्यानंतर काही महिला संघटनेने निषेधाचा 'शब्द' ही उच्चारला नाही. कारण जिजाऊंचे एका ब्राह्मण पुरुषाबरोबर (दादोजी कोंडदेव) विवाहबाह्य संबंध होते असे लेनने सुचवल्याने त्यांची स्त्री संवेदना जातसंवेदनेपुढे बधीर झाली. फुले-आंबेडकरांनी ज्या चळवळी केल्या त्या सर्व स्त्रियांच्या उन्नतीसाठी होत्या हे खरे असले तरी त्यांनीही दलित बहुजन स्त्रीचे प्रश्न आणि उच्चभ्रू स्त्रियांचे प्रश्न अनेकदा वेगळे असल्याचे मत व्यक्त केल्याचे आढळून येते.

पतीचा जो धर्म तोच पत्नीचा अशी भारतीय मानसिकता असते. जोतिराव स्त्रियांना आणि मुलींना पटेल तो धर्म स्वीकारण्याचं स्वातंत्र्य असल्याचे सार्वजनिक सत्यधर्मात स्पष्ट करतात. "कोणत्याही कुटुंबातील मानव स्त्रीने बौद्धधर्मी पुस्तक वाचून तिच्या मर्जीप्रमाणे पाहिजे असल्यास तो धर्म स्वीकारावा, तिच्या पतीने जुना व नवा करार वाचून त्याच्या मर्जीप्रमाणे ख्रिस्ती व्हावे, त्यांच्या पुत्राने सार्वजनिक सत्यधर्म पुस्तक वाचून त्याच्या मर्जीप्रमाणे सार्वजनिक सत्यधर्मी व्हावे. कोणी कोणाच्या धर्माचा हेवा करून द्वेष करू नये. प्रेमाने व गोडीगुलाबीने एकमेकांशी वर्तन करावे.'' (५०४)

निर्णयप्रक्रियेत स्त्रियांना स्वतंत्र स्थान असावे. ज्ञान, अर्थ, धर्म, राजसत्ता या सर्वांमध्ये स्त्रियांना माणूस म्हणून स्वतंत्र भूमिका असावी. यासारख्या विचारात आजही प्रस्तुत ठरणारे फुले विचार 'स्त्री चळवळी'ला बळ देतात. दार्शनिक जोतीराव शतकांना पुरून उरतात ते आपल्या स्त्री-पुरुष समतेच्या तत्त्वज्ञानातून !

(पुरुष स्पंदन, दिवाळी २००४)

राष्ट्रवाद, पुरुषसत्ता इत्यादी

– संदीप पेंडसे

सुरुवातीलाच ध्यानात आलेल्या एका किंचित मौजेच्या गोष्टीचा उल्लेख करण्याचा मोह आवरत नाही. हा लेख इंग्रजीत लिहायचा असता तर आरंभाच्या दोन वाक्यातच काही गोष्टी स्पष्ट झाल्या असत्या. राष्ट्रवादाशी (nationalism) संलग्न संकल्पना patriotism ही आहे. मराठीत आपण या शब्दाचे भाषांतर देशभक्ती किंवा देशप्रेम करत असल्याने मूळ इंग्रजी शब्दाचे (व संकल्पनेचे) एक वैशिष्ट्य नजरेआड होते. Patriotism चे मूळ ग्रीक शब्द patros याच्यात आहे आणि या शब्दाचा अर्थ 'पिता' असा आहे. पितृसत्तेशी या कल्पनेचे असलेले नाते या शब्दातूनच स्पष्ट होते!

मौजेपलीकडे जाऊन असेही ताबडतोबीने म्हणता येईल की, आपल्या भाषांसाठी या संकल्पना नवीन आहेत आणि त्यांचा निर्देश करणारे शब्दही नवीन – आधुनिक काळातच घडविले गेलेले आहेत. हे अर्थातच केवळ भाषेचे वैशिष्ट्य नाही. आपल्या समाजाच्या इतिहासातच राष्ट्र, राष्ट्रवाद, (आज आपण वापरतो त्या अर्थाने, म्हणजे राष्ट्राशी समानार्थी असा) देश अर्थातच म्हणूनच देशप्रेम, देशभक्ती या संकल्पना नवीन – आधुनिक काळातील आहेत. कारण ही सर्व घटिते सुद्धा आधुनिक काळातील फलिते व रचना आहेत. हे लक्षात घेतले तर गूढ, भावुक, पवित्र वलयांच्या पलीकडे जाऊन या घटितांचा व संकल्पनांचा वास्तव व तर्कसंगत विचार करता येण्याची शक्यता निर्माण होते.

काही बाबींच्या बाबतीत असा तर्कसंगत विचार करणे खरेतर कठीण असते. राष्ट्रवाद या संकल्पनेचे हेच झालेले आहे. सामान्यपणे राष्ट्र व राष्ट्रवाद यांना इतिहासनिरपेक्ष, कालातीत, अनादिअनंत, नैसर्गिक /स्वाभाविक, देवदत्त मानले जाते.

राष्ट्रवाद / राष्ट्रप्रेम / देशप्रेम / देशभक्ति ही मानवी आर्ष स्वभाव वैशिष्ट्ये मानली जातात. त्यांचा संबंध संस्कृतीच्या उगमांशी जोडला जातो. 'संस्कृति' हाही शब्द तसा फसवा आहे. आपल्याकडे त्याचा संबंध मानवी संचिताशी वा ऐतिहासिक व्यवहाराशी न जोडता 'वंश' व 'धर्म' यांच्याशी जोडला जातो. (आणि आपला सनातन धर्म हा अपौरुषेय – ईश्वरदत्त समजला जातो. इतर काही धर्म स्वत:ला वा पायाभूत धार्मिक ग्रंथांना ईश्वरदत्त मानत असले तरी बहुतेक वेळा त्यांचा ऐतिहासिक उगमही मान्य करतात. प्रेषितांकरवी हे ईश्वरी ज्ञान मानवांना मिळण्यापूर्वी समाज आदिम अवस्थेत ईश्वरी कृपेला पारखा राहून जगत होता असे मानतात. सनातन धर्म मात्र मानवाच्या उगमाबरोबरच अधिक सूक्ष्म व प्रगल्भ होत गेला असे सर्वसामान्य पातळीवर मानले जाते.) याचाच अर्थ असाही की, धर्माधिष्ठित राष्ट्रही कालातीत व 'सनातन' आहे. काही युगात 'दुर्जनांच्या' आक्रमणाखाली असे राष्ट्र काही काळ फारतर झाकोळले जाते. सांस्कृतिक राष्ट्रवाद मग नैसर्गिक–निसर्गदत्त, स्वाभाविक, वैध, पवित्र मानला जातो. राष्ट्र – राज्य (Nation-State) व राष्ट्रीयता/ राष्ट्रवाद यांच्यात मग आपसूक फरक केला जातो. कालापुढे हतबल होऊन राष्ट्र–राज्याला विविध समूहांना कधी कधी सामावून घ्यावे लागते, वैधानिक घटना, कायद्याचे राष्ट्र, इतर सांस्कृतिक गटांचे हक्क आदी कल्पना मान्य कराव्या लागतात. परंतु, ही सारी तडजोड असते, राजकीय तजवीज असते. राष्ट्र – राज्य देऊ शकते ती केवळ नागरिकता (Citiznship) जिच्या योगे काही औपचारिक हक्क व हमी मिळू शकतात. परंतु, मूलभूत (म्हणून न्याय्य व वैध) असते ती राष्ट्रीयता – आणि ती केवळ सांस्कृतिक म्हणजे वंश – धर्म आधारितच असू शकते. आज मांडल्या जात असणाऱ्या सांस्कृतिक राष्ट्रवादाच्या मुळाशी याच भावना असतात. हे कल्पनाविलास नाहीत किंवा लादले गेलेले आडाखे नाहीत. १९९३ च्या हिंसाचारानंतर मुंबईमध्ये अनेक ठिकाणी काही भित्तीपत्रके लागली. त्यांचा मुख्य आशय होता – 'भारतीयता तो नागरिकता है। हिंदुत्व ही राष्ट्रीयता है'. त्याचप्रमाणे विश्व हिंदु परिषदेच्या धर्मसंसदांबद्दल आलेल्या बातम्यांतही अशा विचारांचा स्पष्ट उल्लेख आढळतो. तसेच संघ परिवारातील आचार्य वामदेव यांनी मांडलेल्या घटनेच्या नवीन आराखड्यातही काही अशाच कल्पना आहेत. सांस्कृतिक राष्ट्रवादाचा – निव्वळ राष्ट्रवादाचा नव्हे– उद्घोष करताना भारतीय जनता पक्षाचे वा राष्ट्रीय स्वयंसेवक संघाचे नेतृत्व हा राष्ट्रवाद प्रचलित अर्थापेक्षा वेगळा असल्याचेच मांडत असतात. सावरकरांच्या लिखाणात देखील वैधानिक नागरिकता व राष्ट्रीयता वेगळ्या असल्याचा उल्लेख आहेच. कायद्याला (म्हणजेच घटनेला) व न्यायालयांना श्रद्धा कळत नाहीत आणि या दोन्ही वैधानिक संस्था – प्रायोजनांपेक्षा श्रद्धाच श्रेष्ठ असतात हे तर अनेकदा मांडले गेले आहे. श्रद्धा व

श्रद्धाजन्य मान्यता न्यायालयीन प्रक्रियेच्या आधीन असू शकत नाही हे मधून मधून विशेषत: बाबरी मशीद–राम जन्मभूमी वादंगासंबंधात मांडले गेलेच आहे. सांस्कृतिक राष्ट्रवाद (अनेकदा दडपून राष्ट्रवाद) सर्व शंका, तर्क–कुतर्क, समीक्षा, टिप्पणी यांच्या पल्याडची गोष्ट मानली जाते. याचे व्यावहारिक पडसाद काश्मीरबद्दलचे धोरण, दहशत विरोधी 'युद्ध', 'राष्ट्रीय सुरक्षा नीती' संबंधी भूमिका, कथित राष्ट्रद्रोह्यांना चकमकीत मारून टाकण्याचे समर्थन, पाकिस्तानला लष्करी (किंवा अण्वस्त्रीय) धडा शिकविण्याची भाषा या सर्वातून पुन:पुन: उमटलेले दिसतेच.

प्रादेशिक राष्ट्रवादात एकवेळ लैंगिक समतेचा समावेश होऊ शकेल. परंतु सांस्कृतिक राष्ट्रवाद पूर्णयता पुरुषी मूल्यकल्पनांच्या चौकटीत वावरतो. इथे पुन्हा एकदा एक शाब्दिक विधान करणे आवश्यक आहे. पितृसत्ता (एकवचनी किंवा बहुवचनी) म्हणजेच (patriarchy) ही संकल्पना एका विशिष्ट प्रदेशातील कुल/गोत्र व त्यावरील पितामहांच्या (patriarchies) निरंकुश नियंत्रणाशी जखडलेली आहे. पुरुषसत्ता वा पुरुषप्रधानता वा पुरुषप्रभुत्व या वचनात ही संकल्पना खरेतर अधिकच संपन्न परंतु त्याचबरोबर गुंतागुंतीची व व्यामिश्र बनते. या लिखाणात अभिजात पितृसत्तेच्या कल्पनेपेक्षा पुरुषप्रभुत्वाची कल्पना जास्त अभिप्रेत आहे. प्रभुत्वाचा अर्थ सांस्कृतिक, सामाजिक, राजकीय व आर्थिक गळाघोट वर्चस्वाशी जोडलेला आहे.

मनुष्यप्राण्याशी निगडित कुठलीच बाब निसर्गदत्त, स्वाभाविक, कालनिरपेक्ष नसते. उत्पादनक्षम मनुष्य निसर्गावर अवलंबून असला तरी देखील सतत त्याच्यावर प्रक्रिया करून त्याला बदलून घेत असतो. उत्पादक असण्याचे रहस्य हेच आहे. हे परिवर्तन बाह्य जगाचे केले जाते तसेच अंतर्गत वास्तवाचेही केले जाते. म्हणूनच मानवाच्या कुठल्याही अपरिवर्तनीय सहज वा उपजत स्वभाव प्रकृति नसतात. मानवी शक्यता व क्षमता कुठल्याही विशिष्ट कालात मर्यादित असल्या तरी इतिहासाचा विचार करता सतत बदलत असतात. असे असते म्हणूनच 'सभ्यता' व 'संस्कृति' शक्य होतात, उदात्त कल्पना व संकल्पना मांडल्या जातात, अंगीकारल्या जातात, आचरणात आणल्या जातात, व अनेकदा कालांतराने 'स्वभावाचा' भागही बनतात. अर्थातच, हे ही खरे आहे की, प्रत्येकच कालखंडात काही प्रवृत्ती या उदात्ततेने अस्वस्थ होतात. त्यांना मानवतावाद, परोपकार, अहिंसा याच विकृती साचतात. तत्त्वज्ञानापासून समाजकारण–राजकारण यात हे विचार कमी–अधिक आग्रहीपणे मांडले जातात.

विचारसरणीतील मतभिन्नता निव्वळ आर्थिक–सामाजिक धोरणे किंवा सामाजिक न्याय–समता यांच्या बाबतीतील भूमिकांपुरते मर्यादित असतात, असे नव्हे. काही विचारसरणीतील मतभेद हे विश्वकल्पनांतील फरकांवरही अवलंबून असतात. काही

विचारप्रणाली मनुष्याचे निर्सगाशी असलेले द्वंद्वात्मक नाते मान्य न करता त्याला/तिला पाशवी निसर्ग 'नियमांचे' गुलाम मानतात. मग 'बळी तो कान पिळी' किंवा 'दुर्बलांचा अटळ विनाश' आदी कल्पनाही उत्साहाने मांडल्या जातात. यातून शरीराच्या संवेदनक्षमतेचा शोध घेण्याऐवजी बलोपासना, शारीरिक सामर्थ्याचे स्तोम वगैरे समजुतीही बोकाळतात. आजच्या यंत्र-तंत्र भोळ्या युगात माणूस स्वत:च्या सर्जनशील श्रमशक्तीला व श्रमशक्यतांना पारखा होतो आहे. अशा कालखंडात शरीराचे, बलाचे व पर्यायाने हिंसेचे स्तोमच माजवले जाते. सभ्यतांची संचिते नष्ट करण्याकडे मग काही विचारसरणींचा कल वळू लागतो. शरीराचे व मानवाचे अंतिम ध्येय बलप्रयोग, हिंसा, व दुर्बलांचे दमन इतकेच इप्सित मानण्यात येते. फॅसिझम, बुशच्या अमेरिकेचा साम्राज्यवाद आणि आक्रमक हिंदुत्व या विचारसरणीची पुरेशी बोलकी उदाहरणे आहेत. सामाजिक (न समजलेल्या) डार्विनवादाचे गोडवे गाणाऱ्या या विचारसरणींना माणूस पाशवी नसतो याचेच दु:ख असते.

आणखी एक कळीचा मुद्दा 'स्वकीय' आणि 'परकीय' हा आहे. राष्ट्रवाद हा अस्मितेच्या राजकारणाचा एक अविभाज्य भाग आहे. अस्मिता 'स्व'व 'पर' यांच्यातील कधीही न मिटू शकणाऱ्या 'नैसर्गिक' भेदांवर अवलंबून असते. 'आपले' आणि 'परकीय' कोण हे ठरविणे वाटते तितके सोपे नसते. परंतु, या भिंती उभ्या करण्याखेरीज अस्मितेच्या राजकारणाला पर्याय नसतो. 'स्वकीय' कोण ही व्याख्या अनेकदा – संख्याबलाखातर– व्यापक करण्याचा प्रयत्न होतो. तर अनेकदा अखेर ती संकुचित केली जाते. कारण कुणाला सामील करायचे याच्या इतकेच कुणाला वगळायचे हेही महत्त्वाचे असते. हिंदु कोणाला म्हणायचे यावर अगदी हिंदुत्ववादी विचारवंतांना देखील अनेकदा वैचारिक कसरती कराव्या लागल्या आहेत. अनेकदा शेवटी 'स्वकीय' असण्याचे निकष हे वंश ('रक्त'), उगम, भाषा, धर्म, आचार, मान्यता, अगदी उपासनापद्धतीसुद्धा यांच्यावर ठरताना दिसतात. सांस्कृतिक राष्ट्रवादाची धारणा मूलत: याच निकषांवर अवलंबून दिसते. 'पर'च्या अस्तित्वाने– म्हणजे निव्वळ वेगळेपण ओळखण्याने व मान्य करण्याने काहीच समस्या उद्‌भवत नाहीत. जेव्हा 'स्व' व 'पर' या ओळखी आर्थिक संधी, सामाजिक स्थान, व राजकीय हक्क ठरवू लागतात तेव्हा समाजात दुही माजते. 'इतर' या वर्गाच्या अनेक परी असतात. वेगळा परंतु मूलत: समान हे लक्षण बहुसांस्कृतिकवादाचे (multiculturalism) आहे. परंतु जेव्हा 'पर' केवळ'पर' म्हणून स्पर्धक वा शत्रू ठरवला जातो तेव्हा संकुचित, अनुदार, हिंस्र, समाजाचा पाया रचला जातो. मग त्या परक्यावर ऐतिहासिक वा तात्कालिक पापांची जबाबदारी टाकली जाते.

प्रादेशिक राष्ट्रवाद (Territorial nationalism) अनेकदा धर्मनिरपेक्ष व बहुसांस्कृतिक देखील असतो. त्यामागच्या प्रेरणा आदिम व प्राथमिक (वंश, धर्म, भाषा) यावर आधारित नसण्याचीही शक्यता असते. एका भूप्रदेशातील विविध जनसमूह (किंवा खरे तर त्यांच्यातील अभिजन) परस्परांना हितांच्या वृद्धीसाठी व्यामिश्र व गुंतागुंतीच्या प्रक्रियेतून सामायिक राष्ट्र-राज्याची स्थापना करतात तेव्हा प्रादेशिक राष्ट्र-राज्य अस्तित्वात येते. विविध समूहांमध्ये समानता असली, त्यांचे राजकीय हक्क समान असले, आर्थिक संधी व शक्यता यांचे वाटप न्याय्य असले, प्रत्येक समूहाला आपली सांस्कृतिक विशिष्टता जपण्याची संधी असली, त्यांची सामाजिक स्वायत्तता कायम असली तर हे प्रादेशिक राष्ट्र-राज्य स्थिर होऊ शकते. म्हणूनच अनेकदा अशा बहुसांस्कृतिक राष्ट्र-राज्याचे स्वरूप संघराज्याचे असते. काही भिन्नता असणाऱ्या पण समान समूहांची ती एकजूट असते. हा समतोल ढासळला तर राष्ट्र-राज्याला तडे जाऊ शकतात. पूर्व युरोपातील संघराज्यांच्या गेल्या काही वर्षांत झालेल्या विभाजनांनी हाच मुद्दा अधोरेखित होतो आहे. प्रादेशिक राष्ट्र-राज्य व राष्ट्रवाद देखील अनेकदा केवळ अंतर्गत बाबतीत (म्हणजे स्वत:पुरता) तर्कसंगत व उदार असतो. परकीय धोरणात वर्चस्ववाद, प्रभुत्ववाद अगदी साम्राज्यवाददेखील अशी राष्ट्रे अंगिकारू शकतात.

सांस्कृतिक राष्ट्रवादाची बैठकच वेगळी असते. यात तर्कसंगती व सामाजिक-राजकीय तजविजीला महत्व दिले जात नाही. वंश, धर्म (पर्यायाने संस्कृती) यांच्यावर आधारित कथित भावनिक एकजिनसीपणाचे महत्त्व इथे मोठे असते. सांस्कृतिक राष्ट्रवाद एकाअनादि – अनंत एकसंध राष्ट्राची कल्पना करतो. या कल्पनाविलासाला तो ऐतिहासिक सत्य मानतो. यात कल्पनारम्य भूतकाळाचा हरवलेल्या सुवर्णयुगाचा –भ्रम असतो. श्रेष्ठत्वाची, ईश्वरी वरदान लाभल्याची समजूत यात जोपासली जाते. परकीयांचे, परकीय संस्कृतीचे भय, द्वेष, व असूया यात जाणीवपूर्वक वाढवल्या जातात. राष्ट्र म्हणजे एका विशिष्ट समूहाची राखीव भूमी व प्रदेश हीच यात मूलभावना असते. परकीय या भूमीत उपरेच मानले जातात. त्यांनी भूमिपुत्रांच्या मर्जीवर अवलंबून त्या भूमीत रहायचे – पाठीवर बिऱ्हाड बांधूनच जगायचे – ही यातील मूळ कल्पना असते. या भयगंडातूनच बलाचे स्तोम माजवले जाते. बलोपासनेची कारणे अनेक गुंतागुंतीची आहेत. त्या सर्वांची चर्चा इथे शक्य नाही. (उदाहरणार्थ- आजच्या तंत्रज्ञानाच्या व उद्योगोत्तर जगात मनुष्य सर्जनशील श्रमाला पारखा होत आहे. रोजच्या जगण्यातून जीवनव्यवहारातून शरीराच्या मूर्त इंद्रिय क्षमतांची होणारी जाणीव लोप पावते आहे. त्याची जागा मग कृत्रिम शरीरोपासना, सहसी विरंगुळ्याचे छंद, कृत्रिम संकटांना आमंत्रण देऊन त्यांच्यावर मात करण्याचा प्रयत्न हे घेऊ लागतात.) शारीरिक बलाचे स्तोम

हिंसेशी निगडित आहे. यात तथाकथित शारीरिक दौर्बल्य व हिंसेला असलेला विवेकी विरोध यांच्या टवाळीलाही महत्त्व मिळते. स्त्रीला 'अबला' मानून तिला हीन, निदान दुय्यम लेखणे मग साहजिकच येते. संस्कृतिरक्षक स्त्रियांनी या दुबळेपणावर मात करून बलोपासना करावी, निदान हत्यारे चालविण्यास प्राविण्य मिळवावे असे मानले जाते. हे सर्वच स्त्रियांना शक्य नाही–मुख्य म्हणजे होऊ दिले जात नाही. मग इतर स्त्रियांनी निदान हिंसेचा पुरस्कार तरी करावा व बलदंड पुरुषांचे नेतृत्व मान्य करावे. ही मानसिकता या विचारातून स्वाभाविकपणे निर्माण होते. याच बरोबर एकदा शत्रू' परकीयत्व' ही धारणा झाली की, मग इतर अनेक लिंगाधिष्ठित बाबींचा प्रादुर्भाव होऊ लागतो. एका बाजूने स्वकीयच खरे मर्द असे मानत असतानाच परकीयांच्या लैंगिकतेबद्दल परस्परविरोधी समजूतींचा कल्लोळ होतो. परकीय पुरुषांना एकाच वेळी नपुसंक व लिंगपिसाट मानले जाते. परकीय स्त्रीला सर्वतोपरी अवांछनीय परंतु अतिमानवी आकर्षणाने युक्त समजले जाते. सर्वांत महत्त्वाचे म्हणजे वंश / वर्ण / जात / धर्म संकराचा भयगंड निर्माण होतो. असा संकर स्वतःच्या मर्दानगीवर कालिमा मानल्याने स्त्रीवरची बंधने वाढविण्याचे, त्यांचे सामाजिक स्वातंत्र्य नाकारण्याचे प्रयत्न सुरू होतात. परकीय पुरुषांपासून (व त्यांच्या मोहापासून) स्त्रीचे रक्षण करणे म्हणजे तिच्या सामाजिक अभिसरणावर, शिक्षणावर, व्यवसायाच्या प्रकारांवर मर्यादा आणणे हे तर्कसंगत समजले जाते. तरीही कुणी स्त्री अशा भावनिक / शारीरिक आकर्षणाला बळी पडलीच तर मग तिच्या विरुद्ध व शक्यतर जोडीदार पुरुषाविरुद्ध हिंसाचाराचा वापर क्षम्यच नव्हे तर स्तुत्य समजला जातो. स्त्रीला अंकित, अवलंबी, मालमत्ता मानण्यातून व स्वतःच्या पौरुषाबद्दलच्या शंकांतून हे मानस निर्माण होते हे उघडच आहे.

राष्ट्रवादाची रूपे विविध असली तरीही त्यात मूलभूत साध्य असतेच. समानतेवर आधारित जागतिक मानवी समुदायाच्या कल्पनेला यात निदान मुरड तरी घातली जाते. सार्वभौमत्वाचा संबंध अखेर हक्कांच्या मक्तेदारीशी असतो. त्याच बरोबर 'अंतर्गत' व्यवहाराबद्दलच्या पूर्ण स्वायत्ततेची कल्पनादेखील यात जोपासली जाते. दुसऱ्या महायुद्धानंतर व नाझींनी केलेल्या भयानक मनुष्यसंहारानंतर वैचारिक पातळीवर या 'अंतर्गत' मामल्यांच्या स्वायत्ततेला तडा गेला आहे. आता मनुष्यसंहार, मानवी हक्कांची उघड पायमल्ली यांच्या विरोधातील कारवाईला सरहद्द व सार्वभौमत्व यांचा अडसर मानला जात नाही. जागतिकीकरण, जागतिक पातळीवरील आर्थिक एकात्मता – यांच्यामुळेही राष्ट्रीय अलगतावाद व मनमानी यांच्यात फरक पडत आहे. अर्थात् जागतिक समुदाय पायावर आधारलेला नाही हे तितकेच खरे,त्यामुळे प्रबल, प्रभुत्ववादी राष्ट्रे अनेक कृती धकवून नेवू शकतात. अमेरिकेने गेल्या काही वर्षात केलेली युद्धखोरी हे याचे स्पष्ट उदाहरण

आहे. त्याचबरोबर हे मात्र लक्षात ठेवायला हवे की, तरीही जागतिक समुदायाकडून अशाही राष्ट्रांच्या कृतींवर टीका होऊ शकते व होते. साम्राज्यवाद संपलेला नाही पण त्याच्या निर्लज्जपणावर मर्यादा पडल्या आहेत. आणि अमेरिका सोडल्यास इतर कुठलेही राष्ट्र इतक्या उघडपणाने आंतरराष्ट्रीय मान्यतेचा भंग करू शकत नाही, तरीदेखील विश्लेषणाच्या पातळीवर हे मांडायला हवेच की, राष्ट्र-राज्यांचे अस्तित्व व राष्ट्रवाद जागतिक मानवी समुदाय या कल्पनेला छेद देत असतो. विविध समर्थकांना यात 'आपल्या' अग्रहक्काची कल्पना असते आणि अर्थातच ते स्थापन करताना इतरांच्या हक्काची पायमल्ली होऊ देण्याची देखील. साम्राज्यवाद-वसाहतवाद विरोधी लढ्याच्या काळात राष्ट्रवादाला न्याय, समता, शोषणाचा अंत, विश्वबंधुत्व अशी काही परिमाणे प्राप्त झाली होती. राष्ट्रांच्या सीमांचे स्वरूप तात्कालिक असेल व राष्ट्रवाद हा इतिहासातील तात्पुरता टप्पा असेल अशी निदान स्वप्ने पाहिली गेली होती. परंतु राष्ट्र-राज्य अखेर भांडवलशाहीशी निगडित आहे. राष्ट्रवादाचा अंतिम आशय स्वतःच्या बाजारपेठांचे व आर्थिक मक्तेदारीचे संरक्षण हा आहे. त्याच बरोबर इतरांच्या संसाधनांवर ताबा मिळविण्याचा प्रयत्नही यात अनुस्यूत आहे. राष्ट्रीयत्वाची कल्पनाच अग्रहक्कांशी संबंधित आहे.

या दृष्टीने विचार केला तर 'राष्ट्रवाद' व 'पुरुषसत्ता' यांचा निकटचा संबंध ध्यानात येऊ लागतो. भांडवलशाहीचा पाया संसाधने, संधी व नियंत्रण यांच्या विषमतेत आहे. ही विषमता आंतरराष्ट्रीय असते तशीच अंतर्गत असते. विशिष्ट समाजांतर्गत विषमतेची रूपे वर्ग, वंश, जात यावर आधारित असतात तितकीच लिंगाधिष्ठित असतात. निदान सर्व स्थिर स्थावर- म्हणजे वसाहती करून एकाजागी राहणाऱ्या -समाजांमध्ये अंतर्गत श्रमविभागणी ही केवळ तांत्रिक वा व्यावहारिक (सोयीसाठीची) न राहता त्याला सामाजिक परिमाणे प्राप्त झाली. मग कुठले श्रम / कार्य श्रेष्ठ, कुठले कनिष्ठ यावर सामाजिक मान्यतेचे शिक्कामोर्तब केले गेले. हे अर्थातच सत्तेच्या म्हणजेच अखेर शस्त्रांच्या बळावर केले गेले. कनिष्ठतेच्या कल्पनेतून हीनतेच्या - महत्त्वहीनतेची-कल्पनाही स्थिरावली. याच अंतर्गत हीनतेच्या कल्पनेचा विस्तार आंतरराष्ट्रीय स्तरावर होतो. अभिमानहीनता, शोषण, अवलंबित्व, दुय्यमता, कनिष्ठता अनावश्यकता, अविवेक या परकीय समाजांना लावल्या जाणाऱ्या सर्व कल्पना या समाजातील शोषित - वंचित व स्त्रिया यांच्याही बाबतीत लागू असतात. मग त्यांच्याबरोबरची वर्तणूक त्याच पद्धतीची असते. तेजोभंग, अपमान, मानखंडना, अनुशासनासाठी ताडन व शासन, हिंसाचार, सीमित हक्क हे या सर्वच समुदायांना लागू असते.

वरकरणी असे दिसते की, पुरुषसत्तेचे रूप बदलते आहे. तिची आक्रमकता बोथट होत आहे. स्त्रीचे सामाजिक अभिसरण वाढते आहे. निर्णयप्रक्रियेत तिचा सहभाग वाढतो

आहे. तिचे आर्थिक स्वातंत्र्य वाढते आहे. तंत्रज्ञानातील बदल, अर्थव्यवहाराच्या संघटनातील व परिणामस्वरूप सामाजिक–राजकीय संघटनातील बदल, स्त्री मुक्ती चळवळींनी घडवून आणलेला मानसिकतेतील व व्यवहारातील बदल यांनी निश्चित काही फरक पडले आहेत. मात्र, हे परिवर्तन अजून तरी फारच मर्यादित आहे, वरवरचे आहे. अजून स्त्री मुख्यत: भोग्य वस्तू आहे. अजून तिच्या लैंगिकतेचा वापर उद्दीपनासाठी (पहा कुठल्याही जाहिराती वा संपर्कमाध्यमातील चित्रण) अथवा रिझवण्यासाठी होतो आहे. दारिद्र्य व बेकारीचा पहिला फटका अजूनही स्त्रियांनाच बसतो आहे. कुठल्याही अन्याय्य संघर्षात अजूनही 'सामूहिक बलात्कार' हे हत्यार आहे. प्रगत औद्योगिक समाजात देखील कौटुंबिक हिंसा, बलात्कार, परित्यक्ता यांचे प्रमाण वाढतेच आहे. भांडवली समाजात पुरुषसत्तेची रूपे बदलली तरी तिची सतत पुनर्रचना होत असते हेच यातून दिसून येते. राष्ट्र – राज्य व राष्ट्र वाद देखील भांडवलीच प्रवृत्ती आहेत. त्यांचे अतूट नाते पुरुषसत्तेशी आहे.

■

(पुरुष उवाच दिवाळी अंक २००८)

भाऊबंदकी

आनंद पवार

भाऊ म्हणजे माझे वडील आणि आईला आम्ही वहिनी म्हणतो. भाऊंनी स्वत: कष्ट करून पै–पै जमवून गावातलं घर बांधलं आणि जमीन विकत घेतली. मला त्यांच्याकडे बघून ते शेतकरी कधी वाटलेच नाहीत. म्हणजे ते रेल्वेत कारकून म्हणून आणि नंतर हेडक्लार्क म्हणून काम करत राहिले आणि तसेच रिटायर पण झाले. पण, मधल्या काळात त्यांनी छंद म्हणून शेती केली. तसं मराठ्याकडे शेती असावी, विहीर असावी, बैलजोडी असावी, घरगडी असावा असंच खरं तर ते होतं बहुदा. मुद्दा काय तर भाऊ मला कधीच शेतकरी वाटले नाहीत. मी त्यांना कधीही शेत नांगरताना किंवा मोट धरताना पाहिलं नाही. मात्र, रोज संध्याकाळी ऐटीत दोन्ही हात मागे अडकवून शेताच्या बांधावरून पिकांकडे न्याहाळत फिरताना मी त्यांना पाहिलंय. मधेच कुठेतरी वाकून शेतातले तण उपटताना पाहिलंय आणि दिसेल इतका अंधार पडायला लागला की, सायकलवरून शीळ घालत रेल्वे कॉलनीच्या शॉर्टकटने घराकडे परतताना कित्येकदा मी त्यांच्या सायकलवर पुढे बसून सायकलची घंटी वाजवत आणि गावभरच्या लोकांना त्यांनी घातलेले 'नमस्कार' आणि 'राम–राम'ऐकत घरी आलोय.

हे लिहिण्याचं कारण असं की, वर्ष दोन वर्षांखाली आंम्ही यातली निम्मी जमीन गमावली. गमावली म्हणजे भावकीला देऊन टाकली. झालं असं की, भाऊंनी ही जमीन त्यांच्या चुलत भावाकडून, आम्ही त्यांना आप्पा म्हणायचो, घेतली होती. खरेदी करताना आपलाच भाऊ म्हणून साठेखत करून घेतलं आणि पुढे–मागे खरेदीखत करून घेऊ म्हणून ते तसंच राहून गेलं. पुढे आप्पा दारू पिऊन वारले. त्यांच्या घरची आर्थिक

परिस्थिती बरीच खालावलेली होती. माझी चुलत भावंडं माझ्यापेक्षा वयानं दोन-पाच वर्षांनी मोठी होती. त्यापैकी एकाने जमिनीचा दावा लावला. भाऊंनी समजावून सांगण्याचा प्रयत्न केला, पण शेवटी प्रकरण कोर्टात गेलं. मला आठवतंय तसं १०-१२ वर्षे तरी भाऊ तारखांना जात होते. कोर्टाच्या तारखांसोबतच भाऊ कधीतरी म्हातारे झाले, रिटायर झाले, थकले आणि त्यांनी तडजोड म्हणून शेवटी निम्मी जमीन भावकीला दिली. म्हणाले, ‘‘जाऊ दे. जमीन कुणाला जाईल... आप्पाच्या पोरांना... कसू दे त्यांना.’’ या सगळ्या कोर्ट कचेरीपासून त्यांनी आम्हाला कायम बाजूला ठेवलं त्यांचा ताण आम्हापर्यंत पोहोचू दिला नाही. मात्र, आम्ही चुलत भावाडांमध्ये अंतर पडलं ते कायमचं.

भाऊबंदकीविषयी लिहायचं म्हटल्यावर हे सारं पटकन पुन्हा आठवलं. रूढ अर्थानं ‘भाऊबंदकी’ म्हणजे भावकीमधली भांडणं, तेढ, ग्रामीण समाजशास्त्रामध्ये या विषयाचा क्वचितच ऊहापोह आढळतो. भाऊबंदकी ही विशेष जात-वर्ग परिस्थितीमध्ये कमी-जास्त प्रमाणात आढळणारी सामाजिक प्रक्रिया आहे, असं मला वाटतं. शहरांमध्ये याचं स्वरूप कदाचित थोडं कार्पोरेट असेल. तसं आपल्याला विविध चॅनेल्सच्या सिरीयलमधून पाहायलाही मिळतं. पण ग्रामीण भागात भाऊबंदकीच्या मुळाशी विशेषत्वानं सत्ता, संघर्ष, संसाधनांवरील मालकी, वारसा हक्कांबाबातचे तंटे, राजकीय अस्तित्वाशी निगडित घटना इत्यादी कारणं असल्याचं दिसून येतं. विशेष करून सत्तेत असलेल्या, मग ही सत्ता राजकीय स्वरूपाची असेल, आर्थिक स्वरूपाची असेल अथवा जात स्वरूपाची असेल, वर्गामध्येच भाऊबंदकी संबंधातील ‘वाद’ व ‘तंटे’ असल्याचे ठामपणे निरीक्षणात येते, आणि माझ्या जात-वर्ग संबंधातल्या पार्श्वभूमीमुळे मला ही भांडणं-तंटे मराठा जातीमध्ये मोठ्या प्रमाणात अस्तित्वात असल्याचे दिसून येते. मुळात काय तर कौटुंबिक सत्ता संबंधातील संघर्ष व तणाव ग्रामीण भाऊबंदकीचे वेगळं खास वैशिष्ट्य आहे असं म्हणता येईल.

मुळातच सत्ता आणि सत्ता स्थापित करण्याच्या, टिकवण्याच्या पद्धती किंवा तशी इच्छा किंवा तसा विचार हा पुरुषप्रधान आहे. वाट्टेल ते करून आपण जिंकलचं पाहिजे, माघार घेता कामा नये. आपण ‘हरलो’ तर आपण संपलो, स्पर्धेमध्ये आपण नेहमी पुढं पाहिजे, हा विचारही पुरुषी आहे. आणि हे सारं आपल्याला भाऊबंदकीमध्ये आढळून येतं. म्हणून मला प्रकर्षाने वाटतं की, भाऊबंदकी हा Phenomena च मुळात खूप पुरुषी आहे आणि तसं शब्दात ‘भाऊ’ पण आहे. ज्यामुळे या शब्दाचा भावार्थ तसा पटकन् स्पष्ट होतो.

भारतीय समाजातील कुटुंबव्यवस्थेत पुरुषा-पुरुषांमधील नाते संबंधांबाबत व त्यातील सत्ताजटिलतेविषयी वर्णन करणारा ‘भाऊबंदकी’ हा शब्द आहे असं मला वाटतं.

भाऊबंदकीचे व्यापक सूत्र

आता हे ठीक आहे, पण भाऊबंदकीचा आपण थोडा व्यापक विचार करायला हवा. म्हणजे असं की, आपल्या संदर्भात आपण सगळ्या संस्थांचे उल्लेख कुटुंबसंस्थेच्या संदर्भातच करतो... म्हणजे राष्ट्र हे कुटुंब , कंपनी हे कुटुंब किवा संस्था पण एक कुटुंब! याच पद्धतीने इतर संस्था सुद्धा स्वत:ची स्थिरता अथवा कार्यपद्धती कुटुंब पद्धतीशी ताडून प्रमाणित करतात. अगदी राजकीय पक्ष सुद्धा स्वत:ला 'कुटुंब' म्हणवून घेतात. कुटुंब म्हणवून घेण्यापर्यंत हे मर्यादित राहात नाही तर, त्या सोबत भाऊबंदकीबाबतची सर्व गुणवैशिष्ट्ये आपोआप येतात. सत्ता संबंधातल्या संघर्षाने सगळे गुणनिकष येथे पूर्ण होतात.

म्हणजे कुटुंबाचा एक कर्ता कारभारी 'पुरुष' असतो. त्याचा कुटुंबाच्या सदस्यांवर दरारा असतो. छोट-मोठे निर्णय या कारभाऱ्याच्या चाळणीतून पुढे जाऊ शकतात, अन्यथा नाही. याच कुटुंबात इतर छोटी-छोटी पुरुष सत्ता केंद्र असतात. मात्र,या कारभाऱ्यापुढे त्यांचं फारसं चालत नाही. मनात सत्ता ग्रहण करण्याची , निर्णय प्रक्रियेत पुढे राहण्याची तीव्र इच्छा असते पण कारभाऱ्यासमोर हे फारसं चालत नाही. कालांतराने हा कारभारी कामातनं किंवा आयुष्यातनं निवृत्त होतो आणि मग सुरू होतो सत्ता, संसाधन, अस्तित्वाशी निगडित वारसांचा संघर्ष. सगळीकडे कमी-जास्त प्रमाणात मग भाऊबंदकीची लागण होते. हे सूत्र जर आपण इतर संस्थांना लागू करण्याचा प्रयत्न केला तर थोड्या फरकाने ते लागू होते. उदाहरणासाठी खालील काही क्षेत्रांतील भाऊबंदकीचा विचार आपण करू शकतो. (इथे फक्त वानगीदाखल काही उदाहरणं दिली आहेत. त्या त्या क्षेत्रात वाचकांनी आपलं विश्लेषण पुढे जोडावे.)

राजकीय क्षेत्रातील भाऊबंदकी

कारभाऱ्यांचा वचक संपला किंवा कारभारी नसला की, वारसांच्या सत्ता संघर्षाची भाऊबंदकी राजकीय सत्तेमध्ये सुस्पष्टपणे पाहायला मिळते. अगदी इतिहासकाळातील राजे-राजवाड्यांमधील भाऊबंदकीने,किंवा महाराष्ट्रासंदर्भात शिवाजी महाराजांनी उभ्या केलेल्या स्वतंत्र मराठा राष्ट्राची त्यांच्या नंतरच्या भाऊबंदकीने केलेली वाताहत सर्वज्ञात आहे. तीच गोष्ट इतर प्रांतातील राजे व राष्ट्रांची झालेली दिसते.

आजच्या परिस्थितीशी जर आपण हे भाऊबंदकीचे सूत्र राजकीय पक्षांना लावले तरी ते तंतोतंत लागू होते. काही ठळक उदाहरणांमध्ये आपल्याला शिवसेनेचं पाहता येईल. मराठी अस्मिता व पुढे हिंदुत्वाच्या मुद्यावर संघटना व पक्षाच्या भरभराटीचा काळ सर्वांनी पाहिला. पण कारभाऱ्याची सक्रियता कमी झाल्याने वारसा हस्तांतरणाच्या

मुद्द्यावर मनसेची निर्मिती होण्यात व त्यानंतरच्या संघर्षात भाऊबंदकीचे हे सूत्र ठळकच होते.

दुसरं उदाहरण आपल्याला पाहता येईल रिपब्लिकन पक्षाचं. डॉ. बाबासाहेब आंबेडकरांच्या दलितांच्या राजकीय सत्तेतील सहभागाचे स्वप्न पक्षातील वारसांच्या भाऊबंदकीने भंगल्याचे चित्र अतिशय स्पष्ट दिसते. सत्तासंघर्षातून, वारसाहक्कातून विचारसरणीतील फरक या आधारावर दलित राजकीय विचारसरणीची व पक्षाची अनेक गटा-तटांमध्ये विभागणी झाल्याचे आजचे चित्र आहे. ही राजकीय प्रकारची भाऊबंदकी आहे.

खरं पाहता सद्य सामाजिक -राजकीय परिस्थितीमध्ये व वंचित-दलित घटकांच्या सर्वप्रकारच्या हक्कांसाठी एकजुटीने संघर्ष करण्याची नितांत गरज आहे. दलित नेत्यांमधली व पक्ष- संघटना-चळवळीतील ही भाऊबंदकी लवकरात लवकर संपावी व दलित राजकीय चळवळीला पुन्हा 'लकाकी' यावी अशीच अपेक्षा सर्वसामान्य कार्यर्त्यांची व जनतेची असणार, हे नक्की.

इतर राजकीय पक्षांनीही या लागणीचा अनुभव घेतलेला आहे. अगदी उभ्या फुटीच्या घटना पाहिल्या नसल्या तरी स्थानिक पातळीवर म्हणजे जिल्हा, तालुका, गाव पातळीवर सर्वच राजकीय पक्षांनी ही भाऊबंदकी जवळून पाहिली आहे. खरं तर कधी कधी जाणीवपूर्वक पक्षांनी भाऊबंदकीला समर्थनही दिलं आहे. आज पक्ष नेतृत्व प्रबळ असलेला राष्ट्रवादी काँग्रेससारखा राष्ट्रीय पक्षही कदाचित उद्या भाऊबंदकीच्या उंबरठ्यावर पोहोचेल, कोण जाणे!

समाजवादी विचारसरणीच्या पक्ष-संघटनांची परिस्थिती तरी कुठे वेगळी आहे? समाजवादी चळवळीसाठी आणि विचारांच्या प्रसारासाठी आयुष्य वेचेलेल्या सर्व जाणत्या नेतृत्वांचा मला आदरच वाटतो. पण, त्याचवळी अनेकदा मुद्द्यांच्या आधारावर जोड-तोड करणाऱ्या समाजवादी विचाराच्या पक्ष-संघटनांमधील वैचारिक, भाऊबंदकीबद्दल खेदाने उल्लेखही करावा लागतोय. खरं तर समाजवादी चळवळीने इतर सर्व पक्ष-संघटनांपेक्षा उभ्या फुटीची भाऊबंदकी अनेकदा अनुभवली आहे. एकूण सामाजिक-राजकीय परिस्थितीबद्दल पुरोगामी भूमिका घेणाऱ्या या मुशीतील पक्ष-संघटना, नेतृत्व व कार्यकर्त्यांचा कदाचित त्यामुळेच जनमानसांवर व्यापक प्रभाव पडला नाही. संसदीय सत्ता व्यवहारातील समाजवादी विचाराच्या पक्ष-संघटनांच्या तुलनेने कमी असलेल्या प्रभावाचे कारण ही 'वैचारिक भाऊबंदकी' आहे असे मला वाटते. डाव्या विचारसरणीच्या पक्ष-संघटनांबाबतही बऱ्याच अंशी असंच काहीसं म्हणता येईल. वैचारिक उगमाच्या आधारावर विभागलेल्या पक्ष-संघटनांची मोट एकत्र बांधलीही जाते कधी कधी , पण वैचारिक महतेच्या आधारावर होणारा दुजाभाव मात्र या भावकीत पाहायला मिळतो.

बरं, इतरांच्या भाऊबंदकीमध्ये वेगळं होण्याची जरा बरी सोय दिसते, पण इथे मात्र पॉलिटब्युरोच्या 'वडिलकीची' पुरुषी व करडी शिस्त असल्याने सरळ कुटुंबाबाहेरच काढलं जातं.

एकूण काय तर राजकीय पक्ष संघटनांमध्ये सत्ता व वारसा संबंधातील भाऊबंदकीचे सूत्र अतिशय स्पष्टपणे दिसून येते. थोडा सखोल अभ्यास असणाऱ्यांना हे सूत्र कदाचित चळवळ व संस्था, कामगार संघटना, विद्यार्थी संघटना अशा इतर संघटित सत्ता क्षेत्रांमध्येपण लागू होते हे लक्षात येईल.

कार्पोरेट भाऊबंदकी

भाऊबंदकीचा संबंध आपण इतर प्रकारच्या सत्ता विभाजनात जसा बघतो तसाच तो आपण आर्थिक सत्तेच्या संदर्भातही पाहू शकतो. धीरूभाई अंबानींच्या मृत्यूनंतर रिलायन्स साम्राज्याचं विभाजन झालं. यात वारसासंबंधी भाऊबंदकी दिसते. फक्त विभाजनपुरती ही भाऊबंदकी मर्यादित राहाते का? तर नाही. विभाजनानंतरची अस्तित्वाची चढाओढ, स्पर्धा, सत्तासंघर्ष आणि कटुताही त्या पाठोपाठ येताना दिसते. दहा हजार कोटींचा अब्रुनुकसानीचा दावा म्हणजे गंमत नव्हे. विविध क्षेत्रातील स्पर्धा ही जीवघेणी आहे आणि स्पर्धा करणं, ईर्षा करणं, पुढे जाण्यासाठी वाट्टेल ती किंमत मोजणं हे सारंच प्रचंड पुरुषी आहे.

आता हेच सारं आपल्याला इतर कॉर्पोरेट हाऊसेसमध्येही दिसून येईल. मग ती बात टाटा, बिर्ला, बजाज यांची असो अथवा इतर छोट्या-मोठ्या कॉर्पोरेट कंपन्यांची असो. भाऊबंदकीचे हे सूत्र सगळीकडेच लागू आहे, हे अधोरेखित होतं, पण अंबानींसारख्या भाऊबंदकीची जाहीर वाच्यता, चर्चा व प्रसिद्धी होते व चवीने या घटनांकडे पाहताना 'हे असं होतच असतं , हे चालतंच' असं म्हणत सर्वसामान्य समाज भाऊबंदकीला व त्याच्या पश्चात येणाऱ्या सत्तासंघर्षाला एक प्रकारे मान्यता देतो.

स्वयंसेवी संस्था-संघटनांमधील भाऊबंदकी

समाजविकासाच्या क्षेत्रांत कार्यरत असलेल्या संस्था-संघटनांमधील भाऊबंदकी तशी जाहीरपणे कमी बोलली जाते. अगदी संस्थेच्या- संघटनेच्या भौतिक मालकी संदर्भात जरी भाऊबंदकी नसली तरी कामाच्या मुद्यांच्या मालकीबाबत मात्र ती असल्याचे दिसते. अर्थात् , याला लोक मतभिन्नता, वेगळी विचारसरणी, वेगळा ॲप्रोच वगैरे म्हणतात... पण ही भाऊबंदकीच अमुक मुद्यांवर तमुक संस्था-संघटनांनीच काम करावे आणि इतर एखादी व्यक्ती, संस्था-संघटना या मुद्द्यांवर काम करू इच्छित असेल तर मात्र त्यांच्या क्षमतेवर, भूमिकेवर, विश्वासार्हतेवर नानाविध प्रकारच्या शंका उपस्थित करून 'सळो की पळो' करून सोडण्याच्या वृत्तीला काय म्हणावे? मी जेव्हा पुरुषत्व, महिला हिंसा या विषयाबाबत सामाजिक कामात स्तत:ला झोकून दिले तेव्हा याचा मला

चांगलाच प्रत्यय आला. माझी एक वयानं मोठी असलेली व महिला चळवळीचा पूर्वीपासून भाग असलेली मैत्रीण माझ्या कामाबद्दल माहिती करून घेतल्यावर मला 'गंमतीने' म्हणाली की, 'अरे, तू तर महिला चळवळीचा कधीच भाग नव्हतास या आधी.' मला ही 'गंमत' जरा बरी वाटली. जेव्हा चळवळ अतिशय जोमात होती तेव्हा माझा जन्म झाला होता व मी वयाने लहान होतो हा काय माझा दोष? बरं, जेव्हा मुद्दे समजू लागले, जाणिवा विकसित होऊ लागल्या, स्वत:च्या पुरुषपणाबद्दल प्रश्न पडू लागले व लिंगभाव आधारित समतेच्या दिशेने काम करू लागलो तोपर्यंत चळवळीचे व मुद्यांचे 'संस्थाकरण' आधीच झाले होते. त्यामुळे माझ्या कामाच्या प्रेरणा प्राथमिकपणे स्त्री चळवळीचा भाग असलेल्या व्यक्ती व संस्थांकडून आल्यां. माझी समज, माझी जडणघडण स्त्री चळवळीचा भाग असलेल्या व्यक्तींच्या, त्यांच्या व्यक्तिगत व संस्थात्मक कामांच्या प्रेरणेतूनच झाली. माझी स्त्रियांवरील हिंसाचार विरोधातील व महिला आरोग्य विषयातील संवेदना व भूमिका या व्यक्ती-संघटनांमुळेच तीव्र झाल्या आणि म्हणूनच वरील आक्षेप मला गंमतीचा वाटला. असो. तर मुद्दा असा की, स्वयंसेवी संस्था-संघटनांमध्येही मुद्यांच्या मालकीची छुपी भावना व त्या संबंधातील भाऊबंदकीचे उघड-छुपे व्यवहार निदर्शनास येतात आणि मग त्यानंतरच्या अस्तित्व लढाईचे, Visibility चे व सौम्य सत्ता संघर्षाचे गंमतीशीर स्वरूप आपल्याला पहायला मिळते. कित्येकदा तर ही भाऊबंदकी अर्थसहाय्य देणाऱ्या संस्थांशी संबंधित किंवा त्यांनीच install केलेली असते!

हे वेगळेपणानं लिहिण्याची आवश्यकता यासाठी वाटते की, स्वयंसेवी संस्था-संघटनांची संख्या, क्षेत्र, जाळं व काम आता इतक्या प्रमाणात वाढलंय की, ही एक पर्यायी यंत्रणा न राहता अपनेआपमें स्वतंत्र मुख्य प्रवाहच झालाय. सामाजिक न्यायाच्या व बदलाच्या दिशेने प्रयत्न करताना मुद्यांच्या मालकीवर आधारित भाऊबंदकीतून आपण नवीन प्रकारच्या पुरुषी प्रवृत्तीला जन्म व मान्यता तर देत नाही आहोत ना? याचा प्रामाणिक आणि गांभीर्याने विचार करण्याची वेळ आली आहे असं मला व्यक्तीश: वाटतं.

हे उघडपणे कमी बोलल जातं. आता मी हे उघडपणे मांडलं म्हणून माझ्या 'भावकीने' मला वाळीत टाकलं नाही म्हणजे मिळवलं, असो.

भाऊबंदकी आणि स्त्रिया

कौटुंबिक, राजकीय, सामाजिक भाऊबंदकीच्या तंट्यांमध्ये स्त्रियाचं काय होतं, यातून निर्माण होणाऱ्या सत्ता-संघर्षात स्त्रिया कुठे असतात आणि भाऊबंदकीचे जे काही सत्ता-संपत्ती फलित पुरुषांना मिळते, त्यात स्त्रियांचा वाटा असतो का? हे काही प्रश्न या निमित्ताने पुढे यायला हवेत. जमीन जिंकणे-हरणे, कायद्याच्या केसेस जिंकणे-हरणे, पक्ष जोडणे-तोडणे, सत्तेची विधी समीकरणं बांधणे, अस्तित्वाच्या लढाया खेळणे

जसजशा जास्त स्त्रिया या सत्ता व्यवहारात दिसू लागतील तसतसे सत्तेच्या संवेदनशील वापराचे आशादायी, models कदाचित आपल्याला दिसूही लागतील, पण; जर सत्ता वापराचे आजचे पुरुषी व अन्याय्य स्वरूप बदलले नाही तर मात्र सत्तेसोबतच सत्ताव्यवहारामधील भाऊबंदकी स्त्रियांमध्येही वेगळ्या स्वरूपात अवतरण्याचा धोका तसाच आहे. त्यामुळे 'सत्ता' या विषयाच्या संवेदनशील पैलूंचा विचार पुढे आणण्याची जबाबदारीही तुमच्या -माझ्यासारख्या स्त्री-पुरुष कार्यकर्त्यांना व समतेच्या दिशेने पुढे जाऊ इच्छिणाऱ्या सर्वांनाच उचलावी लागेल. सत्ताहीन समाज रचनेच्या व नातेसंबंधांच्या स्वप्नाकडे चालताना सत्तासंवेदनशीलतेचे पाठ आपणा सर्वांनाच गिरवावे लागणार आहेत. त्यातूनच कदाचित भाऊबंदकीचा प्रवासही शेवटाकडे जाईल.

भाऊबंदकी आणि भावकी

भावकी म्हणजे ढोबळ अर्थाने एकच आडनावाच्या, रक्ताच्या नात्याने जोडलेल्या एकत्र अथवा वेगवेगळ्या कुटुंबाचा गट. एकाच भावकीचं पूर्ण गावच्या-गाव असल्याची अनेक उदाहरणं आपल्याला मराठवाड्यात दिसतील. उस्मानाबाद जिह्यातील परांडा तालुक्यातलं कात्राबाद हे गाव सगळं बोरांडेंचं. तसंच पवारवाडी , शिंदेवाडी अशा कितीतरी वाड्यांची पुढे गावे झाली, भावकीचं गाव.

संस्थेतली सकारात्मक ताकद आजकाल आपल्याला पहायलाही मिळत नाही. म्हणजे कदाचित संस्थेची संघटित सकारात्मक ताकद स्वातंत्र्य लढ्यानंतर व त्यानंतरच्या काही चळवळी व आत्ताच्या काही जनआंदोलनांव्यविरिक्त क्वचितच पहायला मिळते. जिथे संख्येनं जास्त असलेले जाती समूह संख्येने कमी असलेल्या जातींवर सार्वजनिक हिंसा करताना दिसतात किंवा संख्येने जास्त पुरुष एकत्र झाले तर, मागील वर्षी मुंबईत नववर्षाच्या रात्री उन्मादात एका मुलीचा विनयभंग झाला अशा घटना घडतात किंवा मग कृष्णजन्माष्टमीच्या दिवशी अहमदाबादसारख्या संवेदनशील शहरात मिरवणुकीसाठी एकत्र आलेली संख्या आपली मिरवणूक आवर्जून मुस्लीम मुहल्लयांमधूनच नेण्याचा आग्रह धरतात. एकूण काय संख्या, संख्येतून येणारी ताकद व ताकदीचा नकारात्मक उपयोग, उन्माद व माज यांचा निकटचा संबंध आज आपल्याला दिसतो.

भाऊबंदकी म्हणजे भांडण-तंटे व भावकी म्हणजे एक प्रकारचा आधार असा रूढ समज असल्याने भावकीचा आधार वाटत असला तरी, भावकीची संख्यादेखील उन्मादक व हिंसक रूप घेताना दिसते. माझ्या गावात दाळवाले कुटुंबात एकूण बावीस भाऊ म्हणून त्यांची कोण दहशत एकेकाळी असल्याचे मला आठवते. कित्येक गावांत अशा एकत्रित असलेल्या भावकीच्या दरारा, त्यांचा स्थानिक राजकरणात एकूणच सत्ताव्यवहारात दरारा असल्याचे आपणास दिसते. पश्चिम महाराष्ट्राच्या राजकारणात तर अशा पाटीलकीच्या भावकीचा दरारा व एकाधिकारशाही मोठ्या प्रमाणात आहे.

शिवाय एक भाऊ या पक्षात , दुसरा आणखी दुसऱ्या पक्षात तर तिसरा विरोधी पक्षात असा सत्तेच्या कायम जवळच राहण्याचा पुरुषी खेळ करण्यात या भावक्या पारंगत आहेत आणि या अर्थाने G-8 देशांचा समूह किंवा अणु तंत्रज्ञानाच्या, व्यापाराच्या, लष्करी सहकार्यांच्या संदर्भात एकत्रित आलेले बडे देश किंवा बाजारात आपली एकाधिकारशाही व भांडवली सत्ता स्थापन करणाऱ्या बहुराष्ट्रीय कंपन्यासुद्धा आंतरराष्ट्रीय स्वरूपातील भावकीचं आहे असं मला वाटतं. एकत्रित संघटित संस्थेच्या ताकदीचा व सत्तेचा माज, उन्माद हा असा सर्वच स्तरांवर पुरुषी सत्तेचा आविष्कार करताना आपल्याला दिसेल.

पुरुषी सत्ता असं मी म्हणतो त्याला कारण आहे. सत्तेतून सत्ता निर्माण करणं, सत्तेचा वापर दमन, हिंसा करून सत्ता टिकवायला, वाढवायला करणं, स्पर्धा करून तथाकथित विरोधक आणि विरोध संपवण्यासाठी करणं, वारसा मिळवण्यासाठी वाट्टेल त्या हिंसक थराला जाऊन उभी फूट पाडणं हे आत्ताच्या पुरुषप्रधान सत्ता व्यवस्थेत पुरुषीच आहे असं माझं ठाम मत आहे आणि म्हणूनच भावकी–भाऊबंदकी या मला दोन्हीही एकाच नाण्याच्या बाजू वाटतात. जर या स्वरूपाच्या भाऊबंदकीची बाधा समाजातील सर्वच संस्था व व्यवस्थांना झाली असेल व त्यातून सत्तासंघर्ष जोम धरत असेल तर हा सामाजिक–राजकीय Phenomenon व्यापकपणे समजून घेऊन, त्याचा पुरुषत्व व पुरुषी मानसिकतेशी असलेला संबंध ओळखूनच पुरुषांसोबतच्या कामात आपल्याला भाऊबंदकीचा जोर व प्रभाव कमी करण्याचे कामही करावे लागेल, बघू या.

तळटीप –

(हा लेख लिहिताना कुठलेही पुस्तकी संदर्भ वापरले नसले तरी आजूबाजूच्या सामाजिक, राजकीय संदर्भातच लिहिला गेला आहे. त्यामुळे यातून ध्वनित होणारे विविध अर्थ, चर्चा, वाद, मतमतांतरे, मतभिन्नता या सर्वांसाठी या लेखाचा अन्वयार्थ (interpretation) खुला आहे. कळावे.)

(पुरुष उवाच, दिवाळी अंक २००८)

शिव्यांमधली पुरुषप्रधानता

– श्रीनिवास हेमाडे

भाग – १

शिवी – एक संकल्पना

माणूस शिव्या का देतो? हा एक गंभीर प्रश्न आहे. केवळ प्रौढ व्यक्तीच शिवी देते असे नाही तर मुले–बालकेही शिवीगाळीत उत्साहात पुढे असतात. शिवी हा संस्कृति, धर्मजात, लिंग, स्थल–कालनिरपेक्षपणे मोठ्या प्रमाणात आबालवृद्धांकडून आबालवृद्धांसाठी उपयोगात येणारा भाषिक प्रयोग आहे; म्हणून तर कधी कधी चिंटूचे बाबादेखील शिवी देताना आढळतात. पण 'चिंटू' कार चारूहास पंडित व प्रभाकर वाडेकर ती शिवी कोणती ते मात्र गुलदस्त्यात (की चिन्हदस्त्यात?) ठेवतात. केवळ सामान्यजनांनाच नव्हे तर साधुसंतांना देखील शिवीचा मोह पडावा इतके आकर्षणमूल्य शिवीला आहे. भारतीय वैदिक ऋषी–मुनी–साधुमंडळी शापवाणी उच्चरण्यात माहीर आहेत तर संत शिवीदानात.

समजा, एखादी व्यक्ती (उदाहरणार्थ 'आपण', – प्रथमपुरुषी, प्रथमस्त्री, एकवचनी, बहुवचनी आणि आदरार्थी) दिलेल्या कोणत्याही विद्यमान मूल्यव्यवस्थेनुसार सभ्य असली, शिष्ट असली व म्हणून शिव्या देत नसली तरी तिला इतरांनी दिलेल्या शिव्या मात्र ऐकाव्याच लागतात. नको असलेले दृश्य पाहणे टाळण्यासाठी डोळे बंद करता येतात, नको असलेले बोलणे टाळायचे असेल तर तोंड बंद ठेवता येते पण नको असलेले शब्द ऐकावयाचे नसले तरी कान बंद करता येत नाहीत. (निसर्गाने या अवयवाची मोठी गंमत करून ठेवली अहे. नाईलाजाने 'नको' तेही ऐकावेच लागते. यावर उपाय म्हणून

'ऐकूनही न ऐकल्यासारखे करण्याचा अभिनय करण्याची कला व विज्ञान' माणसाने विकसित केली आहे. हा एक वरकड फायदाच म्हणायचा!) शिव्या दिल्या नाहीत तरी ऐकणे मात्र भाग पडते. कारण अन्य कुणीतरी ते देत असतो व कुणीतरी ते घेतही असतो. त्यामुळे शिवीघेत्याकडूनही प्रतिसादादाखल शिव्या दिल्या जात असतात. याचा अर्थ असा की कळत-नकळत प्रत्येकाचे 'शिव्यांचे प्रशिक्षण' चालूच असते. घरात, दारात, रस्त्यांवर, बसस्टँण्ड अथवा रेल्वे स्टेशन किंवा कोणतीही रांग, म्हणजेचे गुप्त खासगी ठिकाणापासून ते सार्वजनिक ठिकाणापर्यंत शिव्यांचे प्रशिक्षण चालू असते. 'जात्यावर बसलं की ओवी सुचते' तशी 'भांडायला गेलं की शिवी सुचते.' (गिरण्या निघाल्यामुळे जातंही गेलं अन् ओवीही गेली. पण भांडण न गेल्याने शिव्या आहेत आणि राहणारही आहेत.)

शिव्या सहज दिल्या जातात पण ही सहजता दिसते तितकी सरळ नसते. शिव्या निर्मितीमागे उच्चारणाऱ्या त्या व्यक्तिची अतिशय संमिश्र, गुंतागुंतीची मानसिकता, सांस्कृतिकता व नैतिकता उभी असते. शिवीदात्याप्रमाणेच ही बाब शिव्याघेता व शिव्याश्रोता (की शिव्याऐकता?) यांचीही असते. कारण ते श्रोते, प्रेक्षक व रसग्रहणकर्ते असतात. त्यांच्या प्रतिसादावर शिव्यांची परिणामकारकता अवलंबून असते.

शिवीची व्याख्या

शिवीची व्याख्या करणे सोपे नाही. मराठीतील साध्या, शब्दकोषापासून ते ब्रिटिश विश्वकोशापर्यंत 'शिवी किंवा Abuse' ची व्याख्या दिलेली नाही आणि जरी एखादी नोंद असलीच त्या शब्दापुढे ' शिव्या' दिलेल्या असतात. तरीही असा एक प्रयत्न झाला आहे. सुप्रसिद्ध मानववंशशास्त्रज्ञ ब्रानिस्लाव मालिनौस्की यांनी केला आहे. तूर्तास ती आपण कामचलाऊ, मार्गदर्शक व प्राथमिक आकलनासाठी स्वीकारता येईल. ते म्हणतात, 'शिवी म्हणजे अशा शब्दाचा प्रयोग की ज्याच्याविरुद्ध तो केला जातो त्याला लाजविणे अथवा किळस वाटावयास लावणे होय'. (टीप पहा)

मालिनौस्कीच्या या व्याख्येवरून 'शिवीलक्ष्य बनविण्यात आलेल्या व्यक्तीने काही सामाजिक रूढी, संकेतांचा, नीतीसंकल्पनांचा भंग केला आहे, आणि शिवीलक्ष्य व्यक्तीची ही कृती प्रचलित धारणांनुसार अत्यंत निषेधार्ह आहे , असे सूचित होते. या व्याख्येतून शिवीचा उद्देश जसा स्पष्ट होतो तशाच आणखी काही गोष्टीही स्पष्ट होतात. ज्यामुळे शिवीचे स्वरूप ठरू शकते. त्या अशा :-

१. शिवीच्या सर्व प्रकारांमध्ये तीव्र भावनात्मक शक्यतेचा प्रभाव नेहमी असतो. या भावना म्हणजे लज्जानिर्मिती आणि जुगुप्सा (किळस)
२. शिवीत सुचविलेल्या कृतींचा प्रत्यक्षात किती संभव आहे, त्यावर त्यांची तीव्रता ठरते.
३. शिवीलक्ष्य व्यक्तीने निषिद्ध कृती केल्या आहेत, हे प्रत्यक्ष-अप्रत्यक्षरीत्या सुचविणे

आणि म्हणून त्यास दुखविणे.

एवढे सांगून मलिननौस्की नमूद करतात की, 'शिवीबाबत युरोपीय संस्कृतीने उच्चांक गाठून भाषेत अनेक उत्कृष्ट व गुंतागुंतीचे नमुने तयार केले आहेत.' पण त्यांना बहुदा भारतीय संस्कृतीची विशेषत: महाराष्ट्राची माहिती नसावी. अन्यथा त्यांचा हा बहुमान महाराष्ट्राच्या वाट्याला नक्कीच आला असता!

शिवीचा वर्तन व्यवहारविशेष

शिवी दिली किंवा घेतली जात असताना जे काही प्रेक्षणीय घडते तो एक वर्तन व्यवहारच असतो. त्याचे काही विशेष आपणास पुढीलप्रमाणे सांगता येतील –

१) शिवीलक्ष्य व्यक्ती व शिवीघेता व्यक्ती एकाच सांस्कृतिक पातळीवरचे असले पाहिजेत.
२) तसेच दोघांनाही ती भाषा येत असली पाहिजे.
३) कोणत्याही भाषेतील शिवी अन्य भाषिकांना त्वरित पाठ होते.
४) शिवीचे चटकन् भाषांतरही होते.
५) शिवीमुळे नियंत्रण मिळवता येते, सत्ता प्रस्थापित करता येते.
६) शिवीचे सभ्य व असभ्य (अश्लील) शब्दांनी बनलेली शिवी असे उपप्रकार करता येतील.

टीप : *'शिव' या देवतेचा 'शिवी' या देवनागरीतील शब्दाशी कसा संबंध आहे. हाईरिश झिमरच्या Myths and Symbols in Indian Art and Civilization या पुस्तकात दाखविले आहे. संपादक: जोसेफ कॅम्पबेल ती न पटणारी पण फारच मजेशीर गोष्ट आहे.*[१] *पृष्ठ ६६. असंस्कृत समाजातील लैंगिकता– मराठी अनुवाद : दि. धो. कर्वे. मूळ नाव Sex and Repression in Savage Society. मालिनौस्कीने ही व्याख्या 'व्याख्या' या स्वरूपात दिलेली नाही. मी तिचे रूपांतर केले आहे.*

शिवी – एक भाषिक दुरित

शिव्या हा भाषेचा घटक असतो. शिव्याने संवाद साधला जातो किंवा 'कशाचे'तरी वर्णन केले जाते. आता शिव्या हा केवळ भाषेचा घटक नसतो तर त्या त्या व्यक्तीच्या सांस्कृतिक जगाचा घटक असतो. या अर्थाने शिवी हा भाषाघटक असल्यामुळे शिवी ही संकल्पना समजावून घेणे आलेच. शिवी हे भाषिक दुरित आहे. दुरित नीतिशास्त्रीय चर्चेतील एक महत्त्वाची संकल्पना असून, ती अद्यापिही न सुटलेली समस्या आहे. आदर्शवादी नीतिशास्त्र 'शिव' (The God) या संकल्पनेची चर्चा करते. त्याची विरुद्ध संकल्पना म्हणजे 'दुरित' (The Moral Evil) ही येते. दुरिताच्या अपेक्षेनेच शिवविचार पूर्ण होतो. दुरित दुःखनिर्मिती करते.

दुरिते मुख्यत: दोन प्रकारची आहेत. निसर्ग निर्मित दुरित आणि मानवनिर्मित दुरितक. पूर, दुष्काळ, ज्वालामुखीचा उद्रेक, उल्कापात, भूकंप इत्यादी नैसर्गिक दुरिते; तर भ्रष्टाचार,

बेकारी, मानवी वाहतूक, अवयवांचा व्यापार, वेश्याव्यवसाय, गुन्हेगारी, मनोरुग्णता ही मानवी दुरिते आहेत. (आता कॅतरिना, रिटा अथवा मिठीनदीचा पूर हे नैसर्गिक न राहता मानवी दुरित बनले आहेत!) * नैतिक तत्त्वचिंतनाचा मुख्य विषय मानवी दुःखे किमान पातळीवरच कशी राहतील, हा असतो. कारण दुरित नष्ट तर होवू शकत नाही. दुरितनिर्मितीतून मिळणारा विकृत आनंद ही सुद्धा एक चमत्कारिक रहस्यमय समस्या आहे. या प्रवृत्तीमुळे या ना त्या रूपात आणि उघड वा छुप्या स्वरूपात दुःखनिर्मिती होतच राहाते. संपूर्ण दुःखनिरास हे केवळ ' तात्त्विक स्वप्न (The Philiosophical Dream)' बनते.

या जगात दुरित का आहे? ही एक तात्त्विक(Philosophical Problem) समस्या आहे. भलेभले तत्त्वज्ञ त्याचे उत्तर देण्यास थकून गेले (अक्षरशः!). दुरिते समाजात का आहेत? हा प्रश्नच निरर्थक आहे. ज्यांची उत्तरे कधी द्यावयाची नसतात, त्या प्रश्नांमधील तो एक प्रश्न आहे. ते अव्याकृत आहे. त्याचे अस्तित्व मान्य करणे व त्याची समाजात असण्याची आणि समाजावर प्रभाव टाकण्याची पातळी कमी करणे एवढेच आपल्या हाती असते. फार तर एवढेच म्हणता येईल की, दुरिताचे असणे ही मानवी जीवनातील एक लीला आहे. ते जगण्यातील एक नाट्य आहे. हे विश्वच निर्माण झाले नसते तर हा सगळा प्रपंच नसता. म्हणून तर वेदान्त या जगाच्या अस्तित्वाला 'ईश्वराची लीला' *मानते*. जगच जर अस्तित्वात नसते किंवा भासले नसते तर जगण्यातली मजाच निघून गेली असती. अहो, आत्मचरित्र लिहिण्यातील गंमतच पळून गेली असती. लोक वाईट वागतात म्हणून तर चांगल्या लोकांचे चांगलेच फावलेले असते.

जगात नैतिक दुरिते आहेत. त्यावर उपाययोजना म्हणून शिक्षेची तरतूद आहे, शिक्षण देणारा कायदा आहे, त्यासाठी कायदादान पद्धती , अंमलबजावणी यंत्रणा तयार करावी लागते. शिक्षेचे सिद्धांत बनवावे लागतात. त्यांचा सातत्याने पुनर्विचार करावा लागतो. आता हे खरे की, सगळ्यांची स्वप्ने साकार होत नसतात. व्यक्तीगत पातळीवर तर एखाद्या बुद्धालाच ते शक्य होते अन् सामान्य पातळीवर केवळ प्रयत्न करणेच शक्य असते.

बुद्धासारख्याला शक्य झाले तरी सामान्य माणसाला मात्र संपूर्ण दुःखनिरास करता आला नाही तरी दुःखाची जगण्यातील पातळी किमान मात्रेवर आणणे शक्य होवू शकते. कोणतेही नैतिक तत्त्वज्ञान मुळात दुरित टाळू पाहाते. चार्वाक मत 'चारू वाक्' चा आग्रह धरते, 'बुद्धमत' 'सम्यक वाणी' चा जैनमत 'मृषावाविरती व सुनृत भाषणा' वर भर देते. योगशास्त्र ' सत्य व अहिंसेचा' पुरस्कार करते

शिव्या हे अनेक दुरितांपैकी एक भाषिक दुरित आहे. मानवी दुरितांचाच प्रतिध्वनी आपणास शिव्यांमध्ये आढळेल. शिवी ही नुसती भाषिक दुरित नाही तर एक हिंसा

आहे. हे आता सर्वमान्य झाले आहे.

शिवीचे उद्दिष्ट

शोषणाचे प्रकार म्हणून अपमान, धमकी, मानहानी, नियंत्रण, मनोविच्छेद ही उद्दिष्टे शिवीमागे असतात. शिवी हे पुरुषाचे (किंवा कोणत्याही सत्ताधिकाऱ्याचे) नियंत्रण मिळवण्याचे एक छुपे व सूक्ष्म धोरण असते. 'ए गप बस' ही सुद्धा शिवीच ठरते. विवाहविच्छेद होऊनही पोटगी न देणे Financial abuse होतो.

शिवीमागील मूल्यव्यवस्था

शिवी देणारा 'कोणती मूल्ये व मूल्यवस्था त्याला मान्य आहे', हे कळत नकळत सांगत असतो. जी मूल्ये तुडविली असता शिवीलक्ष्य व्यक्तीचा अपमान होणार असतो ती त्यालाही मान्य असतात. यात आई, बहीण, जात, वर्ण, वंश, धर्म, देश आणि ईश्वरविषयक, ग्रंथविषयक श्रद्धा यांचाही समावेश होतो. शिवीलक्ष्य व्यक्तीच्या मूल्यव्यवस्थेला त्याने दिलेला प्रतिसाद असतो तसा त्यालाही त्याची स्वीकृती आहे याची शिवी ही कबुली असते. रसेलने त्याच्या The Problems of Philosophy या प्रसिद्ध पुस्तकात एक वचन दिले आहे ते असे- What Peter says about Paul, tells us more about Peter; Than about Paul.

म्हणजे ''पीटरने पॉलविषयीचे मत आपल्याला पॉलविषयी जेवढे सांगते त्यापेक्षा पीटरविषयी अधिक सांगते.''

याचा अर्थ ''इतरांविषयी काहीतरी बोलणे म्हणजेच इतरांपेक्षा स्वत:विषयीच जास्त (किंबहुना) सांगणे होय.''

शिवीदाता शिवीलक्ष्य व्यक्तीविषयी जे सांगतो त्यापेक्षा तो स्वत:विषयीच अधिक सांगत असतो. तो स्वत:ला मान्य असलेली मूल्यव्यवस्था स्पष्ट करतो. याचा अर्थ असा की, त्यालाही तशाच शिव्या परत दिल्या तर तोही तसाच रागावला जावू शकतो, त्याचा ही तसाच अपमान होवू शकतो जसा तो शिवीलक्ष्य व्यक्तीचा करीत असतो.

किंबहुना ''तुम्ही (कोणीही) माझा पाणउतारा, अपमान या व यासारख्या शब्दांनी करू शकता.'' असे तो सूचवित असतो! त्याची नैतिक, सांस्कृतिक पातळी तो स्पष्ट करीत असतो.

भाग – २

शिव्यांमधील पुरुषप्रधानता

माणूस शिव्या देतो याचे काही प्रकार करता येतील. ते असे :

१. पुरुषाकडून पुरुषाला

२. पुरुषाकडून स्त्रीला

३. स्त्रीकडून स्त्रीला

४. माणसाने स्वत:ला

५. माणसाने ईश्वराला (नशिबाला इत्यादी)

या यादीतील पहिल्या तीन प्रकारांचे स्वरूप आपण पाहू. इतर दोन प्रकार या लेखाच्या बाहेरचे आहेत. अर्थात् ईश्वराबाबत थोडी समस्या होवू शकते. कारण प्रचलित ईश्वर 'पुरुषच' आहे! असा ईश्वरप्रधान धर्म व धर्मसंस्थाही पुरुषप्रधानच आहे. त्यातही स्त्रियांचे शोषण आहेत. त्या शोषणाविरुद्ध तर स्त्रिया ईश्वराकडे तक्रार करतात. उदाहरणार्थ मीरा, बहिणा, जनाबाई, जेन आयर इत्यादी. पण दुर्दैवाने ईश्वर पुरुष असल्याने 'एका पुरुषाची तक्रार दुसऱ्या पुरुषाकडे' एवढेच त्याचे स्वरूप राहते. पण ते नंतर!

शिव्यांचे निरीक्षण (म्हणजे श्रवण) करता लक्षात येईल की, त्या बहुधा पुरुषप्रधान असतात. त्यातून मुख्यत: लैंगिक उपभोगासंबंधी निगडित कृती सूचविलेली असते. अशा शिव्या या बहुधा सर्व जाती-धर्मात व ग्लोबल लेव्हलवर वर्णातसुद्धा आढळतात. वर्ण, धर्म व जातीव्यवस्था मुख्यत: पुरुषप्रधान असल्याने शिव्याही पुरुषप्रधान आहेत. पुरुषाच्या आयुष्यात स्त्री मुख्यत: चार नात्यांनी येते. आई, बहीण, मुलगी, सून यापैकी 'आई' हे नाते निश्चित असते. इतर संभाव्य पण क्रमाने महत्त्वाची असतात. इतर दोन नात्यांपेक्षां आई व बहीण या प्राधर्म्यांने शिवीलक्ष्य असतात. त्यातही आई मुख्य असते.

अ) पुरुषाकडून पुरुषाला दिल्या जाणाऱ्या शिव्या

आईवरून दिल्या जाणाऱ्या शिव्या प्रक्षोभक व हिंसेला प्रवृत्त करणाऱ्या असतात. याचा अर्थ 'आई ' या मूल्याला, मातृत्व या मूल्यवस्थेला दिला जाणारा तो प्रतिसाद असतो. कोणतीही स्त्री जेव्हा 'आई' या पदाला पोहोचते तेव्हा तिची शिवीलक्ष्यता तीव्रपणे अधोरेखित होते, तिला शिवीमूल्य प्राप्त होते. कोणत्याही जाणत्या-अजाणत्या मुलाला, विशेषत: मुलाला त्याच्या आईवरून दिलेल्या शिवीचा राग येतो. याचा अर्थ त्याच्या दृष्टिकोनातून आईला सर्वोच्च महत्त्व आहे.

दुसऱ्या पातळीवर शिवीदात्यालासुद्धा या महत्तेचे ज्ञान असतं पण त्या क्षणाला तो शिवीदाता असतो, त्यामुळे शिवीमूल्यवान आई 'त्याची आई' नसते; पण जेव्हा त्याला तीच शिवी व बोनस म्हणून तशाच प्रकारच्या इतर शिव्या त्याच्या आईवरुन दिल्याजातात तेव्हा तो सुद्धा तीच प्रतिक्रिया व्यक्त करतो.

आईवरच्या शिवीत दोन-तीन गोष्टी सूचित होतात.

१. शिवीलक्ष्य व्यक्तीच्या (आबालवृद्ध स्त्रीच्या अथवा पुरुषाच्या) पित्याच्या जागी दुसराच कुणीतरी सूचित केला जातो. म्हणजेच शिवीलक्ष्य व्यक्तीची औरसता, पितृप्रधानता दुखावली जाते.

२. पुरुषी दृष्टिकोनातून ती स्त्री म्हणजे आई व्यभिचारी ठरते. याचा अर्थ ती एका पुरुषाऐवजी अनेक पुरुषांना उपलब्ध आहे. बाब प्रचलित पुरुषी नैतिक संकेतांचा भंग करणारी आहे, हे ही सुचविले जाते.

३. शिवाय ती आई विवाहबाह्य चौकटीबाहेर आहे, ती स्वैरिणी आहे, हे ही सूचित होते.

या केवळ सूचित केलेल्या बाबी आहेत, हे येथे लक्षात घेतले पाहिजे. त्याच्या वास्तवाशी संबंध असेलच असे नाही.

शिव्या प्रामुख्याने लिंगसंबंध सुचविणाऱ्याच का असतात? याचाही विचार करणे आवश्यक आहे. कारण तो कोणत्याही पुरुषाचा मानबिंदू असतो, आणि त्यातूनच व्यापक अर्थाने स्त्री चा मानभंगही होतोच. स्त्रीचा व स्त्रीत्त्वाचा अपमान करणे हा पुरुषसत्तेचा अंतिम हेतू असतो. अर्थात् हे सामान्य विधान झाले.

महाराष्ट्रात नुकताच असा एक अभ्यास झाला. A Study of Heterosexual Relationships Expressed through Various Words in Marathi Language.[3] रोहिणी साहनी आणि हेमंत आपटे यांच्या या अभ्यासातून एक विलक्षण बाब पुढे आली. 'वेश्या' या शब्दार्थाशी जुळणारे जवळपास २०० शब्द 'मराठीचिये नगरी'त वसत असून, इतकी शब्दसमृद्धी कुठून आली? असा प्रश्न त्यांनी उपस्थित केला आहे. त्याउलट, दक्षिण भारतातील 'कोडावा' या भाषेत वेश्यासूचक एकही शब्द नसल्याचे ते नमूद करतात. ७०० वर्षांच्या मराठी भाषेच्या इतिहासात ही समृद्धी आली असून हे सर्व शब्द विवाहसंस्थेच्या बाहेरचे लैंगिकसंबंध सूचित करणारे आणि असे संबंध वेश्याव्यवसायाशी समांतर असल्याचे स्पष्ट करणारे आहेत. पारंपरिक पुरुषप्रधान समाजव्यवस्थेत स्त्रियांवर अतिशय कडक बंधने होती. लग्नसंस्थेबाहेर तिचे संबंध असल्याचा किंचितसा संशय सुद्धा स्त्रिला 'व्यभिचारिणी' (म्हणजे वेश्या) ठरविण्यास पुरेसा होता, असे या अभ्यासकांनी दाखवून दिले आहे. रामायणातला एक साधा परीट सीतेवर संशय घेतो, तिच्या मातृत्वावर आरोप करतो. ती वेश्या तर नसतेच उलट वंदनीय असते; पण, परटासारखा साधा नागरिक संशय घेतो आणि स्त्री सत्ताकतेचा विध्वंस करणारा राम तिला घराबाहेर काढतो! रामाचे हे ठार निखालस दुसरे अनैतिक कृत्य! मराठी भाषकांची सामाजिक मानसिकता समजावून घेण्यास हे वानगीदाखलचे शब्द पुरेसे आहेत, असे हे अभ्यासक म्हणतात.

अर्थात श्री. शरद पाटील यांचा 'दासशूद्रांची गुलामगिरी' या दोन खंडातील अभ्यासात एकूणातच स्त्रीसत्ता कशी नष्ट करण्यात आली व पुरुषसत्ता कशी प्रस्थापित करण्यात आली याचा तपशिलवार खुलासा आहे. केवळ प्रत्यक्ष स्त्रीच नव्हे तर स्त्रीवाचक शब्द आणि स्त्रीलिंगी शब्दही कसे हीनत्वदर्शक बनविण्यात आला, याचे ते मूलगामी विश्लेषण आहे. उदा. निर्ऋति गणिका, नगरवधू इत्यादी. अर्थात् या दोन्ही खंडाचा अभ्यासातील 'स्त्रीला दिलेल्या शिव्या' असा एखादा अभ्यास होणे, गरजेचे आहेच.

(ब) स्त्रीकडून पुरुषाला दिल्या जाणाऱ्या शिव्या – स्त्रीप्रधान शिव्या?

लिंगसंबंध सूचित करणाऱ्या व स्त्रीचा उपभोगच सुचविणाऱ्या शिव्यांमुळे आता येथे दोन प्रश्न विचारता येतील :

१. पुरुषांना प्रतिशह म्हणून, स्त्रीमुक्ती म्हणून किंवा समतावादी असण्याचा मार्ग म्हणून स्त्रियांनी शिव्या द्याव्यात काय?

२. शिव्या स्त्रीप्रधान बनवाव्यात का? म्हणजेच पुरुषप्रधान शिव्यांच्याच जोडीला समतावादी प्रस्थापनेसाठी स्त्रीप्रधान शिव्या तयार कराव्यात काय?

आता शिव्या स्त्रीप्रधान बनवायच्या म्हणजेच, स्त्रीच्या उपभोगव्यवस्थेच्या केंद्रस्थानी पुरुषाला आणावयाचे! पिता, पती, पुत्र, जामात नात्याने व त्या रूपात पुरुष स्त्रीच्या आयुष्यात येतो. सहकारी, सहाध्यायी, इत्यादी त्याची षंगिक रूपे नंतर. आता (किमान दोन) स्त्रियांनी एकमेकांना शिव्या द्यावयाच्या म्हणजे पुरुषोपभोग सुचवावयाचा.

पण यामुळे काय साधेल? पुरुषाचा अपमान, मानभंग होणार तर नाहीच पण उलट पुरुषाच्या लैंगिक वर्चस्वाचेच गौरवीकरण होईल. म्हणजे दोन गोष्टी होतील.

१. "ए तुझ्या बापाला... " इत्यादी म्हणताना बापाचा/पुरुषाचा सत्कार होईल.

२. पण त्याचवेळेस त्याच्याशी निगडित झालेल्या (किंवा शिवीलक्ष्य) स्त्रीचा, तिच्या स्त्रीत्वाचा अपमान होईल. कारण या शिव्यांची चौकट पुरुषसत्ताक असेल.

आता अशा शिव्या कोणत्या समाजव्यवस्थेत शक्य होतील? स्त्रीराज्यात? आता सध्या तरी अशा शिव्या तयार केल्याच तरी त्या पुरुषांचा अधिकार मान्य करणाऱ्या ठरतील. समजा स्त्रीराज्य आले तरी 'पुरुषप्रधान शिव्या' बनवून काय साधेल? मुक्ती तर नाहीच; पण समताही नाही. समता आली तरी ती सूडवादी समता असेल! याचा एक अर्थ एक अन्यायी व्यवस्था त्यागावयाची आणि तिच्या जागी दुसरी अन्यायी व्यवस्था आणावयाची! त्यामुळे 'समाजात न्याय स्थापन होईल काय?' फार तर शोषित व शोषकांच्यात अदलाबदल होईल. मूलत: अन्याय दूर होणार नाही. तो राहिलच. असा समाज आपल्याला नको आहे.

त्यासाठी शिवीशून्य समाज निर्माण केला पाहिजे. म्हणजे समतावादी समाज निर्माण केला पाहिजे. आता समता, स्वातंत्र्य, बंधुता व समृद्धी या मूल्यांच्या स्वरूप निश्चितीत आणि अंमलबजावणीत बऱ्याच गोष्टी आहेत. पण, म्हणून काही असा समज अशक्यच असतो असे नाही. सर्वांनाच जरा विचार करावा लागेल.

बरं आता जरा वास्तवाचा नजारा पाहू.

विद्यमान पुरुषी समाजव्यवस्थेतील स्त्रिया, शिव्या देतात का? देतात तर! नि:संशय आणि स्पष्टपणे देतात. स्त्रिया शिव्या देताना काय घडते? कुणाला देतात? शिवीलक्ष्य असलेल्या व्यक्तीलाच देतात की, अन्य कुणाला तरी ती द्यायची असते पण ईलाज नसल्याने समोरच्या शिवीलक्ष्य व्यक्तीला उद्देशून देतात? खरोखरीच कुणाला त्या शिव्या देतात?

एलिट क्लासमध्ये नसलेल्या साध्या स्त्रियांच्या शिव्या आणि सुशिक्षित स्त्रियांच्या शिव्या यात सांस्कृतिक फरक जसा पडतो तसा तो अभिव्यक्तीच्या पद्धतीतही पडतो.

त्याचप्रमाणे तो आशयातही पडतो. शिवीत सूचविलेल्या वस्तुस्थितीतही पडतो. त्यानुसार त्याची तीव्रता निश्चित होते. उदाहरणार्थ – "मुडद्या, मेल्या, तुझ्या तोंडात किडे पडले" आणि "तू कसला पुरुष?" यात आशय आणि अभिव्यक्तीत उघडच फरक दिसतो.

पती आणि पुत्र यांची प्रतिष्ठा

शिवाय स्त्रिया सर्व पुरुषांना शिव्याशाप देवू शकते पण एक विशेष म्हणजे ती आपल्या मुलांना शाप देणे लांबच, पण शिवीही देवू शकत नाही. तत्त्वत: तरी असे का घडते? याही मानसिकतेचा शोध घेतला तर काही बाबी अशा उघड होतील की, त्या मान्य करणे कठिणच जाईल किंवा मग त्या रहस्याचे उद्घाटन पुरुषी वर्चस्वात आणि स्त्रीच्या असुरक्षिततेच्या भावनेतच दडलेले आढळेल! म्हणून तर केवळ पुराणांमधील आई–बाप मुलांना शाप देतात. वास्तवातील नव्हे. पुराणातील वांगी पुराणात!

नवऱ्याला मात्र कोणत्याही प्रकाच्या शिव्या स्त्री सहज देते. त्याचे कारण जीवशास्त्रात असावे. नवरा हा तिच्या संपूर्ण व्यक्तिमत्वाच्या बाहेरचा दुसराच कुणीतरी असतो. तो बदललाही जाऊ शकतो. तो तिच्या व्यक्तित्वातून निर्माण झालेला नसतो. तिचं हाडमांसपेशी, मन, आत्मा घेवून तो काही तिला लाभलेला नसतो. तो तिचा पुत्र होणे कठीण असते. (तरीही वैदिक वाङ्मयातील एक ऋषि 'तुझा पतीच तुझा अकरावा पुत्र होवो' म्हणतो त्यातही गोम आहेच. काय आहे ती? तर तीही पुरुषीपणाच्याच अहंकाराचा एक सौम्य आविष्कार आहे. पत्नीकडून सेवा करवून घेण्यासाठी तिचा पुत्र होईल फार तर ते ही म्हातारपणी! ते ही तिने मानले तर आणि तरच! पण गर्भाशयातून निर्माण झालेला पुत्र जसा प्रत्यक्ष पुत्र असेल तसा तो कसा होईल?) पुत्र मात्र एकमेवाद्वितीय, तिच्या समग्र व्यक्तित्वातून तयार झालेला असतो आणि तिचा रक्षणकर्ताही असतो. पती हा केवळ बीजरोपक असतो तर पुत्र बीजोत्पन्न सजग सजीव, सेंद्रिय निर्मिती असतो. अपत्याचे पितृत्व विधीनियमांनुसार, कुटुंबव्यवस्थेनुसार नियोजन पतीकडेच असावे, असा आग्रह असला तरी 'पितृत्व कायम संशयास्पद असते तर मातृत्व कायम नि:संशय, निश्चित असते.'

हीच तर पुरुषत्वाची गोची आहे. इथूनच त्याची सत्ता सुरू होते. झालेले मूल 'आपलेच' आहे, याचा कोणताच तार्किक पुरावा कोणत्याही पुरुषाकडे कधीच उपलब्ध नसतो. (जीवशास्त्रीय पुरावा आत्ता विसाव्या शतकात उपलब्ध झाला. आधी नव्हता.) कुटुंबव्यवस्थेत ही पितृप्रधानता प्रत्येक पुरुषाला मान्य होत रहाण्याचे संस्कार घडल्याने मुलगा आईवरचा संशय सहन करू शकत नाही. पण, बायकोवर संशय घेण्यास कचरत नाही. पण, त्या बायकोचा मुलगा (त्या मुलाचा मुलगा) सनातन नियमानुसार त्याच्या आईवरचा संशय सहन करू शकत नाही पण त्याच्याही बायकोचा सहन करू शकतो, कारण संशयाच्या वैधतेचे रहस्य त्यालाच ज्ञात असते!!

आईला महत्त्व असण्यात, आई हे सर्वोच्च मूल्य असण्यात हे पुरुषप्रधानतेचे रहस्य दडलेले आहे.

३. स्त्रीला – स्त्रीकडून दिल्या जाणाऱ्या शिव्या

स्त्रिया जेव्हा शिव्या देतात तेव्हा त्या काय सुचवित असतात? उदाहरणार्थ रांड, छिनाल, बाजारबसवी या शिव्यांमधून ती स्त्री एका पुरुषाऐवजी अनेकांशी लिंगसंबंध ठेवते असे सांगावयाचे असते. याचाच अर्थ असा की, शिवीलक्ष्य स्त्री ही विवाहबाह्य संबंध ठेवते, हे म्हणावयाचे असते याचे दोन निष्कर्ष निघतात.

अ) शिव्या विवाहबाह्य संबंध निदर्शक असतात. त्यामुळे काही उपनिष्कर्ष मिळतात. ते असे :

१. विवाहसंस्थेची महता दर्शवली जाते व ठसविली जाते.

२. विवाहसंस्थेची चौकट शिवीलक्ष्य स्त्रीने तोडली आहे.

३. कामसंबंध हे नेहमी विवाहसंस्थेच्या माध्यमामार्फतच ठेवण्याची सक्ती अधोरेखित होते.

४. त्यामुळे पुन्हा पुरुषसत्ताकताच प्रस्थापित व प्रतिष्ठित होते.

ब) पुरुषसत्ताकता असल्याने पुरुषांकडून स्त्रियांमार्फत दोन कामे करवून घेता येतात.

१. स्वस्त्रीला घरंदाजपणाचा उच्च दर्जा देणे.

२. बाजारू स्त्रीला बाजारूपणाचा निम्न दर्जा देणे.

हे वास्तव लक्षात घेता एक स्त्री जेव्हा दुसऱ्या स्त्रीला शिवी देते तेव्हा ती दोन गोष्टी कबूल करते.

१. शिवीलक्ष्य स्त्री विवाहबाह्य संबंध ठेवते, हे सुचविते.

२. त्यावेळेस शिवीदाता स्त्री पुरुषी नैतिकता मान्य करून विवाहाच्या चौकटीत जगते आहे, त्याचे अधिपत्य मान्य करते आहे, हे सांगते.

शिवी आणि शाप

स्त्रियांच्या शिव्यांच्या बाबतीतील आणखी एक महत्त्वाचा मुद्दा म्हणजे तिच्या शिवीगाळीचे रूपांतर शापवाणीत होते. अर्थात् शाप हा काही स्त्रियांचा खास प्रांत नव्हे. महाकाव्यांमध्ये व पुराणांमध्ये शाप–उ:शापांची अगदी रेलचेल आहे. असा एक प्रसिद्ध शाप म्हणजे ज्यातून रामायण या महाकाव्याची निर्मिती झाली. तो वाल्मिकीने दिलेला शाप. दुसरा प्रसिद्ध शाप म्हणजे कुंतीने कृष्णाला दिलेला शाप ज्यातून यादवी झाली. एवढेच नव्हे तर युधिष्ठरही कुंतीला शाप देतो (महाभारत स्त्रीपर्व २७) असे बरेच शाप आहेत. माननीय दुर्वास तर शापवाणी उच्चारण्यात भयंकरच फेमस आहेत.

शापाची व्याख्या

'ज्याने कोणी खोडी काढली असेल, निष्कारण त्रास दिला असेल किंवा अपकृत्य

केले असेल त्या माणसाचा नाश व्हावा किंवा त्याला शिक्षा दिली जावी या भावनेने उच्चारलेले वाईट शब्द म्हणजे शाप.' अशी व्याख्या भारतीय संस्कृतिकोषात दिली आहे. (९.२४७) . शाप देण्याचा प्रकार जगात सर्वत्र असून, भारतात तो वेदकाळापासून आढळतो. एखाद्या जीवघेण्या द्रव्याप्रमाणे शापाचा माणसावर परिणाम होतो, अशी समजूत असल्यामुळे वैदिक आर्य शापाचा निषेध करतात, असेही हा कोष सांगतो. सामान्यत: धर्माचा लोप होवू नये, अधर्माचे नियमन व्हावे आणि समाजस्वास्थ्याला धोका पोहोचू नये हा शापामागील होतू होता.

शिवी आणि शाप यात सूक्ष्म मानसशास्त्रीय फरक असावा, असे मला वाटते. शिव्या देण्यामागे शिवीदात्या व्यक्तीचा संताप व्यक्त होतो तर शाप देण्यात तिची सर्व प्रकारची असाह्यता, दुर्बलता व्यक्त होते. 'प्रस्तुत घटना आपल्या हाताबाहेरची आहे आपण काहीच करू शकत नाही, मानसिक, शारिरीक, बौद्धिकदृष्ट्या आपण असहाय आहोत.' हेच ती अप्रत्यक्षपणे, स्पष्टपणे सांगू इच्छित असते. शाप हे शिवीचेच एक अतिउग्र, तीव्र रूप पण असहायता व्यक्त करणारे आहे.

भारतीय युद्ध थांबविण्याचे सामर्थ्य कृष्णात असूनही त्याने हा महाभयंकर संहार घडवून आणला आणि साऱ्या कौरवस्त्रियांना विधवेचे जिणे जगायला लावले, या भावनेने एक स्त्री म्हणून गांधारी कृष्णाला शाप देते; तेव्हा 'आपण धृतराष्ट्रच काय पण कृष्णालाही समजावून सांगू शकलो नाही,' ही असहायताच गांधारी या शापातून व्यक्त करते. भारतीय लोकथांमधील स्त्री-पुरुषांच्या शाप-उ:शापांच्या कथा या त्यांच्या दुबळेपणाच्याच कथा आहेत. जीएंच्या कथांमधील पात्रे हीच व्याकुळता व दुर्बलता व्यक्त करतात. तळतळाट हा शिवीपेक्षा तीव्र पण शापापेक्षा सौम्य असावा.

शिव्या देण्यानेही शिवीलक्ष्य व्यक्तीत फरक पडेल असे नसते, उलटी ती एन्जॉयही करु शकते. शापाचा तर काही परिणाम होत नसतोच. शब्दांमध्ये समोरच्या व्यक्तीत बदल करण्याची शक्ती असली तरी शापवाणीप्रमाणे खरेच घडावे इतकी कार्यकारणभावात्मक शक्ती नक्कीच नसते. बलात्कारीत स्त्रीचा शाप बलात्काऱ्यावर कोणता परिणाम करतो? मग कायद्याचे काम काय उरले? (शब्द खरेच सामर्थ्यवान असता अन्यथा हिंदी सिनेमातील निरूपा रॉय, कामिनी कौशल इत्यादी पट्टीच्या आयांचे शाप लागून प्रेम चोपडा, मदनसिंग इत्यादी खलनायकांचे वाटोळे The End च्या आधीच नसते का झाले? त्यांचे वाटोळे किंवा कडबोळे करायला आपला 'ही मॅन हिरो'च लागतो!)

स्त्रिया शिव्या का देतात?

स्त्रियांच्या शिव्या देण्याच्या समस्येची दुसरी बाजू म्हणजे स्त्रिया शिव्या का देतात? आता स्त्रिया शिव्या देतात म्हणजे त्या घटनेचा नेमका अर्थ काय होतो? तर त्या पुरुषी मानसिकतेला बळी जातात, पुरुषत्वापुढे शरणागत होतात. शिवीगाळीत संबंधित स्त्री

ही त्या क्षणाला स्त्री नसते तर जणू काय पुरुषच असते. त्या स्त्रीच्या तोंडून पुरुषच बोलत असतो. स्त्रियांच्या्या शिवीगाळीमागे 'बोलाविता धनी' पुरुषच असतो. मुळात पुरुष हा तिचा 'धनी' असतो. तोच ज्या विविध प्रकारे तिच्यावर धनीत्व गाजवितो त्यातच शिवीगाळी येते. पण ती छुपी असते. त्यामुळे प्रत्यक्षात त्या स्त्रीलाच शिवीगाळीबद्दल जबाबदार धरण्यात येते. ते काम करणारे पुरुषच असतात. पण, जेव्हा एक स्त्री दुसऱ्या स्त्रीला तिने दिलेल्या शिवीगाळीबद्दल जबाबदार धरते तेव्हा सुद्धा तिच्याही तोंडून पुरुषच बोलत असतो. फार तर तिचा ' बोलाविता धनी' असेल एवढेच! म्हणजे पुरुष स्त्रीला छळत असतो, पण हे शोषण अप्रत्यक्ष असते!

हे या कारणामुळे म्हणता येते की, जर एखादी स्त्री शिवी देत असेल व दुसऱ्या स्त्रीने ऐकली तर तिने शिवी देणाऱ्या स्त्रीला समजावून घेतले पाहिजे. कारण एका स्त्रीला दुसरी जास्त चांगले समजावून घेऊ शकते. पण वास्तवात दोन (किंवा अधिक) स्त्रिया एकमेकींना शिवीगाळ करीत असतात तेव्हा त्या एकमेकींना समजावून घेणाऱ्या समदुःखी स्त्रिया नसतात तर त्या पुरुषच असतात किंवा पुरुषांच्या वतीने भांडत असतात. ज्या शिव्या त्या एकमेकींना देतात त्या हमखास लिंगसंबंध व्यक्त करणाऱ्याच असतात; आणि त्या समलिंगसंबंध सुचवित नसतात तर स्त्री-पुरुष संबंधच स्पष्ट करीत असतात.

पुरुषांशी स्पर्धा करणारी एखादी स्त्री जेव्हा धूम्रपान, मद्यपान किंवा स्वैर लिंगसंबंध जोडू पहाते तेव्हाही हाच नियम लागू होतो. त्यावेळेस ती स्वतःत असणारी स्त्री नसते तर ' पुरुषत्वाला बळी पडलेलीच स्त्री ' असते. ती स्वतःच स्वतःची, स्वतःतील स्त्रीत्वाची हत्या करीत असते, अजाणतेपणी! तिचे अशा तऱ्हेने मानसिक कायांतर होणे हा पुरुषीपणाचाच विजय असतो. (स्त्री-मुक्तीच्या भाषेत बोलावयाचे तर असे काही करणे हा फार तर तिच्या स्वातंत्र्याचा आविष्कार म्हणता येईल. पण त्याचे स्वरूप ठरवावे लागेल. शिवाय या स्पर्धाभावाचा उगमही शोधावा लागेल. स्त्री-मुक्तीचा अर्थ स्त्रीसापेक्ष लावणे, ही या कार्यक्रमाची अट होईलच!) शिवीगाळीत हेच घडते. स्त्रीच स्त्रीची मारेकरी बनते. आता 'बाईमाणसाला शिवीगाळी करणे योग्य नाही'. अशीही एक शिकवण आहेच. तिचा हेतू खराच उदात्त आहे का? शोधले पाहिजे. बायकांनी दारू पिऊ नये, असा केवळ आदर्श असावा तसाच बायकांनी शिव्या देवू नयेत, असा केवळ एक आदर्श असावा.

तेव्हा स्त्रियांनी शिव्या न देणे याचा अर्थ भाषिक प्रांतातून जरी स्त्रियांनी पुरुषी जोखडातून मुक्त होण्याचा एक मुख्य मार्ग आहे, पुरुषी आक्रमणापासून मुक्त होवून 'स्व' चे, स्वत्वाचे रक्षण करणे, असा स्त्रियांच्या शिवीमुक्ततेचा अर्थ लावता येईल. स्त्रियांच्या बाबतीत हे सहज शक्य आहेच; पण काही पुरुषांच्या बाबतीतही असे शक्य झाल्याचे सांगता येईल. उदाहरणार्थ- बुद्ध आणि महावीर. बुद्धाचे तत्त्वज्ञान 'निर्वाण' सांगते तर

महावीरांचे तत्वज्ञान 'अर्हत' सिद्धी सांगते. निर्वाण ही केवळ शब्दशून्यता नाही तर शिवशिशून्यता सुद्धा आहे. दुःख समजावून घेण्याची संवेदनशीलता स्त्रियांमध्ये विशेषत्वाने असते. कारण मातृत्वापाइतका दुःखद संवेदनाचा अनुभव अन्य नाही. मातृत्वणा या निर्मिती प्रक्रियेशी निगडित असल्याने कालांतराने सुखद जाणिवेत रूपांतरीत होत असल्या तरी त्या मूलतः दुःखदच असतात. ते सहन करणारी स्त्रियांसारखी संवेदनशीलता बुद्धाशिवाय अधिक प्रभावीपणे अन्य कुणी मांडू शकलेच नाही. 'दुःख हेच प्रथम आर्यसत्य असल्याचा शोध बुद्ध लावू शकतो', याचे हे कारण असावे.

बुद्ध व महावीरांची प्रतिमा किंवा चित्रे चितारणाऱ्या प्राचीन ते अर्वाचीन सर्वदेशीय कलावंतांनी संवेदनाशील ममता व करुणामय भाव दर्शविण्यामागे कदाचित हाच हेतू असावा. या दोघांच्याही प्रतिमा पुरुषी बलदंडपणा, स्नायुदर्शन घडविणाऱ्या न चितारता बऱ्याचशा नाजूक, स्त्रैणत्व दर्शविणाऱ्या रंगविल्या आहेत. नाजूकता हा स्त्रीविशेष आहे. विशेषतः तो बुद्धचित्रणात इतका का तीव्रतेने येत असतो, याचा खुलासा असा होऊ शकतो. महावीराच्या चित्रणात बुद्धाइतकी नाजूकता, स्त्रैणत्व जाणवत नसेल तरी ठार पुरुषीपणाही जाणवत नाही, याची नोंद घेतली पाहिजे. अशी नाजुकता गेल्या शतकात जे. कृष्णमूर्तीमध्ये जाणवली.

मुक्ती शोषकांचीही

पुरुषप्रधानतेचा तोटा स्त्रियांना झालाच पण पुरुषांनाही फारसा फायदा झालेला नाही, हे लक्षात घेतले पाहिजे. उलट जास्तच तोटा झाला आहे. उदाहरणार्थ, जीवन जगताना अनेक गोष्टींमध्ये स्त्रियांचे न मिळणारे सहकार्य, खास करून कामक्रीडेत त्यांचा न मिळणारा प्रतिसाद, त्यामुळे स्त्रीशी साधली न जाणारी एकतानता इत्यादींचा पुरुषांच्या सांस्कृतिक व तात्विक उत्पादनांवर फार मोठा विपरित परिणाम झाला आहे. त्यातून उद्भवते ती विविध प्रकारची हिंसा. जिला Abuse चा भौतिक अर्थ प्राप्त होतो. त्यात Emotional Abuse पासून Intellectual Abuse पर्यंत अनेक प्रकारच्या हिंसेचा समावेश होतो.

Intellectual Abuse चा एक आविष्कार म्हणजे एखादा पुरुष जेव्हा मैत्रिणीला स्वस्त्रीबद्दल चकीची माहिती देतो तेव्हा त्याच्याही नकळत तो तिला 'बायकोला किती छळतो' याचीच कबुली देत असतो. शिवाय ''मी तुला असेच करणार आहे, ती क्षमता माझ्यात आहे,'' असेही तो सुचवित असतो. याचे अनेक प्रकार आहेत. पण , विस्तारभयास्तव ते मांडणे शक्य होणार नाही.

दुसरी बाजू म्हणजे पुरुषाला ज्या बाहेरख्यालीपणाचा नाद लागतो तिथेही असाच प्रतिसाद मिळतो. उलट, त्या प्रतिसादाला बाजारीकरणाची तटस्थता असते, त्यात कामानंदाला आवश्यक असलेली भावनिक गुंतवणूक नसते. शिवाय ही बाजारनिर्मिती

पुरुषाचीच असते. म्हणजे स्वतःच निर्माण केलेल्या जाळ्यात तो खरोखरीच गुदमरून मरत राहतो. तिसरे म्हणजे व्यक्तीगत, सार्वजनिक व राष्ट्रीय स्तरावरचे बौद्धिक,आर्थिक, सामाजिक, राजकीय इत्यादी स्वरूपाचे आरोग्य धोक्यात आलेले आहे.

या सगळ्याची तुलना जातिव्यवस्थेशी करण्याचा मोह मला आवरत नाही. जातिव्यवस्थेचा तोटा जसा शूद्रादिकांना झाला तसा तो 'आज' ब्राह्मण–सवर्णांनाही होतोच आहे. एकतर समाज अनेकभंगीत झाला, राष्ट्रनिर्मिती होवू शकली नाहीच. पण परकियांच्या अमलाखालचे लज्जास्पद जिणे जगावे लागले. जातिव्यवस्थेतील स्त्री चे व त्यातही शूद्र स्त्रीचे स्थान निश्चित केल्या गेलेल्या स्थानानेही या तोट्यात फक्त भरच घातली. भारतीय जीवनप्रणाली, तिचे उच्च दर्जाचे आध्यात्मिक इत्यादी स्वरूपाचे तत्त्वज्ञान हा सगळा असा आतबट्ट्याचा व्यवहार बनत गेला आहे. यात शंका नाही. अर्थात् या तोट्यांचे गणित मांडावे लागेल. कुणाला किती, कसा, काय स्वरूपाचा तोटा झाला हे स्पष्ट करावे लागेल. म्हणजे शोषितांच्या मुक्तीची गरज आहे तशीच शोषकांच्या मुक्तीची गरज आहेच!

हे सगळे शोषण टाळायचे असेल तर कोणत्या तरी सुजाण पिढीला Buffer Generation म्हणून काम करणे आवश्यक आहे. ज्याअर्थी आपण हा विचार गांभीर्याने करीत आहोत त्याअर्थी ती आपलीच पिढी म्हणायची. आधीची वयोवृद्ध पिढी Buffer Generation असणारच नाही. तिला आता प्रेमपूर्वक व आदरपूर्वक बाजूला करून आपण आपल्यासारखी सुजाण नवी पिढी घडविण्याचे काम केले तरच काहीतरी मार्ग निघू शकेल!

■

(पुरुष स्पंदन, दिवाळी १९९८)

** दुरितांमध्ये एक वेगळी वर्गवारी करता येईल, असे मला वाटते. 'तीव्र दुरिते' आणि 'सौम्य दुरिते'. तीव्र दुरिते म्हणजे जी 'समाजात असणे समाजविघातक आहे. म्हणून ती असता कामा नयेत' अशी दुरिते भ्रष्टाचार, बेकारी, मानवी वाहतूक, अवयवांचा व्यापार, वेश्याव्यवसाय व अनुषंगिक निळ्या चित्रपटांची निर्मिती, गुन्हेगारी या दुनियेत मी 'तीव्र दुरिते' म्हणू इच्छितो. जर 'जी दुरिते अटळ आहेत व जी संस्कृतीचा अनिवार्य अवयव बनली आहेत' त्यांना 'सौम्य दुरिते' म्हणता येईल. मद्य व शिव्या ही वानगीदाखलची 'सौम्य दुरिते' होय. क्वचित मद्यासारख्या दुरिताचा उपयोग जीवनमानाचा दर्जा उंचावण्यासाठी होऊ शकतो, फारतर तो तथाकथित अध्यात्मिक पातळीवर जाणार नाही एवढेच!*

पुरुष-सक्षमीकरणाची गरज

– अवधूत परळकर

स्त्री-सक्षमतेची चळवळ सर्वत्र सुरू आहे. स्त्रियांना सक्षम बनवायचं काम शासनाने, स्वयंसेवी-संघटना आणि समाजकार्यकर्त्यांनी हाती घेतलं आहे. गोष्ट निश्चितच स्वागतार्ह आहे. समाज परिवर्तनासाठी हे आवश्यकच आहे.

पण या सगळ्या उत्साहात आणि धडपडीत आपल्याकडील पुरुष सक्षम असल्याचं गृहीत धरलं गेलं आहे, ते तितकंसं बरोबर नाही.

आपल्या देशातला पुरुषवर्ग स्त्रियांइतकाच अडाणी आहे हे विधान आमच्या परिवर्तन चळवळीतल्या मित्रांना धाडसाचं वाटेल. परंतु, दुर्दैवानं ही आजची वस्तुस्थिती आहे.

आपल्याकडे शिक्षणाचा संबंध ॲकॅडमिक अभ्यासक्रम, पदव्या, विविध विषयांची खोलवर माहिती, तांत्रिक प्रशिक्षण या सगळ्याशी लावल्यानं पुरुषांचं अज्ञान आजपावेतो लपून राहिलेलं आहे. जेमतेम चार इयत्ता शिकलेल्या माणसानं सूट-बूट परिधान केला आणि तो आठ-दहा वाक्यं इंग्रजी बोलू शकत असला की, आपण प्रथमदर्शनीच त्याला उच्चशिक्षित समजतो. असा माणूस शेती करणाऱ्या, गांधी टोपीधारी माणसाशेजारी उभा राहिला; तर गांधी टोपीधारी शेतकी विषयातला पदवीधर असला तरी आपण त्याला अशिक्षित किंवा अर्धशिक्षित मानू आणि सूट-टाय परिधान केलेल्याला उच्चशिक्षित मानू.

इंग्रजी भाषा, पोशाख आणि राहणी यामुळे आपल्याकडे बरेच गोंधळ निर्माण केले आहेत. ॲकॅडमिक शिक्षणाला आलेल्या महत्त्वानं शिक्षणाचा मूलभूत हेतू आणि प्रयोजन याचा आपल्याला विसर पाडला आहे.

इलेक्ट्रॉनिक विषयातलं पदव्युत्तर शिक्षण परदेशी पूर्ण करून त्या शास्त्रात लहान-मोठे सन्मान मिळवणारा तरुण खासगी आयुष्यात बायकोचा अमानुष छळ करत असेल, स्वत:च्या आई-वडिलांशी कृतघ्नपणे वागत असेल, मुलांच्या संगोपनाची जबाबदारी टाळत असेल तर त्याला आपण बुद्धिमान किंवा उच्चशिक्षित म्हणायचं का?

सर्वसामान्य पुरुषांचे स्वत:बद्दल प्रचंड भ्रम असतात. पुरुष या संकल्पनेबाबत चुकीचे समज फार लहानवयापासून तो मनात बाळगून असतो. पौरुषत्व या नावाखाली अत्यंत गैर माहिती त्याच्या मनात कोंबलेली असते. त्याच्या वाचनात येणारं अक्षरवाङ्मय, घरात परंपरेच्या नावाखाली चालत आलेल्या गोष्टी, वडिलधाऱ्या पिढीचे गैरसंस्कार यातून त्याच्याभोवती जे पर्यावरण निर्माण झालेलं असतं ते त्याला सत्यापासून दूर नेतं. वृत्तपत्रं, साप्ताहिकं आणि अलीकडे उदयाला आलेलं टि.व्ही. नांवाचं माध्यम त्याच्या या गैरमाहितीला बळकटी आणत राहतात.

मानवाच्या जडणघडणीत वातावरणाचा मोठा हिस्सा असतो. ज्यानं माणसाला घडवायचं तेच घटक माणसाला बिघडवण्याचं काम करू लागले तर माणूस खऱ्या अर्थानं सुशिक्षित होणार तरी कसा?

पौगंडाअवस्थेत स्त्री-पुरुष व्यवहारासंबंधी त्याला ज्या ज्या माध्यमातून माहिती मिळते ती त्या माध्यमांचं प्रयोजन माहिती देण्यापेक्षा व्यापार साधणं हे असतं. त्यांच्यापाशी असलेली माहितीही अनेकदा अज्ञानावर आधारलेली असते.

हाडामासांची स्त्री ही आकर्षक आणि उपभोग्य वस्तू असल्याचं पुरुषाच्या मनावर बिंबवण्याचं काम सर्व प्रकारची माध्यमं मोठ्या जोमानं करत असतात. पुराणं आणि पुराणावर आधारलेले धर्मही काहीवेळा पुरुष-स्त्रीविषयक गैर जाणिवांची बीजं पेरण्याचं काम करत असतात.

भोवतालच्या धार्मिक आणि पारंपरिक व्यवहाराचे किंवा एकूणच पर्यावरणाचे नीट अन्वय लावण्याची बौद्धिक क्षमता पुरुषांपाशी असती तर तो वाईट परंपरा आणि संस्काराविरुद्ध बंड पुकारून बाहेर पडला असता; पण तसं घडलं नाही याला कारण त्याची निर्बुद्ध परंपराशरण वृत्ती.

पुरुषांच्या गुलामगिरीतून स्त्रीनं स्वत:ची सुटका करून घेतली पाहिजे असं आपण म्हणत आलो आहोत. पण हे म्हणताना पुरुष जन्मत:च स्वतंत्र आहे असं आपण गृहीत धरलं आहे. खरोखरच तशी परिस्थिती आहे का? पुरुष तर अनेक चित्रविचित्र गोष्टींचा गुलाम आहे.

पुरुषांभोवतालचे गुलामगिरीचे साखळदंड अदृश्य असल्यानं त्याचा नीटपणे आजवर विचार झालेला नाही.

पुरुष धार्मिक-अधार्मिक परंपरांचा गुलाम आहे. पुरुषप्रधान संस्कृतीला जवळजवळ सर्व प्रमुख धर्मांनी नैतिक अधिष्ठान पुरवलं आहे, हे धार्मिक ग्रंथ वरवर चाळले तरी

लक्षात येईल. स्त्रीला दुय्यम दर्जा देण्याच्या पुरुषी वृत्तीची मुळं त्याच्यावरल्या धार्मिक संस्कारात आढळतात. धार्मिक संस्कारांविरुद्ध बंड करण्याची, धार्मिक रिवाज झुगारून देण्याची बंडखोर-वृत्ती फार कमी पुरुषांत आढळते. धार्मिक संस्कारात वाढलेल्या स्त्रियांनाही धर्मातील बंधनं मान्य असतात. काही स्त्रिया तर ही बंधनं आनंदानं स्वीकारताना दिसतात. स्त्रीला दिलेल्या दुय्यम दर्जाबद्दल त्यांची तक्रार नसते. स्त्री-मुक्ती वगैरे त्यांना फॅड वाटते. स्त्रीवादी चळवळीतल्या स्त्रियांची खासगीत टिंगलटवाळी करताना त्या दिसतात.

भारतीय कुटुंब सर्वसाधारणत: परंपराप्रिय असतात. बैलगाडीच्या जमान्यातून माणूस जेट आणि कम्प्युटर युगात आला त्याचा पोशाख आणि राहणीमान बदललं पण त्यानं आपल्या परंपरा सोडल्या नाहीत. घरात कर्ता मानला जाणारा पुरुष या परंपरांचा गुलाम असतो. तो परंपराप्रिय नसला तरी परंपरेची चौकट मोडण्याचं धाडस त्याच्यापाशी नसतं.

पुरुष घरातल्या स्त्रियांना किंवा स्वत:च्या पत्नीला जी वागणूक देतो त्याची बीजंही या परंपरेत आढळतात. पुरुष नवं तंत्रज्ञान स्वीकारतात पण नवे विचार स्वीकारायला ते नाखूष असतात किंवा त्यांचा परंपराशरण पिंड त्यांना नवी मूल्यं, नवे विचार स्वीकारण्यापासून परावृत्त करत असावीत.

ज्या पुरुषी वर्चस्वाबद्दल स्त्री-वादी वर्तुळात चर्चा चालते ते पुरुषीवर्चस्व किंवा पुरुषवर्चस्वप्रधान व्यवस्था पुरुषवर्गानं मुद्दामहून निवडलेली नसून परंपरेची 'री' ओढण्याच्या त्यांच्या वृत्तीतून आजतागायत टिकून आहे. पुरुषांना फारसं निवडीचं स्वातंत्र्य या प्रकरणी नाही हे स्त्रीवादी मंडळींनी जाणून घेतलं तर पुरुषवर्गात परंपरेच्या विरोधात उभं राहण्याचं धैर्य निर्माण करण्यासाठी काय करता येईल? याचा विचार करता येईल. पुरुष सक्षमीकरणाची आवश्यकता मी का धरतो हे इथं लक्षात येईल.

परंपरेचा सर्वांत विकृत आणि विघातक भाग म्हणजे समाजातील अंधश्रद्धा. २१ व्या शतकात पदार्पण केल्याचा उच्चार आज उठसूट केला जात असला तरी समाजात बोकाळत चाललेल्या अंधश्रद्धा विचारात घेता आपला समाज आज १९ व्या शतकातच अडकून पडला आहे, असं म्हणावंसं वाटतं.

जुन्या अंधश्रद्धा प्रचलीत असता नवनव्या अंधश्रद्धा प्रत्येक काळात जन्माला येत आहेत. समाजाला आधुनिक करून सोडण्याऐवजी त्याला पुराणयुगात नेऊन सोडू पाहणारे, बापू आणि महाराज समाजात उदयाला आले आहेत. शिकल्यासवरलेल्या शहरी जनतेचं अशिक्षितपण हे या बुवा महाराजांचं भांडवल आहे. नव्या विचारांऐवजी अवैज्ञानिक संकल्पना आणि नव्या अंधश्रद्धा समाजात पसरवण्याचं काम ते करताहेत. तथाकथित सुशिक्षित पुरुषांसह पूर्ण समाजाची मानसिकता वेठीला धरून ते स्वत:च्या तुंबड्या भरत आहेत. धर्मवाद्यांचा वरचष्मा असलेले सरकार अस्तित्वात आल्यापासून

या बोगस संतांना उधाण आलं आहे. नवनवे टि.व्ही. चॅनल्स या मंडळींना प्रतिष्ठा देण्याच्या कामी अग्रेसर आहेत. संगणकासारखं आधुनिक माध्यमही खुळचट श्रद्धांच्या 'प्रसार' आणि 'प्रचारा'साठी वापरण्यात येऊ लागलं आहे.

समाजाची सूत्रं ज्याच्या हाती आहेत तो पुरुषवर्ग सजग आणि प्रगल्भ असता तर या भोंदूबाबांचा इतका सुळसुळाट झाला नसता. या समाजविघातक शक्तींना समाजाबाहेर भिरकवायचं सामर्थ्य ज्यांच्यापाशी आहे तो वर्गच या बुवामहाराजांच्या भजनी लागल्याचं दृश्य आज पाहायला मिळते आहे.

कुटुंबात स्त्रिया पुरुषांचे गुलाम बनून गेल्याचं चित्र अजूनही घराघरात पाहायला मिळतं हे खरं पण पुरुष कशाकशाचे गुलाम बनून गेले आहेत याचाही शोध घ्यायला हवा. स्त्रियांना शिक्षित करून सोडण्याच्या गोष्टी आपण बोलतो पण अज्ञानाचा सर्वांत मोठा पगडा पुरुषजमातीवर आहे, हे आपण आधी लक्षात घेतलं पाहिजे.

निरनिराळ्या स्वरूपाच्या गुलामगिरीत पुरुष अडकून पडले आहेत. याच्या मुळाशी त्यांच्यापाशी-असलेलं अज्ञान आहे हे समजून घेतलं पाहिजे. अज्ञानाचा हा अंधार, अर्धशिक्षित कामगार, कारकून वर्गापुरता मर्यादित नाही. त्यानं मोठेमोठे एक्झ्यीक्युटिव्हज, डॉक्टर, इलेक्ट्रानिक इंजिनिअर्स, नामांकित वैज्ञानिक यांनाही या अज्ञानरूपी अंधारानं व्यापून टाकलं आहे.

आपआपल्या क्षेत्रात ही मंडळी कर्तृत्व गाजवून असली तरी धार्मिक रीतिरिवाज, कर्मकांडे, खुळचट अंधश्रद्धा, बुवाबाजी इ. पुढं त्यांनी आपली बुद्धी गहाण ठेवली आहे. ईश्वर ही संकल्पना मानणं वेगळं आणि ईश्वरी संकल्पनेचं स्तोम माजवून मूर्ख कर्मकांडांत रममाण होणं वेगळं. 'सर्व प्राणीमात्रांशी प्रेमानं वागा' यासारखं साधं तत्त्व समजून घेण्यासाठी भाभा अणुसंशोधन केंद्राच्या शास्त्रज्ञांना गुरुचरणी माथा टेकवावा लागावा हा आपल्याकडल्या शिक्षणपद्धतीचा पराभव आहे.

बुद्धीनं पैसा आणि कीर्ती मिळवणारी माणसं खासगी जीवनात बुद्धिप्रामाण्यवाद समोर ठेवून का वागत नाहीत याचा मानसशास्त्रीय शोध घ्यायला हवा. कुणी म्हणेल याचा स्त्री-पुरुष समानतेच्या मागणीशी संबंध काय? तर तो आहे. स्त्री-पुरुष समानतेचं तत्त्व मनापासून स्वीकारण्यासाठी समाजाच्या ठायी बुद्धीप्रामाण्यवाद असायला हवा. कायदे करून स्त्री-पुरुष समानता येणार नाही.

पुरुषाच्या अशिक्षितपणाचे पुरावे समाजात सर्वत्र ठळकपणे दिसत असता आपण स्त्रीच्या सक्षमीकरणाची भाषा बोलत आहोत. पुरुषांचं बौद्धिक दौर्बल्य स्पष्ट दिसत असता आपण स्त्रियांना पुरुषांप्रमाणे समर्थ बनवायची धडपड करत आहोत.

पुरुषांप्रमाणे समर्थ म्हणजे काय? पुरुष काय असे समर्थ आहेत की, ज्यांचा आदर्श स्त्रियांचा शैक्षणिक विकास घडवताना समोर ठेवायला हवे? महिला विकासासाठी काम करणाऱ्या स्त्री संघटनांनी हे प्रश्न स्वत:ला विचारले पाहिजेत. बौद्धिक निर्देशांकात

स्त्री–पुरुषात कोणतीच तफावत नाही. तर शारीरिक क्षमतेत स्त्री–पुरुषापेक्षा वरचढ असल्याचं शास्त्रीयदृष्ट्या सिद्ध झालं आहे. पुरुषांची जवळजवळ सर्व क्षेत्रं स्त्रियांनी काबीज करायला सुरुवात केली आहे. अवजड वजन उचलणं यालाच कोणी शरीर सामर्थ्य म्हणत असेल तर गोष्ट वेगळी.

अ‍ॅकॅडेमिक शिक्षणाची दारं खुली झाल्यावर स्त्रियांनी अल्पावधीत त्या क्षेत्रात घेतलेली आघाडी अचंबित करून सोडणारी आहे. अर्थात् हे चित्र सध्यातरी शहरी समाजापुरतं मर्यादित आहे. सक्षमतेच्या संदर्भात ग्रामीण स्त्रियांच्या विकासाचा मुद्दा पुढं केला जातो.

ग्रामीण भागात बचतगटांतर्फे सक्षमीकरणाची मोहीम खूप पूर्वीपासून अस्तित्वात येते. आता पंचायतराज्यात स्त्री–नेतृत्वाचा शिरकाव झाल्यानं स्त्रियांना राजकारण, समाजकारण, अर्थकारण याचं पद्धतशीर प्रशिक्षण देण्याची गरज निर्माण झाली आहे, हे खरं आहे.

पण ग्रामीण क्षेत्रात राजकीय क्षेत्रात वावरणारे पुरुष सर्वत्र आहेत असं मानणं चुकीचं ठरेल. ग्रामीण भागातील राजकीय आणि प्रशासकीय व्यवस्थेची केंद्र गुंडगिरीचे अड्डे बनले आहेत. पंचायत आणि नगरपरिषदांची नेमकी कामं कोणती, त्यांच्या कार्यकक्षा कोणत्या याची पुरुष प्रतिनिधींनाही धड माहिती नाही. देशाच्या राजकीय व्यवस्थेत या स्थानिक संस्थांचं काम काय याची जाणीव वर्षानुवर्षे या क्षेत्रात काम करणाऱ्या पुरुषांना नाही. स्वार्थ साधण्यासाठीही संस्थेच्या कारभाराची, कार्यप्रणालीची चोख माहिती असावी लागते ती त्यातल्या अनेकांपाशी नाही. गावाचा किंवा जिल्ह्याचा विकास घडवूनही स्वत:ला नाव, प्रतिष्ठा मिळवता येते, हे त्यांच्या गावी नाही. गाव दारूमुक्त झाला तर त्यात गावकऱ्यांचंच कल्याण आहे, हे ओळखण्याइतकी हुशारी या पुरुषप्रतिनिधींपाशी नसेल तर त्यांना सक्षम कशासाठी म्हणायचं.

सक्षम स्त्रियांना आपल्या भागाचा कारभार हाकण्यासाठी सक्षम पुरुषांचीही गरज लागणार आहे.

अतिरिक्त मद्यप्राशन, तंबाखू–सेवन याचे स्वत:च्याच शरीरावर होणारे दुष्परिणाम न समजणं हे निर्बुद्धतेचं लक्षण आहे. ग्रामीण पातळीवरील 'शासन' आणि 'प्रशासन' पूर्णपणे महिलांच्या हाती नसणार आहे. स्त्री–पुरुष दोघांच्या सहकार्यानेच स्थानिक संस्थांचं कामकाज चालणार आहे. गावाच्या विकासावर आपला व्यक्तिगत विकास अवलंबून आहे. त्यामुळं शासनाचा कारभार भ्रष्टाचारमुक्त असायला हवा हे दोघांच्याही मनावर ठसवायला हवं. त्यासाठी पुरुषवर्गाच्या प्रतिनिधींचं प्रशिक्षण घडवून आणण्याची नितांत गरज आहे.

ग्रामीण राजकीय पुढाऱ्यांनी योजनांच्या अंमलबजावणीत लक्ष घालण्याऐवजी योजनेसाठी मंजूर झालेल्या रकमांवर डोळा ठेवल्यानं विकासाची कामं अर्धवट राहिली.

पुरुष प्रतिनिधी या वृत्तीनं यापुढंही काम करत राहिल्यास सक्षम बनलेल्या स्त्री प्रतिनिधींवरही या वृत्तीचे संस्कार होण्याची शक्यता आहे.

मुंबई–पुण्याच्या महापालिकेत आज स्त्री–प्रतिनिधी 'हम भी कुछ कम नहीं' म्हणत पुरुषांच्या खांद्याला खांदा भिडवून पैसा खाण्याचे उद्योग करताहेत. ग्रामीण भागात याची आवृत्ती निघू नये असं वाटत असेल तर, प्रथम पुरुषवर्गाला नैतिकतेचे धडे देणं आवश्यक आहे. हेही एक प्रकारचं सक्षमीकरण असल्यानं सक्षमीकरणाच्या मोहिमेत या प्रकारच्या सक्षमीकरणाचाही अंतर्भाव केला गेला पाहिजे. शासकीय–प्रशासकीय कारभार हाताळण्यासाठी नियम आणि कायदेकानूनचे उत्तम ज्ञान हवे. पण तेवढ्यानं भागणार आहे. नियम हे कारभारात वेग आणण्यासाठी वापरायचे, अडथळे आणण्यासाठी नाही. आज विधिमंडळात आणि संसदेत जे चालू आहे त्याचे पडसाद स्थानिक कारभारावर उमटू नयेत असं वाटत असेल तर लोककल्याणाची जाणीव प्रतिनिधींमध्ये सतत कधी तेवेल यासाठी प्रशिक्षणात तरतूद हवी. काही प्रमाणात मूल्यशिक्षणाचाही अंतर्भाव हवा.

थोडक्यात सक्षमीकरणाच्या मोहिमेची अंमलबजावणी अत्यंत डोळसपणे करायला हवी. स्त्रियांच्या जडणघडणीचा विचार करणाऱ्या स्त्री संघटनांनी पुरुषांच्या मानसिक जडणघडणीचाही विचार करायला हवा. पुरुषांच्या बौद्धिक आणि शारीरिक मर्यादा स्त्रीवादी चळवळ उभारणाऱ्यांच्या लक्षात आल्या तर पुरुषांच्या खांद्याला खांदा भिडवण्याची भाषा त्यांच्याकडून बोलली जाणार नाही.

सनातन संस्कारांनी, धर्मांनी, परंपरांनी पुरुषांची केलेली मानसिक कोंडी, त्याचं दौर्बल्य आणि हताशपण लक्षात घेतलं तर स्त्रिया पुरुषवर्गाकडे विशेष सहानुभूतीनं पाहण्याची शक्यता आहे.

राजकीय, सामाजिक, कौटुंबिक क्षेत्रातल्या पुरुषी वर्चस्व हाही निवडीपेक्षा परंपरेचा भाग आहे. त्यातून जन्मलेल्या हिंस्त्रपणा केव्हाही निषेधार्ह. पण तोही मनोविकाराचा भाग मानून त्याच्याशी मुकाबला केला पाहिजे.

पुरुषांचं मन खरं तर असंख्य गंडांनी आणि मनोविकारानं व्यापलेलं आहे. त्यामुळे स्त्रीसक्षमीकरणाच्या आजच्या दिवसात पुरुषवर्गाच्या मागासलेपणाची दखल घेतली जावी आणि सक्षमीकरणाची कक्षा वाढवून त्यात पुरुषांना सक्षम करण्याच्या प्रयत्नांचाही अंतर्भाव करावा.

आजच्या पुरुषांकडे पाहून मानवाचं हे विकसित रूप आहे तर असं कुणाला वाटत असेल तर प्रश्न वेगळा.

■

(पुरुष स्पंदन, दिवाळी २००३)

बघेपणा नसानसात भिनलाय...

– जयंत पवार

एखादा खून लोकांसमक्ष होतो; पण एकाचीही शामत होत नाही, पुढे होऊन मारणाऱ्याचा हात धरायची. सारे बघत राहतात हे आताचं नाही, पूर्वापार चालत आलंय. एखाद्या रिंकू पाटीलला भर वर्गात जाळलं जातं, सारा वर्ग बघत राहतो. एखाद्या अमृता देशपांडेचा वा विद्या प्रभुदेसाईचा उघड्यावर जीव घेतला जातो; पण या वर्तमानपत्रात छापून आलेल्या बातम्यांच्याही पलीकडे असंख्य न छापल्या गेलेल्या कहाण्या आहेत. ज्यात अत्याचार होताना सारे बघत राहिले. प्रत्येक घरात अशी एक कहाणी असेल. सुनेला सासू, सासरे, दीर जिवंत जाळून मारताना नवरा बघतच राहतो आणि घरातले इतर नातेवाईक आणि शेजारी-पाजारीही दातात मूग धरून बसतात. नवरा बायकोला एवढ्या तेवढ्यावरनं मारतो आणि सासू-सासरे, नणंदा-भावजया-दीर तो आपसातला मामला आहे असं मानून सोयिस्कर दुर्लक्ष करतात. बायका या पायातली वहाण आहेत, या प्राथमिक गैरसमजुतीतून अनेक लोक आजही बाहेर पडलेले नाहीत; पण जे पडले आहेत तेही उघडपणे क्वचितच बाईच्या बाजूने उतरतात. एखादा अपवाद कधीतरी दिसतो. एका मराठी नाटकाचा निर्माता कम प्रमुख कलावंताने त्याच नाटकात नायिकेचं काम करणाऱ्या आपल्या बायकोला मेकअपरूममध्ये मारलं. इतर कलावंत होते, पण बोलणार कोण? रंगभूषाकार अशोक पांगम मध्ये पडले. त्यांनी त्या निर्मात्याला बजावलं, बायकोची माफी माग नाहीतर पडदा उघडायला देणार नाही. निर्मात्याने माफी मागितली. पण असं उदाहरण विरळंच.

पण बायकांवरच नाही, पुरुषांवरच्या अत्याचारात तरी कोण कुठे मधे येतो? घराघरातून धाकट्या भावंडांवर विनाकारण अन्याय होत असतो, तेव्हा अख्खं घर गप्प

बसलेलं असतं. जणू मोठेपणाबरोबर माणसाला अन्याय करण्याचा अलिखित परवानाच मिळालेला असतो. ट्रेनमध्ये पुरुषांच्या डब्यातही समोर एखाद्याचं पाकीट मारलं जाताना दिसत असलं तरी बहुसंख्य वेळा पाहणारा गप्प बसणंच पसंत करतो. रस्त्यात दोन पुरुष मारामारी करत असले तर जमलेला जमाव हा बघत राहण्याचंच काम करतो. हे बघेपण खूप ताणता येईल. राज्यकर्त्यांचं नाकर्तेपण बघत राहणं, भ्रष्टाचार उघड्या डोळ्यांनी पाहत राहणं, शिक्षणाचा बाजार होताना पाहूनही शांतपणे राहणं, क्रिकेटमध्ये संघ हरताना बघत राहणं, अतिरेक्यांची घुसखोरी बघत राहणं हे सारे बघेपणाचेच प्रकार आहेत. त्याचं समर्थन करण्यासाठी अनेक कारणं दिली जातात. आपण एकटे काय करणार? ही प्रतिक्रिया व्यक्तिगत पातळीवरून व्यक्त होते तेव्हा त्याआड हतबलता, क्षुद्रतेची जाणीव, संघटनांचा अभाव अशी अनेक कारणं असतात. कधी कधी आपण इतके बधिर झालेलो असतो की, लोकल ॲनास्थेशिया दिलेला पेशंट जशी आपल्या शरीरावरची एखादी शस्त्रक्रिया पाहत राहतो तशी अवस्था आपली होते. कुठे काही हलतंय, कुठे काही जळतंय हेही कळत नाही. ही बधिरावस्था अज्ञानापोटीच असते असं नाही, सुखवस्तूपणाची सूज चढूनही संवेदना बोथट होतात.

पण ही सगळी कारणं आणि कारणमीमांसा तोकडी आहे. खरं कारण या सर्वांपार आहे. बघेपणाचा तलाश घेताना मुळाशी जात जात राहिलं तर लख्खपणे जाणवतं की, हे बघेपण आपल्या जीनस्‌मध्येच आहे. आपण पेटून उठतच नाही सहसा युगोस्लोव्हियात स्लोबोदान मिलोसेविचची सत्ता उलथवण्यासाठी जनताच रस्त्यावर उतरते. युरोपात हे पुन:पुन्हा होत राहतं; पण अशी क्रांती आपल्याकडे होत नाही, नव्हे संभवतच नाही. कारण कुणी पेटून उठूच नये, अशी चोख व्यवस्था पूर्वापार झाली आहे. अनेक भाषा, वेश, खाण्याच्या सवयी, कपडे घालण्याच्या पद्धती, लग्नाच्या चाली, मयताचे प्रकार या प्रत्येकातून आपलं वेगळेपणा मिरवणारा आणि अठरापगड जाती न धर्मात विभागला गेलेला इथला समाज एकसंध झालेलाच नाही. 'आपण आणि ते' अशी विभागणी प्रत्येक स्तरावर आपण करतो आणि छोटी छोटी वर्तुळं आखत इवल्याशा कोषात सुरक्षित होतो. आपणाव्यतिरिक्त जे कुणी 'ते' आहेत, मग ते वेगळ्या जातीचे-उपजातीचे असोत, वेगळ्या भाषेचे असोत, वेगळ्या धर्माचे असोत, वेगळ्या प्रांताचे असोत एवढंच काय सावत्र असोत, चुलत किंवा आते-मामे असोत आपण भिंती उभ्या करणारे गवंडी होतो. भिंतींच्या आत आपला 'स्व' सुरक्षित असतो. तेवढ्याने आपण खुशालतो आणि भिंती पलीकडच्याची नफरत करू लागतो. अगदी नफरत नाही तरी अनेकदा ममत्वाचा धागाच उरलेला नसतो. त्यामुळे पलीकडे काही झालंच तरी ते आपल्या जिव्हारी लागत नाही. लावून घ्यावंसं आपल्याला वाटत नाही. हेच मग कधीतरी उलट्या बाजूने आपल्यावर चालून येतं तेव्हा आपल्याला धक्का बसतो. लोकांच्या बघेपणाची चीड येते. आपण हादरून गेलेले असतो; पण सावधचित्ताने याकडे पाहिलं तर लक्षात

येईल की, हा अखिल षंढत्वाचाच एक भाग आहे. ज्यात आपणही सामावले गेलो आहोत.

बघेपण हे निष्क्रियतेचंच दुसरं नाव असेल तर या बघेपणाचं इंजेक्शन हजारो वर्षांपूर्वी आपल्याला टोचण्यात आलंय, ज्याचा सर्वव्यापी असर आपल्या जाणीवा-नेणीवांतून पसरत-झिरपत पिढ्यान् पिढ्या संक्रमित होत आलाय. ज्या कोणी मोक्षाची, पुनर्जन्माची आणि प्रारब्ध-प्राक्तनाची भानगड धर्मात मुरवली त्याने हे इंजेक्शन पहिल्यांदा टोचलं. याचा परिणाम हिंदू मनावर खूप खोलवर झाला आणि अजूनही त्यातून आलेलं जाबडलेपण सरलेलं नाही. या जन्मात माझ्या वाट्याला आलेले भोग हे जर माझं प्राक्तन असेल आणि ते भोग नीट भोगल्यावरच माझा पुढचा जन्म सुखावह होणार असेल किंवा मी आत्ता केलेल्या चांगल्या-वाईट कृत्याचं फळ मला पुढच्या जन्मी मिळणार असेल तर माझ्यापुरते सगळेच प्रश्न संपून जातात. कुणाशी न भांडता, कुणाला जाब न विचारता किंवा व्यवस्थेला प्रश्न न विचारताच माझी उत्तरं मला मिळून जातात. मग समोर एखादा मरत असला तरी तो त्याचे भोग भोगतोय, हे उत्तर माझ्यापाशी तयार असणार. शरीर क्षुद्र आहे, आत्म्याच्या उन्नतीसाठीच मानवी जन्म सार्थकी लावायचा, त्यातच मोक्ष आहे हे एकदा गळी उतरलं की सगळ्या ऐहिक भानगडी, मातीवरच्या अस्तित्वाचे प्रश्न कवडीमोलाचे होतात. याचा फायदा तेव्हा ब्राह्मणवर्गाला मिळाला. आज तो सत्ताधाऱ्यांना वा त्या त्या परिस्थितीत जो शिरजोर त्याला मिळतोय. इतक्या मोठ्या कालखंडात काहीच बदललं असं नाही. शोषणाविरुद्ध बंड करणाऱ्या चळवळी झाल्या, ऐहिक प्रश्नांवर आवाज उठवले गेले पण या चळवळींनी समाजात मोठी उथलपुथल मात्र घडवली नाही. पुरुषाने बाईला समजून घेण्यात, सवर्णाने दलिताला समजून घेण्यात आपण काही पावलं पुढे गेलो आहोत पण शतखंडित हिंदू मानसिकतेला बांधून सर्वच माणसांना माणूसपणाच्या पातळीवर आपण आणू शकलेलो नाही. सगळ्या भिंती जशाच्या तशा खड्या आहेत. अध्यात्माची नशा वरकरणी नाही परंतु आपल्यापुरता मोक्षाचा मार्ग शोधण्याचा पोसलेला स्वार्थ मात्र आपल्या नसानसांतून दौडतो आहे. आज सुखवस्तूपणात मोक्ष दिसतो आहे ज्याला त्याला; आणि नवश्रीमंत-दरिद्री अशी आणखी एक दुभागणी प्रखर होत चालली आहे. छोट्या छोट्या राज्यात विभागल्या गेलेल्या हिंदुस्थानावर इंग्रजांनी कब्जा घेतला. ते एका राजाशी लढताना इतर राजे बघत होते. आज आपल्या 'स्व'च्या एवढ्या एवढ्याशा सुभ्यात मश्गुल असणारे आपण सत्तेच्या मग्रुर टाचेखाली चिरडत जाणाऱ्या इतरांकडे केवळ बघत राहतो तेव्हा आपण बघेपणाची ऐतिहासिक परंपराच चालवत असतो.

या बघेपणाचा त्रास कोणाला होतो? परवा नगरमध्ये भोसले टोळीच्या गुंडांनी शोभा सातपुते नावाच्या बाईवर बलात्कार करण्याचा प्रयत्न केला तेव्हा आरडाओरडा करणाऱ्या नवऱ्याला त्यांनी सर्वांसमक्ष ठार मारलं. कोणीही पुढे आला नाही. या घटनेच्या

पार्श्वभूमीवर एका पत्रकाराने, सगळे बघत होते तेव्हा तुम्हाला काय वाटलं? असा प्रश्न शोभा सातपुतेला विचारला तेव्हा तिने दिलेलं उत्तर म्हणजे नागव्या सत्तेचं घडवलेलं दर्शन आहे. ती म्हणाली, काय वाटणार? इतरांवर जेव्हा असे प्रसंग येत होते तेव्हा आम्हीपण बघतच होतो, त्यामुळे कोणी पुढे आलं नाही तर त्यांना कसा दोष देणार? हे वास्तवाचे भान त्याही स्थितीत त्या बाईला आहे पण इतरांना नाही. तिच्या उत्तरातून आपला मध्यमवर्गीय गंडच डिवचला गेला; अशा घटनांमध्ये लोक बघत राहतात, त्यांच्या बघेपणाचा त्रास मध्यमवर्गाला होतो. आत्मक्लेश करून घेण्याची त्याची परंपरा आहे. वास्तविक जे त्रास करून घेतात तेही त्या घटनेत असते तर वेगळे वागले नसते, अशी परिस्थिती आहे. तरीही बघेपणा बघेपणा असा कलकलाट केला की, चार दिवसांनी आपल्यालाही बरं वाटतं. गुदमर कमी होते.

हे एखाद्याला फारच निराशाजनक वाटेल. सिनिकल वाटेल. पण हे बघेपण राहणारच. त्रागा करणारे करोत. मरणारे मरत राहतील, इतर फक्त पाहत राहतील. याची कारणं अनेक पातळ्यांवर दडलेली आहेत. पण सर्वांच्या मुळाशी आहे, ते आपण निखळ माणूस म्हणून एकमेकांच्या जवळ येणार आहोत की नाही? एकमेकांच आयुष्यं, सुख-दुःखं समजावून घेणार आहोत की नाही? प्रसारमाध्यमं यात महत्त्वाचा रोल बजावू शकतात पण त्यांना तो बजावयाचा नाही. त्यांना स्वतःला बथ्थड राहायचंय आणि लोकांनाही निर्बुद्ध बघे करायचंय. दूरचित्रवाणी हे आजचं कळीचं माध्यम; पण सर्व थरातली माणसं समजून घेण्यात, त्यांचं जगणं चितारण्यात, त्यांचा जीवनसंघर्ष रेखण्यात वाहिन्यांना रस नाही. त्यांना एकच एक वर्ग दिसतो. त्याच्या सुख घेण्याच्या, दुःख साहण्याच्या साचेबद्ध तऱ्हा दिसतात. उद्योगपती घराण्यांचा संघर्ष, विवाहबाह्य संबंध किंवा एक समस्या घ्या नि सोडवत बसा किंवा खुनाचा तपास नाहीतर बाष्फळ सीटकॉमस् याच्यापलीकडे वेगळा टाइप मालिकांत दिसत नाही. मालिकांत-चित्रपटांत स्त्रीचं चित्रण बदललेलं नाही. काहीजण पुरोगामीपणा दाखवायला बंडखोर स्त्रिया वगैरे दाखवतात. स्त्रीने झगडून मिळवणं, हासिल करणं हे आता भरपूर पाहिलं पण आदर्श पुरुषाचं चित्रण कुठे आणि किती येतं? स्त्रीला सन्मानाने, बरोबरीने वागवणारा पुरुष नायक केंद्रस्थानी ठेवून कोणी मालिका बनवत नाही वा सिनेमा काढत नाही. अगदी पुरोगामी सिनेमावालेसुद्धा. स्त्रीने कसं जगावं याच्याइतकंच किंबहुना त्याहून जास्त पुरुषाने कसं वागावं हे कळणं आज जास्त महत्त्वाचं आहे. दोन मुलांना वाढवताना मुलीला लहानपणापासूनच मुलाच्या बरोबरीने वागवणं हे अनेक घरात होऊ लागलंय. पण, त्याच्या जोडीने मुलाला त्याने स्त्रीशी कसं वागावं, तिला कसं समजून घ्यावं आणि बरोबरीने घेऊन जावं हे कुठल्या घरात शिकवतात? आज प्रत्येक वर्तमानपत्रात महिलाविषयक पुरवण्या आणि कॉलम्स् आहेत. पण, खास पुरुषांसाठी त्यांच्यावर संस्कार करणारं साहित्य देणारा कॉलम वा पुरवणी कुठे आहे? बाईशी कसं वागावं याचे

पुरुषावरचे जुने संस्कार जर पुसले गेले नाहीत तर केवळ बाईला बंडखोर बनवून काय होणार?

वर्तमानपत्रातल्या बातम्याही अपुरं चित्र उभं करतात आणि जबाबदारीतून मोकळं होतात. अमृता देशपांडे वा तत्सम प्रकरणांच्या बातम्या पाहा. यांचा एक साचा दिसतो; जो कोणी हल्ला करतो, खून करतो तो पहिल्याच बातमीत व्हिलन ठरलेला दिसतो. आणि एकदा एखाद्यावर गुन्हेगार म्हणून शिक्का बसला की, त्याचं काहीही ऐकून घेण्याच्या मन:स्थितीत समाज नसतो. मला बबन शिकलगार किंवा त्याच्यासारख्या तरुणांची बाजू घ्यायची नाही, पण त्यांचीही एक बाजू असते हे आपण विसरून गेलेलो असतो. अनेकदा घटनेमागची समाजशास्त्रीय कारणं शोधत गेलं तर धक्कादायक निष्कर्ष हाती लागतात; पण आलेली बातमी प्रमाण मानून त्यावर लेख यायला सुरुवात होते. या लेखांचं स्वरूप हे बाईचं जीवन किती असुरक्षित झालंय, प्रेमाला नकार देताच डिवचला जाणारा पुरुषी अहंकार, सूड घेण्याची पुरुषीवृत्ती या मुद्यांभोवती फिरू लागतात. वस्तुस्थिती त्याही पलीकडची असते आणि आपल्या लेखांतून वरील मुद्यांचा गोंगाट आणि बघेपणाचा कलकलाट करणाऱ्यांच्या ती गावीही नसते. आजच्या मुलामुलींचं लैंगिक जीवन, त्याकडे बघण्याचा मुलींचा दृष्टीकोन, मुलांचं भावविश्व, व्यवहारी जगात स्वत:ला सिद्ध करण्यात ह्र उभं राहण्यात येणाऱ्या आणि दिवसेंदिवस वाढत चाललेल्या अडचणी, त्यांचं फ्रस्ट्रेशन या बाबी जर बारकाईने पाहिल्या तर चित्र वेगळं दिसू लागतं.

माझा अनुभव सांगतो. काही वर्षांपूर्वी मुंबईला सायन कोळीवाडा भागात अल्पवयीन मुलींवर बलात्काराच्या सात-आठ केसेस झाल्या. मी रिपोर्ट्स लिहिण्यासाठी काही दिवस त्या भागात फिरत होतो, लोकांशी बोलत होतो. मला कळली ती वस्तुस्थिती वेगळी होती. ज्या मुलींवर बलात्कार झाल्याची नोंद होती त्या आठ-नऊ वर्षांच्या होत्या. बलात्कार करणारी मुलं १८ ते २१ वर्षे वयोगटातली होती. जी प्रकरणं उघडकीला आली त्याहून अधिक संबंध तिथे घडत होते. कोवळ्या मुली आपखुशीने आपलं लैंगिक कुतूहल शमवित होत्या. त्यांचा फायदा उठवणारी मुलं, तरुण होतेच. हे व्यवहार करताना जे सापडले ते बलात्कार करणारे ठरले. काही मुलींना नादीही लावलं जात असेल, त्यांना यातलं गांभीर्य कळतही नसेल पण या सगळ्याची कारणं तिथल्या कुबट जगण्यात दडलेली होती. यात लिंगपिसाटपणाचा भाग मला तरी जाणवला नाही. होतं ते विकृत लैंगिक कुतूहल आणि ते चाळवण्याच्या-शमवण्याच्या अनेक गोष्टी तिथल्या वातावरणात सहज उपलब्ध होत्या. आपण जसं जास्ती बघू तसं जग अधिक कळत जाईल आणि कदाचित आपण अधिक समजूतदार होऊ.

पण आज बातमीच्या पलीकडे जाऊन पाहायचंय कोणाला? पण समस्त पढत मध्यमवर्ग तर आजही पेपरात छापलेला शब्द प्रमाण मानून चालणार. एखाद्या घटनेच्या दुय्यम-तिय्यम आकलनावर आपली अव्वल प्रतिक्रिया देणार. त्याला स्वत:लाही

त्यापलीकडे जगणं समजून घेण्यात रस नाही. माझं 'अधांतर' नाटक रंगभूमीवर आलं तेव्हा अनेक पांढरपेशा मध्यमवर्गीयांच्या प्रतिक्रिया होत्या, हे आम्ही का बघावं? या नाटकातल्या माणसांचा आणि आमचा संबंध काय? ज्या शहरात मल्टिनॅशनल कंपनीत सज्जड पगार घेणारा आणि नोकरीतले सगळे अनुषंगिक फायदे लाटणारा माणूस राहतो त्याच शहरात बेकार झालेला, उपासमार ओढवलेला कामगार राहतो. पण त्याचं दुःख याला पाहायचं नाही. तो मरेना का, मी सुखात जगेन. ही बघेपणाची वृत्ती घेऊन त्याला आपल्याच मस्तीत राहायचंय. गोची आहे ती इथेच.

तर, हे जोवर राहणार तोवर बघेपणही उरणारच. ते कसं संपेल? नक्की माहीत नाही. पण माणूस सांधण्याची सुरुवात करायला हवी. एकमेकांना जाणून–समजून घ्यायला हवं. दुसऱ्याचं दुःख, माझं दुःख व्हायला हवं. माझा त्रास दुसऱ्याचा त्रास व्हायला हवा. एवढं तरी आपल्या हातात आहे. मग नामदेव ढसाळच्या कवितेतल्याप्रमाणे, सगळ्या भेदाभेदाच्या भिंती ढासळून पडल्या की, निखळ माणूसपण उरेल तेव्हा आभाळाला आजोबा आणि जमिनीला आजी मानून तिच्या कुशीत गुण्यागोविंदानं राहावं आणि एक तीळ सर्वांनी कुरवंडून खावा.

कदाचित तेव्हा मग बघेपणाचा प्रश्नच उरणार नाही.

(पुरुष स्पंदन – दिवाळी २००५)

सुंता

– अन्वर राजन

शाळेत असताना इतर मुलं आम्हा मुस्लीम मुलांना ABC म्हणायची. त्यावेळी B.C., E.B.C., S.C., S.T., या कॅटेगरीज सर्वांना माहिती होत्याच. गुजराथी शाळा असूनदेखील त्यातही B.C., S.C. मुलं असायची व चांगला व्यापार चालणाऱ्यांची मुलंही ए.इ.उ. सवलत घ्यायची. A.B.C. चे पूर्ण रूप आर्धी बुल्ली कट असे व्हायचे. शाळेत या प्रकारच्या खोडीला तोंड देणे काहीसे अवघड निश्‍चितच वाटायचे. मग आमच्यातील काही टारगट पोरं झोंबणारे प्रत्युत्तर द्यायची. तुला भाऊ-बहीण हवाय का असं विचारायची. त्या काळामध्ये सुंता झालेली आहे याबद्दल वाईट वाटायचे.

तसे तर लहानपणापासून या गोष्टीला तोंड द्यावे लागायचे. मोहल्ल्यात इतर मुलांची सुंता आली की त्यांचे रडणे-केकाटणे ऐकून खरंतर ह्र आपल्यावरपण ही पाळी येणार या कल्पनेने कापरे भरायचे. खरं तर लहानपणी राक्षस व राजकुमारीच्या लग्नात राजकुमारीला आवडणारे सोन्याचे फूल, सोन्याचे हरीण, सोन्याचे पक्षी याचा उल्लेख यायचा व तो मिळवायला राजकुमार किंवा राजकुमारीचा हात धरू पाहणारा एखादा पराक्रमी व निर्भय युवक तो मिळवायला जात असताना येणाऱ्या संकटाची मालिका व ती पार करून, सोनेरी पक्षी व फूल हस्तगत करणे या सर्व गोष्टी ऐकायला, वाचायलाही आवडायच्या. पण 'वो देखो उपर सोनेकी चिडीया' या वाक्यामागे एक मोठी भीती दडून राहिलेली होती. सुंता करताना तो करणारा न्हावी मुलांना वर पाहायला सांगायचा, व मुलांनी वर पहावे म्हणून वरती सोन्याची चिमणी आहे असेही सांगायचा त्यामुळे आम्हा मुलांमध्ये खेळताना त्या सोनेरी चिमणीचा उल्लेख यायचा तो कधीतरी एखाद्याला चिडवायला किंवा एखाद्याला भीती दाखवायला.

आमच्या मोहल्यात सुंता साधारणतः सातव्या, आठव्या वर्षी करीत. अलीकडे खूप लहान वयातच सुंता करून घेण्याकडे लोकांचा वाढता कल आहे. हल्ली बहुतांशी बाळंतपणं दवाखान्यातच होतात. त्याच हॉस्पिटलमध्येही काही काही वेळा सुंताचा कार्यक्रम ठरवतात. लहानपणी (म्हणजे वर्षभराच्या आतील मुले) सुंता केल्यामुळे या वयात मुलांची हालचाल कमी असते त्यामुळे जखम भरायला त्रास कमी होतो व हालचाल कमी असल्यामुळे दुखतेही कमी. मात्र माझ्या लहानपणी मात्र सातव्या/आठव्या वर्षी सुंता करणाऱ्यांचे प्रमाण जास्त होते. माझीही सुंता त्या वयातच झालेली मला आठवते.

सुंता ही प्रथा धार्मिक नाही. इस्लामपूर्व काळापासून ही प्रथा अस्तित्वात आहे, ही प्रथा किती जुनी आहे हे निश्चितपणे सांगता येत नाही पण आफ्रिका–मध्य पूर्व आशिया व ऑस्ट्रेलियाच्या अनेक भागात आदिवासी जाती–जमातीमध्ये ही प्रथा वर्षानुवर्षे सुरू आहे. यहुदी धर्मात सुंता करणे हेही पारंपरिक आहे. यहुदीच्या अनेक परंपरा इस्लामने स्वीकारल्या; त्यातील सुंता ही प्रथापण इस्लामच्या व इस्लामनंतरच्याही काळात सुरू राहिली.

सुंता प्रथेविषयी कुराण व हदोसमध्ये उल्लेख सापडत नाही. पण कायदे–कानून, प्रथा, परंपरा या विषयीच्या लेखनात सुंताचे उल्लेख आहेत. इस्लाम धर्मात पाच तत्त्व ह्व फर्ज (बंधनकारक) आहेत. इमान, नमाज, जकात, रोजा, ही पाच तत्त्वे यात सुंताचा उल्लेख नाही पण भारतासारख्या देशात सुंता व मुसलमान याचा संबंध अनिवार्य आहे. मुसलमानाची सुंता करायची असते. ती केलेली असते व ज्याची सुंता झालेली आहे तो मुसलमानच असणार याची खात्री हिंदूंनाही आहे व मुसलमानांनाही आहे. अलीकडेच आमच्या एका मुस्लीम मित्राच्या मुलीने एका हिंदू तरुणाबरोबर लग्न केले. इथं मित्राच्या नातेवाईकांचा दबाव मित्रावर प्रचंड होता. मुलाचा धर्म बदलून निकाह लावावा असे अनेकांनी सुचवले. ही चर्चा सुरू असताना मात्र एकाने शंका काढलीच. ''और उसकी सतना (सुंता) भी करनेकु होना।'' याशिवाय मुसलमान होण्याची प्रक्रियाच जणू काही पूर्ण होत नाही.

आमच्या एका ओळखीच्या मुस्लीम मुलीने हिंदू मुलाबरोबर लग्न केले होते. दोन मुली झाल्यानंतर त्या मुलाने आपल्या जातीतल्या मुलीबरोबर लग्न लावले व या मुस्लीम मुली बरोबर पण संबंध ठेवले. दोघांची भांडणे नियमितपणे व्हायची. दोन मुलींनंतर या मुस्लिम मुलीला त्या हिंदू मुलापासून मुलगा झाला. मुलगा झाला तरी त्यांची भांडणे मात्र संपली नाहीत. भांडणे जोरात होती. या भांडणाचा भाग म्हणून व नवऱ्याची चांगलीच जिरवायची म्हणून तिने आपल्या मुलाची सुंता करून टाकली व मुलाला आपल्यातच ठेवल्याचा आनंद मानला. हिंदू असलेल्या नवऱ्यापासून झालेल्या मुलाची सुंता करण्यात तिने विजय मानला व त्या हिंदू मुलाने पराभव मानला ही या किश्श्यातील गंमत आहे.

मुंबईच्या दंगलीत मुसलमान ओळखण्यासाठी सुंता झाली आहे की नाही हे पाहिले जात होते असे सांगितले जाते. फक्त सुंताच कशाला, दाढी ठेवणे पण अनेकांना धोकादायक वाटत होते. १९८४ साली इंदिरा गांधींच्या हत्येनंतर शीख विरोधी उसळलेल्या दंग्याच्या वेळी अनेक शीखांनी आपले लांब केस व दाढी मिश्या साफ केल्या होत्या. मुंबईला ९२-९३ च्या दंगलीच्या वेळी दाढी ठेवून बाहेर फिरणे अनेकांना धोकादायक वाटत असे. माझा एक मित्र (हिंदू) दाढीवाला आहे. दाढी त्याला खूपच छान दिसते. ९३ च्या दंगलीच्या काळात तो मुंबईला जायला निघाला होता, त्यावेळी त्याच्या नातेवाईकांपैकी एकाने त्याला दाढी करायला सांगितले आणि म्हणाला की , तुझी दाढी पाहून तुला मुंबईत खतम करतील आणि वाईट याचे वाटते की तू चांगला हिंदू असून, तुला मुसलमान समजून मारतील. अर्थात् निदान दाढी करायला वाव तरी आहे. पण सुंतावाल्याला माघार घेता येत नाही. आणीबाणीच्या काळात तुरुंगात आमच्याबरोबर एक समाजवादी नेते जगन्नाथराव जाधव हे होते. त्यांनी एकदा तिथल्या जाहीर सभेत भारतात सर्वांना सुंता करणे बंधनकारक करायला हवे असे सांगितले. त्यामुळे हिंदु-मुसलमानांना एकमेकांपासून ओळखणे अवघड होईल, अर्थात् आरोग्याच्या दृष्टीने सुंता करणे लाभदायक आहेच अशी त्यांची कल्पना होती. जात- धर्माच्या खुणा दंग्याच्या वा युद्धाच्या वेळी प्राणघातकही ठरू शकतात.

हैदराबाद मुस्लीम संग्रामानंतर ज्यावेळी पोलीस ॲक्शन झाली त्यावेळी अनेक ठिकाणी मुस्लीम मारले जात होते. प्रसिद्ध साहित्यिक फ.म. शहाजिंदे यांनी त्याविषयी लिहिताना सांगितले आहे की, पोलीस ॲक्शन पासून या पोराचा बचाव करण्यासाठी फ.म. च्या भाऊने फ.म.चे कान टोचून घेतले. कान टोचल्यामुळे फ.म. वाचले आणि त्यांचे साहित्य वाचायची संधी आपल्यापर्यंत पोहोचली. असो.

तेव्हा सुंता हा धर्माचा अधिकृत, बंधनकारक भाग नसला तरी प्रत्यक्षात सुंताचा मुसलमान असण्याशी अनिवार्य संबंध जोडला गेलेला आहे ही वस्तुस्थिती आहे आणि हे मान्य करायलाच हवे. यहुदी (ज्यू) पण सुंता करतात पण भारतात आता ज्यू नाममात्र राहिले आहेत. त्यामुळे त्यांचा प्रश्न आपल्यासमोर नाही. दुर्दैवाने आपल्या देशात अमेरिकेसारखी ही परिस्थिती नाही. जगन्नाथराव जाधवांचे भारतात जरी कोणी ऐकत नसले तरी अमेरिकेसारख्या देशांतून जवळपास ८५% मुसलमान मुलांची सुंता झालेली असते अशी माहिती उपलब्ध झालेली आहे. अमेरिका विरुद्ध इस्लामी जगत हा शासकीय पातळीवरचा संघर्ष मात्र जनसामान्यांपर्यंत पोहोचला तर सुंताचे प्रमाण घटण्याची शक्यता नाकारता येत नाही.

सुंताची प्रथा ज्यावेळी अस्तित्वात आली त्यावेळी ही प्रथा सुरू होण्यामागची कारणे कोणती. लोकांची समज काय असेल याकडे पाहणे मजेशीर आहे. भिन्न लिंगियांना आकर्षित करण्याकरिता हे होते असे अनेक कारणांपैकी एक कारण सांगितले जाते.

स्त्रीला आकर्षित करण्याकरिता असे मी म्हटले नसून भिन्नलिंगी हा शब्द वापरला आहे कारण की, स्त्रियांची पण सुंता केली जाते. तो भाग आपण नंतर पाहू.

स्वच्छता हे दुसरे कारण सांगितले जाते. पाण्याची टंचाई असलेल्या प्रदेशात लिंगाची स्वच्छता ठेवणे ही एक समस्या ठरत असावी म्हणून सुंता अस्तित्वात आली असावी. या म्हणण्याला वैद्यकीय क्षेत्रातून मान्यता मिळते. फिमोसिस नावाचा रोग काही जणांना होऊ शकतो. या रोगात आजारी माणसाच्या लिंगाच्या अग्रभागी चिकट पदार्थ जमा होऊन लघवी करायला त्रास होतो, काही वेळा संभोग करताना हा त्रास होतो. अशा परिस्थितीत डॉक्टर सुंता करण्याचा मार्ग अवलंबितात. आपल्या अवतीभोवती पाहिल्यास आपल्याच मित्र परिवारामध्ये असे काहीजण निश्चितच सापडतील ज्यांची मेडिकल सुंता झालेली आहे. मेडिकल सुंता करावी लागणाऱ्यांना आपल्या धर्म जाती परंपरा याचे अभिमान बाजूला ठेवून आल्या प्रसंगाला सामोरे जावे लागते. यात भाजप, शिवसेना यांच्या विचाराच्या लोकांपैकी काहींना सामोरे जावे लागले आहे.

अनेक ठिकाणी मुलगी वयात येण्याचा प्रसंग साजरा करण्याची पद्धत आहे. मुलगी वयात येण्याची एक शारीरिक घटना पण असते. तेव्हापासून त्या मुलीला काही घरामध्ये बंधनात ठेवण्याची पद्धत आहे. सुंतामध्ये ही हा भाग काही ठिकाणी ध्वनित होतो. मातेच्या पकडीतून मुलाला सोडवण्यासाठी मुलाची सुंता केली जाते, अशी काही आदिवासी जमातीत श्रद्धा आहे.

सुंता केल्यामुळे शारीरिक संबंधात अधिक आनंद मिळतो अशी कल्पना त्याही वेळी होती. आजही काही प्रमाणात आहे. अर्थात् याला वैद्यकीय आधार नाही पण, हा समज मात्र दृढ आहे. संभोगातला आनंद ही मनुष्यमात्राला मिळालेली एक देणगी आहे असे मानायला हरकत नाही. इतर पशुप्राणी यांचे कामजीवन हे शारीरिक पुनरुत्पादनासाठीचे एक कर्तव्य या पलीकडे त्याचे स्थान नाही (असे या विषयातील तज्ज्ञ म्हणतात.) माणसाला यातून मिळणारा आनंद जास्त मिळवण्यासाठी त्याची धडपड पुरातन काळापासून आहे. भारतात या विषयावरील विपुल लिखाण आपल्या पारंपारिक ग्रंथसंपदेत व शिल्पकलेतही आढळते. वात्सायनचे कामसूत्र आणि खजुराहोची लेणी याची साक्ष देतात. आयुर्वेदामध्येही तारुण्य व अधिक शक्ती, अधिक आनंद कसा मिळवावा, यासाठीचे अनेक उपचार सांगितलेले आहे आणि हल्ली बाजारात वायग्रा, थर्टी प्लस व इतर अनेक औषधांची रेलचेल आहे. याचा शरीरावरती किती परिणाम होतो ते नाही सांगता येत पण मनावर निश्चित परिणाम होतो. आत्मविश्वास वाढायला मदत होते. सुंता केल्यामुळे कामशक्ती वाढते असा ज्यांचा समज आहे किंवा ज्यांची श्रद्धा आहे त्यांना तसा आनंद मिळण्याची शक्यता अधिक असेल असा अंदाज करायला हरकत नाही. कामविषयाचा एवढा अभ्यास आपल्या देशात झाला पण आपल्या कुठल्याही ग्रंथात वा आयुर्वेदात सुंताचा उल्लेख नाही. सुंता विधी हा आपल्या देशात

माहीत नसावा, याचे आश्चर्य वाटते.

सुंता करण्यासाठी हल्ली मोठ्या हॉस्पिटलमध्ये आधुनिक शस्त्रे वापरली जातात. अनेक ठिकाणी न्हावी हा विधी करतात. न्हावीपण स्वच्छ निर्जंतुक केलेले ब्लेड (वस्तरा) वापरतात. पण पूर्वी काय काय वापरले गेले हे पाहिले तर आश्चर्य वाटते. अगदी प्रारंभी सुंता करण्यासाठी दगडाचा वा दगडी सुरीचा वापर होत असे. नंतर त्याची जागा काचेने घेतली. काही ठिकाणी लाकडी शस्त्र वापरले जात असे. हल्ली मात्र वस्तरा/वा ब्लेड वापरले जाते. सुंता केल्यानंतर जखम भरून येण्यासाठी विविध उपाय केले जात. हल्ली तर ड्रेसिंग व औषधे दिली जातात; पण पारंपरिक औषधोपचारदेखील असायचे तरीपण काही जमातीमध्ये (कोंगो, सेनेगल इ.) सुंताची जखम भरून येण्यासाठी अविवाहित मुलाबरोबर संभोग करण्याची पद्धत आहे. तर किरधिझी ही जमातीमध्ये कोणाही मुलीबरोबर संभोग करण्याची प्रथा आहे. जखम भरून येण्यासाठीचा हा मार्ग माणसांना कसा काय सुचला असेल, कोण जाणे? या आदिवासी जमातीमध्ये मुलांच्या सुंता समारंभात स्त्रियांना उपस्थित राहता येत नाही मात्र आपल्या भारतीय उपखंडात (भारत, पाकिस्तान, बांगलादेश) समारंभात स्त्रिया सहभागी होतात. आमच्या मोहल्यातच एकदा एका सुंताच्या समारंभात आमच्या शेजारी राहणाऱ्या एक बाई आम्हा खेळणाऱ्या मुलांना सारख्या रागवत होत्या. त्यावेळी मी त्यांना म्हणाल्याचे मला आठवते. हा आम्हा मुलांचा कार्यक्रम आहे. तुम्ही बाया येताच कशाला? हे ऐकून ती आमची खाला (मावशी) खूपच चिडली होती "भोतीच आगाऊ है।" एवढा शेरा मला तिने दिला.

ख्रिश्चन धर्मात सुंता हा विषय नेहमीच विवादास्पद राहिलेला आहे. यहुदी पंथात सुंताची प्रथा होती. किंबहुना तो धार्मिक विधी होता. म्हणून येशू ख्रिस्ताचीपण लहानपणी सुंता झाली होती; पण नंतर ख्रिश्चन स्वत:ची वेगळी प्रतिमा तयार करण्याचा प्रयत्नात होते. यहुदी पंथात डुकराचे मांस खाणे निषिद्ध मानले जाते. इस्लाम पंथाने डुकराचे मांस खाणे निषिद्ध असल्याची यहुदी परंपरा मान्य केली. पण ख्रिश्चनांमध्ये डुकराचे मांस खाणे निषिद्ध मानले जात नाही. भारतात देखील डुकराच्या मांसाच्या गिऱ्हाइकांमध्ये ख्रिश्चनांचा वाटा फार मोठा आहे. सुंता विधी बाबतीत मात्र वेगवेगळे प्रवाह ख्रिश्चन धर्मात दिसतात. ख्रिस्ताच्या प्रारंभाच्या काळातील हेलनेस्टिक पंथाला सुंता करणे आवश्यक वाटत नव्हते. पण, ख्रिश्चनामध्ये यहुदी परंपराच्या प्रभावाखालील गटाला सुंता करणे आवश्यक वाटायचे. संत पॉल हा ख्रिस्तांच्या काळातील महान संत व ख्रिस्ताच्या शिष्यापैकी एक. त्याची स्वत:ची सुंता झाली होती. संत पॉल याच्यावर यहुदीचा प्रभाव होता. म्हणून तो सुंता आवश्यक समजत असे. त्यांनी स्वत: पुढाकार घेऊन संत तिमोशीवर सुंताचा विधी करवून घेतल्याची नोंद आहे. हे करताना पण त्याची द्विधा मनस्थिती दिसते. सुंता करणे बंधनकारक नाही असेही तो म्हणतो. इ.स.

५८९ मध्ये ख्रिश्चनांची मध्यवर्ती समितीची तिसरी सभा झाली. या वेळेपर्यंत ख्रिश्चनांची शक्ती खूपच वाढली होती. या समितीने ज्यूंना ख्रिश्चन गुलाम खरेदी करण्यास मनाई केल्याचा उल्लेख आहे. ज्यू ख्रिस्ती गुलाम खरेदी करून त्याची सुंता करीत. हा प्रकार अनेक ख्रिश्चनांना रुचत नसे. हेच या निर्णयामागचे कारण असावे; पण कधी कधी याही प्रकरणात तडजोड करणे भाग पडते. १६ व्या शतकात ॲबसीनीयामध्ये कॉन्व्हेन्टमध्ये येणाऱ्या ॲबीसीनीया मुलींना सुंता करण्यास मनाई करण्यात आली; पण ही मनाई झाल्यानंतर सुंता न केलेल्या मुलीशी त्या जमातीचे पुरुष त्यांच्याशी लग्न करायला तयार होईनात. शेवटी या प्रकरणी तेथील चर्चला माघार घ्यावी लागली व ॲबीसीनयन मुलींना सुंता करायची परवानगी चर्चने दिली.

स्त्रियांची सुंता हा एक या विषयातले स्वतंत्र प्रकरण आहे. भारतात याची वाच्यता फारशी होत नाही; पण भारतात देखील मुस्लिमांच्या काही पंथात स्त्रियांची सुंता आजही केली जाते या मध्ये इतकी गुप्तता पाळण्यात येते की, घरातल्या पुरुषांना किंवा मुलीच्या वडिलांना याचा सुगावा लागत नाही. (हा पंथ पुण्यात पण आहे.) स्त्रियांच्या सुंताला पुरुषांच्या सुंता इतकाच प्राचीन इतिहास आहे. आफ्रिका, इजिप्त, ॲबिसिनिया या भागात अनेक आदिवासी जमातीत स्त्रियांची सुंता केली जात होती व आजही केली जाते. यातील ज्या भागात इस्लामच्या फैलाव व प्रसार झाला त्या मुस्लिमांमध्येपण ही परंपरा सुरू राहिली. स्त्रियांची सुंता करण्यामागील कल्पना नेमकी काय आहे हे सांगणे अवघड आहे. वैद्यकीय आधार जसा पुरुषांच्या सुंतामध्ये आहे तसा स्त्रियांच्या सुंतामध्ये नाही; पण अजूनही ही प्रथा अनेक ठिकाणी सुरू आहे. बीजिंगमध्ये दोन वर्षांपूर्वी भरलेल्या आंतरराष्ट्रीय महिला परिषदेमध्ये हा प्रश्न उपस्थित करण्यात आला होता. ज्या भागात ही प्रथा सुरू आहे. त्या भागात या महिला प्रतिनिधींनी या प्रथेविरुद्ध आवाज उठवलेला आहे. सुंतामुळे कामक्रीडेच्या वेळी खूपच वेदना होतात. प्रसूतिच्या वेळीही वेदना जास्त होतात. असे त्या प्रतिनिधींचे म्हणणे आहे. सुंता न करणे म्हणजे विवाहाच्या वेळी अडथळा किंवा अगदी घटस्फोटाचेही कारण ठरू शकते. इतका त्याबद्दल आग्रह धरला जातो. स्त्रियांच्या चळवळीतला हा एक महत्त्वाचा भाग पुढील काही काळात प्रभावी ठरण्याची शक्यता आहे.

अशी आहे ही सुंताची कहाणी. आदिवासींच्यापासून सुरुवात झालेली व ज्यूंच्या काळात याला धार्मिक महत्त्व प्राप्त झालेली ही प्रथा. ज्यू धर्मात हा विधी सिनेगॉजमध्ये केला जातो. तो लग्नाच्या आधी करण्याची प्रथा आहे. पण अलीकडे काही ज्यू, सुंताला बंधनकारक मानण्यास तयार नाहीत. ज्यूंच्या या प्रथेला ख्रिश्चनांनी हळूहळू नाकारण्याची भूमिका घेतली. पण अमेरिका, युरोप की जिथे १८७० पर्यंत या प्रथेविषयी माहिती नव्हती ती प्रथा आता सार्वत्रिक बनत चालली आहे. मुस्लीम धर्मात त्याला धार्मिक बंधनकारक गोष्टीमध्ये समाविष्ट केलेले नसले तरी भारतीय उपखंडात ती

मुस्लिमत्वाच्या 'पहेचान'ची एक खूण बनलेली आहे. सम्राट अकबराने लहानपणी सुंता करण्यावर बंदी घातली होती. सज्ञान झाल्यावर सुंता करण्यास व तेही स्वैच्छिक असा आदेश काढला होता; पण आज तो मुसलमानांचा अविभाज्य भाग आहे. म्हणून मुस्लीम विरोधी वातावरण तापवू पाहणारे या गोष्टीचाही वापर करतात. अगदी मुस्लीमांची बाजू घ्या अशी हेटाळणी केली आहे. पुरुषांना 'बांगड्या भरा' असे सांगणे व गैरमुस्लिमांना 'सुंता करून घ्या' असे सांगणे हे जवळपास सारखे झाले आहे. जयप्रकाशजींच्या आंदोलनात 'जानवे तोडा – माणसं जोडा' ही घोषणा होती. उच्चवर्णीयांची खूण नष्ट करण्यासाठी जानवे तोडणे, शेंडी कापून टाकणे, हे शक्य आहे; पण धर्माची खूण मानली गेलेली सुंता किंवा टोचलेले कान यात माघार घेता येत नाही. असो. यामुळेतरी का होईना माझ्या मुस्लीम असण्याच्या माझा दावा नाकारणाऱ्यांना मी मुस्लीम आहे हे सांगणे सोपे जाते. याला आधार सापडतो. आणि इस्लामने ज्या चांगल्या प्रथा चालू ठेवल्या त्यातील ही एक प्रथा आहे याचेही समाधान निश्चितच, आमच्या मनात आहे.

(पुरुष स्पंदन, दिवाळी १९९८)

संदर्भ ग्रंथ :

१) इस्लामिक जीवनपद्धती
२) The Encyclopedia of Religion : Mackmilan Freepress.
३) Encyclopedia of Religion & Ethics : James Hastings.
४) Oxford Encyclopedia of the modern Islamic World.
५) इस्लामिक समाज : मूळ लेखक रुबेन लेव्ही
६) Social structure of Islam : Ruben Levy.
७) कानून-ए-इस्लाम

विशेष आभार :

१) स्नेह-सदन ग्रंथालय
२) अनिस चिश्ती
३) डॉ. एम्. एस्. शेख
४) ताहेर पूनावाला.

वेशीच्या बाहेर अजूनही ती हंबरडा फोडत आहे!

– गुलाब वाघमोडे

भटक्या-विमुक्त समाजामध्ये मी गेली अनेक वर्षे काम करीत आहे. समाजाच्या तांड्यातांड्यांत फिरताना, त्यांच्या सुख-दुःखाचा शोध घेताना मी पुरता हादरून गेलो आहे. भटक्या-विमुक्तांचा प्रश्न हा मानवी हक्काचा प्रश्न म्हणून कधी समजला गेलाच नाही. आज भटक्या-विमुक्तांना जीवन जगण्यासाठी एक तर भीक मागावी लागते किंवा गुन्हा करावा लागतो. माणूस म्हणून त्यांचे अस्तित्वच आज संपुष्टात आलेलं आहे. शासनाकडे त्यांच्या पुनर्वसनाचे कुठलेच धोरण नाही. हा समाज जागृत नसल्याने, संघटित नसल्याने समाजातील प्रस्थापित बलदंड समूह आपल्या संघटित राजकीय दबावामुळे त्यांना मिळणाऱ्या सवलती लाटून घेण्याच्या तयारीत आहे. भटका-विमुक्त समाज हा भूमीपुत्र समाज आहे. देशाच्या मूळ संस्कृतीचा वारसा त्यांच्याकडे जातो. स्वातंत्र्यपूर्व काळात परकीय शक्तीविरुद्ध या समाजाने सातत्याने संघर्ष केला. प्रखर राष्ट्रीयत्वाचा आविष्कार म्हणजे भटका-विमुक्त समाज. म्हणूनच ब्रिटिशांनी १८७१ मध्ये गुन्हेगारी कायदा केला व त्यांना कायमचेच गुन्हेगार ठरविले. या जातीत जन्माला येणे हाच गुन्हा झाला. त्यामुळे या समाजाचे एकूण जीवनच विस्कटले गेले. समाजप्रवाहापासून त्यांना वेशीबाहेर दूर ढकलले. गावाबाहेर राहून या समाजाने आपली एक वेगळी संस्कृती बनविली आणि आपल्या परंपरागत चक्रात तो पूर्ण बंदिस्त झाला.

हिंदू धर्माचा जबरदस्त पगडा असल्याने जात-पंचायतीची उभारणीसुद्धा या धर्माच्या आधारावरच बनविली गेली. जात-पंचायतीत स्त्रीयांना स्थान नाही, तद्वतच तिची रचनाही पुरुषप्रधान झाली. जीवघेण्या अंधश्रद्धा, जीवन बरबाद करणाऱ्या रूढी, बालविवाह,

मुलींची विक्री, जात-पंचायतीचा विळखा इत्यादी अघोरी कृत्यांचा तपशील पाहिला तर भटक्यांचे जग अंधारमय आहे आणि या अंधारमय जगात भटकी-विमुक्त स्त्री रक्तबंबाळ होऊन चाचपडत जगत आहे. तिच्यावर जात-पंचायत, पोलीस, धनदांडगे व गुंडांकडून राजरोस अत्याचार होत आहेत. त्यामुळे भटकी-विमुक्त स्त्री सामाजिकदृष्ट्या दुर्बल झाली आहे. आर्थिकदृष्ट्या परावलंबी आहे. सत्ताविहीन आहे. देशात सर्वाधिक तीव्र वेदना या स्त्रीला भोगाव्या लागत आहेत. रात्री-बेरात्री पोलीस बिऱ्हाडावर येतात. पुरावा नसताना महिलांना पकडतात. पोटासाठी शेतातली चार कणसं तोडली तर त्यांना पोलीस कस्टडीत डांबण्यात येतं. असुरक्षित, पोटासाठी वणवण, उपासमार, खुळ्या समजुती यामुळे ती आपली वेदना ओरडून सांगू शकत नाही. शोषणाविरुद्ध आवाज उठविण्याची ताकद तिच्यात नाही. मरण येत नाही म्हणून नरकवासाचं जीवन ती जगते आहे. काबाडकष्ट करूनही तिच्या पोराच्या टाळूला टिचभर तेल मिळत नाही. कवी वि. वा. शिरवाडकर यांनी या मातेची ससेहोलपट व जगण्यासाठी चाललेली धडपड आपल्या कवितेतून मांडली आहे ह

उन्हात तापलेली खडी
फुटता फुटेना
कापलेल्या करंगळीतलं रक्त
हटता हटेना
स्तनाला चिकटलेलं मूल
सुटता सुटेना
बाई फोडतच राहिली
बाई फुटतच राहिली.....

१९९४ साली आम्ही पुण्यात भटक्या-विमुक्त महिलांची अन्याय-अत्याचारविरोधी राजव्यापी महिला परिषद घेतली होती. त्या निमित्ताने राज्यभर दौरा करून भटक्या-विमुक्त स्त्रीशी संवाद केला. तिच्याशी संवाद करणं हे अत्यंत कठीण काम होतं. कठोर अनुभवही आले. आम्ही स्त्रियांना काहीतरी शिकवतोय म्हणून जात-पंचायतीची व घरातील पुरुष मंडळींची अनेक वेळा धमकी ऐकावी लागली. काही स्त्रीया भीत भीत बोलायच्या, तर काही बोलणं टाळायच्या. धर्माविरुद्ध, परंपरेविरुद्ध, पुरुषांविरुद्ध बोललेलं तिला सहन होत नसायचं. हा सर्व संवाद मी माझ्या पत्नीकरवी घडवून आणीत होतो. त्यामुळे तिला बरोबर घेऊनच दौरे करावे लागले.

उस्मानाबाद जिल्ह्यामध्ये एक नंदीवाली स्त्री रस्त्यावरच बाळंत झाली. सोबत कोणीच नसल्याने तिने पोराची नाळ दगडाने तोडली आणि तब्बल ३२ किलोमीटर चालत ती आपल्या पालावर आली. हिवाळ्याचे दिवस होते. थंडीवाऱ्यात तिने आपल्या

मुलाला गवतावर झोपवलं होतं व ते मूल खुशाल खेळत होतं. आम्ही अत्यंत अस्वस्थ झालो. पालावरला एक शहाणासुरता बोलला, "भाऊ, आमची सगळी पिढी अशीच जलमाला आलीया बगा, यात नवाल काय येवढं." मी विचार करतो, शहरातल्या, गावातल्या स्त्रियांप्रमाणे तिचंही बाळंतपण सुसज्ज इस्पितळात केव्हा होणार? भटकी-विमुक्त स्त्री जरूर काटक आहे. म्हणून ती लोखंडाची नाही. तिचंही शरीर हाडां-मांसाचाच आहे. तीसुद्धा माणूसच आहे. 'भारत माझा देश, माझी आई, पण माझ्या जलमाला अर्थच नाही.' ही भटक्या-विमुक्त समाजातल्या स्त्रीची किंकाळी अनेक वेदनागणिक मी ऐकत असतो.

मी लहान असताना मढीच्या जत्रेला गेलो होतो. या जत्रेत वैदू समाजाचं एक प्रकरण जात-पंचायतीपुढं आलेलं होतं. मढीची जात-पंचायत म्हणजे सुप्रिम कोर्ट. अनेक जाती-जमातींप्रमाणे त्यात वैदू समाजाचा एक विभाग. या विभागाचा न्यायाधीश हा जटियलगाड होता. खूप दिवसांपासून रेंगाळत आलेलं प्रकरण. मार्ग्याप्पा आणि यल्लाप्पा या दोघांची सोयरीक. मार्ग्याप्पानं आपल्या मुलासाठी चार हजाराला यल्लाप्पाची पोरगी केली होती. मुलाचं वय १० वर्षांचं तर मुलीचं वय २५ वर्षांचं. लगीन झाल्यानंतर ती कशीबशी चार महिने नांदली आणि एक दिवस ती कुणाबरोबर तरी पळून गेली. मार्ग्याप्पानं मुलीला विकत घेतल्याची ४ हजारांची रक्कम यल्लाप्पाकडे मागितली. मुलगी आणा नाहीतर रक्कम द्या. यल्लाप्पानं दाद दिली नाही. या भांडणानं वेगळंच रूप धारण केलं. मार्ग्याप्पानं चिडून यल्लाप्पाच्या ३ वर्षांच्या मुलीला पळवून नेलं. आपल्या मुलीला पळविताच यल्लाप्पानंही मार्ग्याप्पाच्या एका छोट्या मुलीला पळवलं. दोघांनी एकमेकांच्या मुलींना गुप्त ठिकाणी लपवलं. वर्षभर भांडणं, मारामाऱ्या करीत मढीच्या न्यायालयात हे प्रकरण उभं राहिलं.

न्यायाधीश जटियलगाड यांनी या प्रकरणावर युक्त्या-प्रयुक्त्या सुचविल्या. रामायण-महाभारतातल्या अनेक कहाण्या कथन केल्या. देव-देवतांमधला संघर्ष सांगितला आणि निर्णय दिला. "दोघा इवायांनी एकमेकांच्या मुलीला एकमेकांच्या हवाली करा. भांडाण मिटवा. पळून गेलेल्या रांडंचं नाव काढू नका. तिनं आख्ख्या समाजाला बट्टा लावलाय. पोराला मिसरूड फुटुस्तर तिनं दम धरला न्हाय. ती जातीची न्हाय. ती मेलीया असं समजा. पुनूंदा हा वाद पंचासमोर आणू नका. जात-पंचायतीला बट्टा लावू नका. न्हाय तर दोघांना जातीबाहेर टाकू." मढीच्या सुप्रिम कोर्टातला हा निकाल असल्यानं दोघांनी पंचासमोर कबुली दिली. प्रकरण मिटलं. वैदू समाजाच्या या चालीरीती, वैदू पुरुष आणि जात-पंचायत यामध्ये वैदू स्त्रीला स्थान नाही. तिच्या मनाचा विचार केला जात नाही. १० वर्षांचा नवरा, २५ वर्षांची बायको, सगळं अगाध! धर्माच्या, विषम व्यवस्थेच्या संस्कारातून उभी राहिलेली ही परंपरा आहे. वैदू स्त्रीच्या नैसर्गिक भावनांचा

होणारा कोंडमारा किती असहाय आहे.

कंजारभाट समाजामध्ये स्त्रीला कठोर अग्निदिव्यास सामोरे जावे लागते. समाजाचे आरोग्य आणि संस्कृती सांभाळण्यासाठी ती नेहमी पवित्र असली पाहिजे, ही समाजाची धारणा. पुरुषावर मात्र तसे बंधन नाही. लग्न झाल्यानंतर सुहागरातीला नवरा आणि नवरीला एका खोलीत बंद केले जाते. खोलीच्या बाहेर जात-पंचायतीचे पंच आणि दोन्ही घरचे नातेवाईक, पाहुणेमंडळी बसलेली असतात. नवरीला अगोदरच एक पांढराशुभ्र कपडा दिला जातो. तो ती आपल्या अंगाखाली अंथरून झोपत असते. मिलनाच्या त्या पहिल्या रात्री वधूच्या योनीतून रक्त आले पाहिजे व पांढऱ्या कपड्यावर रक्ताचे डाग दिसले पाहिजेत. तरच वधू पवित्र ठरते नाहीतर ती भ्रष्ट मानली जाते. नवरा खोलीबाहेर आला की, त्याला अत्यंत उत्सुकतेने सर्वजण विचारतात, ‘‘काय रे बाबा, तुला माल खरा मिळाला की खोटा?’’ कपडा दाखवून नवरा मुलगा सत्य प्रकट करतो. वधू भ्रष्ट असेल तर वधूच्या आई-वडिलांकडून दंड वसूल केला जाते. दंड दिला तरी मुलगी कायमचीच कलंकित होते. समाज सतत तिच्या चारित्र्यावर शिंतोडे उडवीत राहतो.

फासेपारधी समाजातल्या स्त्रीला तर आयुष्यभर संघर्षच करावा लागतो. गुन्हेगारीचा शिक्का बसल्याने फासेपारधी म्हणजे चोर, लुटारू असे रूढ झाले आहे. त्यामुळे हा समाज असुरक्षित आहे. देशात सर्वाधिक अत्याचार या स्त्रीवर होतो. जगण्याची तिची कसरत कमालीची असते. समाजाच्या या अमानवी चालीरीतीमुळे ही स्त्री भाजून निघत आहे. कुठेही चोरी झाली तरी या बाईला पोलीस पकडून नेतात. तुरुंगामध्ये तिच्यावर अमानुष बलात्कार होतो. योनीमध्ये तिखट टाकले जाते. मांडीवर, वक्षस्थळावर सिगारेटचे चटके दिले जातात. या घोर अत्याचाराला सीमाच नाही. एवढे होऊनही तिची सुटका नाही. पुढे तिला जात-पंचायतीला सामोरे जावे लागते. नवरा तिच्या चारित्र्याची शहानीशा करण्यासाठी जात-पंचायत बसवितो. चुलीवर कढईत तेल उकळविले जाते. त्यात पैसा टाकला जातो. तो पैसा त्या बाईनं काढून दाखवायचा. पैसा काढताना बाईला भाजले तर ती अपवित्र ठरते. या अंधश्रद्धेचा फटका या समाजातल्या जवळ जवळ सर्वच स्त्रियांना बसतो.

लमाण समाजातल्या स्त्रीच्या नशिबीही असाच भोगवटा. जात-पंचायतीमध्ये तिचं स्थान गुलामासारखं. अत्यंत काबाडकष्ट करणाऱ्या लमाण स्त्रीला अत्याचार चुकला नाही. लग्न करूनही नवऱ्याची गॅरंटी नाही. लग्न झाल्यानंतर नवऱ्याला बायको नको असल्यास तो जात-पंचायतीला बोलावून घेतो आणि तिला सोडचिठ्ठी देऊ शकतो. लमाण पुरुषांना कितीही लग्ने करण्यास मुभा आहे. मुलाने इतर जातीतल्या मुलीशी लग्न केल्यास त्याला दंड मारून जातीत घेतले जाते. मुलीने तसे केल्यास तिला कायमचीच जातीबाहेर टाकली जाते.

भटक्या समाजातील वाघ्या-मुरळींची समस्याही अशीच आहे. देवाला नवस करून सोडलेली मुलगी ज्या ताफ्यात जाते त्या ताफ्यातला वाघ्या तिचा सर्व प्रकारे उपभोग घेतो. पुढे ती आवडेनाशी झाली तर तिची ताफ्यातून हकालपट्टी होते. उतरत्या वयात तिला रस्त्यावर भीक मागू जगावे लागते. बाहेरगावी वाघ्या-मुरळींचा ताफा जातो तेव्हा कधी कधी त्यांच्यावर गाव-गुंडांकडून अत्याचार होत असतो. सुखानं आयुष्य जगण्याची गॅरंटी नाही. इस्टेट तर नाहीच नाही. अंधश्रद्धेच्या खाईत ही मुरळी जीवंतपणीच मेलेली आहे.

कोल्हाटी समाजातली स्त्री ही उत्तम कलावंत आहे; पण तिला हक्काचा नवरा नाही. तिच्या होणाऱ्या मुलांना हक्काचा बाप नाही. जातदांडगे, धनदांडगे, अगदी आमदार, खासदार, गावचा सरपंच यांच्यासाठी ती शरीर झिजवते. या समाजात अशा कितीतरी बरखा आणि मेनका आहेत. गोऱ्यापान, देखण्या, अप्रतिम सौंदर्य लाभलेल्या या स्त्रीया आणि त्यांची कला या देशात फक्त उपभोगासाठीच वापरल्या जातात. कर्नाटकमध्ये रेणुका आणि यल्लाम्मा देवीला भटक्या समाजातल्या मुली अर्पण करून देवीच्या नावाने त्यांना वेश्या बनविले जाते. रामायणातल्या सीतेला चोळीसाठी अग्निदिव्य करावे लागते. तरीही तिला चोळी मिळाली नाही. म्हणून सीतेशी नातं ठेवण्यासाठी वडार समाजातल्या स्त्रियांनी चोळी घालण्याचे नाकारले. पारंपरिक व्यवस्थेच्या कठोर नियमाखाली वडार समाजातल्या स्त्रियांची अशी शिकार केली जाते.

भटक्या-विमुक्तांच्या ४२ जाती-जमाती आहेत. प्रत्येक जातीची एक स्वतंत्र जात-पंचायत आणि त्यांची अलग अलग संस्कृती आहे. या रानटी संस्कृतीत भटकी-विमुक्त स्त्री दाही दिशा उभी-आडवी चिरली जात आहे. हक्काचं गाव नाही, घर नाही, संसार नाही. त्यामुळे घडोघडी उद्ध्वस्ततेची वाटचाल करावी लागते. 'तू हा कर या ना कर, तू है मेरी किरण' हे सुशिक्षित, प्रतिष्ठित माणसाचं गाणं आहे, तर भटक्या-विमुक्त स्त्रीची हाक कोण ऐकणार?

२१ वे शतक सुरू झालेले आहे. ज्ञानाच्या कक्षा रुंदावत आहेत. जागतिकीकरण, खासगीकरण, संगणक यामुळे जग जवळ येत आहे. अशा या स्पर्धामय जगात ज्ञान आणि विज्ञान यांच्याशी काडीमात्र संबंध नसलेल्या भटक्या-विमुक्तांचं काय होणार? भटक्यांच्या तांड्या-तांड्यांत फिरताना, भटक्या स्त्रीचं दुःख पाहताना मला फुलनदेवीची आठवण तीव्रतेने येते. फुलनदेवी ही भारतीय विषम व्यवस्थेच्या अत्याचाराची एक कहाणी आहे. भटकी स्त्री अशाच अत्याचाराने जर्जर होऊन वेशीच्या बाहेर हंबरडा फोडत आहे.

■

पुरुषांचे बायकीपण

– माधव गवाणकर

मुलाचा 'पुरुष' होतो म्हणजे काय होते? शारीरिक बदल होतातच पण मानसिकताही 'पुरुषीपण' दाखवू लागते. महत्त्वाचे असे की, जे 'दाखविले' जाते, त्यातले बरेचसे 'शिकविलेले' असते. कोणत्याही प्राण्याच्या (त्यात मनुष्यप्राणीही आलाच) वर्तनावर आधीच्या पिढीने दिलेली शिकवण व त्याप्रमाणे केलेले अनुकरण यांचा प्रभाव असतोच. 'Learning plays an important role' असे आम्ही मानसशास्त्रात म्हणतोच. तेव्हा उपजत गुणांइतकेच महत्त्व परिस्थितीतून सहवासातून मिळणाऱ्या बऱ्या-वाईट संस्कारांना असते.

मुलगा ज्या कुटुंबात जन्म घेतो, तेथील वातावरण हा घटक मोलाचा ठरतो. पाच-सहा बहिणींच्याच सहवासात राहणारा भाऊ त्यांचे बघून आपोआप भातुकली खेळू लागतो व वाढत्या वयात हळूहळू बायकोडा ठरतो. मित्रांकडून टीका झाल्यावर त्याच्या वर्तनात बदलही होऊ शकतो; तर काही वेळा त्याच्या वर्तनातील स्त्रैणता ही एक सवय बनून जाते. फारच झालं तर अंतर्गत मानसिक 'लिंग संघर्ष' निर्माण होऊ शकतो. अशी मुले गोंधळलेली असतात. आपण वागतोय ते चांगले की वाईट? असा प्रश्न त्यांना आतल्या आत सतावत असतो.

वाढत्या वयाची मुले टिंगलटवाळीत आपोआप रस घेत असतात व बायकी क्लासमेट त्यांच्या उपहासाचा विषय बनून राहतो. त्याला चिडविणे, रडविणे यातून त्यांना 'मुलीला' डिवचल्याचा आनंद मिळत असतो. फळ्यावर अशा मुलाबद्दल काही लिहून ठेवणे, त्याच्या वस्तू लपविणे, सहलीत किंवा मैदानावर त्याची कुचेष्टा व अपमान

करणे, त्याच्या अंगचटीला जाणे अशा विविध पद्धतींनी हे रॅगिंग केले जाते. त्यामुळे 'बायल्या' म्हणून हिणविल्या गेलेल्या त्या मुलाची स्थिती जास्तच बिकट होऊन बसते. तसेच सूक्ष्म अशी अढी, काहीशी नफरत तो समाजाबद्दल दाखवू लागतो. (पुरुषी वर्तन करणाऱ्या मुलीच्या संदर्भातही हे घडू शकते.) दीर्घकाळ अशा रॅगिंगला तोंड द्यावे लागल्यामुळे बायकीपणाचा न्यूनगंड मुलात जास्त घट्ट होतो. मग त्यातूनच मुलीसारखे दिसणे (नट्टापट्टा करणे) चालणे, बोलणे यावर तो भर देतो. एका 'केस' मध्ये मी असे पाहिले की, हिणविल्यामुळे चवताळलेला तो मुलगा आक्रमक होऊन मित्रांवर हल्ला करायचा, मित्राचे केस ओढायचा, त्याला ओरबाडायचा. मारामारीची ही पद्धतही बायकी मानली गेली आहे. हळूच चिमटा काढणे, नखे लावणे, हलकी चापट मारणे हे बायकी आविष्कार व लाथा-बुक्क्यांनी तुडविणे किंवा शस्त्रं वापरणे हा पुरुषीपणा असे ढोबळपणे मानले जाते. बायकीपणा करणारा पुरुष हा 'नर'च असतो; पण त्याला सरसकट समलिंगी (होमो) ठरविले जाते. प्रत्येक स्त्रैण पुरुष हा समकामी असेलच असे अजिबात नाही. उलट राकट, रांगडा असा एखादा ड्रायव्हर (दांडगेपणाने वाहन हाणत दूरदूरचे प्रवास करणे हे समाजाने 'पुरुषी' मानले आहे.) समसंभोगी असू शकतो! तीसुद्धा एक 'सवय' आहे.

व्रतवैकल्ये, उपास, स्वयंपाक, घराघरात राहणे, घराची स्वच्छता करणे, इतरांची काळजी घेणे, पावडर लावणे इ. बाबी समाजाने बायकीपणात बंद केलेल्या आहेत. यातले काही पुरुषाने नेहमी केले की, त्याच्याकडे विचित्र नजरेने बघायला सुरुवात होते. पुरुषाने रडता कामा नये. रडणे हे स्त्रियांचे काम असेही मानले जाते. हे चूक आहे. अशासाठी की, कोंडलेले दु:ख मोकळे होणे, निचरा होऊन जाणे पुरुषाच्या बाबतीतही आवश्यक असते. कोंडी किंवा घुसमट तशीच राहिली की, ती 'वाफ' अन्य मार्गांनी उफाळते. 'रडतोस काय पोरींसारखा? बायक्या साला!' हे घरातच ऐकल्यामुळे मुलांना रडणे हा अपराध वाटतो. साने गुरुजींची हळवेपणामुळेच आपल्याकडे कुचेष्टा झाली. फार देखणी असलेली मुले 'जनानी' ठरविली जातात. दाढी-मिशी फुटल्यावर खरे तर त्यांचे नाजूक कोवळेपण, गोंडसपण कमी होतेच. पण एक सूक्ष्म असा न्यूनगंड त्यांच्यात राहून गेलाय असे काही वेळा दिसते. 'लौंडा' हा शब्द शिवीसारखाच वापरला जातो.

स्त्रियांना बायकी पुरुष आवडतात का? याचे उत्तर 'अत्यल्प प्रमाणात तसे घडत असेल' असे द्यावे लागेल. ज्याला इंग्रजीत 'पेटीकोट' म्हणतात, असा स्त्रैण तरुण हातरूमालासारखा वापरणाऱ्या महिला नसतीलच असे नाही; पण निसर्गापेक्षा समाजच 'नवरा असा हवा नि तसा हवा' या पद्धतीच्या अपेक्षा तरुणीच्या मनात निर्माण करत असतो. पडद्यावर पुरुषाची 'मॅचो इमेज' तिच्यासमोर सतत दाखविली जाते. त्यामुळे नाजूक वा स्त्रीसुलभ हावभाव करणारा युवक तिच्याही दृष्टीने उपरोध-उपहासाचा

हास्यविषय बनतो. आपले चित्रपटही बायकी पात्रांचा विनोदासाठीच नेहमी उपयोग करतात व 'गे' पात्रेही पडद्यावर बायकीच दाखविलेली असतात. त्याचा एक साचा बनून गेलेला दिसेल. 'असला कसला गं नवरा निवडलास? बुळ्या मेला!' असे बायकी पुरुषाशी लग्न करू पाहणाऱ्या मुलीला हमखास ऐकून घ्यावे लागेल. मग मनात आलं तरी ती 'अशा' माणसाशी लग्न करणार नाही.

मित्रहो, बायकीपणाचे समर्थन करणे हा या लेखाचा हेतू नाही. एक विषय आपण समजून घेत आहोत, इतकेच! अय्या!, बाईगं!, इश्श!, अगं बाई!, शीऽऽ, उई माँ!, बयाबयां!, मेल्यानु, जावा तिकडे असे कितीतरी शब्द खास बायकी मानले गेले आहेत. बायकांच्या बोलीत ते येत राहिल्यामुळे ते बायकांचे झाले. आपल्याला 'अय्या' चालत नाही पण 'अय्यांय्यो' मात्र चालून जाते. जुन्या काळी 'तिकडून येणं झालं' सारखे शब्दप्रयोग बायकाच वापरत. 'तिकडून' म्हणजे दारूच्या गुत्त्याकडून असेल, तरी ते सहन केले जायचे. व्यसन हा खास मर्दानी भाग! आज महाविद्यालयीन जीवनात धूम्रपान;,मद्यपान न करणाऱ्या सभ्य मुलाला जी उपहासाची वागणूक मिळते, त्यावरूनच पुरुषार्थाच्या किती चुकीच्या कल्पना आपल्या समाजात प्रसारित झाल्या आहेत, त्याची सहज कल्पना येईल. 'गर्ल फ्रेंड' नसलेला कॉलेजकुमार 'गुड' (बुळ्या) असणार असे सरसकट चुकीने मानले जाते. मी अनेक वर्षे प्राध्यापकी केलीय. त्यामुळे पुरुषीपणाच्या हास्यास्पद कल्पना युवाविश्वात मला जवळून बघायला मिळाल्या. वास्तविक गुटखा, मद्य, ड्रग्ज यांमुळे पुरुषीपणा वाढण्याचे कारणच नाही. उलट त्यातील विषारी घटकांमुळे लैंगिक उत्तेजनेला आली तर बाधाच येऊ शकते. दारू व लैंगिक षंढपणा यांचा संबंध वैद्यकीय विषयाच्या तज्ज्ञांनी वेळोवेळी सांगूनही 'हिरोगिरी'शी व्यसन जोडले जावे ही दु:खाची बाब आहे. 'देवदास' हा आपला आदर्श असून कसे चालेल? अशाने देश उभा राहू शकेल?

स्त्रियांचे समारंभ, सण, उपासाचे पदार्थ, स्त्रियांची खरेदी, मुलांना आंघोळ घालणे अशा गोष्टीत रस घेणाऱ्या 'इरकली' पुरुषांनाही टीका सोसावी लागते. पत्नीचे ऐकणारा, तसे वागणारा, घरकामे करणारा 'जोरू का गुलाम' समजला जातो. वास्तविक दोघेही कमावत असताना, काही घरकामे पतीने केली तर बिघडले कुठे? 'मुलगा आहे तो, सारखा घराबाहेरच फिरणार' असे आईच गृहीत धरते. भटकताना तो नेमके काय उद्योग करतो? याची फारशी कल्पनाही तिला नसते. वाऱ्यावर सोडलेल्या या कुमारांचे पुरुषीपणाच्या चुकीच्या कल्पनांमुळे कायमस्वरूपी नुकसान होऊ शकते. तेव्हा मंडळी, सावधान!

व्यवसायाच्या बाबतीतही अमके विषय महिलांचे नि तमके विषय पुरुषांचे असे गट-तट पाडले जातात. 'फॅशन डिझायनर', 'गे' असणार या विधानाला काय अर्थ

आहे? नर्सिंग, बालवाडीसारखे उद्योग महिलांचेच का असावेत? एखादा बालगीतकार बालवाडी चालवून बेरोजगारी का घालवू शकत नाही? पुरुषाने उन्हात मरायचे व बाईने घरात रमायचे; हे कुणी ठरविले? ही केवळ परंपरेने चालत आलेली एक पद्धत आहे. स्त्री दुर्बळ मानून तिचे शोषण करणारी, लैंगिक गुलामगिरीत जखडणारी जी व्यवस्था धर्मांचे कुंपण बांधून भारत देशाने राबविली, त्याच व्यवस्थेने बायकीपणा व पुरुषीपणा हे भक्कम तट उभारले. त्यापेक्षा वेगळे वर्तन करणारे जणू सामाजिक गुन्हेगारच ठरविण्यात आले. आज एखादा पुरुष नोकरी सोडून घरदार सांभाळू लागला (व पत्नी नोकरी करू लागली) तर वार्ताहर या बाप्याची मुलाखत घ्यायला धावेल. वेगळेपण हे असे अपवादात्मक का असावे? एकेकाळी स्त्री शिकायला निघाली की तिच्यावर शेण फेकले जाई, त्यातलाच हा प्रकार मला वाटतो. एकविसाव्या शतकाला शोभणारी विज्ञाननिष्ठ मानसिकता पुरोगामी म्हणविणाऱ्या महाराष्ट्रानेही अजून दाखविलेली नाही. मराठी माणूस काळाच्या पाठी पडला आहे.

जनुकबिघाड, संप्रेरकांतील बिघाड यामुळेही स्त्रैणपणा येऊ शकतो, असे मान्य केल्यास, त्यावरील इलाज वैद्यकशास्त्रच सुचवू शकेल. तरीही, मानसिक प्रेरणा, इच्छाशक्ती कोणत्याही उपचारात 'सुधारणेसाठी' अत्यावश्यक आहे, हे विसरता येणार नाही. स्त्रियांची अंतर्वस्त्रे वापरून किंवा पळवून त्यातून लैंगिक आनंद मिळविण्याचा एक प्रकार (खरे तर विकार) 'अपसामान्य मानसशास्त्रा'ची तोंडओळख असलेल्यांना माहीत असेलच. विकृती ही काहीवेळा उपजत असू शकते. त्याला निसर्ग जबाबदार असतो. ती व्यक्ती नव्हे! आपण 'स्त्री' आहोत असे मनापासून समजणारे व लिंगबदल शस्त्रक्रिया करून घेणारे पुरुष गेल्या काही शतकातच बातम्यांत येऊ लागले आहेत. मर्दानीपणाचे नाते अपत्यप्राप्तीशी जोडले जाते. जो कामोपभोगात समर्थ असतो, स्त्रीला मूल देऊ शकतो तो पुरुष असे मानले जाते. वास्तविक आपल्या समाजात मुले-बाळे झालेल्या महिलाही लैंगिकदृष्ट्या अतृप्त राहून जगतात असे तज्ज्ञांना आढळून आले आहे. संभोग म्हणजे कुस्तीमस्ती नव्हे, बळजबरीही नव्हे हेसुद्धा त्या विषयातील डॉक्टर-डॉक्टरेट नेहमी सांगतात. तरीही 'टिकाऊपणाच्या' बढाया मारणे, लढाई जिंकल्यासारखे संभोगाकडे पाहणे हे एक टोक दिसते; तर घाबरणे, अज्ञानामुळे उगाच मनातून पोखरले जाणे, त्यातून मानसिक विकार जडणे, संभोगातील हळूवारपणाला बायकीपणा समजणे अशीही वैचारिक दुर्दशा सहज दिसून येते.

छातीवर भरपूर केस असणे व चांगला संभोग साधणे याचा खरे तर संबंध असण्याचे कारणच नाही. पण इंद्रियाची लांबी, आकार हाच जिथे (उगाचच) चिंतेचा विषय बनतो, तिचे पौरुषाच्या भलत्या कल्पना मनात घुटमळणे स्वाभाविक होय. विरळ दाढीमिशी असलेल्या विशिष्ट वेशातल्या लोकांनाही मुले होतातच हे अशा मंडळींनी

विसरू नये. दाट केस अंगभर असल्यामुळे जो ओंगळपणा निर्माण होतो, तो प्रत्येक स्त्रीला आवडेलच असे मानणेही मूर्खपणाचे आहे. मॉडेलिंग किंवा शरीर सौष्ठव स्पर्धेत अंगावरचे केस काढून टाकून 'गुळगुळीत', 'चकचकीत' होणे महत्त्वाचे मानले जाते, ते उगाचच नव्हे!

शारीरिक व्यंग, अशक्तपणा, आजार यामुळे घरातच राहिलेला दुबळा मुलगाही स्त्री-सुलभ मानसिकतेत गुंतण्याची शक्यता असते. 'रफ-टफ' होणे न जमल्यामुळे अशा मुलाबद्दल त्याला लैंगिक आसक्तीही वाटू शकते. खरे पाहता योगसाधना, व्यायाम, खेळ यांतून जो मोकळेपणा व बलोपासना होते, ती चांगलीच होय! मात्र ज्याला उपजत दोषांमुळे व व्यंगामुळे हे झेपत नाही, त्याल बहिष्कृत करणे हे सुद्धा आपल्याला शोभत नाही. तुम्हाला काय वाटते?

(पुरुष स्पंदन, दिवाळी २००२)

पुरुषांचं वांझपण

– श्रीनिवास गडकरी, पेण

सोहम व वृषालीची आणि आमची पहिली भेट एका सहलीत झाली. एका व्यावसायिक प्रवासी कंपनीने लोणार, सिंदखेडराजा व औरंगाबादची सहल काढली होती. त्यात ही दोघं होती. तो चाळिशीच्या घरात पोहोचलेला व ती पस्तिशीच्या. दोघंही विद्याभूषित व चांगल्या पगारावर नोकरीला. दिसायलाही ते तसे अनुरूप वाटत होते, पण कुठेतरी काहीतरी चुकत असल्यासारखे वाटत होते. संपूर्ण सहलीत चार– चौघांच्या समोरच दोघांच्यात धुसफूस चालूच होती. धुसफूस म्हणजे खणखणीत शब्दांत सांगायचं तर वृषालीच सोहमवर येता जाता डाफरत होती. सामान गाडीतून चढवता, उतरवताना, पर्यटनस्थळी रेंगाळताना, कुठे जेवताना पाणी सांडले म्हणून चारचौघांसमोर ही आपली सोहमवर घसरतेच आहे.

एकदा तर दुपारचा रेल्वेतून प्रवास चालला होता. आम्ही सारे खाली पत्ते खेळत होतो. सोहम वर बर्थवर झोपला होता व घोरत होता; ते इतकं वाढलं की, आम्ही सारे हसू लागलो. त्यावर वृषाली तरातरा उठली व तिने सोहमला गदागदा हलवून जागं केलं व न घोरण्यासाठी सांगितलं. आम्ही सारे स्तंभितच झालो!

आपल्याकडच्या पुरुषप्रधान कुटुंबव्यवस्थेत असा प्रकार कुणाच्या फारसा पाहण्यात नसतो. त्यामुळे सहलीतही दबक्या आवाजात त्यावर चर्चा सुरू झाली. पुढे सहल संपली. पण, पुस्तकाच्या समान आवडीतून माझी आणि सोहमची ओळख वाढली. मी दहा वर्षांनी मोठा असूनही त्याच मैत्रीतून प्रचंड जिव्हाळ्यात रूपांतर झालं. सोहम मग

मनातील काही गोष्टी बोलू लागला. त्यांना मूलबाळ नसल्याचं त्यानं सांगितलं. वृषालीच्या अशा वागण्याचा तो नेहमी उल्लेख करी. ''एखादं मूल होऊन जाऊ दे म्हणजे ती होईल शांत.'' मी म्हणे. आधुनिक वैद्यकीय उपचार घेण्यासाठी सुचवे.

एक दिवस मात्र अशाच कातरवेळी सोहम घरी आला आणि अभावितपणे मनात लपवलेलं माझ्याजवळ बोलून बसला. ''आम्हाला मूल झालं नाही आणि होणारही नाही. दोष माझ्यातच आहे. तो दुरुस्तही होणार नाही. कारण मी वांझ आहे.'' सोहम मनातलं दु:ख व्यक्त करून माझ्या खांद्यावर मान ठेवून हुंदके देऊ लागला.

सोहमच्या या बोलण्याने अचानक अनेक गोष्टींचा उलगडा झाला. त्यांच्या एकाकी रुक्ष आयुष्यावर जसा प्रकाश पडला तसा वृषालीच्या सोहमबरोबरच्या तऱ्हेवाईक वागणुकीचाही उलगडा झाला. ती आपला सारा राग, चिड, असहायता, समाजातील अवहेलना सोहमवर चिडचिड करून प्रकट करत होती; पण सोहमचं दु:ख तर कुणालाच कळत नव्हतं. खरं तर वरिष्ठपणाची भूमिका घेतलेल्या आपल्या समाजातील पुरुषांना स्वत:ची काही दु:ख, वेदना असू शकतात हे खुद्द त्यांनाच माहीत नसतं ते पुढे समाजाला काय ठाऊक असणार?

पुढे मग याच गोष्टीचा थोडा मानसिक व सामाजिक पातळीवर वेध घेण्याचा प्रयत्न केला. माझे मित्र डॉ. निलेश शिरोडकर डोंबिवलीत विख्यात स्त्रीरोगतज्ज्ञ आहेत. ते व त्यांच्या ओळखीतले काही अशा विषयात काम करणारे डॉक्टर्स, समुपदेशक व सामाजिक कार्यकर्ते यांच्या मदतीने अशा प्रकारच्या पुरुषांच्या प्रत्यक्ष भेटी घेतल्या. त्यांची समस्या, त्याचा कोंडमारा, त्यावर त्यांनी मात करण्यासाठी केलेले विविध प्रयत्न यावर दीर्घ चर्चा केली. एक नवे जग सामोरे आले. वांझ स्त्रियांचे दु:ख पाहिले, ऐकले होते. वांझ पुरुष व त्यांच्या समस्या, दु:ख, अवहेलना प्रथमच माहीत झाली.

अर्थात् या चर्चेत या पुरुषांना नेमकी कोणती समस्या आहे, वैद्यकीय क्षेत्रात त्यावर काही उपाय आहे किंवा नाही; असल्यास तो किती गुंतागुंतीचा आहे यावर चर्चा केली नाही ते अप्रस्तुत होते. फक्त या समस्येचा मानसिक व सामाजिक अंगाने वेध घेतला. त्यामुळे काही काळापुरते व आता ते दु:ख संपलेले पुरुषही भेटले.

''आपल्याला मुलं होत नाही व त्याला आपली बायको नाही तर चक्क आपणच कारणीभूत आहोत. मुलं द्यायला आपणच असमर्थ आहोत.'' हे सत्य पचवणे बहुतेक पुरुषांना कठीण गेलेले दिसते. (पुन्हा तेच ते. स्वीकारलेली तीच ती वरिष्ठपणाची भूमिका) आधी तपासणीलाच तयार न होणं, झाल्यास कुठल्यातरी जवळच्या, ओळखीच्या व गरज पडल्यास खरा रिपोर्ट योग्य ठिकाणी दाबून ठेवू शकेल अशा डॉक्टरांचा आग्रह

धरणं, प्रतिकूल रिपोर्ट खोटा ठरवणं, त्यासाठी बायकोवरच आळ घेणं असे प्रकार सर्रास झालेले दिसतात. त्याला त्याच्या घरच्यांचा पाठिंबा असतो.

“मुळात मूल होत नाही या समस्येवर दोघांचीही तपासणी व्हायला हवी, हेच आपल्याकडे अनेकांना माहीत नसतं व मान्यही नसत.” चेंबूरचे डॉ. मोहन राय सांगत होते. ते म्हणाले की, “सशक्त, निरोगी पुरुष ही बाह्य लक्षणे म्हणजेच सर्व काही आलबेल असे समजले जाते. याला पुरुषप्रधानतेबरोबर लैंगिक विषयाचे अज्ञानही कारण आहेच.”

अर्थात्, एकदा डॉक्टरांनी आपला निर्णय कळवला तो नक्की झाला की, मग तो नाकारणे, थयथयाट करणे यातून पहिल्या प्रक्रियेतून बाहेर यावे लागते. इथेच बऱ्याच जणांची कसोटी लागलेली दिसते. मला भेटलेल्या पन्नास टक्के मंडळींनी तरी त्यानंतर जगात सांगताना दोष आपल्यात नाही तर बायकोत आहे असं सांगितलं. त्यांच्या या सांगण्याला त्यांच्या पत्नीचीही मूक किंवा असहाय संमती होती असं दिसतंय. एवढं करून नवरा स्वत:वर उपचार करून घ्यायला तयार झाला व त्यातून अखेरीला एकदाच काय ते मुलाचे दान पदरात पडले अशी कृतज्ञ भावना महिलांच्यात दिसली.

“लग्नानंतर आम्हाला नऊ वर्षांनी मूल झालं पण या काळात पत्नीप्रमाणे मलाही समाजात अनेक प्रकारचे उलट-सुलट शेरे, टोमणे ऐकून घ्यावे लागले.” पनवेलचे प्रकाश जोशी सांगत होते. ते म्हणाले की, “मूल न होणं म्हणजे पौरुषत्व अपूर्ण राहणं अशी एक कल्पना आपल्याकडे रूढ आहे. त्यामुळे या काळात कंपनीत नोकरीत वावरत असताना, मित्रांमध्ये व क्वचित कधी कुटुंबीय, नातेवाईकांच्यात अनेक वेळा मन:स्ताप सहन करावा लागला. मलाच इतके क्लेष सहन करावे लागत आहेत तर पत्नीला काय कुचंबणा सहन करावी लागली असेल असा विचार करून मी त्या काळात स्वत:चे दु:ख बाजूला ठेवत असे.” आपल्याकडे सण, सोहळ्यात अशा प्रकारे निपुत्रिक स्त्रीला बाजूला काढले जाते, ते माहीत होतं; पण या काळात आपल्यालाही कसं कुटुंबीयांकडूनच वगळलं गेलं याची मन खिन्न करणारी हकिकत जोशी सांगतात.

“माझी बायको नोकरी व्यतिरिक्त मग घरकाम, संसार, शेजारी-पाजारी स्त्रिया, महिला मंडळ, ऑफिसातील मैत्रिणी व टि.व्ही. यात मन रमवते. मला मात्र नोकरीवरून घरी आले की, घर खायला उठतं.” ठाण्याचे परेश जकातदार सांगत होते. जकातदार आज पन्नाशीचे आहेत. त्यांच्यातच दोष असल्याने मुले झाली नाहीत व होणारही नाही. जकातदारांना टी.व्ही., मित्रमंडळी, गॉसिपिंग याची आवड नाही पण भटकंतीची आवड आहे. मात्र, पत्नी सोबत येत नाही. एखाद्या ग्रुपमध्ये ते अनफिट ठरतात. या परिस्थितीमुळे पत्नी यांना गुन्हेगार ठरवत नाही पण वेव्हलेंथही फारशी जुळत नाही.

जकातदारांचं म्हणणं माझ्या जागी इतर कुणी असता, तर त्याने असा एकाकीपणा घालवण्यासाठी व्यसनांना जवळ केले असते. मला तेही जमत नाही. अर्थात असं व्यसनात दुःख बुडवून टाकणारेही बरेच भेटले. व्यसन दारू–जुगार, पत्ते, रमीसारखं कोणतंही असतं. मात्र हा पळपुटेपणा आहे हे उघड आहे. कारण, अशा प्रकारे व्यसनाधीन होणाऱ्या अपत्यहीन स्त्रिया फारशा कुठे दिसल्या नाहीत. वांझ पुरुषांनीही ते मान्य केलं.

मला भेटलेल्यांपैकी दोघांनी दोष आपल्यात आहे हे लक्षात आल्यावर पत्नीला विवाह–बंधनातून मोकळं करायची तयारी दाखवली. 'तुझी तू सुखी हो' असा उदारपणा त्यांनी दाखवला. त्यांचं बोलणं विश्वसनीय वाटलं, कारण पत्नींनी मात्र तो प्रस्ताव अमान्य केला. नेहमीप्रमाणे व अपेक्षेप्रमाणे अनाथआश्रमातून वा नात्यातील मूल दत्तक घेण्यासारखे उपाय काहींनी केले पण वय उलटून गेल्यामुळे काहींना तेही जमले नाही. "पत्नीने बालवाडीत नोकरी धरलीय. ती नियमितपणे अनाथाश्रमातील मुलांना भेटायला जाते. शेजारच्या, सोसायटीतील मुलांनाही तिने जीव लावलाय. यातून ती आपल्या वात्सल्य भावनेचा निचरा करत असते. मलाही ते उघड समजत असतं. माझी मात्र नोकरी वेगळी आहे. समाजसेवेसारख्या गोष्टी सध्यातरी वेळेअभावी मला शक्य नाहीत. खेरीज आसपासच्या घरात जाऊन मुलांना आपलंसं करणं पुरुष म्हणून मला अवघड होतं. खेरीज तो माझा स्वभावही नाही; पण यामुळे माझ्यातील वात्सल्यभाव दबूनच राहतात. माझा कोंडमारा होतो." विश्वास मणेर डोंबिवलीतच बोलत होते. वात्सल्यभाव स्त्री–पुरुष दोघांनाही असतात; पण आपल्या समाजात पुरुषाला त्या प्रकट करायला कमी वाव असतो हे विश्वासच्या बोलण्यातून समजतं.

अशा प्रकारचे उपचार स्त्रियांवर केले जात असतील तर समाजाने ते काहीसे स्वीकारलेले असतात; पण असे उपचार घेणारा पुरुष पुन्हा काहीसा आरोपीच्या पिंजऱ्यात उभा केला जातो असा काहीसा सूर काही मंडळींनी लावला. ही माहिती अथवा स्वानुभव नवीनच होता. कंपनीची मेडिकल सेंटर्स किंवा काम करत असलेल्या ठिकाणच्या वैद्यकीय सोयी, सर्टिफिकेट्स यातून अशा प्रकारच्या गोष्टी बाहेर येतात. आसपासच्या सर्वांना समजतात व त्यावर नको एवढी क्लेषकारक चर्चा होत राहते. अर्थात्, पुरुषांच्यात दोष असला तरी त्याचा लग्नावर वा त्याच्या टिकण्यावर फारसा परिणाम होत नाही, हा समुपदेशकांचा मागच्या पिढीतील अनुभव आता जुना वा कालबाह्य होऊ लागला आहे. शिकली–सवरलेली करिअरिस्ट व नीतीमूल्ये बंधनांच्या भलत्याच कल्पनेत न अडकलेली आधुनिक तरुणी अशा वेळी ही नको ती बंधनं सहज झुगारून देऊ लागली आहे असं काही समुपदेशकांनी स्व–निरीक्षणातून सांगितलं. अशा विवाह–विच्छेदनात

पुरुषांचं वांझपण उघड झालं तर पुन्हा त्याचं दुसरं लग्न होणं अवघड पडतं.

अर्थात या वास्तवाचा परिणाम त्याच्या लैंगिक जागांवरही झालेला दिसतोय. आपल्यात असलेल्या या कमतरतेमुळे एकूणच कामजीवनात रस न उरणे किंवा कमजोरी जाणवणे; अपराधीपणाची भावना बळावणे असे अनुभव काहींनी मांडले. अशा प्रकारचं आपलं वास्तव उघड झाल्यावर पत्नीलाही संबंधांमध्ये पूर्वीसारखा रस उरला नाही असे अनुभवही काहींनी मांडले. अर्थात्, सर्वांच्याच बाबतीत तसे उघडपणे घडले नाही.

एकूणच वांझ बाईच्या समस्या काहीशा का होईनात माहीत होत्या. पुरुषांच्या या समस्या नव्यानेच माहीत झाल्या. एक उपेक्षित जग माहिती पडलं. ∎

(पुरुष उवाच दिवाळी अंक – २००८)

मधुर संतुलनाचा काळ ह्न ‘जननिवृत्ती’

– डॉ. प्रदीप पाटकर

सदानंद आता ५० वर्षांचा झाला. त्याची व्यायामशाळा चुकलो, व्यायामशाळा हा आमच्या काळातला शब्द झाला ह्न ‘हेल्थ क्लब’ जोरात चालतो. भरपूर सभासद आहेत. पैसे जोरदार मिळत आहेत. व्यावहारिकदृष्ट्या अत्यंत यशस्वी म्हणता येईल असे आयुष्य आहे. मुलगा राहुल आता मेडिकलला आहे. पत्नी सुदर्शना क्लबचे सर्व व्यवहार, व्यवस्थापन नीट सांभाळते आहे. कशाला काही कमी नाही. दोन-तीन वर्षांत एक विदेशी सफरही घडते आहे. स्थैर्य, यश, प्रतिष्ठा, भविष्यविषयक तरतूद, मुलांची नीट व्यवस्था सारे काही आहे. असंतोष, दुःख, हुरहूर मुळी काही नाहीच. तिघांचीही प्रकृती उत्तम आहे. समाजात माणसे त्याच्याविषयी कौतुकाचे उद्‌गार काढताना दिसतात. आयुष्याच्या मध्यंतरावेळी सदानंद आयुष्याच्या शर्यतीत बऱ्यापैकी पुढे आहे.

तरीही माझ्यासारख्या मानसोपचार तज्ज्ञ मित्राच्या क्लिनिकमध्ये तो खास काही मनातलं बोलण्यासाठी सहकुटुंब आला तेव्हा मला थोडं आश्चर्य वाटलं. सदानंदने मनातली खळखळ मोकळेपणाने मांडली. संसारचित्र गुलाबी असले तरी त्याला निळी किनार होती. मात्र आता निळ्या किनारीकडेच सारे लक्ष परत परत जात होते. हल्ली सदा अबोल, अंतर्मुख झाला आहे. नेहमीचा बोलघेवडा, मिस्किल सदा आता गंभीर होत चालला आहे, एवढेच नव्हे तर बारीकसारीक कारणावरून चिडचिड करू लागला आहे. हेल्थ क्लबमध्ये आता पूर्वीसारखा उत्साहाने तो सभासदांना मार्गदर्शन करताना दिसत नाही. उलट कामे टाळण्याकडे त्याचा कल वाढताना दिसतो आहे. त्याचा रोजचा व्यायामही आता जवळजवळ बंद होत चालला आहे. नेहमीचा तरतरीत चेहरा आता

निस्तेज, सुरकुतलेला, निरुत्साही, काळवंडलेला झाला आहे. सुदर्शनाबरोबरही आताशा खटके वाढत चालले आहेत. विस्मरण वाढते आहे आणि त्याचा रागही येतो आहे. सगळे टापटीप जागचे जागेवर ठेवण्याविषयी खास जागरूक राहणारा सदा आता त्यातही चुका करू लागला आहे. हळूहळू सगळ्यातला रस संपत चालला आहे. असे त्याला वाटते आहे. सुदर्शनाला बाहेर पाठवून मग त्याने आणखी काही खासगीतले माझ्यापाशी उघड केले. आताशा सेक्सही पूर्वीसारखं नीट जमत नाही याची खंत त्याला वाटत होती. शिश्न उत्थापन तेवढे ताकदीचे होत नव्हते, वीर्यपतनही लवकर होत होते. आठवड्यातून दोन–तीनदा होणाऱ्या लैंगिक संबंधाचे प्रमाण आता १० ते २० दिवसातून एकदा एवढे खाली उतरले होते. संबंधही पूर्वीपेक्षा अल्पकाळ व असमाधानकारक असा होत होता. पूर्वीची नियमित तृप्ती आता कधीतरी अनुभवास येत होती. सुदर्शनाची याविषयी काही तक्रार नव्हती याचाही राग येत होता. आपण आता पूर्वीइतके सामर्थ्यवान पुरुष राहिलो नाहीत हे जाणवत होते. स्नायुही एकंदरीत पूर्वीइतके ताठ, टणक राहिलेले नाहीत, सैलावले आहेत हे तर व्यायाम करताना जाणवत होतेच.

एकंदर आयुष्यही आता आव्हाने, नावीन्य संपल्याने एकसूरी व तसे निर्जीव वाटू लागले आहे, असेही तो म्हणाला. हेल्थ क्लबमध्ये उगीचच नवनवे बदल तरी किती व का करायचे हा प्रश्नच होता. पैसे भरपूर मिळत होते व त्याचा विनियोगही ठरलेल्या प्रकारांनीच होत होता. जणू काही सारे यंत्रवत स्वत:चे स्वत:च चालत होते. आपण या साऱ्या चक्रात स्वत:ची अशी कोणतीही खास भूमिका वठवित नसल्याचे जाणवत होते व मनोमन त्यानेही स्वत:चे एकंदरीत स्थान बिनमहत्त्वाचे वाटत होते. आता जीवनप्रवाहात आपण स्वत: हात–पाय आपटून पोहत मार्ग आक्रमित असल्याचा आनंद हरवला होता. प्रवाह वाहतोय, आपण त्यात निष्क्रिय पडून गवताच्या काडीसारखे वाहत आहोत असा भास होत होता. स्वत:चे बदललेले रूप आरशात पाहावत नव्हते. लोकांच्या नजरेतला आदरही आतल्या आत खोटा वाटू लागला होता. त्याचबरोबर आपले गुण लोकांनी लक्षात घ्यावेत, आपले कर्तृत्व प्रशंसावे असेही हल्ली वाटू लागले होते. मुलगा राहुल आता स्वतंत्र, स्वावलंबी झालेला दिसत होता. त्याला मार्गदर्शनाची फारशी जरुरी नव्हती. त्याला आपण मार्गदर्शन करूही शकत नाही, हे मनात स्पष्ट जाणवत होते; पण स्वीकारता येत नव्हते. तो दिसला की, अगदी एखाद्या मूर्खासारखा त्याचा हेवाच वाटू लागला होता. त्याच्यावर बारीकसारीक कारणाने चिडावेसेही वाटायचे. आपल्या तारुण्यात न मिळालेला आनंद, मोकळेपणा त्याला आपणच मिळवून दिला असल्याचे जाणवूनही तो हल्ली बेजबाबदार झाला आहे अशी कुरकूर सदा सुदर्शनाकडे करू लागला होता. या कुरकुरीत काही अर्थ नाही हे दोघेही–तिघेही जाणून होते. तरीही कुरकूर का करावीशी वाटते, एकंदरीतच हुरहूर का वाढली आहे, हे कळत नव्हते. हे सारे थांबवावे, नीट आनंदी जगावे असे वाटत होते म्हणूनच दोघे आज माझ्याकडे

आले होते. शरीरविषयक सर्व संभाव्य आजारांबाबत तपशीलवार चिकित्सा त्यांच्या डॉक्टरांकडून झाली होतीच. सर्व पॅथॉलॉजीकल रिपोर्ट्स नॉर्मल होते. मधुमेहाची शक्यता दिसत होती. रक्तदाब ठीक होता. हृदय, यकृत, किडनी सारे काही ठीकठाक होते. नैराश्य–डीप्रेशन नव्हते, अस्वस्थता मात्र होती. सुखी, आनंदी जीवनात गेली दोन वर्षे साचत चाललेले मळभ दूर करावे अशी मात्र खूप इच्छा त्या दोघांना व आता मलाही होती.

संजय वय वर्षे पंचेचाळीस देखणा, राजबिंडा पुरुष आकर्षक व्यक्तिमत्त्वाच्या व सशक्त आणि अभिनयाच्या जोरावर मराठी रंगभूमी नंतर मराठी चित्रपटसृष्टी गाजविलेला माणूस. ऐन उमेदीत सर्व मानसन्मान मिळविलेला यशस्वी माणूस. माझ्यासमोरील खुर्चीत आज निराश मनाने आयुष्यातली दु:खी, अपयशी बाजू माझ्यासमोर उघडी करीत होती. अजूनही यशाची अभिलाषा संपली नव्हती. वय झालेले आता चेहऱ्यावर व हालचालीत दिसू लागल्याने नायकाच्या भूमिका, चित्रपटातली मुख्य भूमिका आता वाट्याला येईनाशी झाली होती. कॅरॅक्टर रोलला तसे काही महत्त्व देणारे मराठी चित्रपट कुणी तयारही करीत नव्हते आणि अजून अशा प्रौढ भूमिकेत शिरायला मन तयार होत नव्हते. रूपवान, सळसळत्या तारुण्याचा दमदार तरणाबांड अभिनेता हे पूर्वीचे रूप अजून मन 'पूर्वीचे रूप' म्हणून विसरायला तयार होत नव्हते. तारुण्य टिकविण्याचा, तरुण दिसण्याचा अट्टाहास केस रंगविण्यापासून ते 'ट्रेंडी' वेशभूषेपर्यंत सगळ्यात उघड दिसून येत होता. मन म्हातारं होणं जरुरीचं नाहीच किंबहुना मनाने तरुण असावेच; पण शरीरातले तारुण्य ओसरून प्रौढत्व शरीरात उतरण्याचे मान्य करायला हवेच. खरेतर या प्रौढत्वाचा सहज स्वीकार व स्वागत व्हायला हवे; पण संजय तारुण्यातून बाहेर यायला तयार नव्हता. वास्तव मात्र निर्विकारपणे सामोरं येत होतं. आलेलं वैफल्य झटकण्यासाठी आता संजयने व्यसनांचा आधार घ्यायला सुरुवात केली होती. त्याशिवाय निसटणारी आकर्षकता व ओसरणारे पुरुषत्व मनात त्रास देत होतेच. त्यावर प्रतिक्रिया म्हणून चित्रपटसृष्टीत व नाट्यक्षेत्रात येणाऱ्या तरुण स्त्रियांशी प्रेमप्रकरणे करणे, जमल्यास लैंगिक संबंध ठेवून पुरुषार्थाची (!) चाचपणी करणेही जोरात चालू होते. वेगवेगळी पौरुषत्व वाढविण्याचा खोटा दावा करणारी देशी–विदेशी औषधेही घेणे चालू झाले होते. चेहऱ्यावर प्लॅस्टिक सर्जरी ते 'फेसलिफ्ट' ही करून पहायचे चालले होते. तारुण्य व पौरुषत्व निसटते आहे हे जाणवून काळाचा ओघ थांबविण्याचा करुण प्रयत्न तो करताना दिसत होता.

ही दोघेही सुस्थितीतील मंडळी; पण माणगांवसारख्या मागासलेल्या तालुक्यातला सोपानही माझ्याकडे पुरुषत्व कमी होत चालल्याच्या भीतीने आलेला असतो. सोपान आता ४५ वर्षांचा बऱ्यापैकी हडकुळा, थकलेला. आतापर्यंतच्या आयुष्यात सोपानने म्हणावे असे काहीच कर्तृत्व गाजविले नाही. साधी शेतातली कामेही–शेतमजूरी वा शेतकामावरील देखभाल ह्न कधी केली नाहीत. दिवसभर काहीच उद्योग न करता

बायकोच्या जीवावर आजवर जगणारा हा फाटका माणूस; पण शांताबाईने त्याच्या पत्नीने त्याला माझ्याकडे उपचारासाठी पाठविले होते. आजवर इमाने-इतबारे रात्री शांताबाईला लैंगिक सुख देण्याचे काम सोपान नीटनेटके करीत आला होता; पण आता गेले वर्षभर तेवढेही काम सोपानला जमेनासे झाले होते. संबंधातला जोष, संबंधांचे प्रमाण शिश्नातला ताठरपणा या साऱ्यात कमी पडणारा सोपान आता शीघ्रपतनाचाही बळी ठरला होता. सोपानचे बाकी सारे दोष पदरात टाकणारी शांताबाई सोपानचे हे ओसरणारे पुरुषत्व मात्र ऐकून घ्यायला तयार नव्हती. स्वत: सोपानही खूप अस्वस्थ झाला होता. एवढे एकच काम त्याला आजवर नीट जमले होते. तेही आता गेल्या वर्षभरात जमेनासे झाल्यावर सोपान हादरून गेला. त्याच्या जगण्यातला सारा अर्थच धोक्यात आला होता. दारूसारख्या उत्तेजक द्रव्याचा आधार घेऊनही फरक पडेना, उलट प्रकरण अधिकच बिघडू लागले. वैदूची जडीबुटी, मांत्रिक भगताचे दैवी उपाय, वेगवेगळी भस्मे या कशाचाच उपयोग होईना तेव्हा सोपान माझ्याकडे पोहोचला.

रामभाऊ इमाने-इतबारे कंपनीमध्ये गेली ३० वर्षे नोकरी करीत होते. गेल्या वर्षी ग्लोबलायझेशनच्या झपाट्यात त्यांच्या नशिबी VRS आली. वयाच्या ५२ व्या वर्षी हातात भविष्यातील तरतुदीच्या मानाने तुटपुंजी रक्कम पडली. अचानक आयुष्य रिकामे झाले. रोज उठून काय करायचे? हे कंपनी आजवर ठरवीत आली होती. आता स्वत:लाच ते ठरवायचे होते. वयाच्या विसाव्या वर्षापासून वेळेचा व कामाचा विचार करावा लागला नव्हता. आता अचानक आयुष्य एक मोठे ओझे बनून सामोरे आले. घरातला कर्ता , कमवता पुरुष हे महत्त्व निघून गेले. म्हातारपणी ठरायची ती अडगळ आत्ताच आपण ठरत असल्यासारखे वाटू लागले. घरातल्या बायको-मुलांना आपल्या अनुपस्थितीची सवय आजवर होती. आपली उपस्थिती घरातल्या दैनंदिन जीवनावर उगीचच एक सावट, एक कटकट ठरू लागली. घरातली/बेशिस्त, घरातली अव्यवस्था, घरातल्यांचे वागणे आजवर लक्षातही आले नव्हते. आता रामभाऊ नको तितके लक्ष घरात देत असल्याने, उगीचच नको तेवढ्या सूचना देत असल्याने, त्यांची उपस्थिती घरातली लय बिघडून टाकणारी ठरू लागली. आपल्या कमावण्यापलीकडे आपण या घरात कुणी नव्हतो, किंबहुना आपण कमावले नाही तर घरात आपण कुणीच नाही, एक अडचण मात्र आहोत ही भावना रामभाऊंना टोचू लागली. मिळालेली पुंजी घरातल्या घरात केव्हा संपली तेही कळले नाही. आता घरात रामभाऊंचे व इतरांचे खटके उडू लागले. रामभाऊ वैतागून अधिकच करवादू लागले. त्यात त्यांचे पिणे हळूहळू वाढू लागले. वेळ घालविण्यासाठी रिकामटेकडे लोक मित्र म्हणून जवळ करावे लागले. व्याजदर कोसळल्याने बँकेतल्या ठेवीच्या मासिक उत्पन्नात आपले व घरचे काही भागत नाही, हेही रामभाऊ समजून चुकले. गावी जावे तर प्रॉपर्टीत हा आणखी गोंधळ

घालणारा हिस्सेदार नको, हे भावांच्या नजरेत स्पष्ट दिसून येऊ लागले. शिवाय आजवर लक्ष न घातल्याने शेती व्यवसायातले काहीच समजत नव्हते. शहरात राहिल्याने गावात आपण अपुरे ठरत असल्याची जाणीव झाली. गावातून शहरात परत येण्याशिवाय रामभाऊंना पयार्य उरला नाही. कंपनीच्या गेटबाहेर पानाचे दुकान टाकावे तर आजवरची कंपनीतली प्रतिष्ठा आड येऊ लागली. सर्व बाजूंनी कोंडले गेलेले रामभाऊ आता खच्चीकरण झालेला पुरुषार्थ एक ओझे म्हणून घेऊन घरात वावरू लागले. बायकोही विचारेना. एक अर्धवट आत्महत्येचा प्रयत्न त्यांनी केला आणि मग माझ्यापर्यंत ह्न एका मानसोपचार तज्ज्ञापर्यंत ते पोहोचले. समाजातल्या रूढ अर्थांनी पुरुषार्थाकडे पाहणारी ही वेगवेगळ्या घरातली पुरुष मंडळी संपत्ती, व्यावसायिक यश, स्थैर्य, नावलौकिक, घरातले पुरुष म्हणून अढळ असलेले स्थान, एक नर म्हणून असलेला लैंगिक अर्थ या साऱ्यात पुरुषत्व शोधता शोधता तारुण्य हळूहळू प्रौढत्वात विलीन झाले खरे; पण शरीराइतके मनानं हे प्रौढत्व, हा पुरुषत्वाचा बदललेला अर्थ स्वीकारलेला येथे दिसत नाही. सोपान केवळ नर म्हणून जगला; पण त्याच्यातल्या प्राण्यालाही लैंगिकता ओसरू लागताच जीवनातलं वैयर्थ जाणवू लागले. तारुण्य ओसरता-ओसरता जीवनातल्या आपल्या स्थानाची निरर्थकता जाणवू लागली, जीवनातील अनेक अस्पर्श छटा सामोऱ्या आल्या, जीवनात अधिकाधिक अतृप्तता जाणवू लागली, जीवनातले वैविध्य हवेसे वाटू लागले, निसटते तारुण्य घट्ट पकडून ठेवावेसे वाटू लागले तेव्हा या व अशा अनेक पुरुषांना जीवनाच्या या माध्यान्ही जननिवृत्ती काळाची चाहूल लागू लागली असे दिसते.

शरीरातील संप्रेरकांनी माणसाचे स्त्रीत्व व पुरुषत्व ठरवावे ही एक मानवी मनाची सुखांतिका आहे. सुखांतिका अशासाठी म्हणायचे की, या दोन्ही प्रथमदर्शनी विरोधी भासणाऱ्या प्रवृत्ती प्रौढत्वाअखेर मानवी मनात एक मधुर संतुलन साधतात असे सर्वसाधारणत: दिसून येते. प्रत्येक पुरुषात तारुण्याच्या भरात जाणिवेच्या क्षेत्रांत टेस्टोस्टिरॉनचा आत्यंतिक प्रभाव दिसून येतो. पुरुषत्वाचे वैशिष्ट समजले जाणारे गुण ह्न आक्रमकता, इम्पल्सिव्हीटी, उतावळेपणा, अतिरेकाकडे कल, धसमुसळेपणा इ. so called पुरुष गुण (!) तारुण्यात मनावर प्रभाव गाजविताना दिसून येतात; पण त्याचबरोबर स्त्री-संप्रेरकह्नइस्ट्रोजेनचा प्रभाव त्याच पुरुषात नेणिवेच्या प्रांगणात आपला प्रभाव पाडीत असतोच. प्रत्येक पुरुषात प्रेमभावना व वात्सल्य जेव्हा संधी मिळते तेव्हा जागे होताना दिसून येते. तोच धसमुसळा, आक्रमक पुरुष अशावेळी जणू स्त्री संप्रेरकाच्या प्रभावाखाली मृदू, प्रेमळ, वत्सल होताना दिसतो. मात्र टेस्टोस्टिरॉन पुरुषात व इस्ट्रोजेन स्त्रीत आपली प्रमुख सत्ता चालवित असतात. मेनॉपॉज आल्यावर स्त्रीतले इस्ट्रोजेन कमी होऊ लागते. त्वचा आता रफ, राकट होऊ लागते. चेहऱ्यावर, हाता-पायांवर लव

दिसू लागते, नाजूक सौंदर्य थोडा पुरुषीपणा धारण करू लागते. स्त्री आता स्त्री न राहता जणू स्त्री व पुरुष यांचे मिश्रण असल्याचे भासावे अशी आक्रमकही होऊ लागते. पुरुष याचवेळी टेस्टोस्टिरॉन कमी होत चालल्याने कमी आक्रमक, कमी आत्मविश्वासी, अधिक समजूतदार, अधिक हळवा थोडक्यात स्त्रीत्वाचे काही गुण तो आता दाखवू लागतो. स्त्रीत्वाचे समाजातील पुरुषप्रधानतेतून बदललेले रूप आता पुरुषात दिसू लागते. हे नीट न समजून घेणारा पुरुष अशावेळी या वयात गोंधळतो, चिडचिड करू लागतो. रिॲक्शन फॉर्मेशन म्हणून अधिक आक्रमकता प्रदर्शित करू लागतो. प्रत्यक्षात आता खरेतर त्याच्यात पुरुष व स्त्री मानवगुणांचे आकर्षक संतुलन घडून येत असते. आपण सारेच थोडे स्त्री व थोडे पुरुष आहोत हे जाणून घेतले तर या जननिवृत्ती काळातील स्वत:त घडून येणारे बदल स्त्री व पुरुषाला सहज स्वीकारता येतील. सामाजिक, आर्थिक, मानसिक व शारीरिक बदलांना सहजरीत्या स्वीकारले तर या काळात मानसिक क्षोभ व वैफल्य टाळता येईल. राहता राहिला संप्रेरकांचे प्रमाण कमी झाल्याने घडणारा अंतर्गत शारीरिक बदल. तोही आपण पुढे समजून घेऊया. त्यावर अनेक पर्याय ह्न उपाय नव्हे ह्न आता उपलब्ध आहेत तेही समजून घेऊ.

■

(पुरुष स्पंदन, दिवाळी २००४)

काही पुरुष विवाहपूर्व किंवा विवाहबाह्य संबंध का ठेवतात : एक अभ्यास

– डॉ. हेमन्त आपटे

पौगंडावस्थेत होणारी शारीरिक स्थित्यंतरे, मानसिक आणि भावनिक बदल, समवयस्क मित्रांच्या संगतीचे परिणाम, अनेक माध्यमांतून मिळणारी उत्तेजक माहिती, एकटेपणा, पुरुषत्वाच्या भ्रामक कल्पना किंवा त्याबद्दलची भीती, शरीरसंबंधांबद्दल वाटणारी उत्सुकता आणि प्रयोगशीलता, आर्थिक स्वातंत्र्य, घरच्या किंवा सामाजिक दबावाचा अभाव या आणि अशा इतर अनेक कारणांमुळे अविवाहित तरुण शरीरसंबंधांकडे वळतात. अर्थात् प्रत्येकवेळी तोच जोडीदार उपलब्ध होईल असे नसते. त्यामुळे एकापेक्षा जास्त व्यक्तींशी संबंध येऊ शकतात, येतातही!

विवाहबाह्य संबंध याचा अर्थ, विवाहित पुरुषाने पत्नी व्यतिरिक्त इतर स्त्रियांशी ठेवलेले शरीरसंबंध असा प्रस्तुत लेखापुरता घेऊ. पुरुषप्रधान संस्कृतीमध्ये पुरुषाला स्त्रियांपेक्षा जास्त अधिकार आणि स्वातंत्र्य असते. याचबरोबर देहविक्रय करणाऱ्या स्त्रियांची सहज उपलब्धताही असते. वस्तुत: विवाहसंबंधातील एकनिष्ठता हे आदर्श तत्त्व दोघांनाही लागू आहे. परंतु पुरुष आणि स्त्रियांच्या बाबतीत आपल्या समाजात नैतिकतेची द्विचलनपद्धती (डबल स्टँडर्ड्स) दिसून येते आणि पुरुषांना वर्तणुकीच्या बाबतीत जास्त मुभा दिली जाते असे प्रतिपादन राधिका रामसुब्बन यांनी आपल्या एका लेखात केले आहे.

परंपरेनुसार भारतीय पुरुष आणि स्त्रियांनी विवाह होईपर्यंत लैंगिक संबंध ठेवणे अपेक्षित नाही. नीती व्यवस्थेच्या नियमांना, पुरुष किंवा स्त्रियांचे विवाहपूर्व संबंध अमान्य आहेत परंतु पुरुषांच्या बाबतीत त्यात थोडी ढिलाई आहे. शिक्षणाच्या प्रसारामुळे आणि विवाहाच्या वयाबाबतच्या कायद्यामुळे ग्रामीण आणि शहरी भागात विवाहाचे

वय वाढले आहे. परिणामत: वयात आलेल्या मुलांना आणि मुलींना बराच काळ 'लैंगिक जोखमीचा' (सेक्शुअल क्रायसिस) अनुभव घ्यावा लागतो असं सुधीर काकर आणि चौधरी यांनी प्रतिपादन केलं आहे. अशा परिस्थितीमुळे अनेक मुलं लैंगिक संबंधांविषयीच्या कल्पनाविलासात रमतात आणि हस्तमैथुनाकडे वळतात किंवा देहविक्रय करणाऱ्या स्त्रियांकडे जातात. आदर्श स्त्रीत्वाच्या कल्पनांची शिदोरी बरोबर घेऊन मुलींच्या लैंगिक कल्पनाविलासाचं प्रणयभावनेत रूपांतर होतं. जरी अविवाहित पुरुषांना लैंगिक धाडसे करण्याच्या, अविवाहित स्त्रियांपेक्षा, जास्त संधी मिळत असतील तरीसुद्धा कोणत्याही सामाजिक स्तराकडून त्यांना अशी कृत्ये करण्यासाठी प्रोत्साहन मिळत नाही किंबहुना अशी कृत्ये निंद्य समजली जातात.

भारतासारख्या, शेतीप्रधान आणि 'बव्हंशी ग्रामीण', परंपरा जपणाऱ्या देशात आजही प्रेमविवाह ही पद्धत फारशी समाजमान्य नाही आणि त्यामुळेच फारशी प्रचलित नाही. एका अनोळखी स्त्री किंवा पुरुषाबरोबर विवाह झाला म्हणून शरीरसंबंध करणे ही अवघड गोष्ट आहे. आपल्या आवडी–निवडीचा विचारही झाला नाही ही खंत व्यक्तही करता येत नाही. यावर उत्तर म्हणून पुरुषाने विवाहबाह्य संबंध ठेवले तर 'तो पुरुषच आहे' असं म्हणून त्याकडे काणाडोळा केला जातो; पण स्त्रियांना मात्र याचे भयानक परिणाम भोगावे लागतात.

मानसिक, भावनिक, वैचारिक गरज भागविण्यासाठी पुरुष विवाहबाह्य संबंध ठेवतात. शारीरिक गरज भागविण्यासाठी स्त्रिया उपलब्ध आहेत आणि सुख पैशाने विकत घेता येते हे समजल्यानंतर अनेकजण त्या मार्गाला लागतात. अर्थात् पुरुष आणि स्त्रिया या दोघांच्या बाबतीत हे तितकेच खरे आहे.

संशोधन पद्धतींमध्ये प्रामुख्याने संख्यात्मक आणि गुणात्मक अशा दोन पद्धती वापरून अभ्यास केला जातो. या लेखात समाविष्ट केलेली माहिती ही गुणात्मक स्वरूपाची आहे. त्यामुळेच विवाहपूर्व किंवा विवाहबाह्य संबंधांबाबतची टक्केवारी मिळत नाही परंतु अशा संबंधांची कारणे काय असतात? यावर प्रकाश पडतो.

पुरुष आणि स्त्रियांच्या लैंगिकतेविषयी अभ्यास करताना विवाहपूर्व आणि विवाहबाह्य संबंधांची कारणे काय असतात/असू शकतात यावर अविवाहित पौंगडावस्थेतील मुले आणि विवाहित तरुण पुरुष यांच्याशी केलेल्या चर्चेतून जे मुद्दे पुढे आले त्याची मांडणी या लेखात केलेली आहे. लैंगिकतेविषयीच्या वेगवेगळ्या अभ्यासात आणि प्रकल्पांत १९९५ पासून काम करीत असल्याने ग्रामीण, शहरी, स्थलांतरित शहरी अशा वेगवेगळ्या गटांकडून मिळालेल्या माहितीच्या आधारे हा लेख लिहिला आहे.

विवाहपूर्व संबंधाबाबत चर्चा करीत असताना सहभागी झालेल्या ग्रामीण तरुणांनी सांगितले की, नानाविध स्रोतांमधून त्यांना शरीरसंबंधांविषयी माहिती मिळालेली असते.

छापील पुस्तके आणि दृक्-श्राव्य माध्यमांतून याबद्दल वाचलेले आणि पाहिलेले असते. पौगंडावस्थेतील उत्सुकतेपोटी आणि लैंगिक प्रयोगशीलतेपायी योग्य संधी आणि योग्य जोडीदार भेटला की, असे संबंध करण्याची तीव्र इच्छा निर्माण होते आणि मग जेव्हा संधी मिळेल त्यावेळी जोडीदार शोधून तरुण मुले आपली कामवासना भागवतात. कितीतरी वेळा गावातल्या गावातही अशा संधी सापडतात. काही स्त्रियांचे पती कामानिमित्त बाहेरगावी असतात, कधी कधी एखाद्या स्त्रीचा पती एखाद्या दुर्धर आजाराने अंथरुणाला खिळलेला असतो, एखादी तरुण स्त्री विधवा झालेली असते किंवा तिला नवऱ्याने सोडलेले असते. काही स्त्रियांच्या बाबतीत 'गरिबी' हेही एक कारण असू शकते ज्यामुळे अशा स्त्रिया तरुणांना उपलब्ध होतात. काही वेळा असेही प्रकार होतात. एखाद्या तरुणाचे लग्न ठरते. त्याचे काही लग्न झालेले मित्र त्याला सांगतात की 'लग्नापूर्वी हत्यार व्यवस्थित चालते की नाही याची अगोदरच खात्री करून घे. पहिल्या रात्री काही जमलं नाही तर बायको कायमची सोडून जाईल दुसऱ्याकडे.' अशा परिस्थितीत ही तरुण मुलं देहविक्रय करणाऱ्या स्त्रियांकडे जातात.

नोकरी अथवा व्यवसायाच्या निमित्ताने अनेक 'कुशल' आणि 'अकुशल' कामगार पुण्यात आणि आजूबाजूच्या औद्योगिक वसाहतीत येतात. ही मंडळी गटागटाने राहतात किंवा क्वचित प्रसंगी एकटीच राहतात. 'एकटेपणाचा कंटाळा घालविण्यासाठी आमच्यापैकी काहीजण लाल बत्ती विभागात नेहमी जातात.' अभ्यासासाठी/ शिक्षणासाठी पुण्यात स्थलांतरित होणाऱ्या ग्रामीण भागातील विद्यार्थ्यांची संख्या मोठी आहे. यांच्यापैकी काहीजण देहविक्रय करणाऱ्या स्त्रियांबरोबर संबंध ठेवतात. समवयस्क मित्रांचा प्रभाव आणि दबाव यामुळे देखील आपले 'पुरुषत्व' सिद्ध करण्यासाठी तरुण अनेकदा अनेक स्त्रियांशी संबंध ठेवतात. 'परीक्षा जवळ आल्यामुळे, अभ्यासाचं टेन्शन घालविण्यासाठीही काही विद्यार्थी वेश्यांबरोबर संबंध ठेवतात. तसेच अश्लील वाङ्मय वाचून किंवा पाहून 'लिंगाला येणाऱ्या टेन्शनचं पारिपत्य' करण्यासाठीसुद्धा शरीरसंबंध ठेवण्याचा मार्ग अवलंबला जातो.

एच.आय.व्ही.ची लागण झालेला एक तरुण मुलगा म्हणाला, ''मी बरेचदा म्हणजे आठवड्यातून दोन-तीन वेळा तरी बुधवार पेठेत जातो आणि निरोध न वापरता संबंध करतो.''

असे वर्तन तो का करतो हे विचारल्यावर तो म्हणाला, ''डॉक्टरांनी सांगितलं आहे की या रोगाचे जंतू शरीरातील स्रावांमार्फत बाहेर पडतात. जितके जास्त वेळा वीर्यपतन होईल तितकी माझ्या शरीरातील जंतूंची संख्या कमी होईल.''

''पण असे केल्याने कित्येक स्त्रियांना या रोगाची बाधा होणार नाही का?'' असे विचारले असता तो म्हणाला की, ''हा रोग स्त्रियांना होत नाही कारण दर वेळी मासिक पाळीवाटे त्यांच्या शरीरातील घाण निघून जाते.'' आपल्या शरीराबद्दलच्या शास्त्रीय

माहितीचा अभाव आणि आरोग्य शिक्षणाचा अभाव यामुळे अशा चुकीच्या समजुतीदेखील विवाहपूर्व संबंधांना कारणीभूत ठरतात.

एक गोष्ट चर्चांमधून आणि मुलाखतींमधून स्पष्टपणे दिसून आली. ती अशी की , संधी कधी, कुठे आणि कशी मिळेल, वेळ असेल किंवा नसेल, हे वर्तन जास्त लोकांच्या नजरेत येणार नाही ना, जरूर असेल तेवढे पैसे जवळ असतील का, अशा सारख्या अनेक प्रश्नांवर उत्तरे शोधूनही अविवाहित तरुण मुले विवाहपूर्व संबंध ठेवतात. ही कृती बरेचदा नियोजित नसते त्यामुळे प्रत्येक संबंधांच्या वेळी निरोध वापरला जाईल याची शाश्वती नसते आणि त्यामुळेच या धोकादायक वर्तनातून एच.आय.व्ही.च्या संक्रमणाची शक्यता वाढते.

विवाहित पुरुषांशी केलेल्या चर्चेतून जी कारणे पुढे आली ती अशी : काही तरुणांची गावातल्या मुलींबरोबर लग्नाअगोदर प्रेमप्रकरणे असतात. त्या मुली लग्न करून सासरी गेलेल्या असतात. वर्षांतून दोन–तीन वेळा तरी त्या माहेरपणाला येतात. अशावेळी योग्य वेळ साधून, सोयीच्या ठिकाणी हे पुरुष शरीरसंबंध करतात.

"मला माझी बायको आवडत नाही कारण तिची निवड करताना माझी संमती घेतली नव्हती. घरच्यांना जी योग्य वाटली तिच्याशी माझं लग्न करून दिलं. मला तिच्यात इंटरेस्ट वाटत नाही. शरीरसंबंध करताना मजा आली पाहिजे म्हणून मी इतर बायकांशी संबंध ठेवले आहेत."

"बाई कशी, सगळ्या अंगांनी भरलेली पाहिजे. दिसायला पण एकदम सुंदर पाहिजे. माझी बायको काळी आणि रोगट आहे. मला इच्छाच होत नाही. मग मी बाहेरच दुसरी सोय बघतो."

रोज रोज तोच जोडीदार नको वाटतो. रोजच्या रोज तेच तेच जेवण करण्याचा कंटाळा येतो, चवीत बदल हवासा वाटतो. म्हणून देखील कितीतरी पुरुष इतर स्त्रियांशी शरीरसंबंध ठेवतात. विं. दा. करंदीकरांच्या 'सकाळपासून रात्रीपर्यंत तेच ते तेच ते' या कवितेतही 'तीच शय्या, तीच नारी, सतार नव्हे एकतारी' या शब्दांतून हा कंटाळा प्रदर्शित होतो.

आपल्या समाजात अजूनही फक्त 'लैंगिक संबंध' याला मान्यता आहे. त्यामुळे मुखमैथुन, गुदमैथुन यासारख्या गोष्टींना खूपशा स्त्रियांचा विरोध असतो. असे काही हवे असल्यास पुरुष देहविक्रय करणाऱ्या स्त्रियांबरोबर संबंध ठेवून आपली गरज भागवून घेतात. लहान घर आणि त्यात इतर कुटुंबीयांचे वास्तव्य यामुळे बऱ्याच पुरुषांना एकांत मिळत नाही. घाईघाईत आणि पूर्णपणे विवस्त्र न होता संबंध 'उरकावे' लागतात. या अडचणीमुळे सुद्धा इतर स्त्रियांशी संबंध ठेवून आपली हौस पुरवण्याखेरीज पुरुषांसमोर दुसरा पर्याय नसतो.

गरोदरपणात पत्नीला माहेरी पाठवण्याची पद्धत आपल्याकडे अजूनही प्रचलित

आहे. बरेचदा एखाद्या पुरुषाची बायको सातव्या महिन्यात माहेरी जाते आणि बाळंतपणानंतर दोन महिन्यांनी परत येते. हा जवळपास पाच महिन्यांचा कालावधी पुरुषांना खूप त्रासदायक वाटतो. अशा कालावधीत बरेच पुरुष इतर स्त्रियांकडून आपली कामेच्छा पूर्ण करून घेतात.

एक-दोन मुले झाल्यानंतर मुलांची देखभाल, घरकाम, क्वचित प्रसंगी स्वत:ची नोकरी या सर्व व्यापांमध्ये स्त्री संपूर्णपणे गुरफटून जाते आणि तिला शरीरसंबंधात रस रहात नाही. अशा वेळी पुरुषाला जे हवं आणि जसं हवं ते ती देऊ शकत नाही आणि पुरुष इतर स्त्रियांकडे वळतो.

दीर्घकालीन आजाराने ग्रस्त झालेली पत्नी, पतीला सुख देऊ शकत नाही आणि अशावेळी त्याला विवाहबाह्य संबंधाशिवाय दुसरा कोणताही पर्याय उरत नाही. नोकरी/व्यवसायानिमित्त बाहेरगावी गेलेले कित्येक पुरुष याच पद्धतीने लैंगिक समाधान मिळवतात. पत्नीच्या मृत्युनंतर शारीरिक गरज भागविण्यासाठी काही वेळा पुरुष देहविक्रय करणाऱ्या स्त्रियांकडून ही गरज भागवून घेतात.

भारतात, लैंगिक दृष्टिकोन (ॲटिट्यूड) आणि लैंगिक वर्तन यांच्यात, गेल्या शंभर वर्षांत आमूलाग्र बदल झालेले आहेत. शहरीकरण, औद्योगिकीकरण, दळण-वळणाच्या साधनातील प्रचंड सुधारणा, प्रवास आणि पर्यटन क्षेत्रातील वाढ, स्थलांतराचे प्रमाण, कुटुंब रचनेतील बदल, शहरी भागात वाढलेले विवाहाचे वय आणि नोकरी करणाऱ्या स्त्रियांच्या संख्येतील प्रचंड वाढ ही या आमूलाग्र बदलांमागची प्रमुख कारणे आहेत. आपल्या कुटुंबापासून दूर राहणाऱ्या पुरुषांची संख्या खूप वाढली आहे आणि त्यांच्या कामाची ठिकाणेही त्यांच्या घरापासून बरीच दूर आहेत. अशा परिस्थितीत लैंगिक साहसी वृत्तीला प्रोत्साहन मिळते आणि म्हणूनच देहविक्रय करणाऱ्या स्त्रियांशी संबंध ठेवणे हा सोपा मार्ग त्यांना सापडतो असे मत पूर्णिमा माने यांच्या 'एड्स प्रतिबंध' (एड्स प्रिव्हेंशन) या पुस्तकात त्यांनी व्यक्त केले आहे. एकापेक्षा जास्त जोडीदारांबरोबर संबंध ठेवणारे पुरुष हे समाजातल्या सगळ्या स्तरांमधील आहेत. यामध्ये विशेष करून नियमितपणे आंतरराष्ट्रीय अथवा राष्ट्रीय पातळीवर प्रवास करणारे, उदाहरणार्थ, प्रवासी विक्रेते जे घरापासून खूप दिवस दूर राहतात किंवा जे कामानिमित्त दूरवर प्रवास करतात. स्थलांतर करणारे लोक जे एकटे किंवा गटाने शहरात येऊन राहतात. त्यामध्ये छोटे व्यवसाय करणारे, कसबी आणि कलाकुसरीने काम करणारे यांचा समावेश होतो.

सेनादलातील कर्मचारी, ज्यांना दूरवर आणि कुटुंबापासून लांब राहावे लागते. वाहतूक, प्रवास आणि पर्यटन, हॉटेल व्यावसायिक ज्यामध्ये ट्रक ड्रायव्हर, हॉटेलमध्ये काम करणारी मुले, टॅक्सी अथवा रिक्षाचालक हे येतात. त्याचबरोबर करमणुकीच्या क्षेत्रातले कलाकार आणि कामगार, पोलीस दलातील कर्मचारी, वेश्यांकडे जाणारे तरुण, मद्यपी किंवा अंमली पदार्थांचे सेवन करणारे लोक आणि देह विक्रय करणारे पुरुष अशा

सर्वांचा जोखमीच्या व्यवहारात संबंध असू शकतो.

वीर्यपतन होण्यापूर्वीच्या परमोच्च क्षणाचा अत्यानंद बहुसंख्य पुरुषांनी हस्तमैथुनाद्वारेही अनुभवलेला असतो. त्यामुळेच शरीरसंबंध केला की, ती अनुभूती पुन्हा मिळणार ही खात्री पुरुषाला असते आणि त्यामुळेच लैंगिक सुख अनुभवायला तो कधीही तयार असतो.

आपल्या समाजात अजूनही बऱ्याच प्रमाणात मुलाला किंवा मुलीला आपला जोडीदार निवडण्याचे स्वातंत्र्य नाही. परिणामत: पुरुष विवाहबाह्य संबंध ठेवतात आणि स्त्रियांच्या बाबतीतही हे घडते. अगदी प्रेमविवाह झाला असेल तरीसुद्धा कालांतराने भावनिक गुंतागुंत दुसऱ्या जोडीदाराबरोबर होते/होऊ शकते, ही गोष्ट दोघांच्याही बाबतीत शक्य आहे.

लाल बत्ती विभागातल्या कितीतरी स्त्रियांकडे काही विवाहित पुरुष नियमितपणे जातात. त्यांचे संबंध शरीराची गरज भागविण्यापुरते मर्यादित नसतात. हे पुरुष त्यांना अनेक प्रकारची मदत करतात, साथ देतात आणि 'दुसरा संसार' थाटतात असं म्हणायला हरकत नाही. त्यांच्या जोडीदारांना ते विवाहित आहेत हे माहीत असतं. पुरुषांनाही माहीत असतं की या 'देहविक्रय करणाऱ्या' स्त्रिया आहेत. तरीही त्यांची नाती अतिशय दृढ असल्याची देखील अनेक उदाहरणं आहेत.

आपल्या सत्तेचा/अधिकाराचा (पॉवर) वापर करून अनेक स्त्रियांशी संबंध ठेवणारेही बरेच पुरुष असतात. त्यात वेश्यागृहाचे मालक, दलाल, पोलीस, गुंड असे लोक असतात. इतर स्त्रियांच्या बाबतीतही ज्यांच्या दबावाखाली त्या असतात अशा अनेक पुरुषांकडून अशा संबंधांची मागणी केली जाते आणि स्वत:चा फायदा करून घेण्यासाठी किंवा असहायतेपोटी स्त्रियांना त्या मागण्या पूर्ण कराव्या लागतात.

एकापेक्षा जास्त स्त्रियांशी संबंध असणं याला द्विभार्याप्रतिबंधक कायदा अंमलात येण्यापूर्वी समाजमान्यता होती. कितीतरी प्रतिष्ठितांची 'अंगवस्त्र' असल्याच्या नोंदी इतिहासात आहेत.

विवाहपूर्व आणि विवाहबाह्य संबंध ही काही वेळा भावनिक गुंतवणुकीची बाब असते; परंतु बऱ्याच वेळा पुरुषांच्या दृष्टीने हा केवळ 'व्यवहार' असतो. अर्थात् दोन्ही बाजूंची याबाबतीतली भूमिका काय आहे, हे समजून घेणे ही अवघड गोष्ट आहे.

नुकतंच बाळ सामंतांनी लिहिलेलं 'प्रेमग्रंथ' हे पुस्तक वाचनात आलं. त्यात 'व्याभिचार' या प्रकरणाच्या शेवटी ते लिहितात, ''व्याभिचार ही नैसर्गिक ऊर्मी म्हटली तर त्याला 'विकृती' म्हणता येणार नाही. मानवी प्राण्याच्या जीवनात या ऊर्मीने एक कल्लोळ निर्माण केला आहे. मानवाच्या कथा आणि कहाण्यात, नाटकांत आणि काव्यात प्रेम हे जसे अटळ आहे तसेच व्याभिचाराची शोकांतिकाही अटळ आहे.'' खरं आहे! परंतु जोवर स्त्री आणि पुरुष या जगात आहेत. तोवर आपली गरज भागविण्यासाठी,

शक्यतो 'इस्त्री न मोडता' दोघेही जण आपापल्या परीने जोडीदाराचा शोध घेतच राहणार.

सदर लेखाची मर्यादा लक्षात घेऊन केवळ विवाहित आणि अविवाहित पुरुषांशी आलेल्या चर्चांमधून आणि मुलाखतींमधून मिळालेली माहिती सादर केली आहे. स्त्रियांची या बाबतीत काय मते आहेत किंवा एकापेक्षा जास्त जोडीदारांबरोबर त्या का संबंध ठेवतात हा एका वेगळ्या लेखाचा विषय होतो.

प्रचंड प्रमाणावर स्थित्यंतरे आपल्या समाजात आज घडत आहेत. परंपरांचा प्रभाव कमी होत चालला आहे. माध्यमांद्वारे मिळणाऱ्या निरनिराळ्या संदेशांमुळे आणि संकेतांमुळे पुरुषत्वाच्या आणि स्त्रीत्वाच्या प्रतिमा (स्टिरिओटाईप्स) झपाट्याने बदलत आहेत. आर्थिक परिवर्तन आणि परिणामस्वरूप होणारे सामाजिक बदल यामुळे नैतिकतेच्या चौकटीच्या कक्षा रुंदावत चालल्या आहेत. विवाहपूर्व आणि विवाहबाह्य संबंधांबाबत लोकांना काय वाटतं आणि अशा संबंधांचं प्रमाण आजच्या घडीला किती आहे या संदर्भातल्या अभ्यासांचे निष्कर्ष वेळोवेळी वर्तमानपत्रांमधून आणि नियतकालिकांमधून प्रकाशित होत असतात.

पॉप्युलेशन काऊन्सिलच्या महाराष्ट्रातील सर्वेक्षणात हे प्रमाण १०% आहे असं दिसून आलं आहे तर ओरिसातल्या सर्वेक्षणात हे प्रमाण जवळपास २५% इतकं आहे. कामसूत्र कंपनीच्या सर्वेक्षणात भारतातल्या दहा शहरांमधून निवड केलेल्या सव्वापाच हजार पुरुषांचा समावेश केला होता. त्या सर्वेक्षणाच्या निष्कर्षातून असं दिसलं आहे की, विवाहपूर्व संबंधांचा अनुभव ६६% पुरुषांना होता आणि ५५% पुरुषांना विवाहबाह्य संबंधांचा अनुभव होता.

सर्वेक्षण पद्धतीतल्या त्रुटी आणि समाविष्ट करून घेण्यासाठी वापरलेल्या निवड पद्धतींमधील मर्यादा किंवा दोष यामुळे निष्कर्षांमधील आकडेवारी ही कधी खूपच कमी आणि काही प्रसंगी अवास्तव वाटू शकते. महत्त्वाचा मुद्दा हा, की टक्केवारी काहीही असली तरी प्रस्तुत लेखात नमूद केलेल्या कारणांव्यतिरिक्त इतर फारशी कारणे या संदर्भात उजेडात येणार नाहीत असे वाटते.

ज्या विषयांवर पूर्वी उघडपणे बोलताच येत नव्हतं ते विषय आता उघडपणे बोलले जात आहेत. कितीही बदल घडत असले तरी पुरुष आणि स्त्रिया यांच्यातील 'पॉवर डायनॅमिक्स' मध्ये फारसा फरक पडला आहे असं वाटत नाही कारण अजूनही बहुसंख्य पुरुषांच्या मनात 'पितृसत्ताक पद्धती आणि पुरुषप्रधान संस्कृती'ची मुळं खोलवर पसरलेली आहेत असं वाटतं.

(पुरुष उवाच दिवाळी अंक – २००८)

लैंगिक व्यवसायातील पुरुष – एक शोध

– जस्मीर ठाकूर
अनुवाद – नंदिता अंबिके

व्यावसायिक लैंगिक संबंध ही मोठ्या प्रमाणात आढळणारी एक प्राचीन घटना आहे. स्त्रिया, पुरुष आणि तृतीयपंथी व्यक्ती या जगभरात सर्वत्र लैंगिक व्यवसायात आहेत व होत्या. लैंगिक व्यवसायाला शरीरविक्रयापेक्षा सेवा व वेळेचा विक्रय असे म्हणणे जास्त संयुक्तिक होईल.

मेल सेक्स वर्कर्स म्हणजे पुरुष लिंगकर्मी या व्यक्ती, पुरुष किंवा महिला ग्राहकांबरोबर लैंगिक व्यवहार करतात. हे व्यवहार करताना फक्त अर्थप्राप्ती हाच त्यांचा उद्देश असतो. आपल्या शरीराचा वापर करून भौतिक साधनांची प्राप्ती करणे हा एकमेव हेतू ठेवून त्यांचे लैंगिक वर्तन असते. या लैंगिक व्यवहारातून या पुरुषांना लैंगिक सुख क्वचितच मिळते. त्यांचा ग्राहकांबरोबरचा लैंगिक व्यवहार आणि घरातील जोडीदाराबरोबरचे संबंध यात जाणवण्याजोगा फरक असतो.

असा एक समज असतो की, पुरुष लिंगकर्मी हे समलिंगी पुरुष असतात आणि त्यांचे ग्राहकही समलिंगी असतात पण प्रत्यक्षात वास्तव वेगळेच आहे. बहुतांश पुरुष लिंगकर्मी हे खेड्यातून शहरात कामाच्या शोधासाठी आलेले, स्थलांतरित, पोटार्थी असतात.

स्त्रीलिंगकर्मी (फिमेल सेक्स वर्कर्स) प्रमाणेच या पुरुष लिंगकर्मींनाही ग्राहकांची निवड करता येत नाही. आलेल्या ग्राहकाला खुश करणे एवढेच त्यांचे काम असते. पुरुष लिंगकर्मींचा व्यवसाय हा स्त्री लिंगकर्मींच्या व्यवसायासारखाच आहे. त्यातील सर्व समस्या या व्यवसायातदेखील जाणवतात.

पुरुष लैंगिक व्यवसाय का करतात? याची अनेक कारणे आहेत. त्यापैकी मुख्य कारण पोटापाण्यासाठी व्यवसाय हे आहे. कारण पुरुष हा घर चालवणारा म्हणून ओळखला जातो आणि घरातील ज्येष्ठ पुरुषाच्या निधनानंतर ही जबाबदारी मोठ्या मुलावर येते.

काही व्यक्तींना, उत्पन्नाचे इतर पर्याय उपलब्ध नसल्याने किंवा काही वेळा त्यांच्यासारख्या इतर व्यक्तींना लैंगिक व्यवसायात बरे पैसे मिळाल्याचे दिसल्याने त्या स्वेच्छेने या व्यवसायात येताना दिसतात. मर्यादित पर्यायाच्या उपलब्धीमुळे अनेक व्यक्ती मोठ्या प्रमाणात लैंगिक व्यवसायाकडे वळतात. काही व्यक्तींसाठी ही गरिबीपासून सुटका असते किंवा आर्थिक स्थैर्याची हमी असते. तर काहींसाठी लैंगिक वर्तनाच्या गुप्ततेची ही निश्चिती असते. फार थोड्या जणांसाठी ही एक विलक्षण लैंगिक कल्पना प्रत्यक्षात आणण्याचा एक मार्ग असतो. काहीजण केवळ अपघाताने याकडे वळतात. याचा अर्थ ताण, गरिबी व मर्यादित पर्याय असणारे सर्वच पुरुष लैंगिक व्यवसायात येतात असे नाही.

लैंगिक व्यवसाय अनेक प्रकारे चालतो व त्यामध्ये विविध प्रकारच्या व्यक्तींचा समावेश असतो. अनेक प्रकारच्या पार्श्वभूमीतून व वर्गातून येणाऱ्या व्यक्ती वेगवेगळ्या कारणांसाठी लैंगिक व्यवसाय करतात. ही कारणे काळाबरोबर बदलतात. काही व्यक्ती पूर्णवेळेचा व्यवसाय म्हणून तर काही जण काही प्रसंगी, काही जण स्वेच्छेने तर काही जण दबावाखाली लैंगिक व्यवसाय करतात. सुस्थितीतील सुशिक्षित पुरुषापासून गरीब अशिक्षित पुरुषांपर्यंत वेगवेगळ्या परिस्थितीतील व्यक्ती लैंगिक व्यवसायात येतात. त्यामध्ये अनेकदा काही व्यक्ती या संगतीच्या दबावाखाली असतात पण त्या स्वेच्छेने हा व्यवसाय बंद करू शकतात. इतर अनेक व्यक्तींना हा व्यवसाय आदर्श नसला तरी चालू शकेल असा व्यवसाय वाटतो.

लैंगिक व्यवसायाबद्दल नेहमी विचारला जाणारा प्रश्न ह्न लोक हा धंदा का करतात? याचे उघड उत्तर हे, 'ही सेवा विकत घेणारे लोक आहेत म्हणून' असे आहे. लैंगिक व्यवसाय हासुद्धा इतर कोणत्याही व्यवसायासारखाच मागणी तसा पुरवठा या तत्त्वावर चालतो. ज्या अनेक गोष्टींमुळे लैंगिक सेवांची मागणी निर्माण होते त्यातून सामाजिक वास्तव प्रतिबिंबित होते. ग्राहक लिंगकर्मींच्या सेवा अनेक कारणासाठी घेतात. काहींना भावनिक गुंत्याशिवाय लैंगिक संबंध हवे असतात किंवा अज्ञात व्यक्तीबरोबर लैंगिक संबंध ठेवण्यातील थरार अनुभवायचा असतो, काहींना समाजाला अमान्य असणारे संबंध आवडतात, काहींचे लैंगिक जोडीदार त्यांच्या सेक्शुअल फँटसींना संमती देत नाहीत त्यांना फँटसींचा अनुभव हवा असतो. काहींना कोणीतरी आपल्यावर प्रेम करीत असल्याचा आभास हवा असतो. इतरांना आपले पुरुषार्थ किंवा सत्ता दुसऱ्यावर

गाजवायची असते. अनेक ग्राहक लैंगिक क्रिया शिकण्यासाठी येतात तर काहींना कोणाचीतरी सोबत हवी असते.

लैंगिक व्यवसाय हा अनेक परिस्थितींमध्ये होतो. त्याची स्थळे मानवी कल्पनाशक्ती, संधी व तंत्रज्ञानावर अवलंबून असतात. लैंगिक व्यवसाय हा प्रचंड प्रमाणात पसरलेला आहे. वाहतुकीच्या व्यवसायात, खाणींच्या परिसरात आणि संपूर्ण लष्करात जिथे पुरुष एकाकी असतात अशा भागात लैंगिक व्यवसायाचे अस्तित्व असल्याची हजारो वर्षांपासून नोंद आहे. आधुनिक काळात मोबाईल फोन आणि इंटरनेटमुळे त्याची संरचना बदलली आहे. जिथे अशा सोयी उपलब्ध नाहीत तिथे सुद्धा स्वस्त प्रवासभाडे आणि भूराजकीय बदलांमुळे स्थलांतराचे नवे मार्ग अस्तित्वात आले आहेत आणि व्यावसायिक लिंगकर्मींची प्रवास क्षमता वाढली आहे.

लैंगिक व्यवसायाची परंपरागत स्थळे ही मनोरंजनासाठीच्या ठिकाणांमागे झाकलेली असतात, जसे की काराओके बार, सिनेमा थिएटर्स किंवा ब्यूटी सलून्स, मालीश करणारे, केशभूषाकार, रस्त्यावरील विक्रीचे स्टॉल्स अशी सेवा देणारी स्थळे. स्थानिक अधिकाऱ्यांच्या लहरीनुसार यांना सहन केले जाते. समाजाच्या दृष्टिकोनातील बदलांप्रमाणे अशा उद्योगस्थळांची ओळख किती प्रमाणात लपलेली असावी हे ठरते.

काही व्यक्ती अप्रत्यक्षपणे लैंगिक व्यवसाय करतात. मनोरंजनाच्या व्यवसायात असणाऱ्या (उदा. स्ट्रिप टीज डान्सर्स, मॉडेलस्, नवोदित कलाकार इ.) व्यक्ती काही वेळा हा व्यवसाय करताना दिसतात. अशा व्यवहारांत नेहमीच फक्त लैंगिक किंवा अंत:प्रवेशी लैंगिक क्रियेचा समावेश असतो असे नाही. सरळ लैंगिक संबंधापासून इतर अनेक विविध प्रकारच्या लैंगिक क्रिया लिंगकर्मांमध्ये मोडतात.

रस्ते, वेश्यागृहे, बार, सौना, मसाज पार्लर अशा अनेक ठिकाणी लैंगिक व्यवसाय चालतो. रिसॉर्ट्स, गे बार्स, सिनेमा थिएटर्स, क्लब्ज, कार पार्क, बाग, पोहोण्याचे तलाव, सार्वजनिक स्वच्छतागृहे यासारख्या ठिकाणी पुरुष लिंगकर्मी, लैंगिक व्यवसाय करतात.

उच्चवर्गीय लिंगकर्मी व गरीब, कमी किंमतीत लैंगिक सेवा देणाऱ्या व्यक्तींमध्ये सुरक्षिततेच्या दृष्टीने फार फरक असल्याचे दिसत नाही. पंचतारांकित हॉटेलमध्ये सोबत म्हणून जाणारी लिंगकर्मी व्यक्ती ही वेश्यागृहात काम करणाऱ्या व्यक्तीपेक्षा जास्त सुरक्षित असते असे नाही कारण ती एकटी असल्याने ग्राहकाकडून हिंसेला बळी पडण्याची शक्यता जास्त असते. ट्रक थांबा, ढाबा याठिकाणी, कमी किंमतीत लैंगिक सेवा देणारे पुरुष जास्त सुरक्षित असतात कारण इथे अनेक लिंगकर्मी असतात आणि ढाब्यांचे मालक त्यांना काही प्रमाणात सुरक्षा देतात.

लैंगिक व्यवसाय हा साधा सरळ व एकात्म नसून, वेगवेगळ्या जागा व परिस्थितीप्रमाणे लैंगिक व्यवसायाची रचना बदलत असते व त्याची स्वतंत्र अस्तित्वे

असतात. लिंगकर्माचे अनेक प्रकार आहेत, इथे विविधता हाच नियम आहे, काही लिंगकर्मी एका वेळेसाठी तर काही जास्त काळासाठी एकाच ग्राहकाच्या शोधात असतात.

सर्वसाधारणपणे पुरुष लिंगकर्मींमध्ये दलाल नसतात, फार कमी वेळा एखादा शुगर डॅडी असतो. शुगर डॅडी म्हणजे प्रौढ समलिंगी पुरुष, जो लैंगिक संबंधाच्या बदल्यात त्यांच्या खाण्यापिण्याची व कपड्यालत्त्याची सोय लावताना दिसतो. ही मदत इतक्याच प्रमाणात दिली जाते की, ज्यायोगे लिंगकर्मी व्यवसाय सोडू शकत नाही. पुरुष लिंगकर्मीने कोणाशी लैंगिक व्यवहार करावा, किती पैसे घ्यावेत, ग्राहकाला किती वेळ द्यावा या गोष्टी डॅडी ठरवीत नाही. या बाबी पुरुष लिंगकर्मी स्वतःच ठरवितो.

अतिशय धक्कादायक वास्तव म्हणजे पुरुष लिंगकर्मी साधारणपणे १४ किंवा त्याहूनही कमी वयात लैंगिक व्यवसायात पडताना दिसतात आणि वयाच्या पंचविशी दरम्यान व्यवसायांतून बाहेर पडतात असे पुरुष लिंगकर्मींचे सर्वानुमते निरीक्षण आहे. काही पुरुष २६–२७ वर्षापर्यंत या व्यवसायात असतात पण पुरुष लिंगकर्मींमध्ये वयाने लहान दिसणे ही गरजेची गोष्ट आहे. पुरुष लिंगकर्मींचे प्रश्न ह्न

मादक पदार्थांचे सेवन

काही वेळा मादक पदार्थांचे सेवन, लैंगिक व्यवसायासोबत दिसून येते. इतर लोकांप्रमाणेच, अवघड परिस्थितीला तोंड देण्यासाठी किंवा मनस्थिती सुधारण्यासाठी पुरुष लिंगकर्मी मादक पदार्थांचे सेवन करत असावेत. काही पुरुष लिंगकर्मींचे म्हणणे आहे की, नशा केल्यामुळे लैंगिक व्यवसाय करणे सोपे जाते. अनेक लिंगकर्मी, नशेसाठी पैसे मिळविण्यासाठी लैंगिक व्यवसाय किंवा व्यवसाय करणे सोपे होण्यासाठी नशा करत असतील तरी लिंगकर्मी व नशा करणे यामध्ये इतर काही नाते असण्याची शक्यता आहे. उदा– काही लिंगकर्मींनी असे सांगितले की, त्यांना जबरदस्तीने मादक पदार्थ दिले जातात. बार्बीचुरेट्स या मादक पदार्थांचा उपयोग त्यांना बधिर करण्यासाठी व ॲम्फिटॅमिन्स या ड्रग्जचा उपयोग जास्त ग्राहकांना जास्त काळ सेवा देण्याची क्षमता त्यांच्यामध्ये राहावी यासाठी केला जातो.

दुहेरी कलंक

समलिंगी असणे व त्यातूनही लैंगिक व्यवसाय करणे असा दुहेरी कलंक या पुरुषांच्या माथी असतो. समलिंगी संबंधांना समाजात मान्यता नसल्यामुळे, पुरुष लिंगकर्मी, स्त्री लिंगकर्मींपेक्षा कमी प्रमाणात उघडपणे दिसून येतात. त्यामुळे त्यांच्यापर्यंत पोहोचणे अतिशय अवघड असते. पण, सर्व पुरुष लिंगकर्मी हे समलिंगी असतात असे गृहीत धरून चालणार नाही कारण समलैंगिकता ही एक जीवनशैली व स्वतःची ओळख आहे व ती फक्त लैंगिक वागणुकीवरून ठरत नाही. अनेक पुरुष लिंगकर्मी स्वतःला समलिंगी मानत नाहीत.

समलिंगी पुरुषांना डोळ्यांसमोर ठेवून तयार केलेला एच.आय.व्ही. प्रतिबंधक कार्यक्रम स्वतःला समलिंगी मानत नसलेल्या पुरुषांपर्यंत पोहोचत नाही. यासाठी 'पुरुषांबरोबर लैंगिक संबंध ठेवणारे पुरुष' अशी व्याख्या करणे उचित होईल ज्यामुळे लैंगिक वागणूक व स्वतःची ओळख यामध्ये फरक करता येईल.

समलिंगी लैंगिक वागणुकींमध्ये लैंगिक भूमिकांप्रमाणे अनेक छटा दिसतात. उदा. कोती (अंतःप्रवेशी संबंध करून घेणारी व्यक्ती), प ती (अंतःप्रवेशी संबंध करणारी व्यक्ती), डबल डेकर (दोन्ही भूमिका घेणारी व्यक्ती) इ. लैंगिक जोडीदारासोबत अशा कोणत्याही भूमिका करणाऱ्या व्यक्तींचा समावेश एच.आय.व्ही. प्रतिबंधक कार्यक्रमात करणे अगत्याचे आहे.

काही तरुण स्वतःची लैंगिक ओळख तपासण्यासाठी पुरुषांबरोबर लैंगिक व्यवहार करतात, यांच्यासाठी लैंगिक व्यवसाय हा स्वतःच्या लैंगिकतेची ओळख करून घेण्यासाठी महत्त्वाचा असतो. काहींसाठी आपल्यासारख्याच समधर्मी लैंगिक व्यक्तींच्या समूहात प्रवेश करण्याचा हा एक मार्ग असतो. काही पुरुष स्त्री ग्राहकांनासुद्धा लैंगिक सेवा देतात. हा प्रकार पर्यटक केंद्रांमध्ये दिसून येतो. पुरुष लिंगकर्मींचा दर्जा व त्यांच्यासाठी उपलब्ध असणारी सुरक्षितता व सेवा या सांस्कृतिक दृष्टिकोन आणि कायद्याची रचना यांवर अवलंबून असतात. उदा. पोलिसांचे लक्ष जिथे स्त्री लिंगकर्मींकडे जास्त असते तिथे पुरुष लिंगकर्मींना पोलिसांमधून त्रास होण्याची शक्यता कमी असते किंवा जिथे समलिंगी संबंध समाजमान्य नाहीत तिथे पुरुष लिंगकर्मींना लैंगिक व्यवसाय करणे जास्त अवघड असते.

स्थलांतर

आर्थिक संधी हे स्थलांतराचे सर्वांत मोठे कारण आहे. अनेक व्यक्ती स्वतःच्या आयुष्याचा दर्जा सुधारण्यासाठी जास्त स्थिर व किफायतशीर भागांमध्ये स्थलांतरित होतात. स्थलांतराशी संबंधीत धोक्याची तुलना ही लॉटरीच्या सोडतीशी करता येईल, यात काही जिंकतात व बाकीचे हरतात. स्थलांतरित होणाऱ्या सर्व व्यक्तींना वाईट परिस्थितीला तोंड द्यावे लागते असे नाही. पण, काहींची स्वायत्तता जाऊन गुलामगिरीत पडण्याचा धोका निर्माण होतो. काही भागांमध्ये अशा स्थलांतरित व्यक्तींनी घरी पाठविलेले पैसे हा आर्थिक उत्पन्नाचा मुख्य स्रोत असतो.

कर्ज बाजारीपणा

अनेक पुरुष लिंगकर्मींना कर्ज देऊन वेठीस धरले जाते. अनेकदा ते अशा करारात फसविले जातात, जिथे परतीची रक्कम कर्जाच्या मूळ किमतीपेक्षा अनेक पटींनी जास्त आकारली जाते, ज्यामुळे कर्ज फिटण्याची काही शक्यता नसते व कर्जामुळे वेठबिगारींची परिस्थिती निर्माण होते आणि कर्जफेडीसाठी लैंगिक व्यवसाय करणे भाग पडते व हा

व्यवसाय ते सोडूही शकत नाहीत. खरं तर आंतरराष्ट्रीय कायद्याप्रमाणे वेठबिगारी बेकायदेशीर आहे; पण तरीही काही वेळा स्थैर्य मिळवण्याच्या आशेने स्थलांतरित व्यक्ती आपण होऊन असे करार करतात. वेठबिगारी आणि गुलामगिरी याला आधुनिक काळात व्यक्तींचा बेकायदेशीर व्यापार असे म्हटले जाते.

मानसिक आरोग्याचे मुद्दे

व्यक्ती काय कृती करते व तिचे त्याबद्दलचे अनुभव काय आहेत याचा त्या व्यक्तीच्या मानसिक आरोग्यावर परिणाम होतो. भेदभाव करणे, वाळीत टाकणे व दारिद्रय हे मानसिक आरोग्यावर परिणाम करणारे महत्त्वाचे घटक आहेत. ज्यामुळे व्यक्तींना, एच.आय.व्ही.ची लागण होण्यासारखी धोक्याची परिस्थिती निर्माण होते. धोक्याचे लैंगिक संबंध ठेवणे किंवा मादक पदार्थांचे सेवन करण्याचा निर्णय हा अनेकदा जाणीवपूर्वक घेतलेला नसतो तर दुसरी कोणतीतरी गरज भागविण्यावर आधारित असतो.

लो सेल्फ एस्टीम (न्यूनगंड)

अनेक पुरुष लिंगकर्मींमध्ये न्यूनगंड आणि समलैंगिकतेचा ठपका व त्याचबरोबर लैंगिक व्यवसाय करण्यामुळे स्वत:ला दोषी मानणे, असमाधान आणि स्वत:चा अस्वीकार यामुळे, एच.आय.व्ही. लागणीची जोखीम घेण्याची प्रवृत्ती असते.

ॲन्झायटी आणि डिप्रेशन (चिंता आणि नैराश्य)

अनेक पुरुष लिंगकर्मींमध्ये चिंता आणि नैराश्यग्रस्तता असल्यामुळे त्यांच्यात लैंगिक व्यवसाय, मादक पदार्थांचा वापर तसेच अतिजोखीम असलेले जोडीदार निवडणे यासारखे वर्तन आढळते. अनेक पुरुष लैंगिक व्यवहार करताना शारीरिक आणि मानसिक लैंगिक अत्याचारांना बळी पडतात. एच.आय.व्ही. लागणीचा धोका हा त्यातील फक्त एक घटक आहे. पण, पुरुष या प्रकारच्या अत्याचारांना तोंड देण्यासाठी मादक पदार्थ सेवनाकडे वळू शकतात. त्यांना लैंगिक व्यवहारात जुळवून घेणे अवघड जाते किंवा कंडोम वापरण्यासाठी जोडीदाराचे मन वळवणे शक्य होत नाही आणि लैंगिक जोखीम पत्करण्याची शक्यता वाढतच जाते.

सेक्शुअल सेल्फ ऑबजेक्टिफिकेशन (स्वत:कडे लक्ष वेधणे)

अशा परिस्थितीत हे पुरुष कायम उत्तेजित अवस्थेत राहण्याचा प्रयत्न करतात. जेणेकरून ते स्वत:ला विकू शकतील आणि गर्दीमध्ये इतरांचे लक्ष वेधून घेऊ शकतील. त्यांच्या सर्व क्रिया व हालचाली सूप्तपणे भावना चाळवणाऱ्या असतात आणि शोधक नजरेला त्या लगेच जाणवतात.

पोस्ट ट्रॉमॅटिक स्ट्रेस डिसऑर्डर (मानसिक धक्क्यांनंतरची विमनस्कता)

अनेकदा मारहाण किंवा बलात्कारासारख्या हिंसक घटना किंवा बेघर होणे, गंभीर अपघात, मुलांचा अचानक मृत्यु यासारख्या आघातांमुळे पुरुष मानसिक संतुलन घालवून

बसतात आणि अतिजोखमीचे लैंगिक व्यवहार करतात.

लैंगिक व्यवसाय करणाऱ्या व्यक्तींच्या वरील विविध मुद्यांची माहिती ही लैंगिक व्यवसायाची सखोलता जाणविण्यासाठी महत्त्वाची ठरते. त्याशिवाय केलेले विश्लेषण उथळ व अर्थशून्य होईल.

(पुरुष स्पंदन, दिवाळी २००४)

हिंसेचे उदात्तीकरण

– राजेंद्र व्होरा

आज आपल्या सामाजिक व्यवहारावर, परस्पर संबंधांवर हिंसेची छाया पडली आहे. तसे पाहिले तर पूर्वापार चालत आलेल्या जातिसंस्थेत छुपी हिंसा असतेच. प्रसंगी ती उघड व तीव्र रूप घेत असे. कर्मसिद्धांताच्या प्रभावामुळे कनिष्ठ व दलित जाती त्या हिंसेला आपल्या कर्माचे फळ मानीत. स्त्रियाही आपण स्त्री जन्माला आलो हा नशिबाचा खेळ व गेल्या जन्मीच्या पापाचे फलित मानीत. त्यामुळे छुपी व उघड हिंसा प्रतिकाराविना हजारो वर्षे चालू राहिली. प्रस्तुत लेखात मात्र सद्यकालीन समाजात हिंसेचे उदात्तीकरण कसे केले जाते आहे, याचे विश्लेषण करायचे आहे.

आज हिंसेचे उदात्तीकरण करण्याची प्रथा पडत चालली आहे. प्रत्यक्ष हिंसा करणारे लोक थोडेच असतील पण हिंसा करण्यात काही वाईट नाही असे मानणाऱ्यांची संख्या वाढत चालली आहे. हिंसक कृती करण्यात गुंतलेल्यांची संख्या छोटी असेल पण भीती घालणारे, धाक दाखविणारे, दमदाटी करणारे, मारण्याची धमकी देणारे बरेच लोक दिसू लागले आहेत. त्यांना समाजात मान्यताच नव्हे तर प्रतिष्ठा मिळू लागली आहे. त्यांच्याकडे नेतृत्व आपोआप येऊ लागले आहे. शारीरिक इजा करू शकतील व त्याआधारे आपले काम करून देऊ शकतील अशांचा प्रभाव वाढू लागला आहे. मुख्य म्हणजे हिंसेचे समर्थन करणाऱ्यांची संख्या वाढते आहे. समोरच्याने हिंसा केली म्हणून आपणही केली पाहिजे असे मानले जाते. प्रत्यक्ष हिंसक कृती नेहमी होतेच असे नव्हे किंवा धमकीचाही वापर काही वेळा होत नसेल पण गप्पा मारताना, चर्चा करताना, दुसऱ्याचा उल्लेख करताना कळत–नकळत हिंसक भाषा वापरली जाते. हिंसेची भावना भाषेतून व्यक्त होते. हिंसा करण्याची तयारी आक्रमक व भडक शब्दांतून दिसते.

दडपशाहीची सध्या चलती आहे. दडपशाहीचा मार्ग सोपा व ताबडतोबीचा मार्ग म्हणून पुढे येऊ लागला आहे. धमकी देण्याने काम फत्ते होते असे लक्षात आल्याने धमकी देणाऱ्यांची सत्ता वाढते आहे. त्यांच्याकडे आपले काम घेऊन जाणारेही वाढत आहेत. स्वतःचा वेळ न घालवता, स्वतः त्यात न गुंतता जर परस्पर काम होत असेल तर पैसे मोजायला लोक तयार आहेत. कुमार्गाने मिळविलेला पैसा त्यांच्याकडे मुबलक आहे. कामे करून घेणाऱ्यांची संख्या वाढत असल्याने कामे करून देणाऱ्यांचीही वाढते आहे. क्रमांक दोनचा व्यवहार असेल तर त्यात हिंसक पद्धतीचा किंवा धमकीचा अवलंब होण्याची शक्यता जास्त असते. या व्यवहारात जितकी मोठी रक्कम गुंतली असेल तेवढी धमकीची शक्यता जास्त असते असे म्हणता येईल.

प्रत्यक्ष हिंसक कृती करणाऱ्यांबद्दल आपण बऱ्याच वेळा बोलत असतो. त्यांना शिक्षा होते किंवा त्यांचा कधी तरी बळी पण जातो. पण, या हिंसक व्यवहारामागे दडलेल्या शक्तींकडे आपण दुर्लक्ष करतो. अगणित संपत्ती हावरटपणे जमा केलेल्या मातब्बर मंडळींचा या व्यवहाराला आधार असतो. काळा धंदा करणाऱ्यांचा त्याला पाठिंबा असतो. गोळीबाराला बळी पडलेले, तुरुंगवासाची शिक्षा भोगणारे खरे तर टोळी प्रमुखांच्या तालावर नाचणारी प्यादी असतात. बऱ्याच वेळा ते बिचारे बळी जातात. खरे सूत्रधार सहीसलामत राहतात. स्वतःच तयार केलेल्या वर्तुळात प्रतिष्ठेने वावरतात. त्यांना कुर्निसात करणारे मरायला तयार होतात ही त्यातली विचित्र गोष्ट आहे.

पूर्वी या टोळ्यांचे राज्य मर्यादित असे. बहुत करून भूमिगत राहून त्यांचा कारभार चाले. आज परिस्थिती बदलली आहे. या टोळ्या आता उघडपणे काम करू लागल्या आहेत. पूर्वी या मंडळींच्या साहाय्याने राजकारणाचा खेळ चालत असे.

बऱ्याच वेळा राजकीय नेत्यांचा वचक या टोळ्यांवर असे. आज या टोळींचे प्रमुख डोके वर काढीत आहेत. ते स्वतःच सत्ता ताब्यात घेत आहेत. निवडणुकीत भाग घेत आहेत. आमदार, खासदार व विशेषतः नगरसेवक होत आहेत. हिंसक मार्गाने उघडपणे आपले साम्राज्य स्थापन करून राजकीय सत्ता संपादन करीत आहेत. एखाद्या बड्या नेत्याचे नेतृत्व मान्य करून स्वतःचे साम्राज्य अबाधित ठेवीत आहेत. अतोनात संपत्ती बाळगून असलेल्या टोळी प्रमुखांच्या साम्राज्यात सरकारी व पोलीस अधिकारी मंत्री व तत्सम लोक या ना त्या नात्याने विहार करीत असतात. त्यांची कामे चटकन व बिनबोभाट करून देतात. कोठे बांधकाम करून घ्यायचे आहे, कोणता भूखंड हडप करायचा आहे, कोणत्या, गिरणीची जागा विकायची आहे याची या अधिकारी वर्गास नीट माहिती असते. टोळी प्रमुखाच्या आज्ञेप्रमाणे सर्व व्यवहार सुरळीतपणे पार पाडून देतात.

राजकीय पक्ष व गुंडांची टोळी यातील सीमारेषा फिकट होत चालली आहे. भ्रष्टाचाराचे प्रमाण फार वाढले आहे व प्रशासन कुचकामी बनले आहे ते या प्रकारामुळेच!

हिंसेवर व धमकीवर आधारलेल्या या साम्राज्याच्या सीमारेषा ठरविणे फार अवघड आहे. या साम्राज्याचे लागेबांधे फार दूरवर जाऊन पोहोचलेले असतात. कारखानदार, व्यापारी कंत्राटदार आणि बडे अधिकारी यांच्यापैकी काहीजण या ना त्या प्रकारे टोळीच्या वर्तुळाशी निगडित असतात. मोठ्या शहरातील जमिनीचे व्यवहार, बांधकाम व्यवसाय, चित्रपट क्षेत्र, गर्दचा व्यापार व तत्सम धंदे या हिंसक मार्गाने वेढले जाऊ लागले आहेत. त्यांना आशीर्वाद देणारे राजकारण उभे राहते आहे. जीवघेणी स्पर्धा, संपत्तीची हाव, क्रमांक दोनच्या व्यवहाराचा वाढता जोर, झोपडपट्टीतील असंघटित उद्योग एका बाजूला तर दुसऱ्या बाजूला कमालीची गरिबी, बेकारी, असहायता, विषमता व भणंगपणा यातूना हिंसेचा वापर करण्याची तयारी वाढते आहे. भ्रष्ट भांडवलशाही हिंसेला प्रत्यक्ष व अप्रत्यक्षरीत्या आश्रय देते आहे. मालमत्ताधारक व गरीब यांच्यातील दरी इतकी वाढत चालली आहे की, माथेफिरूपणा वाढला नाही तरच नवल, श्रीमंत मंडळींनी पैसा कसा मिळविला आहे याचे जीतेजागते चित्र समोर दिसत असताना पैसा मिळविण्याचा कोणताही मार्ग त्याज्य मानला जात नाही. सुपारी देणारे व घेणारे त्यातूनही वाढले आहेत.

ही सामाजिक व आर्थिक परिस्थिती हिंसेंचे उदात्तीकरण करणाऱ्या नवफॅसिस्ट विचारास बळ देते. त्याच्या प्रसारास उपकारक पार्श्वभूमी तयार करते. तसेच अनुयायी मिळवून देते. धर्मांधता, परधर्मियांबद्दल शत्रुत्व, एकाधिकारशाही व लोकशाहीविरोध या तत्त्वावर विश्वास असणारी नवफॅसिस्ट चळवळ फोफावते व टोळ्यांच्या हिंसेला राजकीय परिमाण प्राप्त होते. हिंसेचे पद्धतशीर तत्त्वज्ञान तयार होते. या प्रकारात जसा हिंदुत्ववाद्यांचा समावेश होतो तसाच मुस्लीम मूलतत्त्ववाद्यांचाही होतो. त्यांच्यासारखे एकमेकांवर अवलंबून असलेले राजकारण दुसरे सापडणे अवघड आहे. हिंसा, तिचे उदात्तीकरण, धर्मासाठी प्रसंगी प्राणार्पण घ्यायला तयार असलेले तरुण, भावनेच्या आहारी जाऊन सामूहिक हिंसा करण्यास तयार असणारा कार्यकर्त्यांचा संच ही या संघटनांची वैशिष्ट्ये असतात.

टोळ्यांच्या हिंसेला आता नवा रंग चढतो. नवे समर्थन प्राप्त होते. जेव्हा हिंसा राजकीय संघटनेच्या दावणीला बांधली जाते तेव्हा तिचा कमी-जास्त, जरुरीप्रमाणे वेळ पाहून, सत्तेच्या गणितात किती गरज आहे हे पाहून वापर होतो. त्यासाठी आक्रमक व लढाऊ शाखा निर्माण केल्या जातात. त्यांना हिंसक कृती करण्यास प्रवृत्त केले जाते; पण सतत हिंसेचे वातावरण ठेवले जाते असे नव्हे. स्वत:चा पक्ष सत्तेवर येईपर्यंत दंगली व हिंसेचा वापर जादा होतो. सत्तेवर आल्यावर सर्वांना अभय दिल्याचे नाटक केले जाते.

सुशिक्षित मध्यमवर्गात या हिंसेच्या तत्त्वज्ञानाचा प्रसार वाढतो आहे. मूलतत्त्ववादी मुस्लीम संघटनांचा व हिंदुत्ववादाचा मध्यमवर्गीय समर्थक स्वत: हिंसक कारवायी करतील

असे नव्हे पण मध्यमवर्गाचा या तत्त्वज्ञानावरील विश्वास वाढत चालला आहे. मुंबई, अयोध्या, सुरतमधील १९९२ च्या दंगली किंवा दिल्लीतील १९८४ मधील हिंसेत जितके लोक प्रत्यक्षपणे सहभागी झाले होते त्यापेक्षा कितीतरी पटीने जास्त लोक त्यास संमती देत होते. वृत्तपत्रातील हिंसेची वर्णने आवडीने वाचत होते. संपादकही त्यांच्या वाचकांना आवडेल अशी भडक वर्णने करीत होते. भावनेचा उद्रेक होऊन एखादा अर्धशिक्षित बेकार विषारी प्रचाराला बळी पडून हिंसा करेलही. पण स्वतःच्या घरात वृत्तपत्र वाचणारा सुशिक्षित मध्यमवर्गीय जेव्हा हिंसेचं समर्थन करतो तेव्हा या हिंसेच्या तत्त्वज्ञानाने आपल्याला कसे घेरून टाकले आहे ह्न आकर्षित करून घेतले आहे हे कळते.

धर्मांधता, मूलतत्त्ववाद, हिंदुत्व, शीख धर्माभिमान या विचाराचा जेव्हा हिंसेला आधार मिळतो तेव्हा ती हिंसा सामूहिक बनते, टोळीच्या वर्तुळाबाहेर जाते व सर्व समाजाला ग्रासून टाकते. म्हणूनच ती जास्त भयावह व त्याज्य असते. फुटकळ, व्यक्तिगत पातळीवरील, सुपारी घेऊन केली जाणारी आर्थिक फायद्यापोटी केली जाणारी हिंसा, गोळीबार, मारामारी, धाक–धमकीचा मार्ग यांची प्रत नवफॅसिस्ट तत्त्वज्ञानातील अंगभूत हिंसेपेक्षा वेगळी असते. सामूहिक, एखाद्या विशिष्ट समाजघटकांविरुद्ध वापरली जाणारी राजकीय व सामाजिक हिंसा समाजाचा पाया अस्थिर करते, समाजात दुही माजवते, अविश्वासाचे वातावरण तयार करते, असुरक्षितता वाढविते, सर्व समाजातील माणुसकी नष्ट करते आणि काही नेत्यांच्या वलयांकित नेतृत्वाला कलंकित पाठिंबा मिळवून देते. या हिंसेचे तत्त्वज्ञान सर्वत्र झिरपते व समाजाला स्वतःच इतिहास, संस्कृती व धर्म विसरायला लावते. हिंसेचे समर्थन धर्माच्या नावाने केले जाते त्यामुळे या हिंसेत धर्माचा बळी दिला जातो. हिंसेला पवित्र मानले जाते. लोकांच्या धर्मश्रद्धेचा दुरुपयोग करून घेतला जातो. त्यांना त्यांच्या परंपरा विसरायला लावले जाते. हळूहळू त्यांची विवेकबुद्धी बोथट होते व ते अमानुष बनत जातात.

हिंसेचे हे तत्त्वज्ञान स्त्रियांच्या अस्तित्वाला आव्हान देते. पौरुषाचे गौरवीकरण केले जाते. स्त्री-पुरुष विषमतेवर हे तत्त्वज्ञान आधारलेले असते. पुरुषाने 'हिंसक' व 'आक्रमक' असले पाहिजे व स्त्रियांनीही शक्यतो पुरुषी बनावे असा आग्रह त्यात असतो. आपल्या स्त्रीत्वाची लाज वाटावी असे वातावरण निर्माण केले जाते. असामान्य शौर्य गाजविणाऱ्या स्त्रियांचे दैवतीकरण केले जाते. त्यांच्या नावाने स्त्रियांच्या 'स्वयंसेवी संघटना' काढल्या जातात. जे पुरुष हिंसेला नकार देतील त्यांनी बांगड्या भरल्या आहेत असे म्हणून हिणवले जाते. त्यांना हिंसा करण्यास प्रवृत्त केले जाते. अयोध्येच्या हिंसक कारवाईत स्त्री नेत्या हिंसेला प्रोत्साहन देत होत्या ते याच तत्त्वज्ञानापोटी! हिंसेचे उदात्तीकरण करणाऱ्या संघटनांच्या स्त्री आघाड्या जोरात चाललेल्या असतात. सरंजामशाही मूल्यव्यवस्थेचा वरचष्मा या आघाड्यात असतो. 'सती प्रथे'चे समर्थन

त्या करतात. सभासद स्त्रियांना निमलष्करी पद्धतीचे प्रशिक्षण देतात. स्वसंरक्षण करण्याचे धडे देतात. प्रतिस्पर्धी संघटनामधील स्त्री-पुरुष कार्यकर्त्यांना घेराव घालून जेरीस आणतात. विरोधकांचा आवाज बंद करण्याचे सर्व मार्ग त्या अवलंबतात. हिंसेत नेहमी पहिला बळी स्त्रीचा पडतो. परधर्माची स्त्री आपल्या सारखीच स्त्री आहे याचा त्यांना विसर पडतो. पुरुष कार्यकर्त्यांनी दंगलीत पुढे राहावे, मागे पाहू नये असे आवाहन या स्त्रियांच्या नेत्या करतात. दंगलीचा जोर ओसरल्यावर, राजकीय व सामूहिक हिंसक कृती झाल्यानंतरच्या शांततेच्या काळात या स्त्री आघाड्या स्त्रीच्या समस्यांची चर्चा करतात. प्राचीन भारतात स्त्रीला कसे उच्चस्थान होते व हिंदु संस्कृती स्त्रीला देवी/ माता मानते या मुद्यांना धरून लेखन करतात. फक्त पुरुषांसाठी असलेल्या स्वयंसेवक संघटनेकडून आदेश घेऊन समाजात हिंदुत्ववादी दृष्टीकोनास अधिमान्यता मिळवून देतात. संसदेत स्थान मिळविण्यासाठी प्रयत्न करतात; पण स्वयंसेवी संघटनेत स्थान मिळावे याबाबत अक्षरही काढत नाहीत. या संघटनेच्या हिंसावादी व स्त्री-पुरुष विषमतावादी विचाराला त्या शरण जातात.

एकूणच तरुण वर्गात हिंसेच्या तत्त्वज्ञानाचे आकर्षण वाढत आहे. थोडेबहुत शिकलेल्या, थोडे बहुत कामधंदा असलेल्या किंवा बेकार असणाऱ्यांमध्ये, तसेच शिकल्या-सवरलेल्या निरनिराळ्या जातींतून व जमातींतून आलेल्या तरुणांना हे तत्त्वज्ञान आकर्षक वाटू लागले आहे. हिंसक, आक्रमक, पाचट विनोद करणाऱ्या नेत्यांची भाषणे आणि त्यांनी चालवलेली भडक वृत्तपत्रे त्याला भावतात. नेत्याच्या भाषणात, मुलाखतीत व बातम्यातून प्रसारित केले जाणारे हिंसेचे विचार त्याला आपलेच वाटायला लागतात. तो सारासार विचार करेनासा होतो. वाहवत जातो. स्वतःचे अपयश, बेकारी, अपमान व रिकामेपण याचे खापर तो एखाद्या जाती-धर्मावर फोडतो व धर्मांध किंवा जातीय संघटनेच्या कच्छपी लागतो. स्वयंसेवकांना हिंसेचे उदात्तीकरण लहानपणापासूनच करायला शिकविले जाते. त्यांना आपला इतिहास रक्तरंजित करून सांगितला जातो. गांधींचा मार्ग 'सुताने स्वर्ग' गाठण्याचा म्हणून वेडेपणाचा होता असे त्याच्या मनावर ठसविले जाते. 'रणाविण स्वातंत्र्य कोणा मिळाले' असा सवाल विचारला जातो. गांधींच्या मागे लाखो लोक होते म्हणून बोटे मोडायला शिकवले जाते. 'त्यांच्यामुळेच देशाचे तुकडे झाले' असे सांगितले जाते. आपण अहिंसेचा मार्ग अनुसरला म्हणून दुबळे राहिलो. मुस्लीम कसे संघटित, एकचालकानुवर्ती आहेत त्यांच्याकडे धर्माज्ञा कशी मानतात याबद्दल मनात न्यूनगंड निर्माण केला जातो. मुस्लिमांसारखे बनायला सांगितले जाते. धर्मभोळेपणा व संतांचे तत्त्वज्ञान याचा त्याग करून 'हिंदुत्व' या राजकीय विचारप्रणालीला वाहून घेण्याचे आवाहन केले जाते. त्यातूनच हिंसेचे उदात्तीकरण होते. त्याचे तत्त्वज्ञान होते. युद्धखोरीचे धोरण मान्यता पावते. अणुबॉम्बच्या स्फोटानंतर आनंदाच्या उकळ्या फुटतात.

मुस्लिमांमधील धर्मवेड कसे वाढेल, त्यांच्यात हिंदुंबद्दल शत्रुत्वाची भावना कशी तयार होईल? यासाठी मूलतत्त्ववादी प्रयत्न करतात. या देशावर आपले राज्य होते असे सांगून त्यांना भडकवले होते. त्यांच्या सामाजिक व आर्थिक विचित्र परिस्थितीचा परिणाम म्हणून ते अशा आवाहनांना बळी पडतात व हिंसक कृत्यात सहभागी होण्यास तयार होतात किंवा त्या कृत्याचे समर्थन करतात.

असाच काहीसा प्रकार पंजाब, काश्मीर किंवा उत्तरपूर्व राज्यातील अतिरेक्यांच्या चळवळीत होताना दिसतो. परंतु, त्यांच्या चळवळीत व हिंदुत्ववादी किंवा मुस्लीम मूलतत्त्ववाद्यांच्या चळवळीत एक महत्त्वाचा फरक केला पाहिजे. अतिरेक्यांच्या चळवळी सतत व सर्वत्र दहशतीच्या व हिंसेच्या रस्त्यानेच जाताना दिसतात. सशस्त्र कारवाया करण्यावर त्यांचा जोर असतो. राजकीय सत्ता प्रत्यक्ष ताब्यात घेण्यापेक्षा त्या सत्तेवर वचक ठेवण्यात त्यांना स्वारस्य असते. परदेशातील शक्ती किंवा स्वधर्मीय श्रीमंतांच्या मार्फत या अतिरेकी कार्याला पैसा व शस्त्रांचा पुरवठा होतो. पंजाब व मुख्यत्वे करून काश्मीरमधील अतिरेक्यांना पाकिस्तानकडून फूस व प्रशिक्षण मिळते हे सर्वजण जाणतात. गर्दचा व्यापार हेही एक अतिरेक्यांच्या चळवळीचे अंग आहे. पंजाबमध्ये १९८० च्या आसपास सुरू झालेली खलिस्तानवादी हिंसक चळवळ यशस्वी झाली नाही. इतक्या वर्षांनंतरही त्यांना वाटला तितका पाठिंबा मिळाला नाही. खरे तर हे सर्वच दहशतवादी राजकारणाला व अतिरेकी हिंसक चळवळीला लागू पडणारे आहे. जर तुमच्या चळवळीला बहुसंख्य जनतेचा खंबीर पाठिंबा असेल तर तुम्हाला जमिनीखाली राहावे लागत नाही किंवा शस्त्रांचा वापरही करावा लागत नाही. उत्तरपूर्व राज्यात किंवा पंजाबात जर दहशतवाद व हिंसा चालू असेल तर त्याचा अर्थ जनसामान्यांचा त्यांच्या चळवळीला म्हणावा तसा पाठिंबा नाही. आसाममधील विद्यार्थ्यांच्या चळवळीला जनतेचा इतका प्रचंड पाठिंबा होता की, सर्व आसामचा कारभार ठप्प पडला होता. त्यामुळे त्यांच्या चळवळीला यश मिळाले. अहिंसक सत्याग्रही मार्गाने त्यांची चळवळ गेली म्हणून त्यांच्या मागण्यांना नैतिक बळ आले, जनसामान्यांचा समर्थ पाठिंबा मिळाला व केंद्रसरकारला नमते घ्यावे लागते. याउलट परिस्थिती पंजाब, काश्मीर किंवा उत्तरपूर्वेतील राज्यातील अतिरेकी चळवळीची आहे.

नवफॅसिस्टांचे धर्मांधतेवर आधारलेले जे हिंसेचे तत्त्वज्ञान आहे त्याचा प्रभाव असंख्य लोकांवर पडला होता आणि हेच त्यांच्या चळवळीतील हिंसेचे तत्त्व व अतिरेक्यांच्या चळवळीतील हिंसेचे तत्त्व यात फरक होण्याचे महत्त्वाचे कारण आहे. अतिरेक्यांच्या कारवाया वर नोंद केल्याप्रमाणे सतत हिंसेवरच आधारलेल्या असतात, त्यामुळे त्याच्यात सहभाग घेणाऱ्यांची संख्या मर्यादित असते, याउलट नवफॅसिस्ट हिंदुत्ववादी व मुस्लीम मूलतत्त्ववाद्यांच्या चळवळीत हिंसा फक्त काही वेळीच व काही प्रसंगीच, परंतु मोठ्या प्रमाणांवर वापरली जाते. त्यांच्या चळवळी या राजकीय पक्ष व

संघटना यांच्यामार्फत उघडपणे चालविल्या जातात. त्यांच्यावर कधीतरीच बंदी घातली जाते. अन्यथा इतर पक्षांप्रमाणे त्यांचे कार्य चालू असते. सत्ता काबीज करणे हे त्यांचे प्रमुख उद्दिष्ट असते. अतिरेक्यांच्या चळवळीत प्रचार केला जातो. लोकांना भडकविले जाते पण संघटना सशस्त्र कृती करणाऱ्या काही मंडळींनाच महत्त्व देते. अर्थात् त्यांच्या अतिरेकी भूमिकेस मूक पाठिंबा देऊन किंवा त्यांचा बागूलबुवा करून स्वत: राजकीय सत्ता घेऊ पाहणारे पक्ष वाढू शकतात. जसा अकालीदल वाढला आहे.

पण नाही म्हटले तरी शीख, काश्मिरी किंवा उत्तर पूर्वेतील अतिरेकी चळवळ व हिंदुत्व व मुस्लीम मूलतत्त्ववादी चळवळ यांच्या हिंसेच्या तत्त्वज्ञानात साम्य असू शकते. हिंसेला पवित्र मानणे हे तर फार महत्त्वाचे साम्य त्यांच्यात आढळते. हिंसेच्या वापरापेक्षा धमकीचा वापर करून आपला प्रभाव वाढविण्याकडे नवफॅसिस्टांचा कल असतो तर अतिरेक्यांना सतत हिंसेचा अवलंब करण्यावर विश्वास असतो. शस्त्र घेऊनच वावरणारी मंडळी हिंसा सोडून दुसरे काही फारसे करू शकत नाहीत. परंतु त्याचबरोबर हेही खरे की, या अतिरेक्यांचा राज्यसंस्था, लष्कर व पोलिसांमार्फत ठरविले तर बंदोबस्त करू शकते किंवा मर्यादा घालू शकते. पण, समाजाच्या वेगवेगळ्या स्तरात झिरपलेल्या, मध्यमवर्गाने प्रतिष्ठा मिळवून दिलेल्या, नवफॅसिस्ट स्वरूपाच्या हिंसेच्या तत्त्वज्ञानाला आळा घालणे, राज्यसंस्थेला बऱ्याच वेळा, जवळ जवळ अशक्यप्राय होऊन बसते. म्हणून हे तत्त्वज्ञान जास्त भयानक बनते.

नक्षलवादी : हिंसेचे तत्त्वज्ञान मानणारे नक्षलवादी हे गेली २५–३० वर्षे देशाच्या काही राज्यात कार्यरत आहेत. हिंदुत्ववाद्यांच्या किंवा मुस्लीम मूलतत्त्ववाद्यांच्या हिंसक तत्त्वज्ञानात जसा पहिला बळी धर्माचा पडतो तसा नक्षलवाद्यांच्या चळवळीत क्रांतीचा पडतो, हे लक्षात घेतले पाहिजे. डावपेच व व्यूहरचना या दोन्ही दृष्टीने चुकीचा मार्ग म्हणजे नक्षलवाद्यांची 'हिंसा' व 'दहशतवाद'. स्थानिक पातळीवर हिंसेचा मुक्त वापर करून तेथील प्रशासनास वा सत्तेस तसेच श्रीमंत वर्गाला नमविणे शक्य होते व काही मागण्या मान्य करायला लावले जाते. त्यामुळे बऱ्याच जणांचा अशा मार्गावर सुरुवातीस विश्वास बसतो. पण, दूरगामी क्रांतिकारक चळवळ चालविणे या नक्षलवादी गटांना अशक्य होते. त्यांना मूळ हेतूचा व उद्दिष्टांचा विसरही पडतो व आहे ती चळवळ चालू ठेवण्यातच नेत्यांना स्वारस्य निर्माण होते. नक्षलवाद्यांचे बरेच गट मुख्य समाजापासून दूर जाऊन तेथील अंतर्विरोधांचा विचार करण्याचे सोडून देऊन, जंगलात किंवा आदिवासी भागात लपून राहून आपले साम्राज्य निर्माण करतात व मग हे साम्राज्य चालू ठेवणे एवढेच 'क्रांतिकारक' कार्य शिल्लक राहते. हिंसक कारवाया व दहशतवादी मार्गांचा वापर करणाऱ्या, या स्वत:ला क्रांतिकारक म्हणवून घेणाऱ्यांचा, बंदोबस्त करणाऱ्या राज्यसंस्थेने जर अधिकाराचा कमी–जास्त वापर केला तर नक्षलवाद्यांच्या मानवी हक्कांवर आक्रमण झाले असे म्हणणारे महाभाग बरेच आढळतात. पंजाब व काश्मीर

मधील पोलीस लष्कराच्या कारवायीबद्दलही अशीच टीका होत असते. खरे तर अतिरेक्यांना काय व नक्षलवादी अतिरेक्यांना काय राज्यसंस्थेच्या ताकदीची कल्पना कितपत असते याचीच शंका अलीकडे येऊ लागली आहे. हिंसेचे अधिकृत व अधिमान्य केंद्र म्हणजे राज्यसंस्था अशी व्याख्या केली तर फारशी चुकीची होणार नाही असे असतानाही स्वत:बद्दल, स्वत:च्या शक्तीबद्दल खोट्या कल्पनेपोटी अतिरेकी व नक्षलवादी स्वत: तर हिंसा करीत राहतातच पण गरीब, बेकार, सामान्य, अर्धशिक्षित लोकांनाही आपल्या चळवळीत, त्यांच्या खाण्या-पिण्याची सोय करून, त्याला खोटी प्रतिष्ठा मिळवून देऊन आकर्षित करतात. या अनुयायांची पोलीस गोळीबारात जेव्हा हत्या होते तेव्हा त्यांनी महान ध्येयासाठी प्राण दिला, असा गौरव केला जातो.

अशाप्रकारे महानगरातील व शहरातील गुन्हेगाऱ्यांच्या टोळ्यांकडून होणारी हिंसा, आर्थिक उलाढालीत व क्रमांक दोनच्या व्यवहारामुळे होणारी हिंसा, धर्मांध शक्तींकडून तयार केले जाणारे हिंसेचे तत्त्वज्ञान व समर्थन, अतिरेक्यांकडून तसेच नक्षलवाद्यांकडून केला जाणारा हिंसाचार यांचा विचार केल्यानंतर या लेखाच्या शेवटी दमणयंत्रणेच्या खासगीकरणाबाबतच्या मुद्यांची चर्चा करणे क्रमप्राप्त आहे.

दमणयंत्रणेचे खासगीकरण : सध्याचे दिवस खासगीकरणाचा गौरव करण्याचे आहेत. राज्यसंस्थेकडून कमीत कमी हस्तक्षेप व्हावा, राज्यसंस्थेने पुढाकार घेऊ नये, बाजारपेठेच्या न्यायाने सर्व काही सुरळीत होईल अशी खात्री दिली जाते. म्हणून पूर्वी जी कामे राज्यसंस्थेची म्हणून ओळखली जात ती आता खासगीक्षेत्राकडे जाऊ लागली आहेत. पण, हे सर्व होत असताना सर्वांना दमणयंत्रणा म्हणून 'राज्यसंस्था' हवी आहे. खासगीकरणाचा आग्रह धरणारे लोक राज्यसंस्थेने कायदा व सुव्यवस्था राखण्याचे काम चोख बजावावे असे म्हणत असतात. बाजारपेठेचा न्याय असा असतो की, त्यायोगे गरीबांना, दलितांना, आदिवासींना, असंघटितांना बाजारपेठेबाहेर फेकले जाते. त्यांच्या पारंपरिक व्यवसायावर जागतिकीकरणामुळे आक्रमण होते. यातूनच 'लोक-चळवळीं'चा उगम होतो. आज आपण पाहतो की, देशाच्या विविध भागात वेगवेगळे वंचित गट-समूह-लोक, व्यवस्थेविरुद्ध चळवळीत उतरण्यास सिद्ध होत आहेत. एन्रॉन विरुद्ध किंवा नर्मदा प्रकल्पाविरुद्ध असे आंदोलन उभे राहते आहे. लोकांच्या या स्थानिक वा काही प्रमाणात व्यापक चळवळी दडपण्यासाठी राज्यसंस्था खासगीकरणाच्या समर्थकांना हवी असते. भारतीय राष्ट्राच्या सार्वभौमत्वाला धोका पोहोचविणाऱ्या बहुराष्ट्रीय कंपन्यांना भारतीय राज्यसंस्था स्वत:चे संरक्षण करण्यासाठी पाहिजे असते. त्यामुळे दमणयंत्रणा आणि अधिमान्य व अधिकृत हिंसेचे केंद्र म्हणून राज्यसंस्था जास्त कृतीशील बनते आहे.

पण त्याचबरोबर या दमणयंत्रणेचेही खासगीकरण चालू झाले आहे. निदान तशी चिन्हे दिसत आहेत. उच्चवर्गाला, अतिश्रीमंत गटाला स्वत:च्या जीवाची व मालमत्तेची

खात्री वाटेनाशी झाली आहे; ज्या प्रकारची बेबंद भांडवलशाही या वर्गाने येथे निर्माण केली आहे त्यामुळे आर्थिक व्यवहारात हिंसेचा मुक्त संचार होताना दिसतो आहे; पण ही पद्धत हाताबाहेरही जाते व उलटतेही. त्यामुळे बऱ्याच अतिश्रीमंतांना खासगी सुरक्षा व्यवस्थेची गरज वाटू लागली आहे. प्रतिस्पर्ध्याला या जगातून नाहीसे करणे हेच व्यवसायाच्या यशाचे गमक बनले तेव्हा या आर्थिक व्यवहारात भाडोत्री मारकांचा वापर वाढला. तसेच गुन्हेगारी जगताशी छुपा किंवा उघड संबंध येऊ लागला आणि त्यामुळे हे क्षेत्र असुरक्षित बनले. अशा परिस्थितीत अधिकृत दमणयंत्रणेवर म्हणजेच पोलिसांवर अवलंबून राहणे पुरे पडेनासे झाले. तेव्हा राज्यसंस्थेच्या दमणयंत्रणा या अंगाचेही खासगीकरण सुरू झाले असे म्हणता येईल. सरंजामशाही भागात जामीनदार व राजकीय नेते स्वतःच्या सेना बऱ्याच वर्षांपासून बाळगून आहेत. त्याची लागण आता जास्त सफाईदार पद्धतीने शहरी भागातील उद्योगपतींमध्ये झाली आहे. परंतु, या प्रक्रियेत राज्यसंस्थेचे दमणयंत्रणा म्हणून असलेले महत्त्व कमी होत असले तरी दमण मात्र कमी होत नाही हे लक्षात ठेवले पाहिजे. लोकांच्या चळवळी, दडपशाही करून ठेवून काढण्यासाठी, आवश्यक ते दमन राज्यसंस्था करीत राहणारच. त्यांच्या जोडीला या खासगी क्षेत्रातील सुरक्षा व्यवस्था किंवा सेना असणार आहेत. ज्याप्रमाणे खासगीकरणावर आधारलेली अर्थव्यवस्था श्रीमंतांना धार्जिणी असते, तशीच खासगी सुरक्षा व्यवस्थाही त्यांनाच उपलब्ध होऊ शकते.

अशा प्रकारे हिंसावादाचे प्राबल्य सर्वत्र वाढते आहे; पण याचा अर्थ आपले सामाजिक व्यवहार हिंसेवरच आधारलेले आहेत असे नव्हे! पण आपली संस्कृती, आपला विचार, आपली मनोवृत्ती, आपला दृष्टीकोन हे सर्व हिंसेच्या तत्त्वाने प्रभावित झाले आहे. हिंसेवर आपला विश्वास बसू लागला आहे. हिंसेचे समर्थन आपण करू लागलो आहोत. संस्कृतीचा ठेका ज्या मध्यमवर्गाकडे असतो तो वर्ग विशेषतः हिंसावादाच्या प्रभावाखाली गेला आहे व त्याच्या जीवनपद्धतीचा परिणाम सर्व समाजावर होतो आहे, हे लक्षात घेतले पाहिजे. हिंसेचे उदात्तीकरण करण्यास सर्वच पुढे सरसावताना दिसत आहेत, ही काही चांगली चिन्हे नव्हेत. ही हिंसक संस्कृती आपल्या समाजाच्या मूळावर उठली आहे. म्हणून चिंता करण्यासारखी स्थिती निर्माण झाली आहे.

(युवाभारतीमध्ये पूर्वी प्रसिद्ध झालेल्या लेखाची ही सुधारित आवृत्ती.)

■

(पुरुष स्पंदन, दिवाळी २०००)

पितृकारिता आणि पुत्रकारिता

– जयदेव डोळे

"कुठं? एम्.जी.एम्.मध्ये? किती जणी, दोघी आहेत का? बरंय. मी जातो मग तिकडं."

महापौरबाईंच्या 'बाईट'ला तासभर वेळ होता म्हणून माझ्या खोलीत येऊन बसलेला वार्तावाहिनीचा वार्ताहर असं बोलताच उठला. मी विचारलं, "काय झालं रे?"

"त्या काठोड्याच्या दरोड्यात बलात्कार झालेल्या दोन बायांना एम्.जी.एम्.मध्ये आणलंय म्हणे. जातो तिकडंच."

मला चुकचुकायला झालं. मनात म्हटलं, घ्या, बघा, त्या बायांच्या इज्जतीचे धिंडवडे आता. त्यांना हे बातम्यांचे दरोडेखोर त्रास देणार. त्यांना वेडेवाकडे प्रश्न विचारणार. त्यांच्या नातलगांना प्रश्न करून करून भंडावून सोडणार. लाँग शॉट, मिडशॉट, क्लोज अप, झूम इन, झूम आऊट, पीस टू कॅमेरा अशा साऱ्या सजावटीत एका बलात्काराची बातमी सांगितली जाणार! विद्यापीठातून घरी आल्यावर बातम्या लावल्या. काठोडा इथं नुसता दरवडा नव्हे, तर स्त्रियांवर अत्याचार देखील झाला अन् ती बातमी झी २४ तासानं सर्वांआधी दिली याचं प्रदीप भिडेकडून वार्तादान सुरू झालं. थोड्याच सेकंदांत त्या गरीब घरच्या अल्पवयीन मुलींवर कॅमेरा रोखला गेला. एकीला कॅमेरापुढं बोलतं केलेलं. चेहरा अर्धवट 'ब्लर्र' केलेला. अँगल असा घेतलेला की पलीकडे तिची अल्पवयीन अत्याचारित बहीण ओढणीनं चेहरा झाकून बसलेली दिसतेय.

"हा, काय काय झालं?" असा काहीसा प्रश्न त्या मुलीला उद्देशून. नंतर त्या मुलीच्या वडिलांचा क्लोजअप, ते काही तरी सांगत आहेत. थोड्या वेळानं रडतात.

प्रदीप भिडेचा आवाज सुरू. वार्ताहर दिलीप वाघमारे अर्ध्या भागात उभे राहून अधिक माहिती देत असून, उरलेल्या अर्ध्या भागात परत परत तेच. एका गावकऱ्याकडून त्या मुली कोणत्या अवस्थेत पडलेल्या दिसल्या त्याचं वर्णन ऐकवलं जातं. 'पोरींची अब्रू झाकायला आमी आमचे कपडे टाकले तेंच्या आंगावर' असं त्या निनावी गावकऱ्यांचं आणखी निवेदन. कट टू नीलम गोऱ्हे त्या काही तरी बोलत आहेत. कट टू हॉस्पिटल. मंत्रीणबाई मुंदडा बायांच्या शेजारी उभ्या राहून बोलतानाचा लाँग शॉट. मुंदडाबाईंनी मदतीची घोषणा केलीय.

वार्ताहर वाघमारेंचा सात्त्विक संताप उफाळून आलाय. बलात्काराची घटना घडूनही महिला पोलिसांकडून त्या महिलांचा जबाब घेतला गेलेला नाही असं सांगून ते म्हणतात की प्रसिद्धी माध्यमांनी हे प्रकरण लावून धरल्यानं ३७६वं कलम लावण्यात आलं आहे. प्रदीप भिडे बातमीचा समारोप आर. आर. पाटील यांच्या डोक्यावर खापर फोडून करतात.

बलात्कारित स्त्रीची प्रतिमा छापायची नाही की, दाखवायची नाही असा संकेत असूनही तो पाळला न पाळल्यासारखं करण्याचा प्रघात गेल्या काही वर्षांत पत्रकारितेत पडलाय. नावसुद्धा छापायचं नाही आणि बलात्कारित अल्पवयीन असेल तर मुळीच नाही असंही कायद्यानं सांगितलेलं असताना आता त्याकडेही लक्ष न देण्याचं प्रमाण वाढल्याचं वरती आपण बघितलंच. २६ ऑगस्टचं हे वर्णन. सगळ्यांना सगळे संकेत, बंधनं माहीत असूनही हे का घडतं? 'त्यांनी दाखवलं, मग आम्ही का नाही?' असा एक समन्यायाचा युक्तिवाद तोंडावर फेकून आपला अपराध ऐकवायचा प्रयत्न मात्र सगळेच करतात. गरीब, अशिक्षित, ग्रामीण, छोट्या जातीतल्या स्त्रियांना आणि त्यांच्या कुटुंबातल्या पुरुषांना हे संकेत अन् कायदे माहीतच नसतात. त्यामुळं पत्रकारांचं फावतं. वर्तमानपत्रे असे संकेत पाळत असत. तीही आता स्पर्धेच्या जोरजबरदस्तीत सापडल्यानं बेदरकार झाली आहेत. ३१ डिसेंबर २००७ ला आमच्या उदगीरजवळच्या दावण गावी एक बलात्कार झाला. त्या मुलीला मारूनही टाकण्यात आलं. माझी पुण्याची विद्यार्थिनी स्वाती खरे 'इंडियन एक्सप्रेस'साठी वार्तांकन करायला मुंबईहून तेवढ्या लांब गेली. (जवळपास ५०० कि.मी.) चांगली बातमी लिहिली. पण त्या मुलीच्या फोटोसह. मेलीच आहे तर आता कोणाची हरकत, असा विचार करून बहुधा.

स्त्रियांच्या बातम्यांच्या बाबतीत पूर्वीची संवेदना, हळवेपणा, काळजी सध्या नष्ट झालेली दिसून येतीय. एक तर स्त्रियांवरचे जुलूम व गुन्हे खूप वाढल्यानं त्यातली भावना आटून गेलेली. शिवाय सगळेच छापतायत ना, दाखवतायत ना, मग आपण का मागं रहा, असा मालकांचा दावा याला कारणीभूत ठरतोय. धंद्याच्या अशा दाव्याविरुद्ध नोकरदार, पत्रकार ना वाद घालू शकतो, ना बातमी थांबवू शकतो. उलट स्त्रियांवरचे

कोणतेही गुन्हे पहिल्या पानापासून झळकवायला सुरू करा, असा आदेश प्रत्येक 'न्यूजरूम'ला मिळत असतो. एकदा का जे खपतंय ते दाखवत चला, असा हुकूम सुटला की, नोकरी टिकवणारे पत्रकार दुसरं काय करणार ?

बऱ्याच पुरुष पत्रकारांना पत्रकारिता हा बायांचा व्यवसाय नाही असं मनापासून वाटतं. मालक सारे पुरुषच असतात अन् तेही त्या मताचे असतात. त्यामुळं मुंबई-पुणं वगळता उर्वरित महाराष्ट्रात मिळून वीस महिलादेखील मराठी वृत्तपत्रांत नसतील. आठ कोटींच्या महाराष्ट्रात इंग्रजी, हिंदी, मराठी वृत्तपत्रांत काम करणाऱ्या महिलांचा आकडा पुरता शंभरदेखील नाही. जिल्हा, तालुका येथील तर गोष्टच काढू नका. मराठी पत्रकारितेतले पुरुष स्त्रियांचे कैवारी, स्त्री मुक्तीचे पुरस्कर्ते, समानसंधीचे पाठीराखे नाहीत. ते पाठिंब्याचे अग्रलेख लिहितील, बायकांकडून लिहवून घेतील मात्र बरोबरीचं स्थान देतील असं मुळीच नाही. वाचायला जे जे चांगलं वाटेल ते ते लिहितील. आचरणात आणि स्वत:च्या व्यवसायात त्याची अंमलबजावणी अजिबात करणार नाहीत. महिलांच्या बाबतीतलं पत्रकारांचं वर्तन भारताच्या पुरुष राज्यकर्त्यांसारखं. बोलतील खूप, करतील थोडंच किंवा करणारच नाहीत.

ज्यांनी ३३ टक्के आरक्षणाची बाजू घेतली अशा किती वृत्तपत्रांच्या पत्रकारांमध्ये महिलांची संख्या ३३ टक्के आहे? ज्यांच्या पत्रकारांच्या संख्येत महिलांची संख्या ३३ टक्के आहे अशा किती वृत्तवाहिन्यांनी आरक्षणाला पाठिंबा दिला आहे? एकही नाही. पहिल्या ठिकाणी 'ढोंग' आहे दुसऱ्या ठिकाणी 'सोंग' आहे. मुलींना पत्रकारितेत प्राधान्य दिलं जातं कारण त्या मेहनती, समाधानी, संघटना न बांधणाऱ्या, प्रामाणिक, नियमित आणि विश्वासपात्र असतात म्हणून. महत्त्वाकांक्षा, डावपेच, गटबाजी आणि कारस्थानं यापासून त्या दूर असतात म्हणून. त्या उत्कृष्ट वार्ताहर असतात, त्यांचं संपादन छान असतं आणि त्यांचं वृत्तनिवेदन दमदार असतं यासाठी त्यांना कामावर कमी घेतलं जातं. पुरुषांना आपल्यापेक्षा चांगलं कोणी कामाचं आहे असं वाटतच नाही मुळी. त्यांची स्पर्धा चालली असते ती पुरुष पत्रकारांशी, स्त्री पत्रकार त्यांच्या खिजगणतीतही नसतात. कारण त्या कुठं स्पर्धक असतात? स्पर्धा करण्यासाठी अनुभव, परंपरा, इतिहास, ज्ञान, स्वातंत्र्य अशा खूप गोष्टी व्यक्तीसाठी हव्या असतात त्या मुलींना कमीच असणार.

सकाळ, लोकमत, सामना, गावकरी, पुण्यनगरी, देशोन्नती, पुढारी ही वृत्तपत्रं जाणीवपूर्वक आपला तोंडवळा व अंतरंग ब्राह्मणेतर करण्याच्या प्रयत्नात आहेत. त्यात त्यांना यश आलं असून, ही बाब स्वागत करण्यायोग्यच आहे. पत्रकारितेवरची ब्राह्मण जातींची मिरास त्यांनी मोडून काढली. बहुजनीकरणाच्या या त्यांच्या प्रयत्नांना स्त्री-पुरुष समतेची जोड मिळाली असती तर फुले-शाहू-आंबेडकर यांच्या कार्याचा खरा गौरव झाला असता. कारण या थोरांनी जातीला जात असं परिवर्तन मागितलं नव्हतं.

स्त्रियांच्या स्थानाचंही त्यांना भान होतं. लिंगसमाधान हा त्यांच्या क्रांतीचा एक पैलू आहेच. त्यामुळं होतं असं की, पत्रकारितेमध्ये शहरी भागात ज्या मुली असतात त्या बहुतकरून ब्राह्मण वा अन्य सवर्ण जातींमधल्या असतात. वर्णनं मध्यम असतात. त्यांच्या विरोधात बहुजन पुरुष पत्रकारांची सुप्त लढाई सुरू होते. जी मराठी वृत्तपत्रं मराठी जातीच्या वर्चस्वाखालची आहेत (म्हणजे मालक मराठा, वाचक मराठा, पत्रकार मराठा व तत्सम) ती मुलींना नोकरीवर घेतच नाहीत. जाहिरात दिली की ब्राह्मण मुलींचेच अर्ज येतील या खात्रीनं. आता दलित जातींमधल्या तरुणीही मोठ्या संख्येनं पत्रकारितेच्या अभ्यासक्रमाला येऊ लागल्यानं 'मुली नकोतच' ही घोषणा आणखी जोरदार होऊन जाते. वृत्तवाहिन्यांमध्ये असं कडेकोट तपासलं जात नाही. तिथं कष्ट, उपयुक्तता, कौशल्य या गोष्टींकडे अधिक ध्यान दिलं जातं. तरीही प्रेक्षक वाढवण्यासाठी आता ब्राह्मणेतर मुलींना कॅमेऱ्यासमोर आणण्याचं प्रमाण खूपच चाललंय. तीही अर्थात् स्वागतार्ह बाब आहे. तसं बघितलं तर ज्या जातींमध्ये व वर्गांमध्ये खप वाढवायचा आहे, त्यामधली नावं पत्रकार म्हणून गाजवली की पुष्कळसं उद्दिष्ट साध्य होतं.

स्त्री वाचक वृद्धिंगत करण्यासाठी बहुतेक वृत्तपत्रं महिलांचं व्यासपीठ स्वतंत्र काढून ठेवतात. त्यांच्यासाठी वेगळ्या पुरवण्या, मंच अथवा अंगणछाप उपक्रम, स्पर्धा, कार्यक्रम, शोभायात्रा, मिरवणुका, धार्मिक-सामाजिक आयोजन असं बरंच काही घडवून आणतात. निव्वळ संख्या जमवायचा हा खटाटोप असल्यानं त्यात विचार सिद्धांत, तत्त्व, मूल्य या गोष्टी अनुपस्थित असतात. स्त्री-मुक्ती, समता, राजकीय सहभाग, सत्तेमध्ये सामीलकी, निर्णयामध्ये सारखा वाटा इत्यादी चर्चा तिथं होत नाहीत. मग सण, व्रत, उत्सव, सोहळे आणि बाकीच्या स्त्रीला चिकटलेल्या रांगोळ्या-पाककला-शिवणकला आदी गोष्टी यांचा भडिमार सतत होत राहतो. जेवढं काही 'सांस्कृतिक' म्हणून जाहीर करता येईल तेवढं करून महिलांना त्यात कोंबायचं हे यांचं काम.

महिला सशक्तीकरण हे वृत्तपत्रांचं उद्दिष्ट नाही. 'खप' व 'उत्पन्न' वाढवणं हे आहे. महिलांना एकत्र आणणं म्हणजे त्यांच्यात ऐक्य उत्पन्न करणं असंही नाही. जी उपभोगवादी, ग्राहककेंद्री समाजव्यवस्था उभी राहिलीय ती या बायांच्या निमित्तानं अधिक टिकाऊ कशी होईल, हे पाहण्याची ही उठाठेव आहे. वितरण, व्यवस्थापन, जाहिरात, जनसंपर्क अशा खात्यांमधील पुरुष कर्मचारी व अधिकारी हे काही स्त्रीमुक्तीचे कार्यकर्ते नसतात. सबलीकरण हा काही एम्.बी.ए.च्या अभ्यासक्रमातला विषय नसतो. मालकाचं सबलीकरण अधिक होण्यासाठी जी जमवाजमव करावी लागते, त्यातला हा एक प्रकार. उगाच गौरवीकरण कशासाठी करायचं स्त्रियांच्या एकत्र येण्याचं? सध्या बचतगटांचं उदात्तीकरण सुरू आहे. तत्पूर्वी महिलांच्या पंचायतराज मधील सत्तेचं करून झालं. पुरुष पत्रकारांनी तेव्हा महिला राज्यकर्त्यांची फार बदनामी केली. त्यांच्या जागी

त्यांचे नातलग कसे सत्ता वापरत आहेत वगैरे सांगून आता त्यातलं नावीन्य संपलं. पण नव्या अडचणी उभ्या राहिल्या त्याचं त्यांना गम्य नाही. त्याही बहुजन आहेत, वंचित समूहातल्या आहेत याचं त्यांना कौतुक नाही. केवळ सत्ता मिळाल्यानं त्यांचं स्थान बळकट झालं असं मानणं बरोबर नाही. विषमतेची नवी रूपं स्त्रियांना सतावत आहेत. त्याची नोंद घेणं आवश्यक आहे. ग्रामीण भागात दिसतंय असं, की महिला कारभारणी झाल्या, निर्णायक झाल्या मात्र पत्रकारिता करू लागल्या असं दिसत नाही. शिक्षिका, परिचारिका, पोलिस पाटील, सरपंच, पंच, जिल्हा परिषद सदस्य, तालुका दंडाधिकारी, गट विकास अधिकारी, तहसीलदार, पोलीस, पोस्टमन, कंडक्टर, रिक्षाचालक म्हणून त्या आढळू लागल्या. पत्रकारिता मात्र त्यांच्या वाट्याला येईनाशी झाल्याचं आढळत आहे. म्हणजे सत्ता व प्रशासन यांमध्ये त्या असतात. लोकशाहीच्या महत्त्वाच्या स्थानावर म्हणजे वृत्तपत्रांत त्या नसतात. पत्रकारिता खासगी क्षेत्रात असल्याचा हा परिणाम होय. 'लोकराज्य' हे सरकारी प्रकाशन दोन बाया चालवतात. खासगी वृत्तपत्रांत मात्र बायका नुसत्या अल्पसंख्यच नसतात, नसतातच!

मोक्याच्या ठिकाणी पुरुषच विराजमान असल्यानं स्त्री पत्रकारांना मुद्दाम हलके-फुलके, आजूबाजूचे अन् निरुपद्रवी विषय लिहायला दिले जातात. संध्या टाकसाळे, राही भिडे, वैशाली रोडे, प्रतिमा जोशी, शुभदा चौकर, ज्योती तिरपुडे, गौरी कानेटकर, दीप्ती राऊत, प्रगती बाणखेले, अलका धूपकर, शिल्पा शिवलकर या फार चांगल्या पत्रकार आहेत. मात्र मोठी, मानाची, महत्त्वाची पदं मिळाल्याशिवाय त्यांचं कर्तृत्व मराठी माणसाला दिसणार नाही. या साऱ्याजणी शहरी, महानगरी आहेत. त्यांच्या जोडीचं ग्रामीण महाराष्ट्रात कोणीच आढळत नाही. तसं व्हायला पाहिजे खरं पण पुरुष मालक व पत्रकार ते कितपत घडू देतील सांगवत नाही. त्यामुळे ग्रामीण मुलींना हिंदी चित्रपटांत दिसणाऱ्या महिला पत्रकारांचेच आदर्श व नमुने बघायला मिळतात. ते ग्लॅमरस, अवास्तव असतात. त्यांचा विपरीत परिणामही होतो. त्यानं पत्रकारितेकडे वळायची प्रेरणा मिळणं अशक्य किंवा दुरापास्त. कारण अखेरीस मुलीनं काय शिकायचं याचा निर्णय पालक करत असतात.

२८ वर्षांची एक दलित तरुणी आधी तीन पदव्या घेतल्यानंतर पत्रकारिता शिकायला आलीय. आत्ताच का, असं विचारल्यावर ती म्हणाली, ''आम्हांला ग्रामीण भागात कळतच नाही असा कोर्स असतो म्हणून इथं आल्यावर कळतं तेव्हा हातचं सोडून ते करावं तर उशीर झालेला.''

एक मारवाडी तरुण वकील आला. त्याच्या बायकोनं प्रवेश घेतलाय. त्याला कायद्यावरचं मासिक सुरू करायचंय. बायकोच्या नावानं अर्थात्, पण चौकश्या, माहिती तोच काढून गेला. ती गावाकडं आहे म्हणाला.

मोजपट्टी

– अभिराम भडमकर

'अहं... अहं... तसं नाही. अस्सं... थै थै तत् तत् ता' म्हणत कमलने गिरकी घेऊन दाखवली. 'हाताचे तळवे असे' मग मिसेस मार्गारिटानी आपला डावा हात हृदयापाशी नेला. 'इट्स टफ फॉर मी. बिल्कूल इंपॉसीबल.' म्हणत त्या छान हसल्या. कमललाही हसू फुटलं. 'महाराजजी काय सांगतात? जगात अशक्य काहीच नसतं. महाराजजींच्या उल्लेखासरशी सवयीनं कमलचा हात कानाच्या पाळीकडे गेला. 'येस्' कमलचे हात हातात घेऊन मिसेस मार्गारिटा बोलू लागल्या, 'असे छान नाजूक हात असते माझे, तर मलाही काही अशक्य नव्हतं. आणि हे टपोरे डोळे, अगदी फ्री हॅन्ड चित्रं काढावं तसा रेखीव चेहरा... त्या नेहमीची कौतुकाची टेप वाजवू लागल्या. कमलचीही नजर आरशाकडे गेली. स्वत:ला निरखता निरखता कमलच्या मनात आलं, हे सगळं आईकडचं, पपांचं काहीच उतरलं नाही आपल्यामध्ये हसत हसत कमलनं म्हटलं, 'आज थांबूयात इथेच. पुढल्या आठवड्यात नवीन तोडा किंवा एखादी गत घेऊया शिकायला ओके?'

'चालेल की' म्हणत त्यांनी नटराजाच्या मूर्तीला आणि मग कमलच्या पायांना स्पर्श केला. कमलनंही परत हृदयापाशी आणि मग कानाला स्पर्श करत महाराजजींचं स्मरण केलं.

मिसेस मार्गारिटा निघून गेल्या. कमलनंही बाहेर येऊन स्कूटर स्टार्ट केली. खरं तर मिसेस मार्गारिटांकडून कमलला फार अपेक्षा नव्हत्या प्रगतीच्या. पण असे स्टुडंट कमलच्या 'वृंदावन नृत्य साधना केंद्रा'चा इन्कम सोर्स होते आणि केंद्र हा मार्गारिटा सारख्यांचा टाईमपास!

लोक टाईमपास म्हणून कसं नृत्य शिकू शकतात? आपण तीस वर्षं घालवूनही वाटतं की, आपल्याला अजून केवढं तरी शिकणं बाकी आहे.

तीस वर्षं!

गेली तीस वर्षं आपण नृत्य करतोय! घराशेजारच्या क्लास मधून घुंगरांचे आवाज कानावर पडायचे. पाय नकळत ठेका धरायचे. शरीर हलकं व्हायचं. त्या तालावर झोकून दिल्यागत झुलू लागायचं. स्वत:चा विसर पडायचा... सभोवतालचा विसर पडायचा... आणि एक अद्‌भुत स्वप्नाचं गाव लागायचं... पिसासारखे हेलकावे घेत आकाशाला स्पर्शून झाल्यागत वाटणारा तो आनंद...

मग भीत भीत क्लासच्या खिडकीतून ते डोकावणं. संध्याताईंनी आत बोलावणं... घुंगरांचा पहिला स्पर्श... ऐकून ऐकून पाठ झालेला तुकडा म्हणून दाखवतानाची छातीतली धडधड... 'तिगधा तिगधा थै थै' म्हणतानाची थरथर... संध्याताईंनी कौतुकानं चेहरा ओंझळीत घेणं... कमल, शिकशील नाच? यू आर गिफ्टेड म्हणणं...

आणि नाच शिकण्याचा हट्ट ऐकून पप्पांनी सणसणीत थप्पड लगावणं... किती तरी लांब आलोच नं आपण या सगळ्यापासून! तीस वर्षं!

'कमल' हाक ऐकून कमलनं स्कूटर थांबवली. पानाच्या दुकानाजवळ सुमित उभा होता. कमलनं स्कूटर लावली.

'झाली ट्यूशन?' पान चघळत त्यानं विचारलं, 'तुझं बरंय कमल्या. नवऱ्यांच्या गैरहजेरीत त्यांच्या सुंदर बायका हाताळायला मिळतात.' सुमित हसत हसत पचकन् थुंकला. बेदरकारपणे, हे आपल्याला कधी जमलं नाही. कमलला वाटून गेलं. असं बेदरकारपणे जगावर थुंकणं. आयुष्यभर थुंकणं.

नाहीतर पप्पांच्या थपडीनंतर पुढची दोन वर्ष उशीत तोंड खुपसून रडण्यात नसती घालवली.

'ए, शी इज माय स्टुडंट यार' कमलनं गुळगुळीतपणे म्हटलं; आणि पानाची ऑर्डर दिली. सुमित वर्गमित्र त्याचा. शेजारीच राहणारा. त्याच्याही कानावर पडायचे की, ते तबल्याचे बोल आणि घुंगरांचा आवाजसुद्धा. मग हे गारूड माझ्यावरच का? मलाच का खेचावं त्यानं.

हळूहळू कमलला जाणवत गेलं, उमजत गेलं की, ताला-सुरांशी त्याचं काहीतरी गतजन्मीचंच नातं असावं. आपल्याच लाटेला समुद्रानं किनाऱ्यावरून आपल्यातच ओढून घ्यावं तसा तो घुंगरांशी जखडला तो जखडलाच.

'पुरुषासारखा पुरुष तू आणि...' पप्पांच्या नजरेतला तो संताप आणि मारझोडीनंतरची ती आगतिकता...

सहा वर्षांपूर्वी पप्पा गेले... पांढऱ्या चादरीतले पप्पा खूप थकलेले वाटले कमलला.

भडभडूनच झालं. आपण काय दिलं या माणसाला? अवहेलना... कुचेष्टा? खरं तर याला पोराकडनं काही नको होतं... पुरुष म्हणून जन्माला आलेल्या पोरानं पुरुषासारखं वागावं... बस्स... आपण ते सुद्धा नाही... दिलं... त्याला.

कमलनं ते सगळं प्रयत्नपूर्वक बाजूला सारत सुमितच्या बोलण्यात स्वत:ला गुंतवून घेतलं. सुमितचं नेहमीचंच बायकोशी पटत नाही. कंपनीत कदाचित व्ही.आर.एस च्या गोंडस नावाखाली कंपल्सरी रिटायरमेंट स्कीम (सी.आर.एस) येण्याची शक्यता. मुलांचं अभ्यासात लक्ष नाही. वगैरे वगैरे. पण आता दारू सोडलीये. गेले एकोणीस दिवस टच पण केलेला नाही. कमलला वाटून गेलं. पप्पांना मी असा व्हायला हवा होतो. सुमित सारखा. त्याच्या कंपनीपेक्षा मोठ्या कंपनीचा मालक आहे मिसेस मार्गारिटाचा नवरा. ती आज पायाला स्पर्श करते माझ्या. त्याचं काहीच मोल नाही?

'चल, निघतो रे' म्हणत सुमितनं खिशातनं पाकीट काढलं. पैसे देताना त्याच्या हातांकडे कमलची नजर गेली. संसारापायी सुमितचा व्यायाम सुटला असला तरी कमावलेला दणकटपणा त्याच्या टी-शर्ट मधून डोकावत होताच. तेव्हाही जिम मधल्या मित्रांच्या टोळक्यात तोच उठून दिसायचा. पप्पांची अखंड बडबड चालू असायची. 'जरा सुमितकडे बघ' आणि कमलही न कळत त्याच्या तगड्या शरीराशी स्वत:ची तुलना करत राहायचा.

खरं तर नाचाच्या क्लासमध्ये कमलच्या लवचिक शरीराचं कौतुकच व्हायचं. तुमचं शरीर गुलामासारखं तुमच्यापुढे लवून उभं रहायला हवं. बाई सांगायच्या. 'कमलकडे बघा' पण पप्पांना याचं जराही कौतुक नव्हतं. उलट 'बायकांसारखं लचकतो, मुरडतो बघा कसा' म्हणत चारचौघांत नातेवाईकांत कुठेही त्याचा पाणउतारा करत स्वत:च्या कमनशिबावरचा राग काढायचे. मग कमलनं त्यांच्यापुढे येणंच सोडलं. आणि बारावी नंतर नृत्याच्या शिष्यवृत्तीची संधी साधून घर सोडलं ते सोडलंच.

'बाय्' म्हणत सुमित निघून गेला तरी कमलच्या मनात रेंगाळतच राहिला. खरेतर सुमित त्याच्या मनातच ठाण मांडून होता. कायमचाच वस्तीला आल्यागत. पप्पांमुळे आयुष्यातल्या प्रत्येक गोष्टीचा मापदंड म्हणूनच पप्पांनी त्याला कमलच्या मनात खुपसून ठेवलं होतं. सुमितची तब्येत, त्याच्या मारामाऱ्या, घुसून फर्स्ट डे फर्स्ट शो चं तिकीट आणून दाखवणं, एका दमात शंभर जोर मारणं, शहर बंदच्या दिवशी फुटणाऱ्या दुकानांमधनं किरकोळ वस्तू लंपास करून आणणं, बैठकीला पंचवीस गुलाबजाम उडवणं... या सगळ्यांपुढे आपलं एका दमात पंचवीस चक्र घेणं पपांच्या नजरेत हिजडचाळ्यांपेक्षा वेगळं नव्हतं; आणि हा शेळपटपणा कुणाकडनं घेतला पोरानं हे पप्पांपुढचं प्रश्नचिन्हच होतं. शेळपटपणा तर होताच. म्हणून तर कमलनं बऱ्याचदा सुमितसारखं व्हायला बघितलं होतं. नाच सोडून दिला. जिम जॉईन केली. तोंडात

शिव्याही रूळवण्याचा प्रयत्न केला. पप्पांना समाधान वाटलं. आणि ते त्याला सुमितवर सोपवून निर्धास्त व्हायला लागले; पण नंतर नंतर कमललाच त्या सगळ्यात एक उपरेपणा जाणवू लागला. रस्त्यावरची दोन कुत्री जुगताना दिसली की त्यांना दगडं मारण्यातलं थ्रील त्याला दगडं मारून बघितलं तरी कळलं नाही. जिमच्या म्हाताऱ्या वॉचमनची टोपी, काठी पळवताना सुमितच्या चेहऱ्यावर दिसणारा भाव त्याच्या डोळ्यात कधीच उतरला नाही. हळूहळू कमलच त्यातून वेगळा पडत गेला आणि बाजूला झाला. त्या मुलामधलं काहीतरी आपल्यात नाही या भावनेनं कुढत राहिला, आणि एक दिवस घुंगरू चढवून परत नाचाच्या क्लासमध्ये उभा राहिला.

आता मात्र पप्पांनीही बोलणं टाळलं. काहींची एकुलती एक मुलं मरतात. काहींची परदेशी निघून जातात... आपलंही हे पोर आपलं उरलं नाही म्हणत त्यांनी कुठल्याशा स्वामींचा गुरुमंत्र घेऊन टाकला आणि विरक्त झाल्याच्या गैरसमजात राहायला लागले. कमलच्या मागची भुणभुण संपली तरी प्रश्नांचे भुंगे पाठ सोडीनात ते काय असतं जे इतर मुलांमध्ये, सुमितमध्ये आहे आणि आपल्यात नाही? आपल्यालाच का हाताला मेंदी लावून घेणं आवडतं? जमिनीवरच्या कळीवर कुणाचा पाय पडला तरी, कासावीस का होतो आपण? केस वाढवणं, ते राखणं, थोडं नटणं, संकोचीपणा... आपल्याला फुले आवडतात, नाजूक रंग आवडतात.... नाही आवडत धसमुसळेपणा... नाही स्वभावात बेपर्वाई... ही चूक आहे? हे दोष आहेत? गुन्हे? की पुरुष म्हटल्यावर हे सगळं हवंच?

पचकन् थुंकता न येण्यानं उणावलंय माझं पुरुष असणं?

पण मग इतका पुरुषासारखा पुरुष सुमित, निधड्या छातीनं का नाही सामोरा गेला आयुष्याला? का स्पोर्ट्ससाठी आयुष्य भिरकावून देण्याची धमक नाही दाखवली त्यानं? 'अवघड असतं रे स्पोर्ट्समध्ये करियर' म्हणत कंपनीत चिकटला. एक मिळमिळीत आयुष्य स्वीकारून बसला.

स्कूटरच्या वेगाबरोबर कमलच्या विचारांनीही वेग घेतला. नानांनी सांगितलं, 'खेळबीळ बंद, धरा नोकरी', तेव्हा का थुंकला पचकन् त्या साल्यावर? कुणाला घाबरला? जगाला?

जगानं कुणाला सोडलंय? आपल्याला सुमितची बायको म्हटलंच की जगानं. नाचाच्या क्लास बाहेर उभं टोळकं छमिया म्हणायचंच की! कॉलेजमध्ये इसकी पॅन्ट खोलके देखते हैं म्हणत हसायचेच ना ते? या सगळ्यातनं आरपार जात राहणं सोपं होतं? त्यासाठी नाही लागली ती निधडी छाती? त्याकाळी आत कुठेतरी खोल तळाशी बेपर्वाईच असणार. त्याखेरीज का या मुक्कामापर्यंत आलो? पैसाही कमावला. भारतभर, परदेशात कार्यक्रम केले. वृंदावन केंद्र उभं केलं.

आणि पुरुषासारखा पुरुष सुमित. काय दिवे लावले त्यानं? स्वप्नांची ओझी

पेलण्याची, ती आयुष्यभर वाहून नेण्याची धडाडी कुणी दाखवली? आपणच नं? नॅशनलच्या पुढेही जाण्याची पात्रता होती त्याची, पण धमक? ती कुठे होती? सुमितनं तर...

कमल स्वत:शीच हसला. अजूनही सुमित कॉम्प्लेक्स जात नाही आपला. आपलाही दोष नाही म्हणा. सगळ्या जगण्यालाच सुमितची 'मोजपट्टी' लावून ठेवलीये पप्पांनी.

कमलची नजर वळली आणि जाणवलं की, सिग्नलला थांबलेला रिक्षावाला त्याच्याकडेच बघतोय. कमल चपापला. आपल्या हसण्याचा भलताच तर अर्थ नसेल नं घेतला त्यानं? आपले मानेपर्यंत रूळणारे केस... कोरलेल्या भुवया, हातातल्या नाजूक अंगठ्या... पातळ ओठ...

कमलनं नजर पुढेच ठेवली. तरीही त्याला रिक्षाचा हॉर्न वाजवल्यागत वाटलं.

सिग्नल ओलांडून खूप पुढे आल्यावरही त्याला हॉर्न जाणवतच राहिला.

'कमल्या, भेंचोद नाचून नाचून तू बायकांसारखाच होशील.'

सुमितचा मित्र त्याला म्हणायचा.

'का?'

'सारखं सारखं बायकी वागल्यावर तसाच होशील तू.' मित्र.

'आयुष्यभर व्हिलनचा रोल करणारा खऱ्या लाईफमध्ये तसंच वागायला लागतो?'

पण वादात जिंकूनही कमलच्या मनाला शंका दंश करत राहायच्या त्यानं एकदा सरळ सरांनाच हे विचारलं.

'सर, मी.... म्हणजे पुरुष नर्तक, पुढे पुढे बायले... बायकी...'

सर 'बायको' म्हणजे?'

तो 'म्हणजे बायकांसारखे, नाजूक... असे...'

सर 'का? नाजूकपणावर फक्त बायकांचीच मक्तेदारी आहे?' कमल गडबडलाच; पण तरीही म्हणाला, 'सर पण शेवटी बायकी ते बायकीच आणि पुरुषी ते...'

'कमल, अरे-कुणी ठरवायचं हे बायकी, हे पुरुषी? एके काळी स्त्रियाही लढत असत. असतील त्या नाजूक, हळूवार?'

'पण सर, अशा स्त्रियांना कुणी हसत नाही. उलट रणरागिणी म्हणून गौरव होतो. आम्हाला दुकानदारापासून ते सगळेच हसतात.' कमलच्या डोळ्यात पाणी तरळलं. सर जिमच्या सरांनी तर परवा चेंजींग रूममध्ये, छान नाचतोस म्हणे तू, असं म्हणत पाठीवरचा हात...' कमलनं डोळे पुसले. एवढ्या तेवढ्या कारणांनी डोळ्यात पाणी येतं म्हणून सुमित हसायचा त्याला.

त्याला वाटलं सरांनी आपल्याला कुशीत घ्यावं. थोपटावं. डोळे पुसावेत. धीर द्यावा आणि असा काहीतरी उपाय सांगावा की, नाचही सोडावा लागणार नाही; आणि पुरुषासारखंही वागता यावं.

सर निश्चलच होते.

'कमल, मला हे पुरुषी-बायकी कळत नाही. मला वाटतं नृत्याला आवश्यक शरीर आणि राधाजी किशनजींचे मनोव्यापार जाणून घेईल असं मन हवं. मग बाहेर लोकांना काय वाटतं ते आपण का बघावं? आणि त्यांना घाबरूनच सगळं काही करायचं तर त्यांचे ते नियम कानून तोडूच नयेत. नृत्यातला आनंद महत्त्वाचा, बाकी सगळं गौण.'

कमलनी खरोखरच पुढली एकवीस वर्षं बाकी सगळं गौणच मानलं.

खोटं खोटं घोगरा आवाज काढून बोलणं, शिव्यांच्या मदतीनं बेपर्वाई दाखवण्याचा आटापिटा, मी तसा नाही, त्यातला नाही हे दाखवत बसण्याची सवय..... सगळं सोडून दिलं. पप्पांचं बोट सोडून दिल्यासारखंच.

आता तो सगळ्याच जगापासून विलग, सुटा झाला होता.

कमलनं स्कूटर बंगल्याच्या आवारात पार्क केली. कुलूप उघडून, एसी ऑन केला. सुबकतेनं मांडलेलं त्याचं घर. या घरावरून बाईचा हात फिरलेला नाही हे कुणाला पटणारच नाही इतकं सुबक. कुमारांची सीडी लावू त्यानं आपले ई-मेल चेक करायला सुरुवात केली.

कोलकत्त्याच्या नांदीकार ड्रामा फेस्टीव्हलचं आमंत्रण होतं. दिल्लीत श्रीराम कलाकेंद्राच्या वर्कशॉपसाठीही डेट्स हव्या होत्या. कथक केंद्राचंही काहीतरी होतं. शेवटची मेल त्रिवेणीची होती!

प्रत्येक दिवाळी आणि न्यू इयरला हमखास आठवणीनं मेल येते तिची. कोर्टातून वेगळं होताना, 'आपण नवरा-बायको म्हणून नाही राहू शकलो अखेरपर्यंत. पण, मित्र म्हणून तर नक्कीच.....' असं काहीसं म्हटलं होतं तिनं. आणि ही मैत्री वर्षातून दोनदा पाळायची ती न चुकता. नवरा-बायकोत मैत्रीचं नातं नसतं? ते वेगळं होणं आणि मग ते मित्र वगैरे.... त्याच्या आकलनापल्याड होतं.

खरंतर त्रिवेणीनीच गुरु-शिष्येच्या पलीकडचे काहीतरी निर्माण होतंय आपल्यात म्हणत त्याला जाणीव करून दिली होती. त्रिवेणीच्या सहवासातलं त्याचं मोहरून येणं त्यालाही आता एका नात्यात बांधून घ्यावंसं वाटत होतं. 'वृंदावन'च्या उभारणीत ही त्रिवेणी सक्रिय होऊ लागली.

पण नंतर नंतर 'वृंदावन' नृत्याचा शोध घेणारी संस्था की, नाचाचा क्लास असा वाद उद्भवला. त्रिवेणीला सगळंच पैशांत परावर्तीत करायचं होतं.

मग हळूहळू तू फक्त 'कृष्ण' किंवा 'राम'च करत जा. राधा-मीरा नको. असाही सल्ला ती देऊ लागली. पुढे पुढे तू फॉरेन मार्केट वर कॉन्संट्रेट कर, आणि नृत्याचे कार्यक्रम फक्त परदेशातच कर वगैरे वगैरे. कमलच्या दुर्लक्ष करण्याने तर वाद वाढू लागले आणि शेवटी ते किशनजी, तो मदन तेही करतातच की नृत्य.

मग ते कसे नीट, व्यवस्थित वाटतात.....

नीट, व्यवस्थित म्हणजे परत..... तेच, मॅनली!

मित्रांनी परत जोडायचा प्रयत्न केला. पण नीट..... व्यवस्थित या शब्दांनी जे तुटलं ते तुटलंच.

त्रिवेणीला कॅनडात 'मित्र' आणि 'नवरा' दोन्ही होऊ शकणारा कुणीतरी भेटला.

कमलच्या दृष्टीनं एक अध्याय संपला होता.

पण आजची त्रिवेणीची मेल सविस्तर होती. 'परवा तुझा कॅनडात झाला ना कार्यक्रम, जाम खूष होते म्हणे लोक,' काहीच न घडल्यासारखी भाषा वापरण्यात तिचा हातखंडा.

थोडं कौतुक थोडी काळजी अशी वळण घेत ती, कुठल्या तरी मुद्यावर येणार हे त्यानं ओळखलं. 'अरे, आणि चक्क सौमित्रनी ह्र अठरा वर्षांचं झालं लेकरू ह्र तुझा नाच बघितला. वेडंच झालं रे ते पोरगं.' कमलला अंदाज येईना. मागेच लागला की , मलाही नृत्य शिकायचंय. बरं वाटलं. किमान परमिंदरसारखा नुसता बिझनेस माईंडेड नाहीये तो. कमलला अजूनही प्रयोजन कळेना.

'पण आता भारतात जायचं म्हणतोय रे, एरवी काही नव्हतं पण आता परमिंदरला बिझनेसमध्ये त्यानं मदत करायला हवी ना.... आणि त्याला जेव्हा कळलं की तू, आणि मी.... याआधी ..... यू नो ..... तेव्हा तर 'वृंदावनच' जॉईन करायचंय म्हणतोय. ए कमल, एक रिक्वेस्ट आहे रे, आता तूच त्याच्या डोक्यातलं हे भूत काढू शकशील. या प्रोफेशनचा झगझगाट दिसतो रे पण धोके, खाचखळगे, इनसिक्यूरिटीज......'

कमलला पुढच्या ओळी स्पष्ट झाल्या. त्रिवेणी किती कॅल्क्यूलेटेड आहे, अजूनही!

सौमित्र बरोबर पप्पांसारखंच वागली असणार ती, अगदी हिजडचाळे वगैरे नाही पण वेगळ्या शब्दात तेच सांगितलं असणार. शेवटी निर्वाणीचा उपाय म्हणून ज्याच्या नाचावर खुश झालायस तो कोण आहे माहितेय म्हणत आपला पूर्वेतिहास रंगवला असणार. या शस्त्रालाही पोरगं बधत नाही म्हटल्यावर.....

कमलला सगळंच स्पष्ट झालं. मुलगी असती तर स्वत:च आपल्या हवाली केलं असतं तिनं. मुलानं मात्र या बायकी कामात पडू नये.

आणि मी ते समजवायचं त्याला? मी काय सांगायचं?

वेडेपणा आहे हा? जो मी तीस वर्ष केला? म्हणू असं?

तीस वर्षं एका तपश्चर्येनं साकारलेलं हे आयुष्य, एक एक घण सोसत, ते चुकलं..... हे सांगू?

प्रयत्नपूर्वक खणलेली ही वाट......... कधी तरी हा महामार्ग होईल या आशेवर केलेली ही पायपीट..... सगळं सगळं निरर्थक होतं हे समजावू त्याला?

कमलचा श्वास वाढला.

पण मग....... सांगणार काय? बिनधास्त ये? मी आहे तुझ्या बरोबर? आणि नाही झेपलं त्याला हे असं बाकी सगळं गौण मानणं, तर? कुणाच्या भरवश्यावर सांगू, ये म्हणून? पण काही म्हणा, नाही चांगलं वाटतं हो पुरुषांनी असं बायकासारखं बघणं, चालणं, वागणं....... असं म्हणणाऱ्या कलासक्त प्रेक्षकांच्या?

रिक्षावाल्याचा हॉर्न त्याच्या मस्तकात घंटानादासारखा आदळू लागला.

कमलला आता कुमारही ऐकू येईनात.

काही काळ कमल तसाच बसून राहिला. मग एका निश्चयानं त्यानं खुर्ची ओढली, मेल टाईप करायला सुरुवात केली.

'प्रिय त्रिवेणी', मुद्दा कळला. क्षणभर कमल थांबला. पण क्षणभरच. 'निर्णय सौमित्रलाच घेऊ दे. नृत्य शिकायचं की नाही, हा प्रश्न नाही. कदाचित दोन महिन्यात कंटाळूनही जाईल तो. प्रश्न आहे सभोवतालचा परिसर ह्न समाज देतो त्या 'मोजपट्ट्या' स्विकारायच्या की नाहीत!

त्या मोजपट्ट्या लावल्या तर आपला संसार अयशस्वी आहे, पण आपल्या मते इट वॉज अ वाईज डिसीजन! तसंच काहीसं.

त्याची 'मोजपट्टी' त्याला शोधू दे. ती त्याची त्याला सापडावी आणि ती पेलण्याची ताकद त्याला लाभावी एवढीच नटेश्वराकडे प्रार्थना करूयात. तुझा कमल.'

सेकंदभरात मेल गेलीही असेल तिकडे.

कमलला मात्र तीव्रतेने पप्पाच आठवले. समाजाच्या 'मोजपट्टीनं' आयुष्याकडे बघणारे. त्या दडपणाखालीच जगलेले..... गेलेले...... पप्पांच्या आठवणीनं त्याला राग नाही आला. त्यांच्याविषयीच्या करुणेनं त्याचं मन भरून आलं.

आत्मीयता दाटून आली. त्यानं जवळची उशी घट्ट छातीशी कवटाळली.

सर्वच शांत....... स्तब्ध होतं.

फक्त कुमारांचे स्वर त्याच्या पाठीशी उभे असल्यागत दरवळत होते.

(पुरुष स्पंदन, दिवाळी २००३)

ठिपका

– संजीव लाटकर

बलविंदरला समोर एक चकाकता ठिपका दिसत होता. बस्स त्याच्यापुढचा पुढच्या पंधरा मिनिटांचा प्रश्न तरी मिटलाच म्हणायचा. काळाकुट्ट रस्ता. त्यावर अधनंमधनं चमकणारं मृगजळ. दोन्ही बाजूला उजाड माळरानं. क्वचित कुठं एखादं घर वाळीत टाकल्यासारखं. कुठे कोणी तरी नेटानं केलेलं शेत रोगट अंगयष्टीचं. टपरी नाही. ढाबे नाहीत. पेट्रोलपंप, गॅरेज नाही. गाव नाही. सायकली, बैलगाड्या, डोक्यावर कसले कसले भारे वाहणाऱ्या रंगीबेरंगी बायका नाहीत.

त्यानं खूप पावसाळे पाहिले आजवर. आधी क्लीनर म्हणून. नंतर ड्रायव्हर म्हणून. पण इथं पाऊस पडताना कधी पाहिलाच नाही. कल्पनेनंच त्याला तहान लागली.

मोहन आधीच्या ढाब्यावर पाणी भरायला विसरला म्हणून खूप चिडला तो. एक बाटली पूर्ण रिकामी होती नि दुसरी अर्धीच. पुढल्या पस्तीस-चाळीस कि.मी. च्या प्रवासात पाणी मिळण्याची शक्यताच नव्हती. म्हणून वाचलेली अर्धी बाटली त्यानं स्वत:कडे घेतली. ओठांवरून जीभ फिरवत दोन घोट पाणी तो प्यायला आणि नजर पुन्हा त्या ठिपक्यावर स्थिर केली.

ठिपक्याचा रंग लाल होता.

मोटारच होती. बहुधा मारुती.

बलविंदरला डोळ्यांपुढे एक उद्दिष्ट मिळालं होतं.

त्याला हुशारी आली. ॲक्सलेटरवरचा पाय त्यानं अलगद दाबताच ट्रकचं धूड वेगानं पळायला लागलं.

बलविंदरला या हुकमतीचं आकर्षण होतं अजून.

ठिपका / २७३

गिअर, व्हील, ॲक्सलेटर, ब्रेक... तो म्हणेल तसं ट्रक वागायचा. रस्त्यावरही आता त्याचंच राज्य होतं.

शहरात शिरताना त्याच्या अंगावर काटा येई. मुंगीच्या गतीनं पुढे पुढे सरकायचं. प्रत्येकाचा अट्टाहास आपलीच गाडी पुढे घालण्याचा. त्यातून तणाव. इंजिन धडधडून तापायचं. पण, अंतर साधलं जायचंच नाही. सीट उबून निघायची. विडीचा धूर छातीतच घुसमटायचा. त्यापेक्षा बलविंदरला वेग आवडायचा.

वेग. थोडा जास्त वेग. भन्नाट वेग.

झाडं, शेतं, घरं, माणसं झरझरा मागे पडतायत. आपण खूप पुढे जातोय ही जाणीव सुखावून जायची.

पंजाबातल्या एका लहानशा खेड्यात शेताच्या बांधावर बसून ट्रक न्याहाळण्यात त्यानं लहानपणाचे तासन्‌तास घालवले होते.

पुढे कोवळ्या वयातही त्यानं स्वत:च्या मालकीच्या ट्रकचं स्वप्न पाहिलं होतं; पण बलविंदरचं अर्धच स्वप्न पूर्ण झालं.

तो ट्रक चालवायला लागला. मात्र त्यावर त्याची मालकी नव्हती; आणि आता तर पदरात तीन मुलं, एक मुलगी, बायको, म्हातारी आई म्हटल्यावर त्यांच्यासाठीच पैसे जमवता जमवता नाकीनऊ येत. शेतीचा तुकडा विकून ट्रक आलाही असता; पण आई नि परिवारातल्या बुजुर्गांनी त्याला हे करून दिलं नसतं. रस्ता अखंड असतो.

तो कधीच थांबत नाही, असं वाटायचं पूर्वी त्याला.

पण आपल्या मालकीचा ट्रक कधीच असणार नाही, या दाहक वास्तवाची जाणीव झाल्यापासून त्याच्या मनातला रस्ता तुटला होता.

त्याला त्या काळात स्वप्नही भयानक पडायची.

तो भन्नाट वेगानं निघालाय आणि समोर पूलच नाहीये किंवा प्रचंड उभा चढ लागलाय नि गाडी चढतच नाहीये. ही स्वप्न कधी ढाब्यावर पडायची. कधी घरात दोन्हीकडे तो एकटाच असायचा. घरात असलाच तर तो मध्यरात्री उठून मुलांचा, बायकोचा चेहरा पाही. त्यावर कुठेच रस्ता नसे. धाकटीला कुशीत घेऊन बायको झोपलेली असे. मध्ये अस्ताव्यस्त तीन मुलं. बलविंदर खूप इच्छा असूनही बायकोपर्यंत पोहोचू शकायचाच नाही कधी.

आताशा बलविंदर इतका रस्त्याचा झाला होता की, त्याला थांबणं नकोसं व्हायचं. अगदी घरातही!

घर म्हणजे अगदीच ढाबा नव्हता काही. मोठाली मुलं होती. ती कोणत्या यत्तेत आहे, हे त्याच्या लक्षात राह्यचं नाही. पण बायको म्हणते, त्याअर्थी ती शाळेत जात होती.

बलविंदरचा ट्रक दहा–पंधरा दिवसांनी दारात लागला की, ती आधी बापाच्या

अंगावर चढायची, मग ट्रकच्या. तो कौतुकानं पाहात राहायचा. म्हातारीला बरं वाटायचं. बायको चांगलं-चुंगलं खाऊ-पिऊ घालायची. कपडे धुऊन द्यायची, त्याच्या पुढल्या निघण्याची तयारी करता-करता मागच्या पैशांचा जमा-खर्च सांगायची. आणखी किती खर्च बाकी आहेत, हे ती सांगू लागली म्हणजे कंटाळून काही नोटा तो तिच्या हातात ठेवे. भाऊबंदांना, मित्रांना भेटण्यात कधी वेळ जायचा कळायचं नाही, आता पुन्हा निघायचं असायचं.....

निघताना मात्र, आपण ढाब्यावरून निघतोय असं त्याला नेहमी वाटायचं. कारण हात हलवून निरोप द्यायला कुणीच नसायचं. मुलं शाळेला गेलेली असत किंवा खेळायला तरी. म्हातारी अंथरुणावर नि बायको शेतावर.

ढाब्यावर रात्री दारू ढोसता ढोसता तो मोहनशी बोलायचा. जड घशानं, तरल नजरेनं.

"ड्रायव्हर अकेलाही होता है..... त्याच्या नशिबातच एकटेपण आहे. मोहन. तू शादी कर या ना कर ह्न तू एकटाच राहणार."

मोहनला ते फारसं कळायचं नाही. बलविंदरची टाकी फुल झाली, की तो अडखळत वेश्यावस्तीकडे निघायचा. नव्या गावातली वस्तीही तो पाच मिनिटांत शोधून काढे, याचं मोहनला कायम आश्चर्य वाटत आलेलं. बलविंदरची मर्जी असेल तर त्यालाही मौज अनुभवायला मिळायची. कुठे काहीच मिळालं नाही, म्हणून बलविंदरनं त्यालाच जवळ खेचलं आणि तितक्याच तिरीमिरीनं दूरही लोटलं.

बाकी मोहन खूष होता. त्याच्यासारखा अडाणी मुलगा नि आई-बापाचं सहावं किंवा सातवं अपत्य. दोन वेळा जेवू शकतं हीच मुळात थक्क करणारी घटना होती. त्यात तो पैसे कमावतोय म्हटल्यावर दिवाळीच! मनसोक्त फिरायला मिळत होतं. नवी गावं, नवी माणसं, नवे रस्ते, ढाबे तिथले चरचरीत गरम पदार्थ, दारू, सिगारेट, स्त्री... बलविंदरची सेवा करताना होणारी लगबग. आपणही कधी तरी ड्रायव्हर होऊ, त्या सीटवर बसून त्याच वेगानं, बेफाट गाडी पळवू असं दिवस-रात्र तरळणारं स्वप्न-सुखात होता तो. ज्याचं अन्न त्यानं मिळवायचं, हा त्याच्या घरातला नियमच होता. परागंदा बाप नि मोलमजुरी करणारी आई असं चित्र असल्यावर वेगळं काय घडणार होतं! बलविंदर म्हणे, तसं मोहनला कधीच एकटेपण जाणवलं नाही. किंवा तो सतत एकटाच जगला, त्यामुळे त्याला त्या भावनेनं कधी छळलं नसेल.

बलविंदरच्या आयुष्यातला रोमांस निघून गेला होता.

मोहनचा रोमांस नुकता कुठे उमलत होता.

तरीही दोघे एकाच रस्त्यावर. एकाच वेगाचे प्रवासी होते. वेग वाढला, तसं व्हील थरथरायला लागलं नि त्यावरचे बलविंदरचे हात सुद्धा. केबिनमध्ये इंजिनाचा आवाज इतका घुमायला लागला की, एकाचं म्हणणं दुसऱ्याला कळत नव्हतं. अशातही मोहन

उत्साहाच्या भरात ओरडला,

"मास्टर, खिलौना है आगे–जल्दी!"

खिलौना म्हणजे मारुती. बलविंदरनंच ते नाव दिलं होतं. छोट्या गाड्या त्याला क्षुद्र वाटत खूप. अशा गाड्यांना सतवायला खूप मजा येई. आताही तो तेच करणार होता. त्या गाडीचा ड्रायव्हर नवखा असेल तर रस्ताभर करमणूक. आधी अगदी मागं खेटायचं. मग मोठ्ठा हॉर्न देऊन दचकवायचं. ॲक्सलेटर इतका घुमवायचा की पुढच्याला वाटावं, आता आपल्यावर हा येऊन आदळणारच. तो बिचारा कावरा–बावरा होऊन बाजूला होई नि वाट करून देई. पण बलविंदर पुढे जायचा नाही. ओव्हरटेक घेऊन असा खेळ संपवण्यात मजा नव्हती. तो वेग कमी करून मागेच राही. पुन्हा हॉर्न पुन्हा ॲक्सलेटर... चुकार कोकरू सैरावैरा पळतं, तशी ती गाडी पळायची. पुढचं शहर येईपर्यंत हा खेळ चालायचा. तिथल्या कळपात हे कोकरू कसंबसं घुसलं की, पुढचे तास–दोन तास दोघांचेही नुस्ते हसण्यात जायचे.

बलविंदरचा रस्ता तसा कंटाळवाणाच होता. मोहनचा उत्साह अजून रसरशीत होता.

एवढी मोठी वाट म्हणजे वाटेत एकीकडून दुसरीकडे जाण्यासाठी पॅसेंजर यायचेच. कधी मजूर बायका. कधी बाबू जोडपं. जोडपं चढलं तर पुरुष माणूस बलविंदरच्या बाजूला बसे. उंच धिप्पाड बलविंदरला पाहून अशा पुरुषांना न्यूनगंड नि भीती एकदमच वाटे. अशांच्या बायका दाटीवाटीत नेमक्या पोरसवद्या मोहनच्या बाजूला बसत आणि तो त्यांना त्रासून सोडे.

नंतर बलविंदरला तो मीठ–मसाला लावून बरीच वर्णनं ऐकवी. किती मजा आली ते सांगे. बलविंदरच्या चेहऱ्यावर कोणतीही प्रतिक्रिया उमटत नसे. अशा वेळी बायकांच्या बाबतीत तो स्वत:ला जंटलमन समजत असे. म्हणजे पुरुष माणूस बरोबर असेल तरच. एखाद्या बाईवर जबरदस्ती करण्याची इच्छा त्याच्या मनात नेहमी उफाळून येई. पण , तशी संधी मिळत नसे. मोहनच्यानं हे शक्य नव्हतं. मोहननं 'मास्टर जल्दी'चं पालूपद लावलं. तेव्हा बलविंदरनं त्याला दोन–चार शिव्या हासडून गप्पच बसवलं.

"– गड्डी कन्ट्रोलमें होणा के नै? ती मारुती आहे न् आपला ट्रक... सम्मालके चलाना पडता है... तू मुझे जादा न सिखा... वरना उतार दूँगा सीधा."

"उतार दूँगा" ही धमकी पुरेशी होती. मोहन नंतरच्या प्रवासात चूप बसला. बलविंदरलाही तेच हवं होतं. समोर श्वापद दिसत होतं. त्याची शिकार साधायची होती. त्यासाठी एकाग्रता हवी, हास्यविनोद नव्हे. त्याचे डोळे लकलकले. चेहऱ्यावर गांभीर्य पसरलं. समोरच्या मारुतीवर झडप घालण्याची हीच वेळ होती. तिच्यावर झडप घालून खेळवावं, अजिबात धक्का न लावताही हालहाल करावे या ईर्ष्येनं त्यानं उजवा पाय किंचित दाबत एक्सलेटर वाढवला. आता गाडीच्या सीट्सही धडधडू लागल्या.

ट्रक नि मारुतीतलं अंतर झपाट्यानं कमी होऊ लागलं. उन्हानं ती लाल रंगाची मारुती चमकत होती. माणकासारखी. आत कोण आहे कळत नव्हतं; पण बलविंदरला अजून उत्सुकताही नव्हती. ती आपल्या टप्प्यात यावी. एवढंच त्याला वाटत होतं.

''मास्टर स्पीड कितना होगा?'' मोहननं कुतूहलानं विचारलं.

स्पीडोमीटर काम करत नव्हता.

मग बलविंदरनं अंदाजानंच सांगितलं, ''कम्मस कम सौ तो होणा।'' मोहनच्या कोवळ्या चेहऱ्यावर चिंता पसरली. शंभरचा एकशेवीस कधी होईल सांगता येतंय? आणि अशावेळी मास्टरला गाडी कन्ट्रोलच नाही झाली म्हणजे?

''घबर गया नं...'' म्हणजे बलविंदर जोरजोरात हसायला लागला. समोरच्या मारुतीवर लक्ष ठेवत नि स्पीड जराही कमी न करता तो मोहनला 'एकसो बीस के दिन' सांगू लागला. तेव्हा बलविंदरचं नुक्तं लग्न झालं होतं. अंगात रग होती. कुठे चोरीचा माल काढायचा असे कुठे चंदनाची लाकडं. कुणाची जकात चुकवायची असे. बलविंदरच्या केबिनमध्ये सात-आठ नंबरप्लेट लोळत असत त्या काळी! पगारापेक्षा तिप्पट-चौपट पैसे मिळत. अशा व्यवहारात संसार वाढला तसा बलविंदरचा एक्सलेटरवरचा पाय सौम्य होत गेला...... क्वचित जिद्द उफाळून आली, तरच तो गाडीला पळवे....

पुढे अचानक चढ आला तेव्हा बलविंदरनं जोरदार शिवी हासडून एक गिअर मागे घेतला. इलाजच नव्हता. एवढं प्रचंड धूड अशा चढावरून पुढे गेलंच नसतं. मारुती मात्र चढावरची वळणं घेत दिसेनाशी झाली. बलविंदरनं मनातल्या मनात हिशेब मांडला; नि पुटपुटला, 'निकल गयी साली ह्व' ती मारुती पुन्हा दिसणं शक्यच नव्हतं. ती पूर्ण वेगात. आपण बैलगाडीसारखे झुलत. चढ संपल्यावर ती आणखी वेगात. तेव्हा आपण नॉर्मल यात तीन-चार कि.मी.चं अंतर कापून ती पुढे जाणार. दहा किलोमीटरनंतर आणखी एक चढ लागतो. चढ कसला, छोटासा घाटच तो. तो ओलांडला की सात-आठ कि.मी. वर गाव. तिथली गर्दी रस्त्यात, बाजारात खूप माणसं. गायी, म्हशी, बैलं-डुकरं.... रस्त्याच्या दोन्ही कडेला डबा घेऊन बसलेली लहान-लहान मुलं, म्हणजे मारुती हातनं निसटलीच म्हणायची.

बलविंदरचं खेळवणं खूप जीवघेणं असे. पाच-सहा फुटांचं अंतर ठेवून. तो खूप सतावून सोडे पुढल्या गाडीला. कधी एक्सलेटरचा मोठमोठा आवाज. कधी कानठळ्या बसवणारा हॉर्न. पुढच्याला वाटे, याला साईड हवीय. म्हणून तो बाजूला होई. मग बलविंदर बाजूला जाऊन त्याला हुसकवे. पळ.... तू पळ. नाही तर मी जीवच घेतो तुझा ह्व असा आविर्भाव. पुढच्याचं चित्त थाऱ्यावर नसलं की, तो जीव घेऊन पळत राहायचा. तिथंही मागोमाग हा असेच.....

पुढचा आता जिवाच्या भीतीनं गाडी पळवे. त्याच्या गाडी चालवण्याच्या

पद्धतीवरूनच समजायचं की, हा पुरता भांबावलाय. त्याचे पाय नक्की लटलटत असणार. समोरच्या आरशात ह्न मागे लागलेला राक्षसासारखा ट्रक पाहून त्याच्या घशाला कोरड पडली असणार.... मग तो नि मोहन खदाखदा हसायचे. मोहन तर बेभान होऊन शिट्या वाजवायचा. अशा वेळी दाराबाहेर तोंड काढून त्या ड्रायव्हरला चिडवायचा. शिक्षा झाल्यासारखा पुढचा ड्रायव्हर पळत राही. जिवाच्या आकांतानं.... पुढे फॅमिली असली ह्न वृद्ध असले की, बलविंदर त्यांना उदारपणे सोडून देई. पण, पुरुष असले की, त्याच्या अंगात काही तरी संचारे! अशा वेळी पुढच्या गाडीचं काही बरं-वाईट झालं तरी चिंता नसायची बलविंदरला.... मागे एका ड्रायव्हरनं घाबरून व्हीलवरचा ताबा सोडला नि दोन-तीन कोलांट्या उड्या घेऊन त्याची गाडी शेतात जाऊन आदळली होती. ती आठवण निघाली की मोहन नि बलविंदर पोट धरधरून हसायचे.

त्या गाडीला ॲक्सिडन्ट झाला त्याक्षणी मोहन घाबरला खूप. पण, बलविंदरवर काहीच परिणाम झालेला नाही बघून त्याच्या जिवात जीव आला. बलविंदरच्या मते त्या गाडीवाल्याचीच चूक होती. त्यानं ओव्हरटेक घ्यावाच कशाला? ओव्हरटेक घेऊन पार दिसेनासे होणाऱ्यांबद्दल त्याला काहीही वाटायचं नाही. पण, ओव्हरटेक घेऊनच्या घेऊन पुढे लुडबुडणाऱ्यांना हिसका दाखवायला त्याचे हात शिवशिवत. त्या गाडीनं कोलांट्या उड्या मारल्यावर बलविंदरने स्खलन झालासारखा निश्वास सोडला....

''मेरठवाली औरत को सीधा कैसे किया था, याद है नं? या गाडीवाल्याला तशीच अद्दल घडवली की नाही?''

मोहननं बलविंदरच्या म्हणण्यावर तेव्हा यंत्रवत मान डोलावली होती. मेरठमधल्या कोठीवर एका नवख्या मुलीनं नकार दिला. म्हणून बलविंदरनं तिला नागवं करून मारलं होतं खूप. असह्य झालं तेव्हा तिनं देह सोपवून दिला. बलविंदरनं सर्वांसमक्ष शारीरिक सूड उगवला तिच्यावर आणि नको नको म्हणत असून मोहनलाही भाग पाडलं. ती किंचाळत होती आणि मोहन मनाविरुद्ध तिला ह्न

नंतर, आपण पळून जावंसं वाटलं मोहनला. बलविंदरपासून खूप दूर. पण, जाणार कुठे? ट्रक हेच त्याचं घर होतं. नि बलविंदर त्या घरातला कर्ता पुरुष. बेधडक. धिप्पाड. जणू एखादा ट्रकच. ट्रक वगळला तर त्याला रस्त्यावरचं सगळंच असुरक्षित वाटायचं. सायकली, रिक्षा. छोट्या गाड्या. कशाची शाश्वती नव्हती. ट्रकच्या टायरच्याही पासंगाला पुरणारं नव्हतं कुणी.... ट्रकमध्ये सामान असलं की, रात्रीची राखण त्याच्यावर पडायची. थंडी असो की वारा. त्याला ट्रकमध्येच झोपायला लागे. पण, घरात मिळणाऱ्या जागेपेक्षा तिथली जागा जास्तच असायची केव्हाही. अंगापिंडानं थोडं भरल्यानंतर तोही ट्रक चालवायला शिकणार होता. मेरठमधली मुलगी त्याच्या मनात ठसली होती. तशाच एखाद्या निष्पाप मुलीबरोबर लग्न करून त्याला घर थाटायचं होतं. आपल्या हातात एक ना एक दिवस व्हील येईल या विश्वासानं तो धावत होता बलविंदर बरोबर.

चढावरून ट्रकचं धूड पुढे सरकत होतं संथ वेगानं एका लयीत. केबिनमध्ये स्तब्धता होती. बलविंदरच्या चेहऱ्यावर सावज निसटल्याची चडफडही. ट्रक संथ झाला की, तो अस्वस्थ व्हायचा खूप. त्याचं आयुष्यही असंच संथ होतं. हळूहळू पुढे सरकणारं. त्याची बायको, मुलं, म्हातारी आई, जुनं घर. सगळे जिथल्या तिथे. कोणालाच कुठे जाण्याची घाई नाही. त्या घरात त्यालाच एकट्याला घाई होती. सर्वांना मागे टाकून खूप पुढे जाण्याची. तो एकटा असता तर गेलाही असता. पण, पाठीवर कित्येक टनाचं ओझं होतं. संसाराचं. अपरिहार्य. आताही त्याच्या पाठीवर सामानाचं ओझं होतं. म्हणून हळू जावं लागत होतं. रिकामा असता तर गाठलंचं असतं त्यानं मारुतीला. सामान म्हणजे नियतीनं आपल्या नशिबाला ठोकलेल्या बेड्या वाटत त्याला जगातले सर्व श्रीमंत त्यांचं ओझं गरिबांवर लादून स्वत: रिकामे धावतात. किंबहुना ज्याच्याकडे कमीत कमी सामान, तो श्रीमंत. असा अनुभव होता त्याचा. नुकतीच गेलेली मारुतीही श्रीमंती होती. तिच्या श्रीमंतीला धडक देण्याची त्याला अनिवार इच्छा होत होती....

"मास्टर... माऽऽस्टरह्व" मोहन डोळे विस्फारून ओरडलाच त्याला पुढे काय बोलावं सुचेना. बलविंदरचे डोळेही लकाकले.

समोरच्या काचेपलीकडे दोघे अविश्वासानं पाहात होते. काही अंतरावर रस्त्याच्या कडेला तीच मारुती होती. लाल रंगाची. बॉनेट उघडून, आधुनिक वेशातली एक तरुणी आतमध्ये खुडबुड करत होती. तिची गाडी बंद पडली होती. किंवा इंजिन तापलं होतं. किंवा रेडिएटरमधलं कुलन्ट संपलं होतं. तिच्या चेहऱ्यावर काळजीची रेषाही नव्हती. समोरनं ट्रक येतोय. त्याची मदत घ्यावी असंही तिला वाटत नव्हतं बहुधा.

"मास्टर ह्व रूको ...अच्छा माल आहेह्व" मोहननं हाताच्या मुठी मांडीवर मारायला सुरुवात केली.

बलविंदरनं त्याला एक नाही, कित्येक शिव्या हासडल्या. चढावरची संथ लय सोडून थांब काय, थांब? "अबे मेरा मोसम टूट जाएगा ना ह्व गधे की औलाद" चढावर ट्रक फसला की, मेलो आपण! रात्रभर इथं जंगलात थांबावं लागेल. या इलाक्यातले लुटारू खात्मा करतील आपला. सगळं सामान लुटून नेतील. अरे कपडे तक नही रखेंगे ह्व रुकने को कह रहा है।" तो केवळ मोहनलाच नव्हे तर स्वत:ला, स्वत:च्या नशिबालाही शिव्या घालत होता. आता ट्रक रिकामा असता तर त्यानं संधी साधलीच असती. रस्त्याच्या कडेला ट्रक थांबवून त्या उफाड्याच्या तरुणीला त्यानं ट्रकमध्ये टाकलं असतं. मोहनला बाहेर थांबवून ट्रकची कोठी केली असती. जितका विरोध अधिक, तितका उन्माद जास्त. अशी संधी पुन्हा आली नसती. स्वप्नातसुद्धा! निर्मनुष्य जंगल होतं. सुनसान रस्ता कोणी थांबणार नव्हतं. विचारणार नव्हतं. तिच्या किंकाळ्या आसपासच्या कभिन्न कातळांत आदळून निष्प्राण झाल्या असत्या. जवळपासच्या कड्यावरून मारुती लोटून देता आली असती. पण, या चढानं घोटाळा केला सगळा. डोळ्यांदेखत असूनही

शिकार सोडावी लागली... मोहन बुभुक्षितासारखा पुन्हा पुन्हा मागे वळून पहात होता. तिच्या शरीराचं रसभरीत वर्णन बलविंदरला सांगावं असं त्याला वाटत होतं, पण त्याचा चेहरा पाहून त्याच्यानं हे धाडस होत नव्हतं. मग तो एकटाच मुठी आवळू लागला.

''नसीब का साथ चाहिए... नशिबानं साथ दिली असती तर तीच बाई पाया पडत आली असतीह्व'' उतार पार करताना बलविंदर सैलावला.

बहुतेक गावच्या ज्योतिषांना हात दाखवून झाला होता त्याचा. त्याला नादच होता. प्रत्येकजण छातीठोकपणे सांगे की, तुझ्या मालकीचा ट्रक तू एक ना एक दिवस चालवणार. पण, तो दिवस उजाडलाच नाही कधी. आपला सगळा प्रवास एकट्यानं ह्व नशिबाशिवाय ह्व चाललाय या जाणिवेनं कासावीस होई तो. पोरकं वाटे त्याला. सतत पोरकं राहिल्यामुळे येणारा निबरपणा हे बलविंदर नि मोहनमधलं साम्य होतं. कुठल्यातरी परक्या गावात ह्व अनोळखी रस्त्यावर आपण आहोत. ही जाणीव सतत खुपायची त्यांना. पोरक्या जाणीवेनं येणारा आक्रमक स्वभाव दोघांमध्येही होता. मोहन तर झोपतानाही सुरा बाळगायचा स्वत:जवळ. बलविंदर तर जास्तच आक्रमक होता; कारण त्याच्यासोबत त्याचं नशीब नव्हतं ना!

''मिला ह्व मास्टर नसीब का साथ मिला...'' पुढ्यातल्या आरशात मागे दिसणारी लाल मारुती पाहून मोहन चित्कारला.

''वही नंबर है? देख तो -'' बलविंदरचा स्वत:वर विश्वास बसला नाही.

''नंबर मालून नही मास्टर. लेकीन औरत तो वही है-'' मोहनच्या अंगात काही तरी संचारलं.

''एकटीच आहे नं?'' बलविंदरला खात्री करून हवी होती न जाणो, कुणी बरोबर असलं म्हणजे ह्व

''नाही-नाही... दोन पुरुषही आहेत तिच्याबरोबर'' मोहनच्या उत्तराने तो वैतागला. हे दोघे मध्येच कशाला उपटले मध्येच -

''क्या मास्टर! ते दोघे म्हणजे आपणच नाही का?'' मोहनच्या कुठल्याच विनोदावर बलविंदर हसला नाही कधी. ड्रायव्हरचा आब तो राखे आणि त्याला क्लीनरची जागा वेळोवेळी दाखवे. पण आता त्याच्यावरचा तणाव इतका झर्रकन् दूर झाला की, त्याला हसूच फुटलं. मास्टर आपल्या विनोदावर हसला, म्हणून मोहन जास्त हसला.

''मास्टर- ती हॉर्न देतेय सारखा... तिला पुढे जायचंय-'' मोहन.

''मी बहिरा नाहीए गाढवा? मुद्दाम मधून गाडी चालवतोय मी... तिला डावीकडून जाऊ द्यायचं नाही ह्व नि उजवीकडूनही नाही... दबा रखने का है उसको-'' बलविंदरचे डोळे चमकले. आता सावज त्याच्या टप्प्यात होतं.

ती बाई डावीकडून गाडी घुसवायचा प्रयत्न करू लागली की, मोहन ओरडायचा, ''मास्टर लेफ्ट... लेफ्ट में दबाना।'', मग किंचित वेग वाढवून बलविंदर आपल्या

दणकट हाताने व्हील डावीकडे वळवायचा. ती उजवीकडून ओव्हरटेक घेऊ लागलो की, ट्रक तिथं तिची कोंडी करायचा. हॉर्न देऊन देऊन वैतागली ती ह्न

''मास्टर, शायद गाली दे रही है -'' मोहननं वळून पाहिल्यानंतर सांगितलं.

बलविंदर मिशीत-पुरुषी हसला. म्हणाला, ''नंतर याहून जास्त शिव्या देईल... तिच्या शिव्यांची पर्वा इथं करतोय कोण!''

नुस्तं सतवायचं असेल तर बलविंदर ती गाडी पुढ्यात ठेवायचा. पण, ही गाडी त्यानं मागे दाबून ठेवली. मोहनला याचं आश्चर्य वाटलं खूप.

''मास्टर, इरादा क्या है?''

''वही? जो किसी भी मर्द का होगा... एकट्या बाईला तसंच जाऊ द्यायला मी पागल थोडाच आहे? थोड्या वेळानं ती घाबरणार. घाम फुटणार तिला. शेवटी औरत आहे ती... पुढच्या गावापासून पाच-सहा कि.मी. आधी तिला अडवणार... तू गाडीतच बसून रहा ह्न बिल्कुल हिलना नही...''

हे सांगता सांगता बलविंदरचं डावं-उजवं चाललंच होतं.

मोहनचा चेहरा एकदम पडला. त्याला राहवलं नाही

''मास्टर ह्न पोलीस केस हो गया तो?''

मोहन पोलीस नि दरोडेखोरांना खूप घाबरे. दोघे बेदम मारतात. वर पैसेही लुबाडतात असा त्याचा अनुभव होता. किरकोळ कारणांसाठी दोन-दोन दिवसांची कोठडीही अनुभवली होती त्यानं. त्यात बाईचं प्रकरण म्हणजे ह्न त्याच्या पोटात गोळाच आला.

''पोलीस! पोलीस काय करणारेत? फार तर पंचनामा करतील. म्हणतील बाईच्या गाडीला ॲक्सिडन्ट झाला... नाही तरी बायका गाडी चालवतात कुठं धड ह्न'' बलविंदर असं म्हणाला खरं, पण मागची बाई चलाख आहे, हे त्याच्या लक्षात आलं. पुढे जाण्याचा नाद सोडून ती थोडं जास्त अंतर राखून मागेच राहिली. आपल्याला बेसवाध ठेवून ती गाडी पुढे काढणार हे लक्षात येताच त्याची नजर कावळ्याची झाली. तो उजव्या-मधल्या-डाव्या अशा तिन्ही आरशांकडे आळीपाळीनं पाहू लागला.

''मास्टर... पुढचं गाव फक्त सहा मैलावर आहे... वो निकल जाएगी... जल्दी...'' मोहनची नजर अधून-मधून मैलाच्या दगडावर पडायची. पुढल्या काही क्षणात काही तरी घडणारेय या कल्पनेनं त्याचा श्वासोच्छ्वास वाढला. तिला नेमकं कुठं गाठायचं हे बलविंदरलाही समजेनासं झालं. त्याला हव्या त्याच ठिकाणी सगळं जुळून आलं असतं असं नाही. कदाचित संधी साधून ती पुढे गेली असती. तो पराभव त्याला आयुष्यभर खात राहिला असता. रस्त्यात गाडी आडवीही घालता येत नव्हती. तमाशा झाला असता. शिवाय क्वचित जाणाऱ्या-येणाऱ्या वाहनानं तिथं थांबवून त्याचा डाव उधळून दिला असता.

सवयीनं त्यानं पाह्यलं, मागनं ट्रक येत होता. बाई हुशारीनं त्या ट्रकच्या मागे गेली.

तोही मागे हिरोईनला घालणाऱ्या हिरोसारखा हॉर्न वाजवत सारा आसमंत दणाणून सोडत होता. त्याला बहुधा पुढे जाण्याची घाई होती. त्याच्या आसऱ्यानं बाई पुढे जाणार म्हटल्यावर बलविंदरचं पित्त खवळलं. त्यानं ॲक्सलेटरवर पाय दाबून मागच्या ट्रकला पुढे जाण्याचा इशारा केला. तो ट्रक पुढे झाला. त्याच्या मागे लाल मारुती. अगदी खेटून. ती बाई उत्तम ड्रायव्हर होती. तिचा अंदाज, कौशल्य पाहून बलविंदर लुब्धच झाला. पण तिला सोडून चालणार नव्हतं. आता झडप घालण्याची वेळ आली होती. थोडं डॅश करून. तिला हलकासा धक्का द्यावाच लागणार होता.

रस्ता किंचित चिंचोळा झाला. तशी बलविंदरनं ट्रकला पूर्ण जागा करून दिली. दोघांमध्ये वीत-दोन वीत अंतर नसेल. त्या ट्रकचा ड्रायव्हर बलविंदरकडे थोड्या रागानं पाहात पुढे झाला. त्याचं शेवटचं टोक नजरेच्या टप्प्यात येता क्षणी बलविंदरने विजेच्या वेगानं व्हील उजवीकडे नेलं. गाडीला हिकसा बसला त्याचा अंदाज बरोबर ठरला. ती बाई निसटू पाहात होती. पण, बलविंदर जवळजवळ अंगावर आल्यामुळे तिला करकचून ब्रेक दाबावे लागले... आता ती हताश झाली असावी. पुढे जाण्याच्या सर्व आशा बहुधा सोडल्या तिनं. हॉर्न देऊन आरडाओरडा करण्याचंही सोडलं तिनं. तिचा हॉर्न ऐकायला होतं कोण?

"शादीशुदा असेल काय ती?" मोहनच्या मनात अपराध दाटून आला होता. तो अशा प्रश्नांमधून बाहेर पडत होता.

"काय फरक पडतो! शादीशुदा असेल ह्व बालबच्चे असतील... आखीर औरत वो औरत और मर्द वो मर्द..." बलविंदरनं त्याला झटकलंच.

मोहनही स्वत:चं समाधान करू लागला ह्व

"मुझे वो ऐसीवैसीही लगती है... कोणी घरंदाज बाई या रस्त्यानं एकटी जाईल? तीही गाडी चालवत? नामुमकीन!" बलविंदर हसलाह्व

"मी काय सांगितलं तुला ह्व औरत कैसी भी हो ह्व औरतही है" ती कुठून आली? इथं कशी आली? कुठे जात असेल? असे बरेच प्रश्न बलविंदरच्याही मनात आले. पण, त्यांचा विचार करण्याच्या भानगडीत न पडता त्यानं तिचं एकटेपणच पाहिलं. एकटी बाई. जंगलात. पुन्हा हे त्याचं गाव नव्हतं बाई ओळखीची निघायला.

"मोहन, होशियार हो जाना..." बलविंदरनं ठिकाण ठरवलं. रस्ता त्याच्या माहितीचा होता. पुढे एका चढानंतर अगदी लगेच रस्ता चिंचाळो झाला होता. तिथं झाडांचा आडोसाही होता. तिची मारुती घुसवता आली असती झाडाझुडपांत. अडवायला कुणी येणार नव्हतं. आलं असतं तरी त्यानं पर्वा केली नसती. त्याच्यातली हिंसा नि वासना एकत्रच जागी झाली होती. बलविंदरनं हात मांडीला पुसले. सतत घाम येत होता हातांना. आता - या क्षणाला ह्व पाण्याची खरी गरज होती. घसा कोरडा पडला होता; पण पाणी केव्हाच संपलं होतं. त्याच्या सराईत नजरेनं खूप लांबपर्यंतचा नि नंतर आरशातून

मागचा वेध घेतला. कुणीच नव्हतं. वाहनांचा ठिपका नव्हता की गुरं हाकणारी मुलंही. फक्त त्याचा ट्रक होता नि मागे लाल मारुती. पुढे पुरुष, मागे स्त्री ह्न आपण नर आहोत, मागच्या मादीवर आपली हुकमत आहे या भावनेनं त्याच्यावर पूर्ण पगडा मिळवला.

मोहन घामानं डबडबला होता. उन्हं रस्त्यावर तळपून चमकत होती. तिथल्या विरळ झाडाझुडपांत बलविंदर तिच्यावर जबरदस्ती करणार ह्न नंतर आपल्याला करायला सांगणार. ती विनवणार. पाया पडणार. आपल्याला बहीण मान ह्न तू माझा भाऊच आहेस म्हणणार. मग हात-पाय झाडणार. ढकलून देणार. ओरबाडणारह्न मेरठला तो यातून गेला होता आणि पुन्हा त्यातून जाण्याची इच्छा नव्हती अजिबात. मेरठची मुलगी लहान होती. बहुतेक अनपढ होती. ही बाई तर गाडी चालवतेय... मोहनला वाटू लागलं ह्न या क्षणाला टायरच पंक्चर व्हायला हवा ट्रकचा. काळ पुढे सरकू नये ह्न किंवा काहीही करून तो प्रसंग येऊच नये अशी प्रार्थना करू लागला तो मनोमन. शक्य असतं तर त्यानं रोखलं असतं बलविंदरला. पण, त्याच्यात ताकद नव्हती. बलविंदरनं रोखून पाह्यलं तरी गडबडून जायचा तो. आपण किरकोळ शरीरयष्टीचे आहोत याचं वाईट वाटत राह्यलं त्याला. आपण क्लीनर व्हायलाच नको होतं... आईचं ऐकायला हवं होतं... बलविंदर सुटेल नि आपल्याला लटकवेल... आता गावाला गेलं की, त्याच्याबरोबर पुन्हा जायचं नाही...

बलविंदर त्याला सावधान राहण्याच्या सूचना देत होता. त्या प्रत्येक सूचनेसरशी तो खच्ची होत होता. धावत्या ट्रकमधून उडी टाकण्याचा एकच पर्याय आता शिल्लक होता. हात किंवा पाय किंवा दोन्ही मोडले असते. पण, पुढचा अनर्थ तरी टळला असता... मोहन आकडे मोजू लागला. मनातल्या मनात. एक दोन... तीन...

''मोहन ह्न तो बघ चढ... तो संपला की, लगेच तिला अडवायचंय ह्न'' बलविंदर ओरडताच मोहन दचकला.

''और सुन ह्न तिच्याकडे काही पैसे-दागिने मिळाले तर अर्धा वाटा तुझाह्न'' बलविंदरनं यापूर्वी कधी कोणाला लुटण्याच्या गोष्टी केल्या नव्हत्या. मग आजच हेह्न? हा तिला ठार मारणारेय की काय? गळा दाबून खून?

''किती पैसे मिळतील? तिच्याकडचे दागिने, घड्याळ, रोख रक्कम वीस हजार-पंचवीस हजार? त्याच्या निम्मे आपल्याला दहा हजार तर नक्की! मग काय हरकत आहे? नाही तरी या आयुष्याला असं काय सोनं लागून गेलंय... जगू तोपर्यंत मस्तीत जगू. प्रत्येकाला एक ना एक दिवस मरायचंच आहे. आपण थोडं आधी मेलो तरी कोणाला काय फरक पडणारेय...

तो चढ आता केवळ दीड-दोनशे फुटांवर असेल बलविंदरनं ट्रकचा वेग किंचित कमी केला. आरशातून त्यानं मागे पाह्यलं. मारुतीतली बाई वैतागलेलीच होती. कदाचित पुढचं गाव जवळ आल्यामुळे आपण संकटातून जवळ जवळ सुटलोय असं वाटून तिची

भीती गेली असावी. ती बेसावध आहे हे पाहून बलविंदरलाही मनातल्या मनात बरंच वाटलं. तो स्वत:ला खूप थंड ठेवू पहात होता... मोहन डोळे फाडून पुढे बघत होता...

ट्रकचा वेग आणखी कमी झाला. वळण लागलं होतं. डावीकडून-उजवीकडे जाणारं वळण. तिरप्या रस्त्याचं वळण. अशावेळी बलविंदर खरं तर खूप डावीकडे जाऊन वळण पूर्ण करायचा. उजवीकडून घेऊन चिंचोळ्या जागेत ते पूर्ण करणं भयंकर अवघड नि जोखमीचं होतं. पण, बलविंदरनं तीही जोखीम पत्करायची ठरवली. कारण तो डावीकडे गेला असता तर उजवीकडून ती बाई निसटली असती.

उजवीकडचं वळण पाहात बलविंदर काळजीपूर्वक चढत असतानाच डोळ्याचं पातं लवण्याच्या आत त्या बाईनं डावीकडून मारुती पुढे घातली... ती ट्रकला जवळ जवळ खेटून होती. तिच्या डाव्या बाजूला दरी होती. तिचा अंदाज जराही चुकला असता, तरी ती कोसळली असती. रस्त्याच्या अगदी कडेकडेनं ती पुढे जातेय हे पाहून मोहन ओरडलाच. बलविंदरनं सर्व ताकदीनं स्टीअरींग डावीकडे वळवलं. तिच्या पुढे जाऊन तिची इथेच कोंडी करायची म्हणून वेगही दिला. आता बलविंदर डाव्या बाजूला जाऊ लागला. ट्रकचं धड हादरल्यासारखं झालं गती नि दिशा अचानक बदलल्यामुळे बलविंदरच्या डोळ्यात रक्त चढलं. गाडी हेलपाटत डावीकडे झुकली. खरी तर ती मारुतीवरच आदळायची. पण, बलविंदरचं चालवणं पाहून ती बाई मागेच राह्यची... बलविंदरनं आता गाडी उजवीकडे घेण्याचा प्रयत्न केला. पण, तोपर्यंत चाकं कड्यापर्यंत पोहोचली होती. पुढचं वळण इतकं वक्र होतं की, चाकं खाली झुकणार हे त्याच्या लक्षात आलं. त्यानं पुढचा-मागचा विचार न करता करकचून ब्रेक लावला... ट्रकचा वेग कमी झाला, तो घसरत, प्रचंड आवाज करत कड्याकडे झुकताच बलविंदरनं दरवाजा उघडून रस्त्यावर उडी मारली.

प्रचंड आवाज करत ह्न कड्या, कपारीत आदळत ट्रक कोसळला. मोहनचा 'बचाव-बचाव'चा आक्रोश क्षणभर तिथं घुमला नि नंतर सगळं शांत झालं. मारुतीला आयतीच वाट मिळाल्यानं ती पुढे झाली. आपण सुखरूप आहोत हे कळल्यावर बलविंदरनं आजूबाजूला पाह्यलं. अजूनही त्याला मारुतीवर झडप घालायची होती... पण त्यानं नीट पाह्यलं ह्न मारुती तो चिंचोळा रस्ता ह्न त्यानं ठरवलेली जागा पार करून केव्हाच पुढे गेली. आता फक्त लाल ठिपका दिसत होता पूर्वेकडच्या क्षितिजावर.

बलविंदर मातीत, दगडगोट्यांत पालथा पडून राहिला. वेगाशिवाय. एकाच जागी खिळून. त्याला हातात स्टिअरींग हवं होतं नि पायाखाली ॲक्सलेटर वास्तवाची जाणीव झाल्यावर तो हात-पाय झाडत राहिला. त्याचा आक्रोश लालेबरोबरच मातीत विरघळून गेला. ठिपक्या ठिपक्यानं.

■

(पुरुष स्पंदन, दिवाळी १९९९)

एकांकिका : १ माधवबाग अर्थात् माझा मुलगा

– चेतन दातार

(एक ५० ची स्त्री. ब्लॅक जीन्स. टी शर्ट. एकंदरीत रूप ठळक. अंगावर येणारं. येते, खिशातून काही वस्तू, लेदरग्लवज्, ॲक्सेसरी काढून टेबलावर ठेवते (ज्या प्रेक्षकांना दिसू नये) स्क्रीप्ट टेबलावर ठेवते. येऊन ग्लवज् काढते. काढून टेबलावर ठेवते. तिथली पाण्याची बाटली सरळ तोंडाला लावते. तोंड पुसत वळते, ही वैजयंती.)

वैजयंती ह्न आता इथे तुमच्यासमोर सादर होणारं नाटक सत्य घटनेवर आधारित असलं तरी त्याचा माझ्या आयुष्याशी काहीही संबंध नाही. त्यातल्या व्यक्ती, घटना, प्रसंग यांचं माझ्या आयुष्याशी साधर्म्य आढळल्यास तो केवळ योगायोग समजावा. कुणाला काही प्रश्न असतील तर नाटक संपल्यावर ते लेखक महाशयांनाच विचारावेत. ते इथे आपल्यातच बसले आहेत. लेखक महाशयांनी या नाटकाला जरी '१, माधवबाग' हे नाव दिलं असलं तरी मी या नाटकाला 'माझा मुलगा' असं नाव दिलं आहे.

(वैजयंती व्यक्तिरेखेमध्ये प्रवेश करते. स्क्रीप्ट काढून त्यावरनं नजर टाकते. ते टेबलवर ठेवते. येऊन बसते.)

त्या पावसाळ्यातल्या शुक्रवारी ती दांडी मारून घरी राहिलीच नसती तर... तर कदाचित तिचं आयुष्य सुरळीत चालू राहिलं असतं किंवा कदाचित्.... पण जर, तर, कदाचित हे शब्द साहित्यात असतात, प्रत्यक्ष आयुष्याशी त्यांचा संबंध नसतोच ह्न

तर छान जुलै महिन्यातला मुंबईतला पाऊस पडत होता. धो धो.

(काल रात्रीपास्नं धार लागल्ये. स्टेशनवर जाईतो रस्ते तुंबतील आणि ट्रेन अर्ध्या रस्त्यात असताना ट्रॅक्ससुद्धा दिसेनासे होतील.)

खूप मजा वाटायची तिला या अशा पावसाची. पावसाळ्यात निदान दोनदा असा

प्रलय झाला नाही तर मग ही कसली मुंबई! खूप क्लिशेड वाटलं तरीही तिने ऑफिसात फोन करून सांगितलं (मी खिडकीतून पाऊस बघायला घरी थांबत्ये)

तशा बऱ्याच क्लिशेड गोष्टी तिने त्या दिवशी केल्या. भजी केली दोन तीनदा स्ट्राँग कॉफी करून प्याली. आमिर खान किशोरीच्या, अगदी मेघमल्हारच्या कॅसेट्स सीडीज् ऐकल्या. झालंच तर मुंबईतल्या गोरगरीबांची चिंता केली. इंदिराबाई संतांच्या कविता वाचल्या –

धाव वाऱ्याची भरारा आभाळही सैरावैरा
वेड्या पावसाच्या धारा पाणजंजाळ पसारा
गावकुसाच्या बाहेर भिजे चिंब तणघर
खेळे झोळीत तान्हुले तिच्या डोळ्यात कहार
निऱ्या कोरड्या वेढून तान्हे उराशी लावीत
डोळ्यातून धाराधारा ओठ मिटलेले घट्ट
खुदूखुदू हसताना थेंब दुधाचा ओठाशी
तिने कवटाळीले तान्हे वरधरून गळ्याशी
धाव...

इंदिराबाईंच्या कवितेमुळे तिला तिच्या मुलांची आठवण झाल्यासारखं झालं. तिने अमेरिकेत सॉफ्टवेअर फिल्डमध्ये काम करणाऱ्या थोरल्याला फोन करायला सुरुवात केली. पण, एव्हाना मुलगा गाढ झोपेत असेल हे लक्षात येऊन तिने स्वत:ला आवरलं. त्यानंतर तिला तिचा मधला मुलगा आठवला. (तो आत्ता असेल रियाझ करत. अशावेळी फोन केलेला त्याच्या गुरुंना आवडायचा नाही.) कोलकत्त्यातल्या एका सिगरेट कंपनीने दिलेल्या स्कॉलरशिपवर तिचा मधला मुलगा गुरुंच्या घरी राहून गाणं शिकायचा. धाकट्याची मुद्दाम अशी आठवण करावी लागायचीच नाही. कारण तो सतत तिच्या मनात असायचा. तिचा लाडका लेक. तिच्या आवडत्या पुरुषापास्नं झालेला. बाप चॉईस तिने होऊ दिलेला आणि त्यामुळेच तिच्या घटस्फोटासाठी कारण बनलेला. धाकट्याच्या वेळेस कधी नव्हे ती माहेरी आली बाळंतपणाला आणि आली ती कधी परत गेलीच नाही. '१ माधवबाग' मुंबईतल्या शिवाजी पार्क भागातली तिच्या वडलांची बिल्डिंग तशीही तिच्याच नावावर होणार होती. पण, आता घटस्फोटानंतर ती स्वत:च तिथे राहू लागली. तिच्या तिन्ही मुलांना घेऊन. कष्ट होते, एकटेपणा होता पण फुकाची बंधनं नव्हती. कंटाळवाणा नवरेपणा नव्हता. त्यानंतर तिच्या जीवनात कुणीच आलं नाही असं नाही, पण तिने आखलेल्या या घराच्या चित्रात कुणाला तसूभरही बदल करता आला नाही आणि म्हणूनच धाकटा तिचा इतका लाडका होता खरं. जगण्याची सुरुवात तिने त्याच्या जन्मापास्नं तर केली होती. (अत्ता काय करत असेल वेडं. आज शुक्रवार म्हणजे एक्स्ट्रा लेक्चर्स नाहीत. विकेंडसाठी येतोय की नाही ? ते विचारून

घ्यावं एकदा. निदान पाऊसपाणी बघून मुंबईला येण्याचं ठरव असं सांगावं.) पावसामुळे फोन लागेच ना वाशीला. त्याचं कॉलेज न्यू बाँबेला होतं म्हणून तिने त्याच्यासाठी एक छोटासा फ्लॅटच घेऊन टाकला होता. पावसाकडे बघता बघता तिला धाकट्याची 'कॉलेज डे' साठी केलेली आचरट कविता आठवली.

प्रकाशाच्या पुड्या बांधत
आमचा हा सूर्य बोंबलतो आहे
आला आला पाऊस आला
आता सारे चड्ड्या घाला

जर राष्ट्रच झाले नीळा झरा
आणि पाझरू लागली तरुण तन्मयता
तर कुत्रा बांधावा तरी कुठे

आणि अचानक फोन वाजला. एकदा-दोनदा-तीनदा.

ह्न हॅलो.
ह्न कोण बोलतांय.
ह्न कोण हवंय तुम्हाला.
ह्न तुमचा मुलगा आहे का घरात?
ह्न नाही तो ह्न
ह्न कुठे गेला भडवा.
ह्न हे बघा मी त्याची आई बोलत्ये. ही पद्धत नाही बोलण्याची.
ह्न अच्छा? स्वत:च्या पोराला शिकवा ना पद्धत.
ह्न हॅलो, तुम्ही कोण बोलताहात?
ह्न माझ्या मुलाचं आयुष्य उद्ध्वस्त झालं तुमच्या मुलामुळे.
ह्न अहो पण.
ह्न आत्महत्या करायचा प्रयत्न केला माझ्या मुलाने.
ह्न माझ्या मुलाने काय केलं काय.
ह्न बिघडवलं माझ्या मुलाला ह्न छक्का आहे तुमचा मुलगा. होमो आहे तो होमो.
ह्न अहो पण ह्न हॅलो ह्न हॅलो ह्न हॅलो.
(वैजयंती उठते. टेबलावर ठेवलेलं सिगरेटचं पाकिट उचलते. सिगरेट शिलगावते.)
थोडं विषयांतर करते. पण ते करणं महत्त्वाचं आहे, फारच. ही गोष्ट मी सांगत्ये म्हणून ती माझी आहे असं कृपया समजू नका. (वैजयंती येऊन बसते. रोलमध्ये शिरते.)

तर फोन कट झाल्यावर दोनच आवाज तिला प्रकर्षाने जाणवले. एक तिच्या स्वत:च्या श्वासोच्छ्वासाचा आणि दुसरा पावसाचा. ती भानावर आली तेव्हा तिच्या लक्षात आलं. बराच वेळ झाला आपण होतो त्याच स्थितीत बसलो आहोत. तिने भोवताली नजर फिरवली. सगळं जसं होतं तसंच होतं. जिथल्या तिथे. रिकामे कॉफीचे मग्ज, डीशमधलं काळपट भजं, टोमॅटो केचपचा फराटा, भिंतीवरली पेंटिंग्ज, पुस्तकांची कपाटं, फोटोतले तिचे आई-वडील. त्याक्षणी तिला फार एकटं वाटलं. असा एकटेपणा गेल्या कित्येक वर्षांत जाणवला नव्हता. तिला कुणाशी तरी बोलण्याची इच्छा झाली. काहीही. पण, फोन उचलायला तिचा हात धजेचना. तिने संगीत ऐकायचा प्रयत्न केला पण तिला ते नकोसं झालं. (आज आत्ता माझ्याजवळ माझा नवरा असायला हवा होता. अहं त्यापेक्षा धाकट्याचा बाप) ह्न आपत्काळी धीर देणारा त्याच्यासारखा माणूस तिच्यातरी पाहण्यात नव्हता. (कुठे असेल तो. जर्मनी की इंग्लंड) त्याच्या तब्येतीचे तपशील आठवले आणि तिने त्याचा विचार डोक्यातून काढून टाकला.

ती उठली. कामाला लागली. मग्ज बशा विसळल्या. अन्न गरम करून जमेल तसं जेवलीही. त्या दरम्यान चार-पाचवेळा फोन वाजला. पण, दहशतीपोटी तिने तो उचलायला टाळला. कामंधामं आटपताना ती एका महत्त्वाच्या निर्णयाप्रत येत होती. खरं तर त्या निर्णयामुळे तिच्या मुलांच्या खासगीपणावर अतिक्रमण होणार होतं. पण , तरीही तिने मनाचा हिय्या करून तिन्ही मुलांची कपाटं उघडून बघायचं ठरवलं. हो तिघांचीही. कारण तो माणूस नेमकं कुठल्या मुलाबद्दल बोलला? (त्याने ना मुलाचं नाव घेतलं ना स्वत:चं. म्हणजे कुणी माझी मस्करी तर केली नसेल?) तो माणूस खरं बोलला होता हे उघड होतं कारण आत खोलवर तिला ते जाणवलं होतं. असं जाणवण्याचं कारण उघड होतं. कितीही झालं तरी ती तिच्या मुलांची आई होती. तिच्याइतकं त्यांना कुणी ओळखलं असेल?

तिला माहिती होतं चिडल्यावर मोठ्याच्या कपाळावर निळसर शीर दिसते. गाण्याच्या कार्यक्रमाच्या दिवशी मधला दिवसभर इतका टेन्स असतो की, पुढचे चार दिवस त्याला कॉंस्टिपेशन ठरलेलं. धाकट्याला रात्री नागडं झोपायला आवडतं. मोठ्याचे डोळे नवऱ्याचे तर मधल्याची नखं आपल्यासारखी टपोरी आणि धाकट्याचं रूप आपलं पण स्वभाव तंतोतंत त्याच्या बापासारखा. तिला हेही आठवलं.

मोठ्याला तिच्यासारख्या स्वतंत्र विचारांच्या स्त्रिया आवडायच्या तर मधल्याला तिच्यासारख्या दिसणाऱ्या. पण धाकट्याला...?

(तो अजूनही लहानच वाटतो आपल्याला. पण त्याच्या हाता-पायावर, ओठांवर आलेली लव... शिवाय त्याच्या बेडसमोर भिंतीवर लावलेलं मधुबालाचं मोठ्ठं पोस्टर... पण मधुबालाच्या आजूबाजूला स्टॅलॉन आणि श्वायजेनिगरही आहेतच की...) पण ते त्याला व्यायामाची आवड असल्यामुळे असतील असं स्वत:ला पटवत ती मुलांच्या

खोलीत गेली. का कुणास ठाऊक तिला तिच्या वडलांची आठवण झाली. तिची पत्र फोडून न वाचणारे, तिच्या खोलीत येण्याआधी दारावर टक्‌टक्‌ करणारे तिचे वडील म्हणायचे 'मुलांचा खासगीपणा जर घरातल्या घरात जपला गेला नाही तर आयुष्यभर ती संशयी बनतात. तुला हवं ते लिही रोजनिशीत. डायरी उघडी पडली असली समोर तरीही कुणी वाचणार नाही याची खात्री बाळग.'

आजवर हाच नियम ती तिच्या मुलांसाठी पाळत आली होती. पण आज... खरंच माझ्या तीन मुलांपैकी एक मुलगा...? त्या विचारानेच ती शहारली. सगळे नैतिक नियम बाजूला सारून तिने मुलांच्या कपाटाचं दार उघडलं. थोरल्याच्या कपाटात एक विचित्र गोष्ट तिला आढळली. तिच्या नवऱ्याचा फोटो. होता होईतो वडलांचा विषय न काढणाऱ्या या मुलाने जन्मभर त्यांचा फोटो जवळ बाळगावा? त्याही अवस्थेत तिला दुखावल्यासारखं झालं. मोठ्याचं मधल्याचं धाकट्याचं. तिन्ही कपाटांमध्ये त्याच त्याच गोष्टी पिकनिकचे फोटो, ग्रीटिंग कार्ड्‌स, टीशर्ट्‌सचे कोंबलेले बोळे, पोर्नोग्राफिक बुक्स. तरुण मुलांच्या कपाटात जे जे असतं तेच मिळालं तिला. तिचं समाधान होईना. ती वेड्यासारखी भिरभिरली. टॉयलेट टँक्सच्या वर, कपाटांच्या मागे, कपड्याच्या कपाटात तिला आक्षेपार्ह असं काहीच सापडलं नाही. थकून ती धाकट्याच्या बेडवर बसली. उशाशी गादीखालून एक चेन लोंबत होती. तिने चाळा म्हणून ती चेन खेचून काढली. त्या चेनमध्ये छोटी छोटी चांदीची अल्फाबेट्‌सची लॉकेट्‌स होती. MANISH मनिष ह्न हा मनिष कोण? अचानक तिची उत्सुकता चाळवल्याने ती जागची उठली. तिने पलंगावरच्या गाद्या उलट्या-पालट्या केल्या. त्या गाद्यांच्या खाली तिला अनेक फोटो दिसले. मॅगझिन्स ह्न न्यूजपेपर्समधून कापून काढलेले क्रिकेटीअर्स, पॉलिटीशिअन्स, आर्मी कमांडर्स, ट्रकवाले, सिगरेट ओढणारे, स्वीमर्स, व्यायामपटू, शेतकरी, सिनेमा हिरोज्‌ ह्न फक्त पुरुष ह्न पुरुष. पुरुष. ती वेड्यासारखी बघत राहिली. हे फोटो असे गादीखाली ठेवून हा काय करत असेल? नुसत्या विचारानेच ती शहारली. गाद्या होत्या. तशा रचल्या. कपाटं पूर्वीसारखी अव्यवस्थित केली. इतक्यात डोअरबेलचा आवाज आला. तिने ती चेनही घाईघाईने उशाखाली ठेवली. ती बाहेर येते तो लॅच उघडून धाकटा आलाही होता.

'याहू. मला वाटलंच होतं ममा तू घरी असशील. अगं चारदा फोन केला वाटेतनं. उचलला का नाहीस. टॉवेल दे ना. बघत काय राहिल्येस नुसती. नाहीतर टॉवेल बिवेल राहू दे चौपाटीला चल. तुफान भरती आली असेल' धाकटा म्हणाला.

'माझी तब्येत बरी नाहीये' ती कसंबसं म्हणाली. तो तसाच ओलेता जवळ आला आणि तिच्या कपाळावर पालथा पंजा धरून म्हणाला,

'काय झालंय गं?'

'विशेष काही नाही क्लायमेट चेंज' ती म्हणाली.

'बरं मग मी जाऊन येऊ चौपाटीवर' तो म्हणाला.

'नाही तू कुठेही जायचं नाहीस आता' ती म्हणाली.

'अगं पार्कातले सगळे बाहेर पडले असतील.'

'नाही म्हणजे नाही ह्ल माझी शपथ आहे तुला.'

'तू शपथ घालत्येस म्हणजे नक्कीच सिरियस असणार काहीतरी ह्ल बरं नाही जात ह्ल मी भजी करू कांद्यांची ह्ल खाशील?' त्याने विचारलं.

'मी केल्येत' ती म्हणाली.

'ग्रेट ह्ल मी आलो कपडे बदलून' असं म्हणून तो गेलाही त्याच्या खोलीत.

मुलांनी इंडिपेंडंट असावं यासाठी तिनेच तिघांनाही स्वयंपाक शिकवला होता. ही कामं बायकांची, ही पुरुषांची असे भेदभाव तिला कधीच मान्य नव्हते. पण तरीही आज तिला वाटलं, स्वयंपाक करण्यात यालाच इतका रस का?

दोघं टेबलावर समोरासमोर बसले. तो पाऊस बघत होता.ती त्याला बघत होती. धाकटा म्हणाला, 'अचानक काल तुझी आठवण झाली ह्ल खूप होमसिक वाटलं म्हणून आलो.'

ह्ल 'तुझे मित्र कसे आहेत?'

ह्ल 'म्हणजे?'

ह्ल 'अभ्यास करताय ना?'

ह्ल 'हल्ली अभ्यासापुढे कुणाला धड बोलायलाही वेळ नसतो. हे शेवटचं वर्षं फार महत्त्वाचं आहे मम्मा. आता प्रत्येक विकेंडला येणं जमणार नाही मला.'

ह्ल 'मी काही दिवस वाशीला येऊन राहू का?'

ह्ल 'नको.'

ह्ल 'अरे पण का?'

ह्ल 'तू तिथून टाऊनपर्यंत जाणार हाय कोर्टात?'

ह्ल इतक्या बायका कशा येतात?

ह्ल पण नकोच.

ह्ल माझा काय डिस्ट्र्बस होणार ह्ल शिवाय घरचं जेवशील.

ह्ल नको ना मम्मा. मी एकटा नसतो तिथे.

ह्ल म्हणजे?

ह्ल आमचा सगळा ग्रुप जमतो अभ्यासासाठी.

ह्ल हे तू मला बोलला नाहीस बाळ.

ह्ल त्यात बोलायचंय काय ह्ल रोज रात्री मुंबईपर्यंत परत यायचे ते.

ह्ल ग्रुपनी अभ्यास चांगला होतो.

ह्ल पण गप्पा-टप्पाही होतात रे.

ह्ल मम्मा तसा वेळ घालवला असता तर इथवर पोहोचलो असतो का सगळे?

ह्न नाहीतर तू इकडेच ये कसा.

ह्न बरी आहेस ना ह्न येण्या-जाण्यात स्ट्रेट तीन तास वाया जातील.

ती म्हणाली, 'पण माझा जीव इथे टांगणीला लागतो बाबा.'

तो म्हणाला, 'मम्मा, तुला आज काय झालंय काय? तू झोप बघू जाऊन ह्न मी उगीच तुला भजी करायला लावली ह्न उगीच नसत्या प्रॉब्लेम्सवर चर्चा ह्न'

'पण तू दर विकेंडला इथे आलं पाहिजेस. प्रॉमिस दे मला.'

'बरं. ते आपण बघू नंतर.'

'दे प्रॉमिस आता याक्षणी.'

'तुला कसली भीती वाटत्ये मम्मा ह्न वेडंवाकडं वागायचं असतं तर त्यासाठी विकेंडची वाट बघेन का मी?'

धाकटा असं म्हणाला आणि तिच्या पोटात गोळा आला. ती कशीबशी उठली. तिच्या खोलीकडे जाऊ लागली.

'are you OK Mamma?'

'मी जाऊन पडते जरा.'

'पण नक्की काय झालंय. नाहीतर असं तू ह्न'

काही नाही. काही नाही. म्हणत ती तिच्या खोलीत गेली. पण, तिथे पोहोचल्यावर इतका वेळ दाबून धरलेलं रडणं बाहेर पडलं. रडणं मुलाच्या कानावर पडू नये याचा ती आटोकाट प्रयत्न करत होती. बाहेर पावसाला उतार पडला होता.

दारावर नॉक करून मुलगा म्हणाला, 'मे आय् कम इन' हातात पाण्याचा ग्लास घेऊन तो तिच्या पुढ्यात उभा राहिला.

'घे पाणी पी' असं म्हणत तिंच्यासमोर जमिनीवर बसला. पाणी प्याल्यावर तिला थोडं बरं वाटलं. ती म्हणाली.

'बाळ आय एम सॉरी. इतका छान पाऊस पडतोय आणि मी तुझा मूड खराब केला. जा तू चौपाटीवर जायचंय ना तुला' धाकट्याने तिच्या मांडीवर डोकं ठेवलं नी म्हणाला, 'अंहं, इथं तुझ्याजवळ बसतो. पावसाचा आवाज ऐकत.'

तू मला कुशीला घ्यावे
अंधार हळू ढवळावा
संन्यस्त सुखाच्या काठी
वळीवाचा पाऊस यावा
पदराला बांधून स्वप्ने
तू एकट संध्यासमयी
तुकयाच्या हातामधला
मी अभंग उचलून घेई

या व्याकुळ संध्यासमयी शब्दांचा जीव वितळतो
डोळ्यात कुणाच्या क्षितिजे मी अपुले हात उजळतो

बाळ, मी तुम्हाला तिघांनाही अगदी पहिल्यापासनं स्वातंत्र्य दिलं विश्वासाने कधीही कसले प्रश्न विचारले नाहीत.

ह्न हो बरोबर.

ह्न जे वागाल ते योग्य असेल अशी खात्री होती मला ह्न पण आज.

ह्न आज काय मम्मा.

ह्न आज मी एक प्रश्न विचारणार आहे हाही प्रश्न मी विचारला नसता जर यात कुणाच्या आयुष्याचा प्रश्न नसता तर...

ह्न म्हणजे?

ह्न तू कुणाच्या प्रेमात पडलायस..... किंवा कुणी तुझ्या.

ह्न तशी इन्फॅच्युएशन्स तर असतातच.

ह्न आता कसं सांगू.... तू कुणाचं नुकसान केलंयस काही... कुणाच्या मर्जीविरुद्ध. बळजबरी.

ह्न म्हणजे रेप?

ह्न हो.

ह्न मम्मा.... नक्की काय घडलंय... हे काय विचारत्येस तू आज मला?

तिने अगोदर त्याची माफी मागितली त्याच्या खोलीची झडती घेतल्याबद्दल. मग हळूहळू शब्द गोळा करत तिने त्याला त्या फोनबद्दल सांगितलं. धाकट्याचा चेहरा आक्रसला. डोळे एकाएकी परके वाटू लागले. सावकाश उठून तो खोलीबाहेर जाऊ लागला. दाराशी जाऊन वळत म्हणाला, 'जरा थांब तुझ्या सगळ्या प्रश्नांची उत्तरं मिळतील तुला.'

तिने विचारलं, 'तू कुठे निघालायस?'

'माझ्या खोलीपर्यंत ह्न आलोच' तो म्हणाला.

ती हताशपणे बसून राहिली. थोड्याच वेळात धाकटा आला. तिच्यासमोर एक फ्लॉपी धरत म्हणाला, ''ही घे. ही फ्लॉपी तुझ्या पीसीवर लोड कर.'

तिला काही समजेचना.

'ह्यात मी माझी डायरी लिहितो ह्न ही नेहमी माझ्याबरोबर असते. या फ्लॉपीचा पासवर्ड BAD (बॅड) आहे' असं म्हणून तो खोलीबाहेर जाऊ लागला.

'बाळ,'

'मी येतो तासाभरात ह्न कृपा करून मी जीवबीव देईन, अशी कल्पनाही मनात आणू नको' असं म्हणून तो दिसेनासा झाला.

+ Enter the pass word

+ BAD - Entered

+ Inser Floppy

+ CDA - Prompt

+ Dir - Back Slash

+ File name - ROJNISHI

+ Page up - Page down - Page up

तीन जानेवारी.

प्रिय मम्मी,

तू आमच्या मनावर काही गोष्टी नेहमी बिंबवल्यास. त्यातली महत्त्वाची गोष्ट की, निदान स्वत:ला फसवू नका. आम्हाला वाढवण्यासाठी तू काय कष्ट घेतलेस हे कुणी सांगण्याची गरज नाही. त्यात माझी म्हणावी अशी तूच आहेस. तुला फसवणं हे स्वत:ला फसवल्यासारखं आहे. पण, धाकधूक वाटते की, हे सगळं कळल्यावर तू माझा तिरस्कार तर करणार नाहीस ना तूच जर मला टाकलंस तर मी कुठे जाऊ?

Page up - पंधरा ऑगस्ट.

मम्मा, मी स्वत:ला बदलण्याचे खूप प्रयत्न करतो गं ह्व पण तरीही मी पुन्हापुन्हा चुका करतो. मी ठरवतो की, आता फक्त मुलींकडेच पाहायचं जर त्यांच्यात मला रस निर्माण झाला तर कदाचित मी सुधारेनही ह्व एका मुलीला प्रपोज करण्यापर्यंत गेलो मी ह्व पण मग वाटलं, आपण तिच्या आयुष्याशी खेळण्यापेक्षा एखाद्या प्रॉस्टीट्यूटकडे जाऊन पाहावं ह्व एका पिकपॉईंटला गेलोही पण मग वाटलं. आपण कुणाला फसवू पाहातो आहोत? आठवतंय तेव्हापासून मला पुरुष. पुरुष आणि पुरुषच आवडत आल्येत ह्व या विषयावर वेगवेगळी पुस्तकं वाचून माझं डोकं फुटायची पाळी आल्ये ह्व मनात संघर्ष नाही असा एक क्षणही मला जगायला मिळणार नाही का? असं द्विधा जगण्याचा मला थकवा आलाय. या थकव्याने मी एक दिवस मरून जाईन. सांग ना मम्मा, सो कॉल्ड टर्मनुसार मी 'नॉर्मल' का नाही? आपल्या घराण्यात अशा कुणाच्या टेंडंसी होत्या? त्या दाबल्यामुळे त्यांचं मॅनीफेस्टेशन माझ्यात झालं? की मी मागच्या जन्मी स्त्री होतो? पण, या जन्मी ऑपरेशन करून स्त्री होणं अशासारखे भयानक विचार माझ्या मनातही येत नाहीत. कारण निसर्गाविरुद्ध जाणं मला मान्य नाही. पण त्याचवेळेस हेही सांगतो की, मला पुरुषांचं वाटणारं आकर्षण अगदी पूर्णपणे नैसर्गिक आहे. पण तरीही मनात प्रश्न येतोच का? मीच का? Why me?

Page up

Page up - नऊ डिसेंबर.

मम्मा, काल पिकनिकला गेलो होतो ह्व पोहायला सगळे समुद्रात गेलो. गंमती गंमतीत एक मुलगा मला सारखा मिठ्या मारत होता. शेवटी मी त्याला म्हटलं, 'जर तू

तुझ्या गर्लफ्रेंडसमोर मला अशी मिठी मारशील तरच मी तुझ्याबरोबर झोपीन ह्न नाहीतर तिच्यासमोर तू मर्द बनणार आणि इथे दारूच्या नशेत मला मिठ्या मारणार! का करतात असा खोटेपणा? माझ्याही कित्येक मैत्रिणींना माझ्यात रस आहे. पण, मला त्यांच्यात नाहिये. खरं तर मला त्यांच्या अगदी जवळ असल्यासारखं वाटतं. त्यांना मी सहज समजू शकतो. पण, याचा अर्थ असा नाही हं की मी पुरुषाच्या शरीरात ट्रॅप झालेली स्त्री वगैरे आहे.

Page up - १ जानेवारी

मम्मा, स्त्री असणं आणि पुरुष असणं म्हणजे तरी नेमकं काय? स्त्रियांना नेहमीच स्त्री असल्यासारखं वाटतं? पुरुषाचं आकर्षण जिला असेल तीच खरी 'स्त्री' म्हणायची? पण मग या न्यायाने माझ्यासारख्या पुरुषांचं काय? मला एका मित्रासमोर समर्पण करण्यात धन्यता वाटते तर दुसऱ्यासमोर मी इतका पुरुषी बनतो की So called पुरुषांनी मान खाली घालावी ह्न हा दोन्ही मीच असतो हे कसं?

Page up - २३ मार्च

मम्मा, आज मला तुझ्या कुशीत शिरून रडावंसं वाटतंय ह्न गेली दोन वर्षं माझ्याशी स्टेडी फ्रेंडशिप असलेला माझा मित्र मला सोडून गेलाय. एका मुलीशी लग्न करायला. एकुलता एक असल्यामुळे वंशाचा दिवा त्याला लावायलाच हवा ना! I am heartbroken, I am in grief - दादा, बंटी त्यांच्या त्यांच्या मैत्रिणींशीच लग्न करणारेत आणि मी?

Page up -

Page up - २७ जुलै

मम्मा, आज एका मित्राबरोबर गेट वे ऑफ इंडियाला गेलो होतो ह्न रस्त्यात एक म्हातारा गे भेटला. अधाशी नजरेनी पाहात होता. मी म्हटलं, 'इतकं वय झालं तरी नजर हिरवी आहे' यावर मित्र म्हणाला, 'तो गे आहे म्हणून नुसतं बघण्यावर समाधान मानतोय. हेट्रोसेक्शुअल असता तर आजोबा आजोबा म्हणवत मुलींच्या शाळेशी गेला असता आणि गालगुच्चे आणि चिमटे काढत बसला असता. अरे एकंदरीत म्हातारपण कुणालाही कठीण असतंच. त्यात आपल्याला तर, फारच. छळ करायला बायकोही नसते.' मला आत्ता याक्षणी खूप डिप्रेस वाटतंय. मीही त्याच्यासारखाच फिरेन म्हातारपणी?

Page up - २८ नोव्हेंबर

मम्मा, आज मी पहिल्यांदा HIV Test करून घेतली. टेस्ट निगेटिव्ह आली. आजचा दिवस आनंदाचा, सुटकेचा आणि थकव्याचाही. आजच मला कुणीतरी सांगितलं होमोसेक्शुआलिटी कॅन बी क्युअर्ड बाय अ सकायट्रीस्ट्स ट्रीटमेंट ह्न बघूया सगळे प्रयत्न करायचे पण यातनं सुटायचंय मला.

Page up - २ जुलै

मम्मा, त्या प्रसिद्ध सकायट्रीस्टकडे जाऊन आलो. ते म्हणाले, 'यस् इन अ वे तुला मुलींमध्ये इंटरेस्ट निर्माण होऊ शकतो, यावर मी विचारलं, 'त्यासाठी मुलांना भेटणं पूर्णपणे बंद करू का?' तर ते म्हणाले, 'नको, असं एकदम बंद केलंस तर मन भरकटेल. त्यापेक्षा कुठल्यातरी एखाद्या चांगल्या पुरुषाशी संबंध ठेव. उदाहरणार्थ, माझ्यासारख्या एखादा ह्व म्हणजे त्यामुळे मला तुझी प्रोग्रेस कळायलाही मदत होईल.' त्याची फी त्याच्या तोंडावर मारून तात्काळ तिथून चालता झालो. तिथून सुटका होते. तो एक मित्र म्हणाला, मी आता पूर्णपणे हेट्रोसेक्शुअल झालोय. एका चर्चच्या फादरला भेटायला घेऊन गेला. फादर म्हणाले, 'येशूच्या चरणी लीन हो. येशूला शरण ये. तोच तुझा हा रोग बरा करेल. दोन महिने तिथली प्रवचनं ऐकली, प्रेअर्स म्हटल्या. एक दिवस फादरनी एका 'सुधारलेल्या' लेस्बियन मुलीची ओळख करून दिली. काही दिवस तिच्याबरोबर डेटींग केलं. पण बरोबर असलो तरी ती आसपासच्या मुलींकडे बघे. अन् मी मुलांकडे शेवटी ती म्हणाली, 'इन अ वे धिस इज गोईंग टू बी मॅरेज ऑफ कनविनियंस' मी म्हटलं 'बट इफ कनविनिअर्स एंड्स देन' ती म्हणाली 'ऑब्वियसली मॅरेज एंड्स' त्यादिवशी आम्ही शेवटचे भेटलो हे सांगायला नकोच ह्व Page up त्या चर्चची शेवटची आठवण ह्व 'फादर पारीशमधनं आले नव्हते. चर्चमध्ये मी एकटाच बसून होतो. देवापुढे गुडघे टेकून. काही वेळाने ते चर्च, ती बाकं, तो ऑल्टर संगळं दिसेनासं झालं. फक्त तो आणि मी उरलो आणि मग अचानक साक्षात्कार झाल्यासारखं वाटलं. वाटलं कशाला हे घर्षण? आपण का बदलायचं स्वत:ला? किती वेळ घालवला. आपण आयुष्यातला मी हा आहे तसा घडण्यासाठी कुठले DNA कुठले जीन्स वापरायचे हे ज्या शक्तीने ठरवलं तीच माझं काय ते बघून घेईल. मी हा असा असण्यामागे कुठेतरी, कुणाचीतरी, कुणासाठीतरी योजना असली पाहिजे आणि नेमकी त्याचवेळी चर्चबेल वाजल्याने माझी तंद्री मोडली. संध्याकाळ झाली होती एक बाई मेरी आणि येशूच्या समोर मेणबत्ती लावत प्रार्थना करत होती ह्व बहुदा तिच्या मुलासाठी...

तर मम्मा मी आहे हा असा आहे, ना कुणी मला तसा घडवला, ना कधी कुणी माझ्यावर जबरदस्ती केली. कुणी गोरं असतं कुणी जाड असतं. कुणाचं शरीर अवाढव्य असतं. तर कुणाची बुद्धी अचाट असते, तर तसाच मी निसर्गदत्त ह्व इमोशनल सेक्शुअल प्रेफरंस थोडा वेगळा असलेला तुझा मुलगा CD C : Exit.

(वैजयंती उठते ह्व पाणी पिते ह्व ती अस्वस्थ आहे.)

या नाटकात बोलले गेलेले संवाद लेखकाने लिहिले. मी त्यांना नाटक लिहून द्या म्हटलं तर त्यांनी हे नाटक लिहिलं.

(वैजयंती अनिच्छेनी पुन्हा रोलमध्ये शिरते.)

याच जगात राहात होती ती. या गोष्टींबद्दल ऐकूनही होती अंधुकसं. पण हे आपल्या इतकं पायाशी जळतंय या विचाराने ती कोसळून पडली. कशाप्रकारचं भयंकर आयुष्य

येईल मुलाच्या वाट्याला. समाजाची घृणा कशी सहन करेल तिचा मुलगा. या विचाराना तिचं काळीज चरत गेलं. हा मुलगा माझ्याच पोटी का? माझं काय चुकलं या विचारांनी तिचं डोकं भणभणून गेलं. नवऱ्याचा दोष नसताना आपण त्याच्यापासून डिवोर्स घेतला त्याचे तळतळाट तर लागले नसतील. पण, इतकी माणसं वाईट वागतात, चूका करतात मग त्यांना का नाही होत अशी मुलं? आपण कधी धर्माचं केलं नाही म्हणून तर असं झालं नसेल? असंही तिला वाटू लागलं. पण तिने लगेचच तो विचार मनातून काढून टाकला. तो असा निपजणार आहे हे आपल्याला त्याच्या लहानपणीच कळलं असतं तर कदाचित तेव्हाच ह्न आपण त्याच्या गळ्याला नख लावलं असतं.

(वैजयंती अचानक गप्प होते. अपमान झाल्यासरशी संतापून रडू लागते ह्न तरीही स्वत:वर ताबा मिळवत.)

आपण मुलं जन्माला घालतो. आपल्या कल्पनेनुसार त्यांना वाढवतो. नाही नाही म्हणताना मुलाने काय व्हावं, कसं वाढावं याबद्दल आपल्या काही अपेक्षाही तयार होतात. तुमची मुलं तुम्हाला हवी तशी वाढतायत? तुमच्या आई-वडिलांना हवे होता तसे तुम्ही वाढला? तर ती पीसी ऑफ करून बराच वेळ बसून राहिली. अंधारात कॉफीचे मग्ज घेऊन धाकटा आत आला. अगदी नव्याने पाहावं तसं तिने त्याला न्याहाळलं. हा माझा मुलगा? त्याच्या चेहऱ्यावर शिक्षेच्या प्रतिक्षेत असणाऱ्या अपराध्याचे भाव. दोघं शांतपणे कॉफी प्याले. उठता उठता ती म्हणाली आज बाईंची सुट्टी आहे. रात्री बाहेरच जाऊ जेवायला. तयार होऊन तिने बरीशी साडी नेसली आणि ती मुलाच्या खोलीशी गेली. तो मुलगा बेडवर वेडावाकडा होऊन पडलेला. 'बाळ, बाळ काय झालं तुला' तिने हिस्टेरीक होत विचारलं.

'सॉरी ममा' असं काहीसं पुटपुटत त्याने तिला स्पर्श करायचा प्रयत्न केला. त्याच्या तोंडातून लाळ गळत होती. चेहरा पांढराफटक. थंडगार पडत चाललेले हात-पाय. तिच्या लक्षात यायला फारसा वेळ नाही लागला. शेजारी पडलेली झोपेच्या गोळ्यांची बाटली उचलत तिने डॉक्टरना फोन केला. इतक्यात, आय एम सॉरी ममा ह्न आय लेट यू डाऊन असं म्हणत त्याने मान टाकली. डॉक्टर्स, हॉस्पिटल, पोलीस केस सगळं प्रथेप्रमाणे झालं. दोन दिवस डॉक्टरांनी शर्थ केली पण अखेर तिचा लाडका मुलगा तिला सोडून गेला.

(वैजयंती क्षणभर गप्प आणि मग स्फोट झाल्यासारखी).

होय तिचा लाडका मुलगा तिला सोडून गेला ह्न सोडून गेला म्हणजे मेला ह्न फक्त वीस-बावीस वर्षांचा मुलगा मेला म्हणे ह्न धिस इज अपॉलींग ह्न डीसगस्टींग ह्न मी नटी म्हणून हे स्क्रीप्ट भिरकावून देत्ये ह्न चिंध्या चिंध्या करत्ये याच्या (टराटर स्क्रीप्ट फाडून टाकते.) या लेखकांच्या इतकी सिनिकल जमात नसेल कुठे फॅनॅटीक्स. फंडामेंटलीस्ट ऑफ अ वर्स्ट काईंड. काही सुचलं नाही लिहायला म्हणून मारून टाकायचं? एखाद्याला

मारून प्रश्न सुटतात? की ड्रॅमॅटीक इफेक्ट म्हणून मारलं तुम्ही माझ्या मुलाला? हातात पेन आहे म्हणून काय वाट्टेल ते लिहू शकता तुम्ही? की तुमच्या स्वत:च्या मनातही होमोफोबिया दडलाय? आय वॉर्न यू लेखक महाशय, होमोसेक्शुआलीटी हा तुमच्यासाठी कदाचित अॅट्रॅक्टीव, सेलेबल, सेंशेशनल विषय असेलही पण अनेकांसाठी ती त्यांच्या जगण्याचा एक अविभाज्य भाग असते. आणि वीस–बावीशीचं असणं म्हणजे काय खाऊ वाटतो काय तुम्हाला? त्याची स्वप्नं, त्याचे आनंद. त्याचं पुढे पसरलेलं उभं आयुष्य याच्याशी तुम्हाला काहीही देणंघेणं नाही. त्याचा सेक्शुअल प्रेफरंस वेगळा आहे ना. बस. तुम्ही त्याला मारून टाकणार प्रत्यक्षात जमत नाही म्हणून नाटकात. पेनच्या एका फटकाऱ्याने त्या तरुण मुलाची नियती ठरवता? काय देव समजता काय स्वत:ला?

(थोडी शांत होते. पाणी पिते. पुन्हा पुढे येते.)

तुम्ही नाही पण मी समजू शकले त्या मुलाचा भयाण एकाकीपणा. कारण मी आई आहे. ना मी फ्लॉपी काढून कॉफी पीत बसले, ना बरीशी साडी नेसून डिनरला निघाले. हे असले सीन्स अमेरिकन सिनेमात शोभतात. मी सर्वप्रथम त्याला कुशीत घेतला. हृदयाशी घट्ट धरून ठेवला किती तरी वेळ आणि मग त्याचे भरून आलेले डोळे पुसत म्हटलं.

तुझी आई अजून जिवंत आहे. तू जसा आहेस तसा माझा आहेस, आणि तसाच मला आवडतोस, आणि एक. तू एकटा नाहीयेस या जगात. आपल्या बुरसटलेल्या कायद्यानुसार तू जरी गुन्हेगार ठरत असलास तरी मी तुला तसं मानत नाही. या अशा भावना असणं हे नैसर्गिक आहे. अशा भावना सर्वांच्या मनात असतात. जे नाही म्हणतात ते खोटं बोलतात. माझ्याही मनात अशा भावना यायच्या पण मी रुळलेल्या वाटेने गेले. लग्न केलं. मोठे दोघं झाले. तुझा बाप भेटला आणि त्याने बरोब्बर वर्मावर बोट ठेवलं. म्हणाला, वैजयंती, तू स्वत:ला नाकारतेस कशाला? नैसर्गिक–अनैसर्गिक हे शब्द माणसाने निर्माण केले. जे जे अस्तित्वात आहे ते नैसर्गिकच असतं. तुझ्या बापाने मला नवऱ्यापासून तर मुक्ती दिली पण दरम्यान मी त्याच्या प्रेमात पडले आणि तुझा जन्म झाला. माझी द्विधा अवस्था मला मान्य करायला लावणाऱ्या माणसाचा तू मुलगा आहेस हे तू कधीच विसरू नकोस.

आणि आता हेही सांगते की, हे जरी मी त्याच्याशी बोलले नसते तरीही त्याने आत्महत्या नक्कीच केली नसती. माझा मुलगा आहे तो. शांतपणे म्हणाला,

'थँक्स ममा. आता मला निघायला हवं.'

'कुठे?'

हॉस्पिटलला. आज सकाळी फोन मनिषच्या बाबांचा आला होता. मी तुला फ्लॉपी वाचायला देऊन हॉस्पिटलला जाऊन आलो. Now he is out of danger. पण आता

शुद्धीवर येईल तेव्हा मी तिथं असणं आवश्यक आहे आणि एक, मी त्याच्यावर कधीही बळजबरी केली नाही. आम्ही प्रेम करतो एकमेकांवर. कुणी नतद्रष्ट माणसांनी हे त्याच्या वडलांना कळवलं. त्यांनी जबरदस्तीने मनिषचं लग्न लावायचा प्रयत्न केला. म्हणून त्याने डायझोन प्यायलं. just to cancel his marriage हल्ली डायझोन पिऊन कुणीही मरत नाही.

मीही गेले त्याच्याबरोबर हॉस्पिटलला. नुसती हॉस्पिटललाच जाऊन थांबले नाही मी. त्याच्याबरोबर सगळीकडे गेले. पब्जमध्ये, पिकअप पॉईंट्सशी. रेल्वे स्टेशन्सवरच्या मिटिंग पॉईंटवर, गे पार्टीजनाही. त्याची लेस्बियन मैत्रीण म्हणून म्हटलं. तो जे आणि जसं आयुष्य जगतो ते मला कळलंच पाहिजे.

जसजशी फिरले तसतसं कळत गेलं हे जग बिनमुखवट्याचं आहे. इथे प्रवेश करताना भल्याभल्यांचे मुखवटे आपोआप गळून पडतात. कधीकधी इच्छेविरुद्धही. जर बाहेरचं जग फक्त सेक्सनी भरलेलं असेल तर तेही जग सेक्सनी भरलेलं आहे.

जर बाहेरच्या जगात प्रेम, द्वेष, मैत्री, दु:ख, हिंसा असेल तर या त्याच्या तुकड्यातही हे सगळं आहे; पण, एक नक्की हे जग घृणास्पद, बिच्चारं, तिरस्करणीय, दीनवाणं तर नक्कीच नाहीये.

(वैजयंती लालभडक लिपस्टिक लावते, सिल्वर ॲक्सेसरी, ग्लवज् घालू लागते.)

माझ्या मुलाला फार इच्छा होती इथे येण्याची पण आज एक मोठी पार्टी आहे. आमच्या १ माधवबागच्या टेरेसमध्ये. ओकेजन काय ते माझा मुलगा जाणे कारण it is going to be a big big secret (उठून आवराआवर करत.)

चला आता मला निघायला हवं. हे इतकं अंतर पार करून तिथपर्यंत पोहोचणं काही सोपं नाही. ट्रॅफिक जॅम्स, ब्लॉकिजेस, बॉटलनेक्स. बॅड व्हेदर हे सगळं गृहीत धरावंच लागतं.

पण सगळ्यात शेवटी पोहोचणं हेच सगळ्यात महत्त्वाचं हो ना?

(वैजयंती निघते वळते)

इतकं सगळं ऐकल्यानंतर जर तुम्हाला आता माझ्या सेक्शुॲलिटीबद्दल प्रश्न पडला असेल तर त्याला एकच उपाय आहे (मूठ वळवून वर मारते) शव इट अप (योअर ॲस)

(Exit)

(वैजयंती लेदर ग्लव्ज लेदर जॅकेट घालते.)

■

(पुरुष स्पंदन, दिवाळी १९९९)

तिरुपति

– रघु डामसे

मोतीराम पार्क, शहरातल्या मध्यवर्ती भागातली उच्च मध्यमवर्गीयांची सोसायटी. चौदा माळ्यांची बिल्डिंग. चार बिल्डिंगचा सोसायटी एरिया. गार्डन, जॉगर्स पार्क, जिम आणि स्वीमिंगपूल, क्लब असलेली ही शहरातली बऱ्यापैकी मोतीराम पार्क सोसायटी. पूर्ण बंदिस्त एरिया. चारी बाजूंनी पुरुषभर उंचीची कंपाऊंड वॉल. हवेशीर फ्लॅट सिस्टीम असलेली सोसायटी.

तानाजी मुठे हा डबेवाला गेटपाशी आला. सायकलला अडकवलेले रिकामे जेवणाचे डबे.

तो गेटमधून आत शिरताना वॉचमनने त्याला अडवले, ''ए किधर जा रहे हो । रुको ।''

तानाजीनं तिथंच सायकल उभी केली, म्हणाला, ''ये देखो वॉचमन एक आदमी को मिलना है मेरे को । हां, देवीदास गायकवाड, हमारे गाववाला है ।''

खिशातून पत्ता असलेलं चिटोरं बाहेर काढीत वॉचमनला दाखवत तानाजी पुढे झाला. वॉचमनने तो कागद हाती घेतला. बघितला. त्यावर लिहिलं होतं, 'देवीदास गायकवाड, मोतीराम पार्क, जी विंग रु. नं टू, सेव्हन्थ फ्लोअर' ॲड्रेस तर बरोबर होता.

पण वॉचमन म्हणाला, ''ये देखो ॲड्रेस बरांबर है । पर ये देवदास नामक कोई नहीं रहता ये बिल्डिंग में । तुम जाव ।''

या दोघांचं हे गेटमध्ये चाललेलं संभाषण बिल्डिंगच्या गार्डनमध्ये खेळणारी पोरं अन् त्यांच्या ममा बघत होत्या. तानाजी मुठेचा तो अवतार पाहून त्या आपसात खिदळत होत्या. लेंगा, नेहरू शर्ट न् डोक्यावर गांधी टोपी असा गबाळा अवतार पाहून त्या

खेळणाऱ्या पोरांनाबी गंमत वाटली. तानाजी गयावया करून त्यांना म्हणतोय, "अरे बाबा, एक-दोन घंटेसे ढुंढताय मैं ये आड्रेस..." इतक्यात गेटबाहेर गाडीचा हॉर्न वाजला. वॉचमन घाईघाईनं गेट उघडायला गेला. तानाजीने रस्त्यातली सायकल बाजूला घेतली तेव्हा त्या कारचा ड्रायव्हर चष्मा लावलेल्या तानाजीला बघून तसाच पुढे पोर्चमध्ये गाडी पार्क करायला निघून गेला. त्याने तानाजीला ओळखलं. हॉर्न वाजवून त्याने वॉचमनला बोलावलं. वॉचमन पळत गाडीजवळ गेला. त्या गाडीतनं उतरलेल्या सुटाबुटातल्या इसमाने वॉचमनला सांगितलं, "उसे भेजो मेरे फ्लॅटपर"

वॉचमन ह्व "पर सर वो..."

"वॉचमन, मुझे एक शोफर की जरुरत है इसलिये उसे बुलाया है । भेजो उसे" अन् तो इसम लिफ्टने वर निघून गेला. वॉचमन पुन्हा गेटजवळ आला. तानाजीला म्हणाला, "जाव... वो साबने बुलाया है । ये सायकल उधर लगाव । जाव । अरे, लेकिन वो तो डी.जी. महाडकरसाब है । तुम्हारे ॲड्रेस पे तो वो क्या लिखा है देवीदास गायकवाड. जाने दो.... तुम जाव । वो लिफ्ट से उपर सातवा माला, जाव ।"

वॉचमनने लिफ्टकडे बोट दाखवलं. पण तोही चक्रावला. "क्या करने का है?" स्वत:शीच म्हणत स्टुलावर येऊन बसला.

तानाजी हॉलमध्ये सोफ्यावर कधीच बसून होता. त्या फ्लॅटच्या ए.सी.नं तो गारठला. स्वत:शीच विचार करू लागला. "ह्योच देवीदास नव्हं? शिकलेला हाय. चांगली नोकरी लागली असंल. पगार चांगला मिळत असंल. राहत असंल या फ्लॅटमध्ये. गावाला तर कधी पाहिला नाय. तिकडं सोमतवाडीलाच आश्रमशाळेत होता. तितून जुन्नरला गेला. आत्याकडंच राहिला. नंतर तिथूनच मुंबईला आला होता. हे ऐकून होतो. लय शिकला होता. गॅजुट काय म्हणतात तसा. पण इथं घरात तर त्याचा फोटो नाय. आई-बाचं फोटो कुठं भिंतीला दिसत नायत. नुसते हे फुलांचे कसले कसले मोठमोठे फोटो भिंतीला चिकटवलेले. आयला आपुन शिकलो नाय म्हणून ही हमाली करतोय. साताठ वर्षांमागं मुंबईला आलो. डबेवाला झालो. एवढं येकच. पण आपुन गावाला जाऊन-येऊन राहतोय. म्हातारा-म्हातारीला बघतोय. शेतीवाडीकडं लक्ष देतोय. वर्षाकाठी जत्रा करतोय. पण गाव नाय विसरलो आपण."

बराच वेळ झाला होता. देवीदास हॉलमध्ये त्याचेसमोर आला. तानाजीला आपल्या डोळ्यांवर विश्वास बसेना. तो देवीदासच होता. पण तो अवाक् होऊन त्याच्याकडं बघतच राहिला. गोरापान, डोळ्यांवर बारीक काड्यांचा चष्मा, हातात भारी घड्याळ, केस काळे कुळकुळीत; पण साहिबी रुबाब पाहून तानाजी दडपून गेला.

देवीदासच म्हणाला, "काय, तानाजी ओळखलंस की नाही?" तानाजी गप उभाच.

"अरे बस ना. सांगतो सगळं. बस." दोघे बसले.

''अरे मीच देवीदास...''

''पण...''

''अरे, हे शहर आहे. ही हाय-फाय सोसायटी. हिथं राहायचं म्हणजे त्या सोसायटीप्रमाणे राहावं लागतं. आधी बोल काय घेणार थंड की गरम?''

अजूनही तानाजी स्वत: सावरू न शकला.

''अरं मंग ती दारावर पाटी? ते नाव? तू इथं भाड्यानं घेतलाय हा फ्लॅट?''

हे ऐकून देवीदासला हसू आलं. ''नाही रे आपल्या गावचं नाव लावलंय मी. गायकवाड म्हटलं की संकोच वाटतो.''

हे तानाजीला पटेना. ते ऐकल्यावर त्याचा आपल्या कानांवर अन् आता डोळ्यांवरबी भरोसा नाय राहिला. शहरात येऊन नावं बदलावीत? यानं तर जातपण बदलली असंल मंग! देवीदासनं चष्मा उतरवला. तसा तानाजीनं त्याला नेमका ओळखला. किती वर्षानं आज पाहतोय देवीदासला. तानाजी बसून राहिला.

देवीदासनं मोबाईलची रिंग वाजली म्हणून फोन घेतला. ''हॅलो... हं बोलतोय. यस्... यस्... ओके. एट पी.एम. ओके.'' फोन ठेवला. मग वळून तानाजीला म्हणाला, ''बोल कसा आहेस तू? गावाकडं काय चाललंय?''

नशीब... निदान गावाची चौकशी तरी केली. गावाला तर हा कधी येत नाही. तिकडं जुन्नरला आत्याकडे येतो तेवढाच. तिथंच एक-दोन टाईम भेटला होता तेवढाच.

''तुझा निरोप द्यायचा होता. आन् मी फिरतो ना इकडं डबे घेऊन. म्हणून म्हणलं माझ्याच एरियात राहतोय. काढीन शोधून. मी कालच आलो गावाहून. तुझा बा मेला बुधवारी. शुकीरवारी धाव्वा हाय. तवा तुला जावं लागंल दहाव्याला तरी.''

हे एवढ्या सहज सांगणाऱ्या तानाजीकडे देवीदास पाहतच राहिला. पण ते खरं होतं. म्हातारा खूप आजारी आहे असं आत्यानं त्याला सांगितलं होतं.

''ठीक आहे. जाईन मी गावी. काय झालं होतं?''

काय सांगणार?

तानाजीचा संताप अनावर झाला. काय म्हणू याला आत्ता?

अरे, हाल-हाल झाले म्हाताऱ्याचे, खायचे वांदे. उपाशी ठेवायची सून त्याला. खुरडत चालायचा म्हातारा. तडफड तडफड झाली म्हाताऱ्याची. सारखा देवीदास, देवीदास.... देव्या, देव्या करीत होता मरताना हे सांगू त्याला? काय उपयोग त्याचा? आता पाझर फुटून काय उपयोग? जिवंत झाला तेव्हा गावी कधी आला नाही. काय सांगू याला? निरोप दिला हेच लय झालं. नशीब मला ओळख तरी दिली.

त्या ए.सी.तही संतापानं तानाजीचं अंग तापलं. कानशिलं गरम झाली. तो गप्प झाला. दोघे शांत बसलेले. तानाजी उठला. ''येतो'' म्हणाला. अन् तरातरा लिफ्टनं न

जाता आख्ख्या सात मजल्याच्या पायऱ्या उतरून तो खाली आला.

राऊळानं पिंड पाडले. देवीदासलाच ते पिंड एका पत्रावळीवर मांडून दूर नेऊन ठेवायला सांगितले. कावळा शिवला म्हटला की, म्हाताऱ्याचा आत्मा तृप्त होईल. पण, कसलं काय? एकही कावळा तिथे दिसेना. बराच वेळ झाला. लोकं कंटाळली. मग शेवटी ते गेले. एका गाईला खायला घालून 'पिंड शिवला' याचं समाधान मानून सगळे गावात आले.

अंगणात, शाळेच्या पटांगणात मस्तपैकी पंगती उठल्या. वरण-भात, एक भाजी, वर बुंदी, भरपूर लोक जेवून तृप्त झाले. सोयरे-धायरे आपापल्या गावी निघून गेले. पानविडा घेऊन बसलेल्या भावबंदांच्या खांद्यावर टावेलाचा दुखवटा टाकून सगळे जिकडे-तिकडे गेले निघून. राहिली घरचीच माणसं.

देवीदास त्या वातावरणानं थोडं भारावून गंभीरपणे अंगणात बसला होताच. डोक्याचं मुंडन केलेलं. टाळकं तापलं तसं चुळबुळायला लागला.

"देव्या, बाबा आता जरा म्हातारीकडं लक्ष देत जा. लय हाय खाल्ली बघ. लय हाल होत्यात खान्या-पिन्याचे. थोडंफार पैसं तर धाडीत जा गावी." कुणीतरी म्हातारी सांगत होती. देवीदास निर्लज्जपणे हे ऐकत होता.

तो मुंबईला परतला. सोसायटीत प्रवेश करताना त्याला Hearsh गेटमधून बाहेर पडताना दिसली. कुणीतरी वारलं होतं सोसायटीत. त्या हर्षमागे एक कार, दोन बाईक एवढीच माणसं स्मशानाकडे जाताना दिसली. वॉचमनने त्याला सलाम ठोकला.

"तिरुपती से कभी आए सर, आप" तो गप्प.

"कौन?" त्यानं डोळ्यांनीच विचारलं.

"वो शर्माजी है ना थर्ड फ्लोर के उनके पिताजी. आप जाईए सर, थके होंगे । तिरुपती का प्रसाद जरूर देना साब."

■

(पुरुष उवाच, दिवाळी २००८)

मस्तराम...!

– दिनानाथ मनोहर

''रमणभाई, आप अब चलिये, मैं जरा हमारे मस्तरामसे मिल लेता हूँ ।'' बारच्या अर्धवट उघड्या शटरशी आल्यावर रमणचा निरोप घेत माणिकलाल म्हणाला.

''मस्तराम? हाँ.. हाँ.. वो कोने में बैंठे हुए महाशय? मैं तुम्हे पूछनेहीवाला था, कबसे तुम उसे घूर घूर कर देख रहे थे ।''

''अरे भाई, वो इस बार के रेग्युलर्सका हिरो है । आपल्यासारखा लग्न, कुटुंब यांच्या जंजाळात कधीच फसला नाही बेटा. सतत नव्या–नव्या मैत्रिणी पटवण्यात पटाईत. बापानं भरपूर ठेवलंय, भरपूर पगाराची नोकरी आहे. तब्येत ठणठणीत, मस्त आयुष्य जगतो; पण गेल्या काही दिवसांपासून मूड जरा खराब दिसतोय. बघतो काय प्रॉब्लेम आहे.''

माणिकलाल रमणभाईचा निरोप घेऊन कुणालच्या टेबलाकडे वळला. माणिकलाल कुणालला गेल्या तीन–चार वर्षांपासून ओळखत होता. आठवड्यातून एकदा तरी कुणालची फेरी असायची बारमध्ये. येणार उशिरा. एकटाच येणार. मग कुणाबरोबर तरी बसणार. पिण्यापेक्षा गप्पाच जास्त. माणिकलालला तर त्याच्याबरोबर गप्पा मारायला फारच आवडायचे. जगावर आणि स्वत:वर खूष असलेला माणूस! कधी तक्रारीचा सूर नाही, कुरकुर नाही. म्हणायचा, ''माणिकभाई, खानावळीत खाण्यापेक्षा घरी स्वयंपाक करायला मला आवडतो. फक्त एक पथ्य पाळायचं, आपल्याला स्वयंपाकी समजायचं नाही, कलावंत समजायचं. तसंच लग्नाच्या बायकोपेक्षा मला मैत्रीण असणं आवडतं. फक्त एक पथ्य पाळायचं, मैत्रिणीला कधी बायको समजायचं नाही, एक व्यक्ती समजायचं.''

माणिकलाल कुणालच्या टेबलापाशी आला, कुणाल डोळे मिटून खुर्चीच्या पाठीवर डोके टेकून मागे रेलला होता. त्याचा चेहऱ्यावर अवस्थता स्पष्ट दिसत होती. माणिकलाल हळूच त्याच्यासमोरच्या खुर्चीवर बसला. आपली चाहूल लागून, तो डोळे उघडेल म्हणून काही वेळ प्रतीक्षा करत राहिला. मग अखेर घसा खाकरून आवाज करीत म्हणाला, ''कुणालभाई, किस दुनियामें खोये हो भय्या. कबसे तुम्हारे सामने बैठा हूँ, तुम्हारा ध्यानही नहीं ।''

कुणालने चमकून समोरच्या खुर्चीत येऊन बसलेल्या माणिकलालकडे पाहिलं. ''मी पाहिलं तुला. कुणीतरी अनोळखी बरोबर होता, म्हटलं बिझिनेस कॉन्टॅक्ट असेल!''

''हां यार, तुला तर माहीत आहे, बारमध्ये येतो तेव्हा मी धंद्याचा विचार बाहेर कारमध्येच सोडून येतो. पण ये भाई अहमदाबादवाला था, म्हणत होता, तिथे असं मोकळेपणी पिता येत नाही. असं वातावरण मिळत नाही.''

कुणालने टेबलावर उपडे टाकून ठेवलेल्या ग्लासांपैकी एक ग्लास उचलण्यासाठी हात पुढे केला, परंतु माणिकलाल त्याला अडवत म्हणाला, ''नाही, नाही. मला भरपूर झालीय. आणि तूही आता बस्स कर. बार केव्हाच बंद झालाय. एक स्मॉल घे फॉर द रोड. आणि उठ. मी तुला सोडतो तुझ्या बंगल्यावर.''

कुणालने भोवती नजर फिरवली. बार रिकामा झाला होता. पुढच्या दरवाजाचे शटर बंद होते. हातांची घडी घालून भिंतीला पाठ देऊन राजू हे शेवटचे गिऱ्हाईक जाण्याची प्रतीक्षा करत होता. कुणालने समोरचा ग्लास घशात रिकामा केला.

ते दोघे बाहेर आले, कुणालच्या खांद्यावर हात ठेवून त्याला गाडीकडे वळवताना माणिकलाल म्हणाला, ''कुणाल, एनी प्रॉब्लेम? नाही, म्हणजे तू आमच्यासारखा रेग्युलर येणारा नाहीस. पण गेले पाच दिवस रोज बघतो मी तुला आणि चांगल्या मूडमध्येही दिसत नाहीस.''

''अरे मला कसला आलाय प्रॉब्लेम? काही प्रॉब्लेम नाही हाच मला कधी कधी प्रॉब्लेम वाटतो.'' मोठ्याने हसत कुणालने माणिकलालला उत्तर दिले.

माणिकलालने यावर काही प्रतिवाद केला नाही, परंतु कुणालच्या बंगल्याबाहेर गाडी उभी करून त्याला निरोप देताना मात्र तो म्हणाला, ''कुणाल, काही मनी प्रॉब्लेम असेल तर सांग. काही मदत हवी असेल तर, बी फ्रँक. अरे तू आमचा आदर्श मस्तराम. तुला अशा मूडमध्ये पाहिलं की बरं वाटत नाही.''

'सतत कर्तव्य भावनेने पछाडलेले जीवन जगणाऱ्या रामाचा आणि आपल्याच मस्तीत जीवन जगण्याचा काहीही संबंध नाही' अशी काहीतरी कोटी करून माणिकलालला उडवून लावणार होता कुणाल. पण, माणिकलालने दाखवलेल्या

आपलेपणाने तो काहीसा हेलावला, काहीसा सुखावलाही. माणिकलालच्या खांद्यावर हात ठेवून त्याचा निरोप घेत तो म्हणाला, ''नहीं यार, तशी काहीही चिंता नाही. बट थँक्स, थँक्स अ लॉट.''

बाहेरचे फाटक उघडून तो आत आला, व्हरांड्याच्या पायऱ्या चढून दाराशी आल्यावर मागे वळून माणिकलालच्या दूर जाणाऱ्या गाडीकडे पाहात राहिला. आपली अस्वस्थता इतकी स्पष्ट दिसत असेल तर बरोबर नाही. आपल्याला अस्वस्थ व्हायचं कारण तरी काय? ठीक आहे. आता प्रतिमा व छाया यांच्याशी आपण नाही दोस्ती ठेवू शकणार, सो व्हॉट? आपल्याला इतर मैत्रिणी काय कमी आहेत का? का आपण छायामध्ये गुंतलो आहोत? नाय! एखाद्या पुरुषानं एखाद्या स्त्रीमध्ये गुंतणं हा वाक्यप्रयोग ज्या अर्थाने केला जातो, तशा अर्थाने मी गुंतूच शकत नाही कोणा स्त्रीमध्ये. गुंतणं म्हणजे काय? आता हा माणिकलाल माझ्यामध्ये गुंतला आहे का? माणिकलाल आणि मी, आमच्यात जे आपलेपणाचे, स्नेहाचे संबंध आहेत, ते संबंध म्हणजे गुंतणंच नाही का? त्याच्या खांद्यावर हात टाकून मोकळेपणी त्याच्याशी हास्यविनोद करायला मला आवडतं की! तशा अर्थाने मला त्याचं आकर्षण वाटतंच की! तसंच आकर्षण, तसाच आपलेपणा मला प्रतिमाबद्दल वाटत असेल, कदाचित त्या आकर्षणात, संबंधात काही जास्तचे पदर असतील. शारीरिक आकर्षणाचे, दोघां मिळून घेतलेल्या लैंगिक अनुभवाचे; पण तिच्या शरीरावर, तिच्या मनावर मी कधीच अधिकार नाही सांगितला. आणि कुणा स्त्रीने माझ्यावर तसा अधिकार सांगितलेला आवडणारही नाही मला; पण असेच संबंध प्रतिमा वा छायाशी असूनही मी एवढा अस्वस्थ का झालोय?

खिशात हात घालून चावी बाहेर काढत तो दाराकडे वळला. त्याची चाहूल लागल्यापासून दाराच्या आत येऊन दरवाजा उघडण्याची प्रतीक्षा करीत असलेल्या, गुरगुरत, कुरकुरत असलेल्या ओशोने आता दारावर नखांनी आवाज करायला सुरुवात केली होती. कुणालने कुलूप उघडले. आपले दोन्ही पाय त्याच्या मांड्यांवर ठेवून उभ्या झालेल्या ओशोच्या डोक्याच्या, कानांच्या केसांमध्ये आपली बोटं खुपसून काही वेळ खाजवलं, मग त्याला बाजूला करीत तो म्हणाला, ''ओशो, आता जरा इथंच थांब. तुला काहीतरी खायला देतो, मग बाहेर जा. नाहीतर जाशील तसाच भटकायला.'' वळून पाहिलं, शेजारच्या बंगाल्यातील ओशोची मैत्रीण ज्यूली पायऱ्या चढून व्हरांड्याच्या कडेशी येऊन उभी होती. ओशो उंचापुरा अल्सेशियन, तर ज्युली नाजूक लहानखुरी पामेरियन. वर्षात विशिष्ट काळात हिचा मालक हिला घरातच अडकवून ठेवतो. अस्सल ब्रीडची पिल्लं हवीत म्हणून. ते काही महिने सोडले तर यांची दोस्ती कायम आहे, एकमेकांवाचून करमत नाही यांना? यांच्या दोस्तीचं रूप काय आहे, प्रत्यक्ष लैंगिक संबंध नसले तरी या दोस्तीला नर-मादी संबंधांचा पदर असणारच की? ही सतत टोचणारी हरल्याची भावना का? नाही. कुणाल. हे असं वाहवत जाऊन चालणार नाही. आपल्याला

काय झालंय याचं नीट विश्लेषण करायला हवंय.

सोफ्यावर बसून कुणालने बूट काढले. तो किचनकडे वळला. तसा ओशो त्याच्यापुढे जाऊन फ्रिजपाशी उभा होता. कपडे बदलण्याचं पुढं ढकलून त्याने बाहेर जाण्याकरता अस्वस्थ झालेल्या ओशोच्या जेवणाची व्यवस्था करायला सुरुवात केली. त्याची प्रतिमा-छाया या जोडप्याशी ओळख झाली तो प्रसंग कुणालला स्पष्ट आठवत होता.

खरं तर स्मिताच्या पार्टीला जायची त्याला बिलकुल इच्छा नव्हती. स्वत:ला स्त्री-मुक्तीवादी की स्त्रीवादी म्हणवणाऱ्या एका डॉक्युमेंटेशन सेंटरच्या या चालिकेला तो गेल्या कित्येक वर्षांपासून ओळखत होता. हिच्या पार्टीला कोण येतात हे त्याला चांगलं माहीत होतं. आपल्या शरीर सौंदर्याची सोडा, शरीराच्या आरोग्याचीही काळजी न घेणाऱ्या या मुक्त स्त्रियांशी अधूनमधून गप्पा मारायला जाणं वेगळं आणि त्यांना पार्टीत भेटणं वेगळं असं त्यांचं मत होतं. पण, माणिकलालनं त्याला येण्याचा आग्रह केला होता. माणिकलालला जायलाच हवं होतं. डॉक्युमेंटेशन सेंटरशी त्याचे व्यावसायिक संबंध होते. पार्टीला ड्रिंक्स आणि खाद्यपदार्थांची उत्तम सोय असणार हा मुद्दा होताच. म्हणून तो माणिकलालबरोबर पार्टीला गेला होता.

पार्टी आता रंगात आली होती, लोकांचे छोटे छोटे ग्रुप्स तयार होते, गप्पा रंगात आल्या होत्या. कुणाल पेयाचा ग्लास घेऊन सहज नजरेत येणार नाही असा बाजूला बसला होता. इतर पार्ट्यांमध्ये त्याला असं कुणी बसू दिलं नसतं. कुणी ना कुणी स्त्री त्याला चिकटलीच असती. तसा तो अशा पार्ट्यांना हजर असणाऱ्या स्त्रियांमध्ये पॉप्युलर होता. अशा पार्टीची अखेर बहुतेक कुणाला तरी बरोबर घेऊन बंगल्यावर पोहोचणं असा होत असे; पण या पार्टीत तशी संभाव्यता असली तरी कुणालला कुणामध्ये रस नव्हता. या ग्रुपमधल्या स्त्रिया त्याला खासगी बोलण्यात मोकाट सोडलेला वळू किंवा माजलेला पोळ असं काहीसं जिव्हाळ्यानं, काहीसं असूयेनं आणि काहीसं तिरस्कारानं म्हणतात, याची त्याला जाणीव होती. आता निघावं असा विचार करीत त्याची नजर माणिकलालला शोधत होती आणि आत येणाऱ्या जोडप्याकडे त्याची नजर गेली होती. त्या स्त्रीने त्याचे लक्ष ताबडतोब वेधून घेतले होते. तसं दारात आल्याबरोबर तिने ओरडून सर्वांना सलामी देऊन सर्वांचेच लक्ष वेधून घेतलं होतं. तिला हॉलमधील स्त्री-पुरुषांमधून जो प्रतिसाद मिळाला होता, त्यावरून हे जोडपे या लोकांमध्ये पॉप्युलर आहे हेही लक्षात आलं होतं. तिची वेशभूषा साधी होती. तिची उंची, तिची शरीरयष्टी आणि तिच्या शरीराच्या होणाऱ्या हालचाली लक्ष वेधून घेणाऱ्या होत्याच, परंतु तिचं कपाळ, तिचे डोळे आणि जिवणीच्या सीमा ओलांडून उतू जाणारं तिचं स्मित यात जबरदस्त ताकद होती. कुणाल चक्क तिच्यावर प्रथम भेटीतच भाळला होता.

''मान गये भाई उस्ताद तुम्हे. मिस्टर 'शी'ला तू तर बोलता बोलता पटवलंस:

काय ठरवलीस का अपॉईंटमेंट? मला तर वाटलं होतं, आत्ताच बंगल्यावर आमंत्रण देतोस की काय तिला. पण छायाशी ओळख नाही करून घेतलीस?''

''मुद्दामहून नाही घेतली. अरे भाई, हीही एक लढाई असते. एक स्ट्रॅटेजी ठरवावी लागते.''

''नाही समजलो उस्ताद.''

''साधी गोष्ट आहे माणिकभाई. प्रतिमा आणि छाया दोघींना एकाच वेळी भेटलो तर, त्यांना आवडेल अशा कोणत्या विषयावर गप्पा मारणार मी? आता कसं होईल, प्रतिमाबरोबर बोलायला मला विषय असेल छाया; आणि छायाबरोबर विषय असेल प्रतिमाचा.''

माणिकभाईनं त्याच्याकडे पाहात कौतुकाने डोकं हलवलं होतं. कुणालनं आपली स्ट्रॅटेजी निश्चित केली होती आणि त्याप्रमाणे पावलं टाकलीही होती. प्रतिमाबरोबर भेटण्याची वेळ त्यानं निश्चित केली होती. आपल्या बागेतील काही खास फुलांची रोपं तो तिला देणार होता. प्रतिमाला बागकाम करण्याची, फुलांची, निसर्गाची खास आवड नव्हती. तिला इंटरेस्ट होता, वेगवेगळ्या कामाकरता वापरण्यात येणाऱ्या नवनवीन इलेक्ट्रॉनिक गजेट्रीमध्ये; पण आपल्या बागेतील एक्झॉटिक वनस्पतींची रोपं पाहून छाया खूष होईल याची कुणालनं प्रतिमाला खात्री दिली होती. त्याचबरोबर छाया कुठे नोकरी करते ही माहिती काढून, तिला कुठं गाठायचं याबाबत योजनाही त्याच्या मनात तयार झाली होती. वीक एंडला अजून तीन दिवस आहेत, हे लक्षात घेऊन त्यानं प्रतिमाला रविवारी भेटायला सांगितलं होतं. मधल्या काळात छायाला गाठायचं त्यानं निश्चित केलं होतं.

दुसऱ्या दिवशीच ऑफिसमधून परत येताना जवळच्याच मार्केटमध्ये खरेदी करण्यासाठी आलेल्या छायाला तो सामोरा झाला होता.

तिच्या चेहऱ्याकडे पाहून त्यानं आपली नजर बाजूला वळवली होती आणि परत एकदा तिच्याकडे निरखून पाहात तो तिच्या पुढ्यातच थबकला होता. ''वाव्, मोठा योगायोगच म्हणावा लागेल. तुम्ही छाया. काल स्मिताच्या पार्टीत प्रितमची ओळख झाली. खूप काही काही बोलत होती ती तुमच्याबद्दल. अर्थात् तिनं सांगण्याची काही गरज नव्हती. तुम्ही आत आल्याबरोबरच सर्वांचं लक्ष वेधून घेतलं होतं. मी कुणाल! चला, कॉफी घेऊ या कुठंतरी.''

बोलता बोलता त्यानं सहजपणे प्रतिमाला छायाने दिलेला प्रितम नावाचा उपयोग कुणालने केला होता आणि तिच्या कोपरापाशी अलगद धरून तिला पलीकडच्या साईडला दिसणाऱ्या हॉटेलकडे वळवलं होतं.

पण तिनं आपल्या घड्याळाकडे नजर टाकली, मग म्हणाली, ''नको, मला घरी

जायला पाहिजे आता. प्रितम येईल एखाद्या तासात. नाहीतर तुम्ही असं करा ना, घर अगदी जवळ आहे पाहा आमचं. माझ्या हातची कॉफी चालेल ना?''

''तुम्ही म्हणताय तर चलतो? पण पंधरा एक मिनिटंच थांबेन मी.'' त्यानं सावधपणे म्हटलं होतं.

प्रतिमानं विषय काढला तरच आपली छायाशी भेट झाल्याबद्दल बोलायचं असं त्यानं ठरवलं होतं. प्रतिमा घरी आली, भरपूर गप्पा झाल्या त्यांच्या. पण, तिनं छायाचा विषय काढला नाही. छायाने तो भेटल्याचे तिला सांगितले नसावे हाच त्याचा अर्थ होता. कुणालला ते सोयीचेच होते. प्रतिमाजवळ छायाचा आणि छायाबरोबर प्रतिमाचा कधी विषयच काढायचा नाही असं त्यानं ठरवलं होतं. त्यानं असंही ठरवलं होतं, इथं घाई करायची नाही. सावकाश, पायरी-पायरीनं पुढे सरकायचं. अत्यंत सावधतेनं! पण घटना अशा काही घडल्या होत्या की, दुसऱ्याच भेटीत प्रतिमा त्याच्या मिठीत आली होती आणि त्यानंतर दोन-तीन आठवड्यातच त्यानं छायाला प्रथमदर्शनीच आपण किती तीव्रतेनं तिच्या प्रेमात पडलो आहोत हे सांगितले होते.

त्यानंतर गेले तीन-साडेतीन महिन्यांचा काळ कसा गेला होता, ते त्याच्या लक्षातही आले नव्हते. जणू तो एका साहसयात्रेवर होता. दोघींच्या स्वभावातील फरक लक्षात घेऊन, प्रत्येकीशी आपण मागच्या वेळी काय बोललो होतो, कुणाला काय कबूल केले होते, हे लक्षात घेऊन सतत सावधतेने वागताना, आपल्याला खरी जगण्याची मजा येतेय असं त्याला वाटत होतं. तसं अधूनमधून त्याच्या मनात उगीचच शंका येत असे. दोघींशी सतत भेटीगाठी घेत राहूनही या भेटींमुळे कधी गुंतागुंत निर्माण झाली नव्हती. दोघींना भेटण्याच्या वेळांमुळे समस्या निर्माण झाली नव्हती. दोघींपैकी कुणाला नाराज करण्याची कधी वेळच आली नव्हती. हा केवळ योगायोगच का? पण त्या शंकेचा बुडाबुडा मेंदूत निर्माण होऊन लगेचच नाहीसा झाला होता.

दोन आठवड्यांपूर्वी बारमध्ये त्यानं माणिकलालला आपण पैज जिंकल्याचं सांगितलं होतं आणि एकाच हॉटेलमध्ये तासाभराच्या अंतराने त्यानं दोघींची भेट घेऊन, माणिकलालची खात्री करून दिली होती. माणिकलालनेही कबूल केल्याप्रमाणे, त्याला महाबळेश्वरच्या थ्री स्टार हॉटेलमध्ये तीन दिवस बुक केलं होतं. काही वेळानं ती ज्या ग्रुपबरोबर गप्पा मारीत उभी होती, तिकडे नजर लावून बसलेल्या कुणालला माणिकलालने जागे केले, ''कुणालभय्या, इधर आपको कुछ चान्स नहीं है, मैं तीन सालों से जानता हूँ उनको। दोनों में से कोई भी हात नहीं लगेगा तुम्हारे ।''

कुणालने खरं तर आपण स्त्रियांकडे व्यक्ती म्हणून कसे पाहतो, पटवणे, सुख देणे इत्यादी पुरुषी वर्चस्वाच्या नात्यातून आलेले वाक्प्रचार आपल्याला कसे आवडत नाहीत, हे माणिकलालला अनेक वेळा समजून सांगितले होते; पण लहानपणापासून झालेल्या

संस्कारांतून घट्ट झालेल्या आपल्या दृष्टिकोनाचा आणि आपल्याला पटणाऱ्या विचारांचे काहीतरी नाते असायला हवे हेच माणिकलालला उमजत नव्हतं; तर कुणाल तरी काय करणार होता?

''माणिकलाल! ज्या प्रांतात आपल्याला काही कळत नाही, त्यात उगाच लुडबूड करू नये.'' कुणालनं त्याला सुनावलं.

''हे बघ कुणाल. उगीच तू स्वत:ची फजिती करून घेशील म्हणून मी सांगितलं. पण तुझी एवढी तयारी असेल तर चल, मी देतो दोघांची ओळख करून. लाव पैज! दोघींनाही पटवायचं. तू म्हणशील त्या हीलस्टेशनवर बुकींग देतो.''

माणिकलालचं आव्हान ऐकल्यावर कुणाल चमकला, त्याची नजर त्या जोडप्यातल्या पुरुषाचा शोध घेत फिरली आणि मग त्याच्या लक्षात आलं, तो पुरुष नव्हता, पुरुषी वेशातील ती स्त्रीच होती. पुरुषांकडे आपलं लक्षच जात नाही हे कुणालला माहीत होतं. स्त्री–पुरुषांमध्ये समानता मानत असूनही, अनोळखी पुरुषाची 'तो काय करतो' आणि अनोळखी स्त्रीची 'ती कशी दिसते' यातूनच आपण ओळख करून घेतो हे चुकीचे आहे, असं त्यानं स्वत:ला अनेकदा सांगितलं होतं.

''ठीक, स्वीकारलं तुझं आव्हान. चल दे ओळख करून त्यांची.'' कुणाल काहीसा संतापून म्हणाला, ''पण थांब, प्रथम मिस्टरांशी'ची ओळख करून दे. मिससे शी'ची ओळख आता नको.''

कुणालचा 'मिस्टर शी' आणि 'मिसेस शी' चा शब्दप्रयोग ऐकून माणिकलाल हसतच सुटला. मग हसू आवरत त्यानं विचारलं,''बॉस, पण मला वाटतं, तू प्रथम मिसेस शी'शी ओळख करून घ्यायला पाहिजे. 'मिस्टर शी'ला तुझ्यात काय इंटरेस्ट असणार?''

कुणाल हसला होता, म्हणाला होता; ''ती मिस्टर आहे की मिसेस हे महत्त्वाचे नाही बच्चू. शी इज शी हे महत्त्वाचे आहे आणि अवघड केस आधीच हँडल केलेली चांगलं नाही का?''

''प्रतिमा जरा ओळख करून देतो. हा माझा मित्र कुणाल.'' माणिकलालने ओळख करून दिली तसं कुणालने आपला हात पुढे केला.

''तुमच्याबद्दल बरंच ऐकलंय'' ती त्याचा हात हातात घेत म्हणाली.

''मी मात्र तुमच्याबद्दल काहीच ऐकलेलं नाही; पण त्याची गरज नाही. पाहणे पुरेसं आहे. तुम्ही या वेशभूषेत सुंदर दिसता.'' आपल्या दोन्ही पंजांमध्ये तिचा हात घेत कुणाल मनापासून म्हणाला.

ती हसली, म्हणाली, ''या वेषात मी चांगली दिसते, म्हणून मी हा पुरुषी वेष घालत नाही. मी आणि छाया, आम्ही जीवनसाथी म्हणून राहतो, म्हणून असा वेष

घालते. चला, छायाशी ओळखं करून देते.''

''नको. त्या चाहत्यांच्या घोळक्यात आणखी भर नको. आताच घाई नको. यथावकाश होईलच सर्व. आत्ता तरी तुमच्याशी गप्पा मारण्याची संधी मी उपभोगणार आहे.''

प्रतिमा हसली. हसतच म्हणाली, ''तिच्याभोवती चाहत्यांचा नेहमी घोळका असतो पण मला कधीही तिची असूया वाटत नाही.''

''त्याचं कारण तुमचेही चाहते बरेच असतील हे असावं. अर्थात् तिच्या आणि तुमच्या चाहत्यांत फरक असेल. अर्थात् आता तुमचे चाहते इथं असते तर मी येण्याचं टाळलं असतं.''

तिनं त्याच्या चेहऱ्याकडं काही क्षण नीट निरखून पाहिलं, मग किंचित हसत ती म्हणाली, ''म्हणजे तुम्हाला काय सुचवायचं आहे? तुम्ही चाहत्यांतील नाही असं तुम्ही घोळक्यातील नाही असं की, तुम्ही वेगळे आहात असं?''

''मी वेगळा नसेन कदाचित. पण घोळक्यातील नाही आणि घोळक्यातील नसण्याची किंमत द्यावी लागते. अर्थात् हे तुम्हाला सांगायला नको.''

त्यानंतर वीस-पंचवीस मिनिटांनीच कुणालने एका घोळक्यात उभ्या असलेल्या माणिकलालला शोधून काढलं होतं आणि ते दोघे बाहेर पडले होते. कुणालने छायाला महाबळेश्वरला जाण्याचा बेत सांगितला तेव्हा त्याच्या मनात शंका डोकावत होती की, छायाप्रमाणेच प्रतिमानेही नाताळच्या दिवसातच दूर जाऊ या असं म्हटलं तर? कारण छायाप्रमाणेच प्रतिमालाही वीकएंडला कुठेतरी हिलस्टेशनवर सोबत येण्याची गळ घालायची असं त्यानं ठरवलं होतं पण तशी वेळच आली नव्हती. प्रतिमाने स्वतःच त्याला सांगितले होते की, जानेवारीच्या शेवटापर्यंत तरी तिला रिकामा वेळ नव्हता.

पण हाती आलेलं यश साजरं करायला म्हणून तयारीत असलेल्या कुणालला भलत्याच परिस्थितीला तोंड द्यावं लागलं होतं.

ओशोला बाहेर घालवून कुणालने दार बंद करून घेतलं. मागं वळून किचनकडे जाण्याऐवजी तो वर जाणाऱ्या जिन्याखाली असलेल्या छोट्याशा वाईन बारपाशी पोहोचला. दारू पिण्यानं आपल्या मनातील अस्वस्थता जात नाही, जाणार नाही हे त्याला कळत होतं; पण तरीही नशेतून, मेंदूला आलेल्या शिथिलतेतून बाहेर यावेसे वाटत नव्हते. त्यानं ग्लास काढून ग्लासमध्ये रम ओतली. एका हातात सोड्याची बाटली दुसऱ्या हातात रमचा ग्लास सांभाळत तो सोफ्याकडे निघाला आणि तो मध्येच थबकला. दाराकडे पाहात राहिला. कुणाची पावलं वाजताहेत का? आता छाया किंवा प्रतिमा आत आली तर काय करणार आहे मी? अनेक वेळ त्याच्या मनात भिरभिरत असलेला प्रश्नच समोर आला. सोफ्यावर जाऊन त्यानं ग्लास टेबलावर ठेवताना त्यानं ग्लास

तोंडाला लावून एक मोठा घोट घशात ओतला आणि मगच त्यानं ग्लास टीपॉयवर ठेवला होता.

पैज जिंकल्याचा त्याला आनंद तर निश्चितच झाला होता; पण त्यापेक्षाही या जगावेगळ्या स्त्रियांशी मैत्रीचं नातं जोडणं यात खरा रोमान्स होता, साहस होतं, आव्हान होतं. स्त्री-पुरुष संबंधांविषयी आपल्यावर झालेल्या संस्कारावर आपण मात करू शकलो याचा आनंदही मिळत होता; आणि आपण या दोन्ही स्त्रियांपेक्षा हुशार आहोत, बुद्धिमान आहोत, अशीही भावना सुप्तावस्थेत होतीच कुणालच्या मनात; पण या वरिष्ठतेच्या भावनेची चाहूल कुणालला लागली नव्हती तेव्हा.

कुणालने सर्व तयारी केली होती. गेल्या तीन-चार दिवसांत तो छायाला भेटला नव्हता. प्रतिमाला मात्र भेटत होता. पुढचे काही दिवस आपण प्रतिमाला भेटणार नाही, काही दिवस आपल्याला कंपनीच्या कामासाठी बंगलोरला जावं लागणार असल्याचं त्यानं प्रतिमाला सांगितलं होतं आणि ते खरंही होतं, महाबळेश्वरला तीन दिवस काढल्यानंतर तो परस्पर पुढे जाणार होता, आणि छाया घराकडे परतणार होती. इतक्या वर्षांच्या अनुभवातून कुणाल हेही शिकला होता की, संपूर्ण सत्य किंवा असत्य सांगणं केवळ गैरसोयीचेच नव्हे तर अडचणीचेही होते.

प्रतिमानं फारशी खोलात जाऊन चौकशी केली नव्हती. अखेर दोघांना आपापलं खासगी, व्यावसायिक जीवन आहे, आपापली विश्वं आहेत, आपापली वर्तुळं आहेत आणि एकमेकांच्या वर्तुळांचे परीघ ओलांडून अतिक्रमण करायचे नाही हा तर त्यांच्या दोस्तीचा मुख्य आधारच होता.

रात्री निघणाऱ्या लक्झरी बसवर छाया स्वतःच येऊन पोहोचणार होती. पण दुपारी चारच्या सुमारास आपण एकदा छायाला फोन करू असं त्यानं तिला सांगितलं होतं. छायाला आणि प्रतिमाला फोन करण्याची कुणालची साधारणपणे हीच वेळ होती. दोघींनाही सोयीची. छाया तेव्हा घरी असे आणि प्रतिमा ऑफिसला.

सकाळी काही किरकोळ खरेदी करून, शेजारच्या ज्युलीच्या मालकाच्या घरी जाऊन त्यानं ओशोची काळजी घेतली जाईल अशी सोय केली होती आणि त्यानंतर स्वहस्ते केलेल्या आवडत्या कंटोल्यांच्या भाजीवर ताव मारून तो थोडा वेळ आडवा झाला होता.

जाग आल्यावर बेडवरच पालथं होऊन, हात लांबवून त्यानं फोनचे युनिट जवळ घेतलं आणि छायाचा फोन फिरवला. फोन उचलला गेल्याबरोबर त्यानं एक दीर्घ उसासा सोडला, आणि हलक्या कुरवाळत्या आवाजात म्हणाला, ''हाय छाया, एकदम तयार आहेस ना?''

काही क्षण कुणीच काही बोललं नाही. कुणालच्या मनात शंकेची पाल चुकचुकली

आणि प्रतिमाचा आवाज आला, "हाय डार्लिंग कुणाल. अरे तू इकडे कसा फोन केलास? एनी वे, बोल काय म्हणतोस?"

कुणाल धडपडत उठला, उडी मारूनच तो बेडवरून बाजूला झाला, "अं? प्रतिमा? ओ, हाय! हाय! काही नाही सहजच. पण तू आज घरी....?" सतत सावध असलेला कुणाल गोंधळला होता, बावचळला होता.

"ओ, म्हणजे तू छायाकरता फोन केला होतास का? अरे ती तर... अरे हो, मी विसरलेच. तुम्ही आज महाबळेश्वरला जाणार होता नाही का?"

काही क्षण ती थांबली. कुणाल स्तंभित झाला होता, त्याच्या मेंदूनं काम करण्याचं थांबवलं होतं, त्यानं बोलण्याची धडपड केली अन् अखेरी शब्दहीन, अर्थहीन असा काहीतरी आवाज घशातून काढण्यात तो यशस्वी झाला. "अरे छायाला एकाएकी तिच्या घरी जावं लागलंय रे. तिकडे हैदराबादला. सकाळीच सोडलं तिला मी स्टेशनवर. तुला फोन करायला सांगितलं होतं तिनं मला. पण गडबडीत माझ्याही नाही लक्षात राहिलं. सॉरी, काय आहे कुणाल. निदान आठवडाभर तरी ती परत येत नाहीये. तुला तुझा बेत रद्द करावा लागणार आहे."

कुणालनं प्रतिमाचा प्रत्येक शब्द ऐकला होता, ती काय म्हणतेय हे त्याला समजत होतं, आपण तिला काहीतरी उत्तर द्यायला पाहिजे हेही त्याला समजत होतं. आपला महाबळेश्वरचा बेत आता रद्द करावा लागणार हेही त्याच्या लक्षात आलं होतं. पण आणखीही एका सत्याच्या डोळे दिपवणाऱ्या प्रकाशझोतामुळे आपले डोळे दिपले आहेत, आपला मेंदू सुन्न झाला आहे असं त्याला वाटत होतं. म्हणजे... म्हणजे आपले छायाशी संबंध आहेत हे प्रतिमाला माहीत होतं... म्हणजे आपले प्रतिमाशी संबंध आहेत हे छायाला माहीत होतं, म्हणजे... म्हणजे...

"अरे, ...कुणाल ऐकतोयस ना? फोन तर डेड नाही झालेला! इतक्या दिवसांनी सर्व तयारी वाया जाणार ना? पण काय करणार रे? तुझा वैताग मी समजू शकते." काही क्षण ती थांबली, मग परत म्हणाली, "हे बघ. मला शक्य असतं ना तर, तिच्याजागी मी गेले असते हैदराबादेला. पण ते कसं शक्य आहे?" ती परत थांबली काही क्षण.

कुणाल धक्क्यातून बाहेर पडण्याची धडपड करीत होता. आपल्या मनावर ताबा मिळवून प्रतिमाला योग्य प्रतिक्रिया द्यायची गरज आहे, आपल्याला धक्का बसला आहे हे दाखवून उपयोग नाहीये. आपल्याला सावरलं पाहिजे. तो स्वतःलाच ओरडून सांगत होता, मनातल्या मनात.

"म्हणजे तुझी फारच निराशा झाली असेल, गैरसोय होणार असेल, तर... तर एक करता येईल, बघ. तिच्याजागी मी हैदराबादला तर नाही जाऊ शकत; पण म्हणशील, तर तिच्याऐवजी महाबळेश्वरला येऊ शकते मी."

''पण... पण प्रतिमा तुला म्हणजे तिला'' कुणाल पुढे काही बोलू शकला नाही.

''नाही. माझा काही तसा आग्रह नाही कुणाल. तुला ते योग्य वाटणार नाही हे कळतंय मला; पण तुला खरंच सांगते. मला त्यात काही मानापमानाचा प्रश्न नाही वाटत आहे. तसं म्हटलं तर, अगदी पहिल्या काही भेटींच्या वेळी, आपली ठरलेली वेळ मला सोयीची नव्हती, तेव्हा मी तिला विचारून मी जमणार नाही असं तुला कळवलं होतं आणि तिनं तुझ्याशी बोलून तीच वेळ ठरवून घेतली होती. काय वाटतं तुला. अर्थात् मला काही ॲडजस्टमेंट्स कराव्या लागतील. पण आय थिंक आय कॅन मॅनेज इट. काय म्हणतोस?

कुणालचा मेंदू धावत होता, गेल्या तीन-चार महिन्यांच्या घटना त्याच्या मन:पटलासमोरून सरकत होत्या. तिच्या म्हणण्याचा शब्दार्थ तर त्याच्या लक्षात आला होताच, पण त्यातील छुपा मतितार्थ... तो काही बोलला नाही, बोलू शकला नाही.

मग प्रतिमाच म्हणाली होती, ''पण निघायचं तर आजच निघावं लागेल ना! ओ, मग कठीण आहे. मला नाही वाटत, इतक्या झपाट्यात मला मॅनेज करता येईल. तुला त्रास होईल, पण तू मनावर घेणार नाहीस असा विश्वास आहे. ओके? ठेवते फोन. परत एकदा छायातर्फे मी क्षमा मागते. बाय.''

फोन कट झाल्याचा आवाज आला, तरी त्यानंतर कितीतरी वेळ कुणाल हँडसेट कानाशी धरून उभाच होता.

त्या दिवसापासून कुणालच्या मनाचं संतुलन नाहीसं झालं होतं. स्वत:शीच संघर्ष चालू होता त्याचा. खरं म्हणजे त्याच्या आयुष्यात आलेल्या अनेक स्त्रिया कोणत्या ना कोणत्या कारणाने दूर झाल्या होत्या, काही तर विस्मृतीच्या पडद्याआडही गेल्या होत्या. हे प्रकरण तशातीलच एक, असं कुणाल स्वत:ला वारंवार सांगत होता; पण तरीही त्याचं मन शांत होत नव्हतं. प्रतिमा किंवा छाया आपल्याला भेटून गेल्यावर रात्री आपल्याबद्दल आपसात काय बोलत असतील, आपल्याबाबतच्या अनुभवांचे दोघी मिळून कसं कसं विश्लेषण करत असतील, हा विचार त्याच्या मेंदूत वारंवार गोंधळ घालत होता; आणि त्या विचाराला प्रयत्न करूनही तो गप्प करू शकत नव्हता. हद्दपार करू शकत नव्हता. आय ॲम रिअली ब्लडीफूल सकर! बुद्दू बनवलं दोघींनी मला. एक दिवस नाही, दोन दिवस नाही, गेले कित्येक महिने. ओ फक्. मला वाटत होतं, माझ्या पौरुषत्वावर फिदा आहेत त्या. माझ्या हुशारीवर... हुशारी? त्याच्या मनातील अस्वस्थता कमी होत नव्हतीच! पण त्याबरोबर एका भीतीचाही प्रादुर्भाव झाला होता, रस्त्यामध्ये जर समोरून प्रतिमा वा छाया आली तर आपण काय करायचं? काय बोलायचं? आणि ही कहाणी जर स्मितापर्यंत पोहोचली, माणिकलालपर्यंत झिरपत गेली तर?

त्यानंतर चार-पाच दिवस कुणालने आपल्या अस्वस्थतेवर बारमध्ये जाऊन

उपाययोजना करण्याचा प्रयत्न केला होता; पण माणिकलालने त्याला साह्य करण्याची तयारी दर्शवल्यावर त्यानं बारमध्ये जाणं बंद केलं. त्याचं पार्ट्यांना जाणं बंद झालं होतं. लोकांना भेटणं बंद झालं होतं. आपण विरघळत चाललो आहोत, ढासळत चाललो आहोत असं त्याला वाटत होतं. तो सावरण्याची प्रतीक्षा करत होता, काहीतरी घडण्याची. काही काळ जाण्याची. आपल्याला खरोखर काय झालं आहे याचं उत्तर सापडण्याची.

दोन-एक महिन्यानंतर रमणभाई परत एकदा अहमदाबादहून मुंबईला आला होता. बारमध्ये काही पेग रिचवल्यावर त्याला आठवण झाली, त्यानं विचारलं, ''माणिकभाई, तुम्हारा वो 'मस्तराम' आजकल आता है या नहीं?''

माणिकलाल काही वेळ काहीच बोलला नाही, मग चिडल्यासारख्या आवाजात म्हणाला, ''नाही, आजकाल नाही येत तो इथं. खरं तर शहरातही नाही आता तो. मी असं ऐकलंय की, साल्यानं लग्न केलं म्हणून. जाऊ दे, खड्ड्यात गेला तो मस्तराम. मी असं विचारत होतो तुला, अजित इंजिन्स नवीन प्रॉडक्शन सुरू करणार होतं त्याचं काय झालं?''

■

(पुरुष स्पंदन, दिवाळी २००२)